ETHIOPIC LIBRARY COLLECTION NO 2

KEBRA NAGAST

BILINGUAL EDITION [CLASSICAL ETHIOPIC – ENGLISH]

MUTANABBI PUBLICATIONS
2018

ETHIOPIC LIBRARY COLLECTION

1. Hugh Pilkington. *The Book of Proverbs in Ethiopic and English*.

2. *Kebra Nagast*. Bilingual edition [Geez-English]

3. August Dillmann. *Ethiopic Chrestomathy*. *Texts*. (English edition)

4. August Dillmann. *Ethiopic Chrestomathy*. *Glossary*. (English edition)

Contents

Contents 3

INTRODUCTION 12

ክብረ ፡ ነገሥት ። 13

THE GLORY OF KINGS 13

፩ ፡ በእንተ ፡ ክብረ ፡ ነገሥት ። 13

1. CONCERNING THE GLORY OF KINGS 13

፪ ፡ በእንተ ፡ ዕበየ ፡ ነገሥት ። 14

2. CONCERNING THE GREATNESS OF KINGS 14

፫ ፡ በእንተ ፡ መንግሥተ ፡ አዳም ። 15

3. CONCERNING THE KINGDOM OF ADAM 15

፬ ፡ በእንተ ፡ ቅንአት ። 15

4. CONCERNING ENVY 15

፭ ፡ በእንተ ፡ መንግሥተ ፡ ሴት ። 16

5. CONCERNING THE KINGDOM OF SETH 16

፮ ፡ በእንተ ፡ ኀጢአተ ፡ ቃየን ። 16

6. CONCERNING THE SIN OF CAIN 16

፯ ፡ በእንተ ፡ ኖሕ ። 17

7. CONCERNING NOAH 17

፰ ፡ በእንተ ፡ አይኅ ። 18

8. CONCERNING THE FLOOD 18

፱ ፡ በእንተ ፡ ኪዳነ ፡ ኖሕ ። 18

9. CONCERNING THE COVENANT OF NOAH 18

፲ ፡ በእንተ ፡ ጽዮን ። 19

10. CONCERNING ZION 19

፲፩ ፡ ኀበ ፡ ኀበፉ ፡ ፫፻፲ወ፰ርቱዓነ ፡ ሃይማኖት ። 20

11. THE UNANIMOUS DECLARATION OF THE THREE HUNDRED AND EIGHTEEN ORTHODOX FATHERS 20

3

፲፪ ፡ በእንተ ፡ ከናአን ። 21

12. CONCERNING CANAAN 21

፲፫ ፡ በእንተ ፡ አብርሃም ። 22

13. CONCERNING ABRAHAM 22

፲፬ ፡ በእንተ ፡ ኪዳነ ፡ አብርሃም ። 23

14. CONCERNING THE COVENANT OF ABRAHAM 23

፲፭ ፡ በእንተ ፡ ይስሐቅ ፡ ወያዕቆብ ። 24

15. CONCERNING ISAAC AND JACOB 24

፲፮ ፡ በእንተ ፡ ሮቤል ። 24

16. CONCERNING RÔBÊL (REUBEN) 24

፲፯ ፡ በእንተ ፡ ክብራ ፡ ለጽዮን ። 25

17. CONCERNING THE GLORY OF ZION 25

፲፰ ፡ ገበ ፡ ገብሩ ፡ አበው ፡ ቋቋሳት ። 28

18. HOW THE ORTHODOX FATHERS AND BISHOPS AGREED 28

፲፱ ፡ በእንተ ፡ ገበ ፡ ተረከቡት ፡ ዛቲ ፡ መጽሐፍ ። 28

19. HOW THIS BOOK CAME TO BE FOUND 28

፳ ፡ በእንተ ፡ ክፍለ ፡ ምድር ። 29

20. CONCERNING THE DIVISION OF THE EARTH 29

፳፩ ፡ በእንተ ፡ ንግሥተ ፡ አዜብ ። 29

21. CONCERNING THE QUEEN OF THE SOUTH 29

፳፪ ፡ በእንተ ፡ ታምሪን ፡ ነጋዴ ። 30

22. CONCERNING TÂMRÎN, THE MERCHANT 30

፳፫ ፡ ገበ ፡ ገብአ ፡ ነጋዴ ፡ ኢትዮጵያ ። 32

23. HOW THE MERCHANT RETURNED TO ETHIOPIA 32

፳፬ ፡ ገበ ፡ ተደለወት ፡ ለሐዊር ። 34

24. HOW THE QUEEN MADE READY TO SET OUT ON HER JOURNEY 34

፳፭ ፡ ዘከመ ፡ በጽሐት ፡ ገበ ፡ ሰሎሞን ፡ ንጉሥ ። 36

25. HOW THE QUEEN CAME TO SOLOMON THE KING 36

ጽ፮ ፡ ገበ ፡ ተናገረ ፡ ንጉሥ ፡ ምስለ ፡ ንግሥት ። 38

26. HOW THE KING HELD CONVERSE WITH THE QUEEN 38

ጽ፯ ፡ በእንተ ፡ ገባራዊ ። 39

27. CONCERNING THE LABOURER 39

ጽ፰ ፡ በእንተ ፡ ዘከመ ፡ አዘዛ ፡ ለንግሥት ። 42

28. HOW SOLOMON GAVE COMMANDMENTS TO THE QUEEN 42

ጽ፱ ፡ በእንተ ፡ ፫፻፲ወ፰ ። 45

29. CONCERNING THE THREE HUNDRED AND EIGHTEEN [PATRIARCHS] 45

፴ ፡ በእንተ ፡ ዘመሐለ ፡ ላቲ ፡ ንጉሥ ፡ ሰሎሞን ። 47

30. CONCERNING HOW KING SOLOMON SWORE TO THE QUEEN 47

፴፩ ፡ በእንተ ፡ ዘወሀባ ፡ ትእምርት ፡ ለንግሥት ። 50

31. CONCERNING THE SIGN WHICH SOLOMON GAVE THE QUEEN 50

፴፪ ፡ ዘከመ ፡ ወለደት ፡ ወበጽሐት ፡ ብሔራ ። 51

32. HOW THE QUEEN BROUGHT FORTH AND CAME TO HER OWN COUNTRY ..51

፴፫ ፡ ዘከመ ፡ ወረደ ፡ ንጉሠ ፡ ኢትዮጵያ ። 52

33. HOW THE KING OF ETHIOPIA TRAVELLED 52

፴፬ ፡ ዘከመ ፡ በጽሐ ፡ ብሔረ ፡ እሙ ። 54

34. HOW THE YOUNG MAN ARRIVED IN HIS MOTHER'S COUNTRY 54

፴፭ ፡ በእንተ ፡ ዘለአከ ፡ ንጉሥ ፡ ሰሎሞን ፡ መልአከ ፡ ኃይሉ ፡ ገበ ፡ ወልዱ ። 56

35. HOW KING SOLOMON SENT TO HIS SON THE COMMANDER OF HIS ARMY. 56

፴፮ ፡ ገበ ፡ ተራከበ ፡ ምስለ ፡ ወልዱ ፡ ንጉሥ ፡ ሰሎሞን ። 59

36. HOW KING SOLOMON HELD INTERCOURSE WITH HIS SON 59

፴፯ ፡ ገበ ፡ ተስእሎ ፡ ሰሎሞን ፡ ለወልዱ ። 63

37. HOW SOLOMON ASKED HIS SON QUESTIONS 63

፴፰ ፡ ገበ ፡ መከረ ፡ ንጉሥ ፡ ይፈኑ ፡ ወልዶ ፡ ምስለ ፡ ደቂቆሙ ። 65

38. HOW THE KING PLANNED TO SEND AWAY HIS SON WITH THE CHILDREN OF THE NOBLES 65

፴፱ ፡ ገበ ፡ አንገሥዎ ፡ ለወልደ ፡ ሰሎሞን ። 66

39. HOW THEY MADE THE SON OF SOLOMON KING 66

፵ ፡ ገበ ፡ አዘዘ ፡ ሳዶቅ ፡ ካህን ፡ ለዳዊት ፡ ንጉሥ ።..68

40. HOW ZADOK THE PRIEST GAVE COMMANDS TO DAVID THE KING............68

፵፩ ፡ በእንተ ፡ በረከተ ፡ ነገሥት ።...70

41. CONCERNING THE BLESSING OF KINGS..70

፵፪ ፡ በእንተ ፡ ፲ቃላት ።..72

42. CONCERNING THE TEN COMMANDMENTS...72

፵፫ ፡ ገበ ፡ ተአዘዙ ፡ ደቂቀ ፡ ሐይለ ፡ እስራኤል ።...75

43. HOW THE MEN OF THE ARMY OF ISRAEL RECEIVED [THEIR] ORDERS........75

፵፬ ፡ ከመ ፡ ኢመፍትው ፡ ሐሚየ ፡ ንጉሥ ።..78

44. HOW IT IS NOT A SEEMLY THING TO REVILE THE KING 78

፵፭ ፡ በእንተ ፡ ዘበከዩ ፡ ወመከሩ ፡ እለ ፡ ተፈነዉ ።..81

45. HOW THOSE WHO WERE SENT AWAY WEPT AND MADE A PLAN 81

፵፮ ፡ ዘከመ ፡ መከሩ ፡ በእንተ ፡ ጽዮን ።...84

46. HOW THEY MADE A PLAN CONCERNING ZION 84

፵፯ ፡ በእንተ ፡ መሥዋዕተ ፡ አዛርያስ ፡ ወንጉሥ ።..86

47. CONCERNING THE OFFERING OF AZÂRYÂS (AZARIAH) AND THE KING 86

፵፰ ፡ ገበ ፡ አንሥእዋ ፡ ለጽዮን ።...87

48. HOW THEY CARRIED AWAY ZION 87

፵፱ ፡ ገበ ፡ ባረኮ ፡ አቡሁ ፡ ለወልዱ ።...88

49. HOW HIS FATHER BLESSED HIS SON 88

፶ ፡ ገበ ፡ ተፋነዉ ፡ ምስለ ፡ አቡሁ ፡ ወላሐወት ፡ ሀገር ።..89

50. HOW THEY BADE FAREWELL TO HIS FATHER AND HOW THE CITY MOURNED 89

፶፩ ፡ ገበ ፡ ዘይቤሎ ፡ ለሳዶቅ ፡ ካህን ፡ ሐር ፡ ወአምጽእ ፡ ውእተ ፡ ልብስ ፡ ዘላዕሌሃ ።............91

51. HOW HE SAID UNTO ZADOK THE PRIEST, "GO AND BRING THE COVERING (OR, CLOTHING) WHICH IS UPON IT (*i.e.* ZION)" 91

፶፪ ፡ ገበ ፡ ዘሐረ ፡ ሳዶቅ ፡ ካህን ።...92

52. HOW ZADOK THE PRIEST DEPARTED 92

፶፫ ፡ ገበ ፡ ተውህበ ፡ ሰረገላ ፡ ለኢትዮጵያ ።..94

53. HOW THE WAGON WAS GIVEN TO ETHIOPIA 94

፶፬ ፡ ነበ ፡ ተነበየ ፡ ዳዊት ፡ ወተሰለማ ፡ ለጽዮን ። 96

54. HOW DAVID [THE KING OF ETHIOPIA] PROPHESIED AND SALUTED ZION ... 96

፶፭ ፡ በእንተ ፡ ዘተፈሥሑ ፡ ሰብአ ፡ ኢትዮጵያ ። 98

55. HOW THE PEOPLE OF ETHIOPIA REJOICED 98

፶፮ ፡ በእንተ ፡ ግብአተ ፡ ሳዶቅ ፡ ካህን ፡ ውሂቦ ፡ ሞገ ። 101

56. OF THE RETURN OF ZADOK THE PRIEST, AND THE GIVING OF THE GIFT 101

፶፯ ፡ በእንተ ፡ ውድቀተ ፡ ሳዶቅ ፡ ካህን ። 102

57. CONCERNING THE FALL OF ZADOK THE PRIEST 102

፶፰ ፡ ነበ ፡ ተንሥአ ፡ ሰሎሞን ፡ ይቅትሎሙ ። 103

58. HOW SOLOMON ROSE UP TO SLAY THEM 103

፶፱ ፡ ነበ ፡ ሐተቶ ፡ ለግብጻዊ ፡ ገብረ ፡ ፈርዖን ። 104

59. HOW THE KING QUESTIONED AN EGYPTIAN, THE SERVANT OF PHARAOH 104

፷ ፡ ነበ ፡ ላሐዋ ፡ ሰሎሞን ፡ ለጽዮን ። 106

60. HOW SOLOMON LAMENTED FOR ZION 106

፷፩ ፡ በእንተ ፡ ግብአተ ፡ ሰሎሞን ፡ ኢየሩሳሌም ። 112

61. HOW SOLOMON RETURNED TO JERUSALEM 112

፷፪ ፡ በእንተ ፡ ዘአውሥአሙ ፡ ሰሎሞን ። 115

62. CONCERNING THE ANSWER WHICH SOLOMON MADE TO THEM 115

፷፫ ፡ ነበ ፡ ነበሩ ፡ ዐበይተ ፡ እስራኤል ። 117

63. HOW THE NOBLES OF ISRAEL AGREED [WITH THE KING] 117

፷፬ ፡ ነበ ፡ አስሐተቶ ፡ ለሰሎሞን ፡ ወለተ ፡ ፈርዖን ። 118

64. HOW THE DAUGHTER OF PHARAOH SEDUCED SOLOMON 118

፷፭ ፡ በእንተ ፡ ጌጊአተ ፡ ሰሎሞን ። 121

65. CONCERNING THE SIN OF SOLOMON 121

፷፮ ፡ በእንተ ፡ ትንቢተ ፡ ክርስቶስ ። 122

66. CONCERNING THE PROPHECY OF CHRIST 122

፷ወ፯ ፡ በእንተ ፡ ብካየ ፡ ሰሎሞን ። 124

67. CONCERNING THE LAMENTATION OF SOLOMON	124
፷፯ ፡ በእንተ ፡ መድኃኒትነ ፡ ማርያም ።	127
68. CONCERNING MARY, OUR LADY OF SALVATION	127
፷፰ ፡ በእንተ ፡ ስእለተ ፡ ሰሎሞን ።	132
69. CONCERNING THE QUESTION OF SOLOMON	132
፸ ፡ በእንተ ፡ ዘነግሠ ፡ ሮብዓም ።	134
70. HOW REHOBOAM REIGNED	134
፸፩ ፡ በእንተ ፡ ማርያም ፡ ወለተ ፡ ዳዊት ።	138
71. CONCERNING MARY, THE DAUGHTER OF DAVID	138
፸፪ ፡ በእንተ ፡ ንጉሠ ፡ ሮምሂ ።	139
72. CONCERNING THE KING OF ROME. (CONSTANTINOPLE)	139
፸፫ ፡ በእንተ ፡ ቀዳሜ ፡ ፍትሑ ፡ ለአድራሚ ፡ ንጉሠ ፡ ሮም ።	143
73. CONCERNING THE FIRST JUDGMENT OF 'ADRÂMÎ KING OF RÔMÊ	143
፸፬ ፡ በእንተ ፡ ንጉሠ ፡ ምድያም ።	144
74. CONCERNING THE KING OF MEDYÂM	144
፸፭ ፡ በእንተ ፡ ንጉሠ ፡ ባቢሎን ።	145
75. CONCERNING THE KING OF BABYLON	145
፸፮ ፡ በእንተ ፡ ሰማዕተ ፡ ሐሰት ።	146
76. CONCERNING LYING WITNESSES	146
፸፯ ፡ በእንተ ፡ ንጉሠ ፡ ፋርስ ።	151
77. CONCERNING THE KING OF PERSIA	151
፸፰ ፡ በእንተ ፡ ንጉሠ ፡ ሞአብ ።	153
78. CONCERNING THE KING OF MOAB	153
፸፱ ፡ በእንተ ፡ ንጉሠ ፡ ዓማሌቅ ።	154
79. CONCERNING THE KING OF AMALEK	154
፹ ፡ በእንተ ፡ ንጉሠ ፡ ኢሎፍሊ ።	155
80. CONCERNING THE KING OF THE PHILISTINES	155
፹፩ ፡ ዘከመ ፡ ቀተሎ ፡ ወልደ ፡ ሳምሶን ፡ ለወልደ ፡ ንጉሠ ፡ ኢሎፍሊ ።	157

81. HOW THE SON OF SAMSON SLEW THE SON OF THE KING OF THE PHILISTINES 157

፹፪ ። በእንተ ። ርደተ ። አብርሃም ። ግብጽ ። 159

82. CONCERNING THE GOING DOWN OF ABRAHAM INTO EGYPT 159

፹፫ ። በእንተ ። ንጉሠ ። እስማኤላውያን ። 162

83. CONCERNING THE KING OF THE ISHMAELITES 162

፹፬ ። በእንተ ። ንጉሠ ። ኢትዮጵያ ። ዘከመ ። ገብአ ። ሀገሩ ። 163

84. CONCERNING THE KING OF ETHIOPIA AND HOW HE RETURNED TO HIS COUNTRY 163

፹፭ ። ኀበ ። ተፈሥሐት ። ማክዳ ። ንግሥት ። 164

85. CONCERNING THE REJOICING OF QUEEN MÂKEDÂ 164

፹፮ ። ኀበ ። አንገሠቶ ። ማክዳ ። ለወልዳ ። 165

86. HOW QUEEN MÂKĔDÂ MADE HER SON KING 165

፹፯ ። ኀበ ። መሐሉ ። መኳንንተ ። ኢትዮጵያ ። 165

87. HOW THE NOBLES (OR GOVERNORS) OF ETHIOPIA TOOK THE OATH 165

፹፰ ። ኀበ ። ዜነዊ ። ለእሙ ። ዘከመ ። አንገሥዎ ። 169

88. HOW HE HIMSELF RELATED TO HIS MOTHER HOW THEY MADE HIM KING 169

፹፱ ። ኀበ ። ነገረቶሙ ። ንግሥት ። ለደቂቀ ። እስራኤል ። 171

89. HOW THE QUEEN TALKED TO THE CHILDREN OF ISRAEL 171

፺ ። ኀበ ። ወደሳ ። አዛርያስ ። ለንግሥት ። ወለሀገራ ። 174

90. HOW AZARIAH PRAISED THE QUEEN AND HER CITY 174

፺፩ ። ዘንተ ። ዘይበልዑ ። ንጹሐ ። ወርኩስ ። 178

91. THIS IS WHAT YE SHALL EAT: THE CLEAN AND THE UNCLEAN 178

፺፪ ። ኀበ ። ሐደሱ ። መንግሥቶ ። ለዳዊት ። 181

92. HOW THEY RENEWED THE KINGDOM OF DAVID 181

፺፫ ። በእንተ ። ዘአማሰኑ ። ሃይማኖት ። ሮም ። 182

93. HOW THE MEN OF RÔMÊ DESTROYED THE FAITH 182

፺፬ ። ቀዳሚ ። ፀብአ ። ንጉሠ ። ኢትዮጵያ ። 184

94. THE FIRST WAR OF THE KING OF ETHIOPIA	184
፺፬ ፡ ገበ ፡ ጋብሩ ፡ ክብሩ ፡ ለንጉሠ ፡ ኢትዮጵያ ።	186
95. HOW THE HONOURABLE ESTATE OF THE KING OF ETHIOPIA WAS UNIVERSALLY ACCEPTED	186
፺፭ ፡ በእንተ ፡ ትንቢት ፡ ዘክርስቶስ ።	189
96. CONCERNING THE PROPHECY ABOUT CHRIST	189
፺፮ ፡ ገበ ፡ አንጉርጉሩ ፡ እስራኤል ።	194
97. CONCERNING THE MURMURING OF ISRAEL	194
፺፯ ፡ በእንተ ፡ በትረ ፡ ሙሴ ፡ ወአሮን ።	196
98. CONCERNING THE ROD OF MOSES AND THE ROD OF AARON	196
፺፰ ፡ በእንተ ፡ ክልኤቱ ፡ አግብርት ።	202
99. CONCERNING THE TWO SERVANTS	202
፺፱ ፡ በእንተ ፡ እለ ፡ ተዐዉ ፡ መላእክት ።	203
100. CONCERNING THE ANGELS WHO REBELLED	203
፻፩ ፡ በእንተ ፡ ህላዌ ፡ ኩለሄ ።	209
101. CONCERNING HIM THAT EXISTETH IN EVERYTHING AND EVERYWHERE	209
፻፪ ፡ በእንተ ፡ ቀዳሚ ።	210
102. CONCERNING THE BEGINNING	210
፻፫ ፡ በእንተ ፡ አቅርንተ ፡ ምሥዋዕ ።	214
103. CONCERNING THE HORNS OF THE ALTAR	214
፻፬ ፡ ካዕበ ፡ በእንተ ፡ ታቦት ፡ ወነገረ ፡ ዕልዋን ።	215
104. MORE CONCERNING THE ARK AND THE TALK OF THE WICKED	215
፻፭ ፡ በእንተ ፡ አሚነ ፡ አብርሃም ።	219
105. CONCERNING THE BELIEF OF ABRAHAM	219
፻፮ ፡ ትንቢት ፡ በእንተ ፡ ምጽአቱ ፡ ለክርስቶስ ።	220
106. A PROPHECY CONCERNING THE COMING OF CHRIST	220
፻፯ ፡ በእንተ ፡ በአቱ ፡ ኢየሩሳሌም ፡ በስብሐት ።	227
107. CONCERNING HIS ENTRANCE INTO JERUSALEM IN GLORY	227
፻፰ ፡ በእንተ ፡ እከየ ፡ ይሁዳ ፡ ዕልው ።	229

108. CONCERNING THE WICKEDNESS OF THE INIQUITOUS JEWS 229

፻፱ ፡ በእንተ ፡ ስቅለቱ ። 232

109. CONCERNING HIS CRUCIFIXION 232

፻፲ ፡ በእንተ ፡ ትንሣኤሁ ። 234

110. CONCERNING HIS RESURRECTION 234

፻፲፩ ፡ በእንት ፡ ዕርገቱ ፡ ወዳግም ፡ ምጽአቱ ። 235

111. CONCERNING HIS ASCENSION AND HIS SECOND COMING 235

፻፲፪ ፡ በእንተ ፡ ዘአርአዩ ፡ ነቢያት ፡ በሥጋሆሙ ። 237

112. HOW THE PROPHETS FORESHADOWED HIM IN THEIR PERSONS 237

፻፲፫ ፡ በእንተ ፡ ሰረገላ ፡ ወመግሬ ፡ ፀር ። 240

113. CONCERNING THE CHARIOT AND THE VANQUISHER OF THE ENEMY 240

፻፲፬ ፡ በእንተ ፡ ግብአታ ፡ ለጽዮን ። 242

114. CONCERNING THE RETURN OF ZION 242

፻፲፭ ፡ በእንተ ፡ ቅስተ ፡ እስራኤል ። 242

115. CONCERNING THE JUDGEMENT OF ISRAEL 242

፻፲፮ ፡ በእንተ ፡ ሰረገላ ፡ ኢትዮጵያ ። 243

116. CONCERNING THE CHARIOT OF ETHIOPIA 243

፻፲፯ ፡ በእንተ ፡ ንጉሠ ፡ ሮምያ ፡ ወንጉሠ ፡ ኢትዮጵያ ። 244

117. CONCERNING THE KING OF RÔMÊ AND THE KING OF ETHIOPIA 244

COLOPHON 247

INTRODUCTION

The Book of the Glory of the Kings, or Kebra Nagast, is one of the most precious treasures of Ethiopic literature. This bilingual edition is designed for the students of Ge'ez language and other readers, who are ready to be fascinated with Ethiopic Christian heritage.

The English text of the publication is from the edition: Budge, E. A. Wallis, *The Queen of Sheba and her only son Menelik*, London 1932. The Ge'ez text is from Carl Bezold's edition: Carl Bezold, *Kebra Nagast, Die Kerrlichkeit Der Könige: Nach Den Handschriften in Berlin*, London, Oxford und Paris (Munich: K.B. Akademie de Wissenschaften, 1905).

When mastering a dead language like Ge'ez, extensive reading is the only effective source to boost vocabulary, as well as to face the most frequent grammar structures. We would strongly recommend to enjoy all the benefits of the paper copy of this publication for studying purposes.

ክብረ ፡ ነገሥት ።

THE GLORY OF KINGS

በአኰቴቱ ፡ ለእግዚአብሔር ፡ አብ ፡ አኃዜ ፡ ኵሉ ፤ ወበወልዱ ፡ ኢየሱስ ፡ ክርስቶስ ፡ ዘቦቱ ፡ ኵሉ ፡ ኮነ ፡ ወዘእንበሌሁሰ ፡ አልቦ ፡ ዘኮነ ፤ ወበመንፈስ ፡ ቅዱስ ፡ ጰራቅሊጦስ ፡ ዘይወፅእ ፡ እምአብ ፡ ወይነሥእ ፡ እምወልድ ፡ ፩አምላክ ፡ አብ ፡ ወወልድ ፡ ወመንፈስ ፡ ቅዱስ ፡ ነአምን ፡ ወንገኒ ፡ ለሥሉስ ፨ ፨ ፨ ፨

In praising God the Father, the Sustainer of the universe, and his Son Jesus Christ, through whom everything came into being, and without whom nothing came into being, and the Holy Triune Spirit, the Paraclete, who goeth forth from the Father, and deriveth from the Son, we believe in and adore the Trinity, one God, the Father, and the Son, and the Holy Spirit.

፩ ፡ በእንተ ፡ ክብረ ፡ ነገሥት ።

1. CONCERNING THE GLORY OF KINGS

ፍካሬ ፡ ወዜና ፡ ዘ፫፻፲ወ፰ ፡ ርቱዓነ ፡ ሃይማኖት ፡ በእንተ ፡ ክብር ፡ ወዕበይ ፡ ወተድላ ፡ ዘከመ ፡ ወሀበ ፡ እግዚአብሔር ፡ ለደቂቀ ፡ አዳም ፤ ወፈድፋደሰ ፡ ዘበእንተ ፡ ዕበያ ፡ ወክብራ ፡ ለጽዮን ፡ ታቦተ ፡ ሕጉ ፡ ለእግዚአብሔር ፡ እንተ ፡ ገባሪሃ ፡ ወኬንያሃ ፡ ለሊሁ ፡ በውስተ ፡ ጽርሐ ፡ መቅደሱ ፡ እምቅድመ ፡ ኵሉ ፡ ፍጥረት ፡ መላእክት ፡ ወሰብእ ። እስመ ፡ በኅብረት ፡ ወበሥምረት ፡ ወበዕሪና ፡ ገብርዋ ፡ አብ ፡ ወወልድ ፡ ወመንፈስ ፡ ቅዱስ ፡ ለጽዮን ፡ ሰማያዊት ፡ ለማኅደረ ፡ ስብሐቲሆሙ ። ወእምዝ ፡ ይቤ ፡ አብ ፡ ለወልድ ፡ ወለመንፈስ ፡ ቅዱስ ፡ ንግበር ፡ ሰብአ ፡ በአርአያነ ፡ ወበአምሳሊነ ፤ ወኀብሩ ፡ ወሠምሩ ፡ በዝ ፡ ምክር ። ወይቤ ፡ ወልድ ፡ አነ ፡ እለብስ ፡ ሥጋሁ ፡ ለአዳም ፤ ወይቤ ፡ መንፈስ ፡ ቅዱስ ፡ አነ ፡ አኀድር ፡ ውስተ ፡ ልበ ፡ ነቢያት ፡ ወጻድቃን ። ወዛቲ ፡ ኅብረት ፡ ወኪዳን ፡ ተገብረት ፡ በውስተ ፡ ጽዮን ፡ ማኅደረ ፡ ስብሐቲሆሙ ። ወዳዊትኒ ፡ ይቤ ፡ ተዘከር ፡ ማኅበረከ ፡ ዘአቅደምከ ፡ ፈጢረ ፡ ለመድኀኒተ ፡ በትረ ፡ ርስትከ ፡ በደብረ ፡

The interpretation and explanation of the Three Hundred and Eighteen Orthodox [Fathers] concerning splendour, and greatness, and dignity, and how God gave them to the children of Adam, and especially concerning the greatness and splendour of Zion, the Tabernacle (*tâbôt*) of the Law of God, of which He Himself is the Maker and Fashioner, in the fortress of His holiness before all created things, [both] angels and men. For the Father, and the Son, and the Holy Spirit with good fellowship and right good will and cordial agreement together made the Heavenly Zion to be the place of habitation of their Glory. And then the Father, and the Son, and the Holy Spirit said, "Let Us make man in Our similitude and likeness," [Gen. 1, 26] and with ready agreement and good will They were all of this opinion. And the Son said, "I will put on the body of Adam," and the Holy Spirit said, "I will dwell in the heart[s] of the Prophets and the Righteous"; and this common agreement and covenant was [fulfilled] in Zion, the City of their Glory. And David said, "Remember Thine agreement which Thou

ጽዮን ፡ ዘኅደርከ ፡ ውስቴታ ፨

didst make of old for salvation, the rod of Thine inheritance, in Mount Zion wherein Thou dost dwell." [Psalm 74, 2]

ወገብሮ ፡ ለአዳም ፡ በዘዚአሁ ፡ አርአያ ፡ ወአምሳል ፡ ከመ ፡ ይንሥቶ ፡ ለሰይጣን ፡ በእንተ ፡ ትዕቢቱ ፡ ምስለ ፡ ሰራዊቱ ፤ ያቅሞ ፡ ለአዳም ፡ ተክለ ፡ ዚአሁ ፡ ምስለ ፡ ኄራን ፡ ደቂቁ ፡ ለስብሐቲሁ ። እስመ ፡ ኃሉቅ ፡ ወምቱር ፡ ምክረ ፡ እግዚአብሔር ፡ እንተ ፡ ይቤ ፡ እከውን ፡ ሰብአ ፡ ወአስተርኢ ፡ ለኵሉ ፡ ዘፈጠርኩ ፡ በሥጋ ፡ እትገሰስ ፤ ወበደኃሪ ፡ መዋዕል ፡ በሥምረቱ ፡ ተወልደ ፡ በሥጋ ፡ እምዳግማዊት ፡ ጽዮን ፡ ዳግማዊ ፡ አዳም ፡ ዝውእቱ ፡ መድኅኒነ ፡ ክርስቶስ ፡ ዛቲ ፡ ይእቲ ፡ ምክሕነ ፡ ወሃይማኖትነ ፡ ተስፋነ ፡ ወሕይወትነ ፡ ጽዮን ፡ ሰማያዊት ፨

And He made Adam in His own image and likeness, so that He might remove Satan because of his pride, together with his host, and might establish Adam—His own plant—together with the righteous, His children, for His praises. For the plan of God was decided upon and decreed in that He said, "I will become man, and I will be in everything which I have created, I will abide in flesh." And in the days that came after, by His good pleasure there was born in the flesh of the Second Zion the second Adam, Who was our Saviour Christ. This is our glory and our faith, our hope and our life, the Second Zion.

፪ ፡ በእንተ ፡ ዕበየ ፡ ነገሥት ።

2. CONCERNING THE GREATNESS OF KINGS

ሀቡኬ ፡ ንግባእ ፡ ወንሐስብ ፡ ወንወጥን ፡ ዘናዐቢ ፡ ወናሐጽጽ ፡ እምነገሥተ ፡ ምድር ፡ በሕግ ፡ ወበሥርዐት ፡ በክብር ፡ ወበዕበይ ፡ እምቀዳሚ ፡ እስከ ፡ ደኃሪ ፨

Come then, let us go back, and let us consider, and let us begin [to state] which of the kings of the earth, from the first even unto the last, in respect of the Law and the Ordinances and honour and greatness, we should magnify or decry.

ተንሥአ ፡ ጎርጎርዮስ ፡ ገባሬ ፡ መንክር ፡ ዘተወድየ ፡ ውስተ ፡ ግብ ፡ በእንተ ፡ ፍቅረ ፡ ስምዐ ፡ ክርስቶስ ፡ ፲ወ፭ዓመተ ፡ ውስተ ፡ ምንዳቤ ፤ ውእቱ ፡ ይቤ ፤ እንዘ ፡ ሀለውኩ ፡ ውስተ ፡ ግብ ፡ ኀለይኩ ፡ በእንተዝ ፡ ነገር ፡ ወበእንተ ፡ አበዱ ፡ ለንጉሠ ፡ አርማንያ ፡ ወእቤ ፡ መጠነ ፡ ኀሊናየ ፡ ምንተ ፡ ዕበዮሙ ፡ በብዝኀ ፡ ሰራዊትኑ ፡ ወሚመ ፡ በክብረ ፡ ንዋየ ፡ ዓለም ፡ ወሚመ ፡ በብዝኀ ፡ ሢመተ ፡ አህጉር ፤ ወዘንተ ፡ ኀሊይየ ፡ ለለ ፡ ተረፈ ፡ ጸሎትየ ፡ የሀውከኒ ፡ ካዕበ ፡ ኀሊናየ ፡ ወእኄሊ ፡ በእንተ ፡ ዕበየ ፡ ነገሥት ፡ ወአኀዝኩ ፡ እወጥን ፨ ፨ ፨

Gregory, the worker of wonders and miracles, who was cast into a cave because of [his] love for the martyrdom of Christ and suffered tribulation for fifteen years, said, "When I was in the pit I pondered over this matter, and over the folly of the Kings of Armenia, and I said, In so far as I can conceive it, [in] what doth the greatness of kings [consist]? Is it in the multitude of soldiers, or in the splendour of worldly possessions, or in extent of rule over cities and towns? This was my thought each time of my prayer, and my thought stirred me again and again to meditate upon the greatness of kings. And now I will begin."

፫ ፡ በእንተ ፡ መንግሥተ ፡ አዳም ።

3. CONCERNING THE KINGDOM OF ADAM

ወእምአዳም ፡ አልዐልኩ ፡ ወእቤ ፡ ንጉሥ ፡ እግዚአብሔር ፡ በአማን ፡ ዘሎቱ ፡ ይደሉ ፡ ስብሐት ፡ ወእምታሕቴሁ ፡ ሤሞ ፡ ለአዳም ፡ ንጉሠ ፡ ላዕለ ፡ ኵሉ ፡ ዘፈጠረ ፤ ወበዕልወቱ ፡ አውፅኦ ፡ እምገነት ፡ በኂጠተ ፡ ከይሲ ፡ በምክረ ፡ ዲያብሎስ ። ወበውእቱ ፡ ዜና ፡ ሐዘን ፡ ተወልደ ፡ ቃየን ፤ ወርእዮ ፡ አዳም ፡ ለቃየን ፡ እሱረ ፡ ገጽ ፡ ፀዋግ ፡ ራእዩ ፡ ሐዘነ ። ወካዕበ ፡ ተወልደ ፡ አቤል ፤ ወርእዮ ፡ አዳም ፡ ለአቤል ፡ ከመ ፡ ሠናይ ፡ ራእዩ ፡ ወፍሡሕ ፡ ገጹ ፡ ይቤ ፡ ዝንቱ ፡ ወልድየ ፡ ወራሴ ፡ መንግሥትየ ፨ ፨ ፨ ፨

And I go up from Adam and I say, God is King in truth, for Him praise is meet, and He appointed under Him Adam to be king over all that He had created. And He drove him out of the Garden, because of his apostasy through the sin of the Serpent and the plotting of the Devil. And at that sorrowful moment Cain was born, and when Adam saw that the face of Cain was ill-tempered (or, sullen) and his appearance evil he was sad. And then Abel was born, and when Adam saw that his appearance was good and his face good-tempered he said, "This is my son, the heir of my kingdom."

፬ ፡ በእንተ ፡ ቅንአት ።

4. CONCERNING ENVY

ወሶበ ፡ ልህቁ ፡ ኅቡረ ፡ ቀንአ ፡ ላዕሌሁ ፡ ሰይጣን ፡ ወወደየ ፡ ይእተ ፡ ቅንአተ ፡ ውስተ ፡ ልበ ፡ ቃየን ፤ ቀዳሚ ፡ ቅንአቱ ፡ በእንተ ፡ ቃለ ፡ አቡነ ፡ አዳም ፡ ዘይቤ ፡ ዝውእቱ ፡ ብሩሀ ፡ ገጽ ፡ ይኩን ፡ ወራሴ ፡ መንግሥትየ ፤ ወበዳግምሰ ፡ ቅንአቱ ፡ በእንተ ፡ እኅቱ ፡ ሠናይ ፡ ራእያ ፡ እንተ ፡ ተወልደት ፡ ምስለ ፡ ቃየን ፡ ወተውህበት ፡ ለአቤል ፡ በከመ ፡ አዘዘ ፡ እግዚአብሔር ፡ ይብዝኁ ፡ ወይምልእዋ ፡ ለምድር ፤ ወእንተ ፡ ተወልደትሰ ፡ ምስለ ፡ አቤል ፡ ትመስል ፡ ርእየተ ፡ ገጹ ፡ ለቃየን ፡ ወአስተኃለፈ ፡ አቡሆሙ ፡ ወወሀቦሙ ፤ ወሣልስ ፡ ቅንአቱ ፡ በእንተ ፡ ዘሦዑ ፡ ክልኤሆሙ ፡ ወተወክፈ ፡ እግዚአብሔር ፡ መሥዋዕተ ፡ አቤል ፡ ወአስቆረረ ፡ መሥዋዕቶ ፡ ለቃየን ። ወበእንተዝ ፡ ቅንአት ፡ ቀተሎ ፤ እስመ ፡ ቀትለ ፡ አኀው ፡ እምቀዳሚ ፡ ተፈጥረ ፡

And when they had grown up together, Satan had envy of him, and he cast this envy into the heart of Cain, who was envious [of Abel] first, because of the words of his father Adam, who said, "He who hath the good-tempered face shall be the heir of my kingdom"; and secondly, because of his sister with the beautiful face, who was born with him and who had been given unto Abel, even as God commanded them to multiply and fill the earth—now the face of the sister who had been born with Abel resembled that of Cain, and their father had transferred them (*i.e.*, the two sisters) when giving them [in marriage];—and thirdly, because when the two [brothers] offered up sacrifice, God accepted the offering of Abel and rejected the offering of Cain. And because of this envy Cain killed Abel. Thus fratricide was first

በቅንአተ ፡ ሰይጣን ፡ ላዕለ ፡ ደቂቀ ፡ አዳም ። ወሶበ ፡ ቀተለ ፡ እኁሁ ፡ ኮነ ፡ ርዑደ ፡ ወድንጉፀ ፡ ወምኑነ ፡ በኀበ ፡ አቡሁ ፡ ወበኀበ ፡ እግዚኡ ። ወተወልደ ፡ ሴት ፡ ወርእዮ ፡ አዳም ፡ ይቤ ፤ ይእዜኬ ፡ ተሣሀለኒ ፡ እግዚአብሔር ፡ ወወሀበኒ ፡ ብርሃነ ፡ ገጽየ ፡ በንስሓ ፡ አቀርቦ ፡ ዋርስየ ፡ ዝንቱ ፡ ወውእቱሰ ፡ ቀታሌ ፡ ዋርስየ ፡ በ፱ትውልዱ ፡ ትደመሰስ ፡ ስሙ ፨ ፨ ፨ ፨

created through Satan's envy of the children of Adam. And having killed his brother, Cain fell into a state of trembling and horrible fright, and he was repulsed by his father and his Lord. And [then] Seth was born, and Adam looked upon him and said, "Now hath God shown compassion upon me, and He hath given unto me the light of my face. In sorrowful remembrance I will console myself (?) with him. The name of him that shall slay my heir shall be blotted out, even to his ninth generation."

፭ ፡ በእንተ ፡ መንግሥተ ፡ ሴት ።

5. CONCERNING THE KINGDOM OF SETH

ወአዕረፈ ፡ አዳም ፡ ወነግሠ ፡ ሴት ፡ በጽድቅ ፤ ወአዕረፈ ፡ ሴት ፡ ወነግሠ ፡ ሄኖስ ፤ ወአዕረፈ ፡ ሄኖስ ፡ ወነግሠ ፡ ቃይናን ፤ ወአዕረፈ ፡ ቃይናን ፡ ወነግሠ ፡ መላልኤል ፤ ወአዕረፈ ፡ መላልኤል ፡ ወነግሠ ፡ ያሮድ ፤ ወአዕረፈ ፡ ያሮድ ፡ ወነግሠ ፡ ሄኖክ ፡ በጽድቅ ፡ ወፈርሆ ፡ ለእግዚአብሔር ፡ ወኀብአ ፡ ከመ ፡ ኢይርአዮ ፡ ለሞት ፡ ወሀሎ ፡ ንጉሥ ፡ በሥጋሁ ፡ ብሔረ ፡ ሕያዋን ። ወእምድኅረ ፡ ተከብተ ፡ ሄኖክ ፡ ነግሠ ፡ ማቱሳላ ፤ ወአዕረፈ ፡ ማቱሳላ ፡ ወነግሠ ፡ ላሜኅ ፤ ወአዕረፈ ፡ ላሜኅ ፡ ወነግሠ ፡ ኖሕ ፡ በጽድቅ ፡ ወአሥመሮ ፡ ለእግዚአብሔር ፡ በኵሉ ፡ ግብሩ ፨ ፨ ፨ ፨

And Adam died, and Seth reigned in righteousness. And Seth died, and Hênôs (Enos) reigned. And Hênôs (Enos) died, and Ḳâynân (Cainan) reigned. And Ḳâynân (Cainan) died, and Malâl'êl (Mahalaleel) reigned. And Malâl'êl (Mahalaleel) died, and Yârôd (Jared) reigned. And Yârôd died, and Hênôkh (Enoch) reigned in righteousness, and he feared God, and [God] hid him so that he might not see death. And he became a king in his flesh in the Land of the Living. And after Enoch disappeared Mâtûsâlâ (Methuselah) reigned. And Mâtûsâlâ died, and Lâmêkh (Lamech) reigned. And Lâmêkh died, and Nôḥ (Noah) reigned in righteousness, and he pleased God in all his works.

፮ ፡ በእንተ ፡ ኀጢአተ ፡ ቃየን ።

6. CONCERNING THE SIN OF CAIN

ወውእቱሰ ፡ ርጉም ፡ ቀታሌ ፡ እኁሁ ፡ ቃየን ፡ አብዝኃ ፡ ለእከይ ፡ ወዘርኡኒ ፡ ከማሁ ፡ እለ ፡ አምዕዕ ፡ ለእግዚአብሔር ፡ በእከዮሙ ፡ ወአልቦሙ ፡ ፍርሀተ ፡ እግዚአብሔር ፡ ቅድመ ፡ አዕይንቲሆሙ ፡ ወኢኀለይዎ ፡ ከመ ፡

And that accursed man Cain, the murderer of his brother, multiplied evil, and his seed did likewise, and they provoked God to wrath with their wickedness. They had not the fear of God before their eyes, and they never kept in mind that He had created them, and they

ፈጣሪሆሙ ፡ ወኢጸለዩ ፡ ኀቤሁ ፡ ወኢተጋነዩ ፡ ወኢሰአልዎ ፡ ወኢተቀንዩ ፡ ሎቱ ፡ በፍርሀት ፤ ዘእንበለ ፡ ዘይበልዑ ፡ ወይሰትዩ ፡ ወይዘፍኑ ፡ ወይትዋነዩ ፡ በመሰንቆ ፡ ወበማሕሌት ፡ ወበዝሙት ፡ ዘእንበለ ፡ ሕግ ፡ ወዘእንበለ ፡ መስፈርት ፡ ወዘእንበለ ፡ ሥርዐት ። ወበዝኀ ፡ እከዮሙ ፡ ለደቂቀ ፡ ቃየን ፡ እስከ ፡ በትዕቢተ ፡ ዝሙቶሙ ፡ አግብኡ ፡ ዘርአ ፡ አድግ ፡ ኀበ ፡ ፈረስ ፡ ወኮነ ፡ በቅለ ፡ ዘኢአዘዘ ፡ እግዚአብሔር ፤ በከመ ፡ እለ ፡ ይሁቡ ፡ ውሉዶሙ ፡ መሀይምናን ፡ ለከሓድያን ፡ ወይከውኑ ፡ ውሉዶሙ ፡ ዘርአ ፡ ግሙራ ፡ ርኩሳን ፡ መንፈቆሙ ፡ ሠናይ ፡ ወመንፈቆሙ ፡ ዘርአ ፡ እኩያን ፤ ወእለ ፡ ገብርዋ ፡ ለእኪት ፡ ጽኑሕ ፡ ደይኖሙ ፡ ወንቡር ፡ ጌጋዮሙ ፨ ፨ ፨

never prayed to Him, and they never worshipped Him, and they never called upon Him, and they never rendered service to Him in fear; nay, they ate, and they drank, and they danced, and they played upon stringed instruments, and sang lewd songs thereto, and they worked uncleanness without law, without measure, and without rule. And the wickedness of the children of Cain multiplied, until at length in the greatness of their filthiness they introduced the seed of the ass into the mare, and the mule came into being, which God had not commanded — even like those who give their children who are believers unto those who deny God, and their offspring become the seed of the filthy Gomorraites, one half of them being of good and one half of them of evil seed. And as for those who do [this] wickedness, their judgment is ready, and their error in lasting.

፯ ፡ በእንተ ፡ ኖሕ ።

7. CONCERNING NOAH

ወኖሕሰ ፡ ጻድቅ ፡ ይፈርሆ ፡ ለእግዚአብሔር ፡ ወየዐቅብ ፡ ጽድቀ ፡ ወዘነገርዎ ፡ አበዊሁ ፡ ሕገ ፡ እምአዳም ፡ ዓሥር ፡ ትውልድ ፡ ለሊሁ ፡ ኖሕ ፡ እንዘ ፡ ይዜክር ፡ ወይገብር ፡ ሠናየ ፡ ወየዐቅብ ፡ ሥጋሁ ፡ እምዝሙት ፡ ወይጌሥጽ ፡ ደቂቆ ፡ ከመ ፡ ኢይደመሩ ፡ ምስለ ፡ ደቂቀ ፡ ቃየን ፡ መማዕሊይ ፡ ዕቡይ ፡ ናፋቄ ፡ መንግሥት ፤ እስመ ፡ በምክረ ፡ ዲያብሎስ ፡ ዘአሥረጸ ፡ ለእከይ ፡ ሖረ ፡ ወመሀሮሙ ፡ ኵሎ ፡ ዘጸልአ ፡ እግዚአብሔር ፤ ትዕቢተ ፡ ትዝኅርተ ፡ ትዝውፍተ ፡ ሐሜተ ፡ ውዴተ ፡ ወማሕላ ፡ በሐሰት ፤ ወፈድፋደሰ ፡ በእከየ ፡ ዝሙቶሙ ፡ ዘእንበለ ፡ ሕግ ፡ ወሥርዐት ፡ ብእሲ ፡ ላዕለ ፡ ብእሲ ፡ ያረኵስ ፡ ቢጾ ፡ ወአንስት ፡ ላዕለ ፡ አንስት ፡ ይገብራ ፡ ኀሳረ ፨ ፨ ፨

Now Noah was a righteous man. He feared God, and kept the righteousness and the Law which his fathers had declared unto him—now Noah was the tenth generation from Adam—and he kept in remembrance and did what was good, and he preserved his body from fornication, and he admonished his children, bidding them not to mingle with the children of Cain, the arrogant tyrant, the divider of the kingdom, [who] walked in the counsel of the Devil, who maketh evil to flourish. And he taught them everything that God hated—pride, boastfulness of speech, self-adulation, calumniation, false accusation, and the swearing of false oaths. And besides these things, in the wickedness of their uncleanness, which was unlawful and against rule, man wrought pollution with man, and woman worked with woman the abominable thing.

፰ ፡ በእንተ ፡ አይኅ ።

8. CONCERNING THE FLOOD

ወኮነ ፡ ዝግብር ፡ እኩየ ፡ በቅድመ ፡ እግዚአብሔር ፤ ወውእቱኒ ፡ ደምሰሶሙ ፡ በማየ ፡ አይኅ ፡ ዘይቈርር ፡ እምነ ፡ አስሐትያ ። አርኀወ ፡ ኅዋኅወ ፡ ሰማይ ፡ ወወረደ ፡ አስራበ ፡ አይኅ ፡ ወተርኀወ ፡ አንቅዕት ፡ ዘመትሕተ ፡ ምድር ፡ ወተከሥተ ፡ አንቅዕተ ፡ አይኅ ፡ ላዕለ ፡ ምድር ፤ ወጠፍኡ ፡ ኃጥአን ፡ እስመ ፡ አረሩ ፡ ፍሬ ፡ መቅሠፍቶሙ ፤ ወኀልቀ ፡ ምስሌሆሙ ፡ ኵሉ ፡ እንስሳ ፡ ወአራዊት ፡ እስመ ፡ ኵሎሙ ፡ ተፈጥሩ ፡ በእንተ ፡ ፍሥሓ ፡ አዳም ፡ ወለክብሩ ፤ ወቦ ፡ በእንተ ፡ ጽጋቡ ፡ ወቦ ፡ በእንተ ፡ ፍሥሓሁ ፡ ወቦ ፡ ዘበእንተ ፡ አስማት ፡ ለሰብሖ ፡ ፈጣሪሁ ፡ ከመ ፡ ያእምሮሙ ፤ በከመ ፡ ይቤ ፡ ዳዊት ፡ ወኵሎ ፡ አግረርከ ፡ ታሕተ ፡ እገሪሁ ፤ በእንቲአሁ ፡ ተፈጥሩ ፡ ወበእንቲአሁ ፡ ኀልቁ ፡ ዘእንበለ ፡ ፰ነፍስ ፡ ወእምነ ፡ ንጹሕ ፡ እንስሳ ፡ ወአራዊት ፡ በበ፯፯ ፡ ወእምነ ፡ ርኩስ ፡ እንስሳ ፡ ወአራዊት ፡ በበ፪፪ ፨ ፨ ፨

And this thing was evil before God, and He destroyed them with the water of the Flood, which was colder than ice. He opened the doors of heaven, and the cataracts of the Flood poured clown; and He opened the fountains that were under the earth, and the fountains of the Flood appeared on the earth. And the sinners were blotted out, for they reaped the fruit of their punishment. And with them perished all beasts and creeping things, for they were all created for the gratification of Adam, and for his glory, some to provide him with food, and some for his pleasure, and some for the names to the glorification of his Creator so that he might know them, even as David saith, "And Thou hast set everything under his feet"; [Psalm 8, 6] for his sake they were created, and for his sake they were destroyed, with the exception of Eight Souls, and seven of every kind of clean beasts and creeping things, and two of every kind of unclean beast and creeping thing.

፱ ፡ በእንተ ፡ ኪዳነ ፡ ኖሕ ።

9. CONCERNING THE COVENANT OF NOAH

ወእምዝ ፡ አዕረፈ ፡ ኖሕ ፡ ጻድቅ ፡ ወነግሠ ፡ ሴም ፡ በጥበብ ፡ ወበጽድቅ ፡ እስመ ፡ ተባረከ ፡ በኀበ ፡ ኖሕ ፡ እንዘ ፡ ይብል ፡ ኩን ፡ እግዚአ ፡ ለእኁከ ፤ ወለካምኒ ፡ ይቤሎ ፡ ኩን ፡ ገብረ ፡ ለእኁከ ፤ ወለያፌትኒ ፡ ይቤሎ ፡ ተገበር ፡ ወተኦዛዜ ፡ ኩን ፡ ለሴም ፡ ዋርስየ ። ወካዕበ ፡ እምድኅረ ፡ አይኅኒ ፡ ኢኀደገ ፡ ተፃርሮቶሙ ፡ ዲያብሎስ ፡ ፀርነ ፡ ለደቂቀ ፡ ኖሕ ፡ አላ ፡ አንሥአ ፡ ለከናኦን ፡ ወልደ ፡ ካም ፡ ወኮነ ፡ መማዕልይ ፡ ዘይነፍቅ ፡ መንግሥተ ፡ እምደቂቀ ፡ ሴም ። እስመ ፡ ተካፈሉ ፡ ምድረ ፤

And then Noah the righteous man died, and Shem reigned in wisdom and righteousness, for he was blessed by Noah, saying, "Be God to thy brother." And to Ham he said, "Be servant to thy brother." And he said unto Japhet, "Be thou servant to Shem my heir, and be thou subject unto him." [Gen. 9, 25–27]. And again, after the Flood, the Devil, our Enemy, did not cease from his hostility against the children of Noah, but stirred up Canaan, the son of Ham, and he became the violent tyrant (or usurper) who rent the kingdom from the children of Shem. Now they had divided

ወአምሐሎሙ ፡ በስመ ፡ አምላኩ ፡ ከመ ፡ ኢይትዐደዉ ፡ ደወለ ፡ ቢጾሙ ፡ ወከመ ፡ ኢይብልዑ ፡ ማውታ ፡ ወብትከ ፡ ወከመ ፡ ኢይዘምዉ ፡ ዘእንበለ ፡ ሕግ ፡ ከመ ፡ ኢይትመዐዖሙ ፡ ዳግመ ፡ በአይኅ ፡ ፡ ወኖሕኒ ፡ ተጋነየ ፡ ወሦዐ ፡ ወጸውዐ ፡ ወገዐረ ፡ ወበከየ ፧ ወተናገሮ ፡ እግዚአብሔር ፧ ወይቤ ፡ ኖሕ ፡ እመሰ ፡ ዳግመ ፡ ታማስና ፡ ለምድር ፡ በአይኅ ፡ ጥስየኒ ፡ ምስሌሆሙ ፡ ለእለ ፡ ኀልቁ ። ወይቤሎ ፡ እግዚአብሔር ፡ አነ ፡ እትካየድ ፡ ምስሌከ ፡ ከመ ፡ ትንግሮሙ ፡ ለደቂቅከ ፡ ከመ ፡ ኢይብልዑ ፡ ማውታ ፡ ወብትከ ፡ ወከመ ፡ ኢይዘምዉ ፡ ዘእንበለ ፡ ሕግ ፡ ወአነሂ ፡ ከመ ፡ ኢያማስና ፡ ለምድር ፡ ዳግመ ፡ በአይኅ ፡ ወከመ ፡ እሁቦሙ ፡ ለደቂቅከ ፡ ክረምተ ፡ ወሐጋየ ፡ ዘርአ ፡ ወማእረረ ፡ ጸደየ ፡ ወመጸወ ፨ ፨ ፨

the earth among them, and Noah had made them swear by the Name of his God that they would not encroach on each other's boundaries, and would not eat the beast that had died of itself or had been rent [by wild animals], and that they would not cultivate harlotry against the law, lest God should again become angry with them and punish them with a Flood. And as for Noah, he humbled himself, and offered up sacrifice, and he cried out, and groaned, and wept. And God held converse with Noah, who said [unto Him], "If Thou wilt destroy the earth a second time with a Flood, blot Thou me out with those who are to perish." And God said unto him, "I will make a covenant with thee that thou shalt tell thy children they shall not eat the beast that hath died of itself or that hath been torn by wild beasts, and they shall not cultivate harlotry against the law; and I, on My part, [covenant] that I will not destroy the earth a second time with a Flood, and that I will give unto thy children Winter and Summer, Seedtime and Harvest, Autumn and Spring. [Gen. 8, 21; and cf. Gen. 9, 4].

፲ ፡ በእንተ ፡ ጽዮን ።

10. CONCERNING ZION

ወእምሕል ፡ በርእስየ ፡ ወበጽዮን ፡ ታቦተ ፡ ኪዳንየ ፡ እንተ ፡ ፈጠርክዋ ፡ ለምሥሃል ፡ ወለመድኀኒተ ፡ ሰብእ ፡ ወኣወርዳ ፡ በደኃሪ ፡ ለዘርእከ ፡ ወእሠምር ፡ መሥዋዕተ ፡ ደቂቅከ ፡ በዲበ ፡ ምድር ፡ ወትሄሉ ፡ ምስሌሆሙ ፡ ታቦተ ፡ ኪዳንየ ፡ ለዓለም ። ወሶበኒ ፡ መጽአ ፡ ደመና ፡ ከመ ፡ ኢይፍርሁ ፡ ወኢይምሰሎሙ ፡ አይኅ ፡ ኣወርድ ፡ እማኅደረ ፡ ጽዮን ፡ ቀስተ ፡ ኪዳንየ ፡ ዘይኬልላ ፡ ለታቦተ ፡ ሕግየ ፡ ዝውእቱ ፡ ቀስተ ፡ ደመና ፡ ወሶበኒ ፡ በዝኀ ፡ ኀጢአቶሙ ፡ ወፈቀድኩ ፡ እትመዐዖሙ ፡ እዜከራ ፡ ለታቦተ ፡ ኪዳንየ ፡ ወእሬስያ ፡

"And I swear by Myself and by Zion, the Tabernacle of My covenant, which I have created for a mercy seat and for the salvation of men, and in the latter days I will make it to come down to thy seed, that I will have pleasure in the offerings of thy children upon earth, and the Tabernacle of My covenant shall be with them for ever. And when a cloud hath appeared [in the sky], so that they may not fear and may not imagine that a Flood [is coming] I will make to come down from My habitation of Zion the Bow of My Covenant, that is to say, the rainbow, which shall crown the Tabernacle of My Law. And it shall come

ለቀስተ ፡ ደመና ፡ ወአአትት ፡ መዐትየ ፡ ወእፌኑ ፡ ሣህልየ ፤ ወአንሰ ፡ ኢይረስዕ ፡ ቃልየ ፡ ወኢይሔሱ ፡ ዘወፅአ ፡ እምአፉየ ፡ ወለእመኒ ፡ ኀለፈ ፡ ሰማይ ፡ ወምድር ፡ ወቃልየሰ ፡ ኢየኀልፍ ።

to pass that, when their sins multiply, and I am wishful to be wroth with them, I will remember the Tabernacle of My Covenant, and I will set the rainbow [in the sky], and I will put away Mine anger and will send My compassion. And I will not forget My word, and that which hath gone forth from My mouth I will not overlook. Though heaven and earth pass away My word shall not pass away." [Matthew 24, 35

አውሥእዎ ፡ ወይቤልዎ ፡ እለ ፡ ህየ ፡ ሊቃነ ፡ ጳጳሳት ፡ ለብፁዕ ፡ ጎርጎርዮስ ፤ ናሁኬ ፡ ይእዜ ፡ ለበውነ ፡ ጥዩቀ ፡ ከመ ፡ እምቅድመ ፡ ኵሉ ፡ ፍጥረት ፡ እመኒ ፡ መላእክት ፡ ወእምቅድመ ፡ ሰማያት ፡ ወምድር ፡ ወእምቅድመ ፡ ምጽናዓት ፡ ወልጐታተ ፡ ባሕር ፡ ዘፈጠራ ፡ ለታቦተ ፡ ኪዳን ፡ ዛቲ ፡ ይእቲ ፡ እንተ ፡ በሰማያት ፡ ታንሶሱ ፡ ዲበ ፡ ምድር ።

And the Archbishops who were there answered and said to the blessed Gregory, "Behold now, we understand clearly that before every created thing, even the angels, and before the heavens and the earth, and before the pillars of heaven, and the abysses of the sea, He created the Tabernacle of the Covenant, and this which is in heaven goeth about upon the earth."

፲፩ ፡ ኀበ ፡ ኀበፋ ፡ ፫፻፲ወ፰ርቱዓነ ፡ ሃይማኖት ።

11. THE UNANIMOUS DECLARATION OF THE THREE HUNDRED AND EIGHTEEN ORTHODOX FATHERS

ወአውሥእዎ ፡ ወይቤሉ ፡ እወ ፡ አማን ፡ ቀደመት ፡ ተፈጥሮ ፡ ታቦተ ፡ ኪዳን ፡ ወአልቦ ፡ ሐሰት ፡ ውስተ ፡ ቃልከ ፡ እሙን ፡ ወርቱዕ ፡ ወጽድቅ ፡ ውእቱ ፡ ወአልቦ ፡ ተውላጥ ፤ አቅዲሙሰ ፡ ለጽዮን ፡ ፈጠራ ፡ ለማኅደረ ፡ ስብሐቲሁ ፡ ወምክረ ፡ ኪዳኑሰ ፡ ዘይቤ ፡ እለብስ ፡ ሥጋ ፡ አዳም ፡ መሬታዊተ ፡ ወአስተርኢ ፡ ለኵሉ ፡ ዘፈጠርኩ ፡ በእዴየ ፡ ወበቃልየ ፡ ፡ ወሶበሰ ፡ ኢወረደት ፡ ጽዮን ፡ ሰማያዊት ፡ ወሶበኒ ፡ ኢለብሰ ፡ ሥጋ ፡ አዳም ፡ እመ ፡ ኢተርእየ ፡ እግዚአብሔር ፡ ቃል ፡ ወእመ ፡ ኢኮነ ፡ መድኀኒተነ ፤ ስምዑ ፡ በአምሳል ፤ ጽዮንሰ ፡ ሰማያዊት ፡ ተመሰለታ ፡ ለወላዲተ ፡ መድኀን ፡ ማርያም ፤ እስመ ፡ ሕንጽት ፡ ጽዮን ፡ ወንቡር ፡ ውስቴታ ፡

And they answered and said unto him, "Yea, verily the Tabernacle of the Covenant was the first thing to be created by Him, and there is no lie in thy word; it is true, and correct, and righteous, and unalterable. He created Zion before everything else to be the habitation of His glory, and the plan of His Covenant was that which He said, 'I will put on the flesh of Adam, which is of the dust, and I will appear unto all those whom I have created with My hand and with My voice.' And if it had been that the heavenly Zion had not come down, and if He had not put on the flesh of Adam, then God the Word would not have appeared, and our salvation would not have taken place. The testimony (or proof) is in the similitude; the heavenly Zion is to be regarded as the similitude of the Mother of the Redeemer, MARY. For in the Zion which is builded there are deposited the Ten

፲ቃላት ፡ ዘሕግ ፡ እለ ፡ ጽሑፋት ፡ በእደዊሁ ፡ ወውስተ ፡ ከርሠ ፡ ማርያም ፡ ኀደረ ፡ ለሊሁ ፡ ፈጣሪ ፡ ዘበእንቲአሁ ፡ ኵሉ ፡ ኮነ ፨

Words of the Law which were written by His hands, and He Himself, the Creator, dwelt in the womb of MARY, and through Him everything came into being."

፲ወ፪ ፡ በእንተ ፡ ከናኣን ።

12. CONCERNING CANAAN

ወከናኣንሰ ፡ ዘነፈቀ ፡ መንግሥተ ፡ እምደቂቀ ፡ ሴም ፡ ተዐዲዎ ፡ ማሕላ ፡ ዘአበዊሁ ፡ ዘአምሐሎሙ ፡ ኖሕ ፤ ወደቂቀ ፡ ከናኣንሰ ፡ ፯ጽኑዓን ፡ ወነሥአ ፡ እምድረ ፡ ሴም ፡ ፯አህጉረ ፡ ዐበይተ ፡ ወሤሞሙ ፡ ህየ ፡ ለደቂቁ ፡ ወከማሁ ፡ ካዕበ ፡ ክፍሎኒ ፡ ለርእሱ ፡ ገብረ ፤ ወበደኃሪ ፡ ተበቀሎሙ ፡ እግዚአብሔር ፡ ለደቂቀ ፡ ከናኣን ፡ ወአውረሰ ፡ ምድሮሙ ፡ ለደቂቀ ፡ ሴም ፤ ወእሉ ፡ እለ ፡ ተዋረሱ ፡ ከናኔዎን ፡ ወፌርዜዎን ፡ ወኤዌዎን ፡ ወኬጤዎን ፡ ወአሞሬዎን ፡ ወኢያቡሴዎን ፡ ወጌርጌሴዎን ፤ እሉ ፡ እሙንቱ ፡ እለ ፡ ተኀየለ ፡ ከናኣን ፡ እምዘርአ ፡ ሴም ፤ እስመ ፡ ኢርቱዕ ፡ ተዐድዎ ፡ መንግሥት ፡ ወበሊዐ ፡ ማሕላ ፡ ወበእንተዝ ፡ ጠፍኡ ፡ ወዝክሮሙኒ ፡ ኀልቀ ፡ በተዐድዎ ፡ ትእዛዝ ፡ ወአምልኮ ፡ ጣዖት ፡ ወሰጊድ ፡ ለእለ ፡ ኢኮኑ ፡ አማልክተ ፨

Now, it was Canaan who rent the kingdom from the children of Shem, and he transgressed the oath which his father Noah had made them to swear. And the sons of Canaan were seven mighty men, and he took seven mighty cities from the land of Shem, and set his sons over them; and likewise he also made his own portion double. And in later days God took vengeance upon the sons of Canaan, and made the sons of Shem to inherit their country. These are the nations whom they inherited: the Canaanites, the Perizzites, the Hivites, the Hittites, the Amorites, the Jebusites, and the Girgasites; these are they whom Canaan seized by force from the seed of Shem. For it was not right for him to invade [his] kingdom, and to falsify the oath, and because of this they ceased to be, and their memorial perished, through transgressing [God's] command, and worshipping idols, and bowing down to those who were not gods.

ወእምድኅረ ፡ ሞተ ፡ ሴም ፡ ነግሠ ፡ አልፋክስድ ፤ ወእምድኅረ ፡ ሞተ ፡ አልፋክስድ ፡ ነግሠ ፡ ቃይናን ፤ ወእምድኅረ ፡ ሞተ ፡ ቃይናን ፡ ነግሠ ፡ ሳላ ፤ ወእምድኅሬሁ ፡ ነግሠ ፡ እቤር ፡ ወእምድኅሬሁ ፡ ነግሠ ፡ ፋሌቅ ፡ ወእምድኅሬሁ ፡ ነግሠ ፡ ራጋው ፡ ወእምድኅሬሁ ፡ ነግሠ ፡ ሴሮሕ ፡ ወእምድኅሬሁ ፡ ነግሠ ፡ ናኮር ፡ ወእምድኅሬሁ ፡ ነግሠ ፡ ታራ ። ወእሉሰ ፡ እንዘ ፡ ያሰግሉ ፡ ጣዖታተ ፡ ወየሐውሩ ፡ ኀበ ፡

And after the death of Shem Arphaxad reigned, and after the death of Arphaxad Ḳâynân [1] (Cainan) reigned, and after the death of Ḳâynân Sâlâ (Salah) reigned, and after him Eber reigned, and after him Pâlêḳ (Peleg) reigned, and after him Râgâw (Reu) reigned, and after him Sêrôḥ (Serug) reigned, and after him Nakhôr (Nahor) reigned, and after him Târâ (Terah) reigned. And these are they who made magical images, and they went to the tombs of their fathers and made an image (or,

መቃብረ ፡ አበዊሆሙ ፡ ወይገብሩ ፡ ሥዕለ ፡ ዘወርቅ ፡ ወብሩር ፡ ወብርት ፤ ወይትናገሮሙ ፡ ጋኔን ፡ በውስተ ፡ ውእቱ ፡ ሥዕለ ፡ አበዊሆሙ ፡ ወይብሎሙ ፡ እገሌ ፡ ወልድየ ፡ ሡዕ ፡ ሊተ ፡ ወልድከ ፡ ዘታፈቅር ፤ ወይዘብሑ ፡ ደቂቆሙ ፡ ወአዋልዲሆሙ ፡ ለአጋንንት ፡ ወይክዕዉ ፡ ደመ ፡ ንጹሐ ፡ ለርኩሳን ፡ አጋንንት ፨ ፨ ፨

picture) of gold, and silver, and brass, and a devil used to hold converse with them out of each of the images of their fathers, and say unto them, "O my son So-and-so, offer up unto me as a sacrifice the son whom thou lovest." And they slaughtered their sons and their daughters to the devils, and they poured out innocent blood to filthy devils.

፲ወ፫ ፡ በእንተ ፡ አብርሃም ።

13. CONCERNING ABRAHAM

ወወለደ ፡ ታራ ፡ ወልደ ፡ ወሰመዮ ፡ አብራም ፤ ሶበ ፡ ኮነ ፡ ሎቱ ፡ ፲ወ፪ዓመተ ፡ ለአኮ ፡ አቡሁ ፡ ታራ ፡ ከመ ፡ ይሢጥ ፡ ጣዖተ ፤ ወይቤ ፡ አብራም ፡ ዝሰ ፡ ኢኮነ ፡ አምላክ ፡ ዘያድኅን ፤ ወወሰደ ፡ ከመ ፡ ይሢጥ ፡ ጣዖተ ፡ በከመ ፡ አዘዞ ፡ አቡሁ ፤ ወይቤሎሙ ፡ ለእለ ፡ ይሠይጥ ፡ ሎሙ ፡ ቦኑ ፡ ዘትሣየጡ ፡ ዘኢያድኅን ፡ አምላከ ፡ ዕፀ ፡ ወእብነ ፡ ወኀጺን ፡ ወብርተ ፡ ዘገብሮ ፡ እደ ፡ ኬንያ ፤ ወአበይዎ ፡ ተሣይጦ ፡ ለአብራም ፡ እስመ ፡ ለሊሁ ፡ አርኰሶሙ ፡ ለግልፈዋተ ፡ አቡሁ ። ወእንዘ ፡ ያአትዎሙ ፡ ተግሕሠ ፡ እምፍኖት ፡ ወአንበሮሙ ፡ ወነጸሮሙ ፡ ወይቤሎሙ ፤ ቦኑ ፡ ዘትክሉ ፡ ገቢረ ፡ ዘእሴአለክሙ ፡ አነ ፡ ይእዜ ፡ እመ ፡ ተክሉ ፡ አብልዑኒ ፡ ኅብስተ ፡ አው ፡ አስተዩኒ ፡ ማየ ፤ ወአልቦ ፡ ዘአውሥእዎ ፡ እስመ ፡ አእባን ፡ ወዕፀው ፡ እሙንቱ ፤ ወጸዐሎሙ ፡ ወፀረፈ ፡ ላዕሌሆሙ ፡ ወኢነበብዎ ፤ ወቦ ፡ ለዘ ፡ ጸፍዖ ፡ ወቦ ፡ ለዘ ፡ ረገዖ ፡ ወቦ ፡ ለዘ ፡ ወገሮ ፡ ወሰበሮ ፡ በአእባን ፡ ወይቤሎሙ ፤ እመሰ ፡ ኢታድኅኑ ፡ ርእስክሙ ፡ እምዘ ፡ ገፍዐክሙ ፡ ወኢታሐሥሙ ፡ ለዘ ፡ አሕሠመ ፡ ለክሙ ፡ በአይቴ ፡ ትሰመዩ ፡ አማልክተ ፤ ወከንቱ ፡ እለ ፡ ያመልኩክሙ ፡ ወአንሰ ፡ አስተሐቀርኩክሙ ፡ ወኢትኩኑኒ ፡ አምላኪየ ። ወአርአየ ፡ ገጾ ፡ ለምሥራቅ ፡ ወሰፍሐ ፡ እደዊሁ ፡ ወይቤ ፤ አምላኪየሰ ፡ ኩንኒ ፡ አንተ ፡ እግዚኦ ፡ ፈጣሬ ፡

And Târâ (Terah) begot a son and called him "Abraham" (or, Abram). And when Abraham was twelve years old his father Terah sent him to sell idols. And Abraham said, "These are not gods that can make deliverance"; and he took away the idols to sell even as his father had commanded him. And he said unto those unto whom he would sell them, "Do ye wish to buy gods that cannot make deliverance, [things] made of wood, and stone, and iron, and brass, which the hand of an artificer hath made?" And they refused to buy the idols from Abraham because he himself had defamed the images of his father. And as he was returning he stepped aside from the road, and he set the images down, and looked at them, and said unto them, "I wonder now if ye are able to do what I ask you at this moment, and whether ye are able to give me bread to eat or water to drink?" And none of them answered him, for they were pieces of stone and wood; and he abused them and heaped revilings upon them, and they spake never a word. And he buffeted the face of one, and kicked another with his feet, and a third he knocked over and broke to pieces with stones, and he said unto them, "If ye are unable to deliver yourselves from him that buffeteth you, and ye cannot requite with injury him that injureth you, how can ye be called 'gods'? Those who worship you do so in vain, and as

ሰማያት ፡ ወምድር ፡ ፈጣሬ ፡ ፀሐይ ፡ ወወርኀ ፡ ፈጣሬ ፡ ባሕር ፡ ወየብስ ፡ ገባሬ ፡ ሰርጎ ፡ ሰማይ ፡ ወምድር ፡ ዘያስተርኢ ፡ ወዘኢያስተርኢ ፡ ገባሬ ፡ ኵሉ ፡ ኩነኒ ፡ አምላኪየ ፡ ወኪያከ ፡ ተአመንኩ ፡ ወባዕደሰ ፡ አልብየ ፡ ዘእትአመን ፡ ዘእንበሌከ ፡ እምዮም ። ወእምዝ ፡ አስተርአዮ ፡ ሰረገላ ፡ ዘእሳት ፡ ዘይነድድ ፡ ወፈርሀ ፡ አብራም ፡ ወወድቀ ፡ በገጹ ፡ ውስተ ፡ ምድር ፤ ወአንሥኦ ፡ ወይቤሎ ፡ ኢትፍራህ ፡ ቁም ፡ ርቱዐ ፡ ወአእተተ ፡ እምኔሁ ፡ ፍርሀተ ፨ ፨ ፨

for myself I utterly despise you, and ye shall not be my gods." Then he turned his face to the East, and he stretched out his hands and said, "Be Thou my God, O Lord, Creator of the heavens and the earth, Creator of the sun and the moon, Creator of the sea and the dry land, Maker of the majesty of the heavens and the earth, and of that which is visible and that which is invisible; O Maker of the universe, be Thou my God. I place my trust in Thee, and from this day forth I will place my trust in no other save Thyself." And then there appeared unto him a chariot of fire which blazed, and Abraham was afraid and fell on his face on the ground; and [God] said unto him, "Fear thou not, stand upright." [Gen. 15, 1] And He removed fear from him.

፲፬ ፡ በእንተ ፡ ኪዳነ ፡ አብርሃም ።

14. CONCERNING THE COVENANT OF ABRAHAM

ወተናገሮ ፡ እግዚአብሔር ፡ ወይቤሎ ፤ ኢትፍራህ ፡ እምዮም ፡ ገብርየ ፡ አንተ ፡ ወአቀውም ፡ ኪዳንየ ፡ ምስሌከ ፡ ወምስለ ፡ ዘርእከ ፡ እምድኅሬከ ፡ ወአበዝኅ ፡ ዘርአከ ፡ ወአዐቢ ፡ ስምከ ፡ ፈድፋደ ፡ ወአወርዳ ፡ ለታቦተ ፡ ኪዳንየ ፡ ዲበ ፡ ምድር ፡ በ፯ትውልድ ፡ እምድኅሬከ ፡ ወታንሶሱ ፡ ምስለ ፡ ዘርእከ ፡ ወትከውን ፡ መድኀኒተ ፡ ለዘመድከ ፤ ወእምድኅሬሁ ፡ እፌኑ ፡ ቃልየ ፡ ለመድኀኒተ ፡ አዳም ፡ ወደቂቁ ፡ እስከ ፡ ለዓለም ። ወይእዜኒ ፡ እሉ ፡ አዝማዲከ ፡ ዐላዊያን ፡ ወአበዩ ፡ አምልኮትየ ፡ በርትዕ ፤ ወአንተሰ ፡ ዕለት ፡ እምዕለት ፡ ከመ ፡ ኢያስሕቱከ ፡ ነዓ ፡ ፃእ ፡ እምዛቲ ፡ ምድር ፡ ምድረ ፡ አበዊከ ፡ ውስተ ፡ ምድር ፡ ዘአርእየከ ፡ አነ ፡ ወእሁቦሙ ፡ ለዘርእከ ፡ እምድኅሬከ ። ወሰገደ ፡ አብራም ፡ ለእግዚአብሔር ፡ ወተአዘዘ ፡ ለአምላኩ ፤ ወይቤሎ ፡ ይኩን ፡ ስምከ ፡ አብርሃም ፡ ወወሀቦ ፡ ሰላመ ፡ ወዐርገ ፡ ውስተ ፡ ሰማያት ፨

And God held converse with Abrâm, and He said unto him, "Fear thou not. From this day thou art My servant, and I will establish My Covenant with thee and with thy seed after thee, and I will multiply thy seed, and I will magnify thy name exceedingly. And I will bring down the Tabernacle of My Covenant upon the earth seven generations after thee, and it shall go round about with thy seed, and shall be salvation unto thy race; and afterwards I will send My Word for the salvation of Adam and his sons for ever. And at this moment these who are of thy kinsmen are evil men (or, rebels), and My divinity, which is true, they have rejected. And as for thee, that day by day they may not seduce thee, come, get thee forth out of this land, the land of thy fathers, into the land which I will show thee, and I will give it unto thy seed after thee." [Gen. 12-13, 4–17] And Abrâm made obeisance to God, and was subject to his God. And [God] said unto him, "Thy name shall be

ወአብርሃምኒ ፡ አተወ ፡ ውስተ ፡ ማኅደሩ ፡ ወነሥአ ፡ ለሳራ ፡ ብእሲቱ ፡ ወወፅአ ፡ እንዘ ፡ ኢይትመየጥ ፡ አቡሁ ፡ ወእሞ ፡ ወቤቶ ፡ ወአዝማዲሁ ፡ ወመነነ ፡ በእንተ ፡ እግዚአብሔር ፤ ወበጽሐ ፡ ውስተ ፡ ሀገረ ፡ ሳሌም ፡ ወኀደረ ፡ ህየ ፡ ወነግሠ ፡ በጽድቅ ፡ ወኢተዐደወ ፡ እምትእዛዙ ፡ ለእግዚአብሔር ፤ ወእግዚአብሔር ፡ ባረኮ ፡ ፈድፋደ ፡ እስከ ፡ አጥረየ ፡ ዐሠርተ ፡ ወሰመንተ ፡ አግብርቲሁ ፡ እለ ፡ ይቀውሙ ፡ ቅድሜሁ ፡ ጽኑዓን ፡ ወምሁራነ ፡ ፀብእ ፡ እለ ፡ ይገብሩ ፡ ፈቃዶ ፡ እለ ፡ ይለብሱ ፡ ዲባጋተ ፡ ዘወርቅ ፡ ወየዐንቁ ፡ በዝጋናተ ፡ ዘወርቅ ፡ ወይቀንቱ ፡ ቅናታተ ፡ ዘወርቅ ፡ ወይትቄጸሉ ፡ አክሊላተ ፡ ዘወርቅ ፤ ወቦሙ ፡ ይመውእ ፡ ፀሮ ። ወአዕረፈ ፡ በክብር ፡ በእግዚአብሔር ፡ ወኅየሰ ፡ ወተሞገሰ ፡ እምእለ ፡ ቅድሜሁ ፤ ኅየሰ ፡ ወከብረ ፡ ወተለዐለ ፨ ፨ ፨

Abraham"; and He gave him-the salutation of peace and went up into heaven. And Abraham returned to his abode, and he took Sârâ (Sarah) his wife, and went forth and did not go back to his father, and his mother, and his house, and his kinsfolk; and he forsook them all for God's sake. And he arrived in the city of Sâlêm, and dwelt there and reigned in righteousness, and did not transgress the commandment of God. And God blessed him exceedingly, and at length he possessed [3]18 stalwart servants, who were trained in war, and who stood before him and performed his will. And they wore tunics richly embroidered with gold, and they had chains of gold about their necks, and belts of gold round their loins, and they had crowns of gold on their heads; and by means of these men Abraham vanquished [his] foe. And he died in glory in God, and was more gracious and excellent than those who were before him. He was gracious, and held in honour, and highly esteemed.

፲ወ፭ ፡ በእንተ ፡ ይስሐቅ ፡ ወያዕቆብ ።

15. CONCERNING ISAAC AND JACOB

ወነግሠ ፡ ይስሐቅ ፡ ወልዱ ፡ ወውእቱኒ ፡ ኢተዐደወ ፡ እምትእዛዙ ፡ ለእግዚአብሔር ፡ ወኮነ ፡ ንጹሕ ፡ በነፍሱ ፡ ወበሥጋሁ ፡ ወአዕረፈ ፡ በክብር ። ወነግሠ ፡ ያዕቆብ ፡ ወልዱ ፡ ወውእቱኒ ፡ ኢተዐደወ ፡ እምትእዛዙ ፡ ለእግዚአብሔር ፤ ወኮነ ፡ ብዙኀ ፡ ንዋዩ ፡ ወደቂቁ ፡ ወባረኮ ፡ እግዚአብሔር ፡ ወአዕረፈ ፡ በክብር ፨ ፨ ፨

And Isaac his son became king, and he did not transgress the commandment of God; and he was pure in his soul and in his body, and he died in honour. And his son Jacob reigned, and he also did not transgress the commandment of God, and his possessions became numerous, and his children were many; and God blessed him and he died in honour.

፲ወ፮ ፡ በእንተ ፡ ሮቤል ።

16. CONCERNING RÔBÊL (REUBEN)

ወእምድኅሬሁ ፡ ሮቤል ፡ በኵሩ ፡ ለያዕቆብ ፡ ተዐደወ ፡ ትእዛዘ ፡ እግዚአብሔር ፡ ወፈለሰት ፡

And after him, Jacob's firstborn son transgressed the commandment of God, and the kingdom departed from him and from his

መንግሥት ፡ እምኔሁ ፡ ወእምዘርኡ ፡ በእንተ ፡ ዘአርኰሰ ፡ ብእሲተ ፡ አቡሁ ፡ እስመ ፡ ኢርቱዕ ፡ ተዐድዎ ፡ ሕግ ፡ ዘአዘዘ ፡ እግዚአብሔር ፤ ወረገሞ ፡ አቡሁ ፡ ወተምዖ ፡ እግዚአብሔር ፡ ወኮነ ፡ ሕጹጸ ፡ እምአኃዊሁ ፡ ወደቂቁ ፡ ኮኑ ፡ ዝልጉሳነ ፡ ወዕቡቃነ ፤ ወእንዘ ፡ ለሊሁ ፡ በኵር ፡ ተሀይደ ፡ መንግሥት ፡ እምኔሁ ። ወነግሠ ፡ ይሁዳ ፡ እኁሁ ፡ ዘይንእስ ፤ ወበእንተዝ ፡ ተሰምየ ፡ ይሁዳ ፤ ወተባረከ ፡ ዘርኡ ፡ ወሠነየ ፡ መንግሥቱ ፡ ወተባረኩ ፡ ደቂቁ ። ወእምድኅሬሁ ፡ ነግሠ ፡ ፋሬስ ፡ ወልዱ ፤ ውእቱኒ ፡ አዕረፈ ፡ ወነግሠ ፡ ኢሳሮም ፡ ወልዱ ፤ ወእምድኅሬሁ ፡ ነግሠ ፡ አርኒ ፡ ወልዱ ፤ ወእምድኅሬሁ ፡ ነግሠ ፡ አራም ፡ ወልዱ ፤ ወእምድኅሬሁ ፡ ነግሠ ፡ አሚናዳብ ፡ ወልዱ ፤ ወእምድኅሬሁ ፡ ነግሠ ፡ ነአሶን ፡ ወልዱ ፤ ወእምድኅሬሁ ፡ ነግሠ ፡ ሳላ ፡ ወልዱ ፤ ወእምድኅሬሁ ፡ ነግሠ ፡ ባዖስ ፡ ወልዱ ፤ ወእምድኅሬሁ ፡ ነግሠ ፡ ኢዮቤድ ፡ ወልዱ ፤ ወእምድኅሬሁ ፡ ነግሠ ፡ እሴይ ፡ ወልዱ ፤ ወንግሥተ ፡ ዘእቤ ፡ በረከተ ፡ አብ ፡ ላዕለ ፡ ወልድ ፡ ከመ ፡ ይትባረክ ፡ በሠናይ ፤ ወመንግሥትሰ ፡ ላዕለ ፡ እስራኤል ፡ እምድኅረ ፡ ሞተ ፡ እሴይ ፡ ነግሠ ፡ ዳዊት ፡ በጽድቅ ፡ ወበርትዕ ፡ ወበየውሀት ።

seed, because he had defiled his father's wife [Gen. 35, 22; 49, 4]; now it is not right to transgress the law which God hath commanded. And his father cursed him, and God was wroth with him, and he became the least among his brethren, and his children became leprous and scabby; and although he was the firstborn son [of Jacob] the kingdom was rent from him. [1 Chron. 5, 1] And his younger brother reigned, and he was called Judah because of this. And his seed was blessed, and his kingdom flourished, and his sons were blessed. And after him Fârês (Pharez) his son reigned. And he died and 'Isârôm (Hezron) his son reigned. And after him his son 'Orni (Oren [1 Chron. 2, 25]) reigned, and after him Arâm (Aram [Matt. 1, 4; Luke 3, 33]) his son reigned, and after him Amînâdab his son reigned, and after him Nasôn (Naasson) his son reigned, and after him Sâlâ (Salmon?) his son reigned, and after him Bâ'ôs (Boaz) his son reigned, and after him 'Iyûbêd (Obed) his son reigned, and after him Ĕ'sêy (Jesse) his son reigned. And this is what I say [concerning] the kingdom: The blessing of the father [was] on the son, so that it (*i.e.*, the kingdom) was blessed with prosperity. And as for the kingship over Israel, after the death of Jesse David reigned in righteousness, and in integrity, and in graciousness.

፲ወ፯ ፡ በእንተ ፡ ክብራ ፡ ለጽዮን ።

17. CONCERNING THE GLORY OF ZION

ወለጽዮንሰ ፡ ታቦተ ፡ ሕጉ ፡ ለእግዚአብሔር ፡ አቅዲሙ ፡ ሰማየ ፡ ማረረ ፡ ወሠምረ ፡ ትኩን ፡ በምድር ፡ ማኅደረ ፡ ስብሐቲሁ ። ፈቂዶ ፡ አውረዳ ፡ ለምድር ፡ ወወሀቦ ፡ ለሙሴ ፡ በአርአያ ፡ ይግበራ ፤ ወይቤሎ ፡ ግበር ፡ ታቦተ ፡ እምዕፅ ፡ ዘኢይነቅዝ ፡ ወትለብጦ ፡ በወርቅ ፡ ንጡፍ ፡ ወታነብር ፡ ውስቴታ ፡ ቃለ ፡ ሕግ ፡

And as concerning Zion, the Tabernacle of the Law of God: at the very beginning, as soon as God had stablished the heavens, He ordained that it should become the habitation of His glory upon the earth. And willing this He brought it down to the earth, and permitted Moses to make a likeness of it. And He said unto him, "Make an ark (or, tabernacle) of

ዘኪዳን ፡ ዘጸሐፍኩ ፡ በአጻብዕየ ፡ ከመ ፡ ይዕቀቡ ፡ ሕግየ ፡ ክልኤ ፡ ጽላተ ፡ ዘኪዳን ። ወሰማያዊትኒ ፡ መንፈሳዊት ፡ ውስቴታ ፡ ዘሕብራ ፡ ወግብራ ፡ ነኪር ፡ ትመስል ፡ ጥልማ ፡ ወወከይ ፡ ወወራውሬ ፡ ወዘውሀር ፡ ወብሉረ ፡ ወብርሃነ ፤ ወተሀይድ ፡ አዕይንተ ፡ ወትከብት ፡ ወትሰልብ ፡ ልበ ፤ እንተ ፡ በኅሊና ፡ እግዚአብሔር ፡ ተገብረት ፡ ወአኮ ፡ በእደ ፡ ኬንያ ፡ ዘሰብእ ፡ አላ ፡ ለሊሁ ፡ ፈጠራ ፡ ለማኅደረ ፡ ስብሐቲሁ ። ወመንፈሳዊት ፡ ይእቲ ፡ ወምልእተ ፡ ምሕረት ፤ ሰማያዊት ፡ ይእቲ ፡ ወምልእተ ፡ ብርሃን ፤ አግዓዚት ፡ ይእቲ ፡ ወማኅደረ ፡ መለኮት ፡ ዘበሰማያት ፡ ማኅደራ ፡ ወበምድር ፡ ታንሶሱ ፡ ወምስለ ፡ ሰብእ ፡ ተኀድር ፡ ወምስለ ፡ መላእክት ፡ ሀገሪተ ፡ ሰብእ ፡ መድኀኒት ፡ ወለመንፈስ ፡ ቅዱስ ፡ ማኅደር ። ወውስቴታኒ ፡ ጎሞር ፡ ዘወርቅ ፡ ስፉር ፡ መና ፡ ዘወረደ ፡ እምሰማያት ፤ ወበትረ ፡ አሮን ፡ እንተ ፡ ጸገየት ፡ እምድኅረ ፡ የብሰት ፡ ዘእንበለ ፡ ይስቅይዋ ፡ ማየ ፡ ወውእቱኒ ፡ ሰበራ ፡ ክልኤተ ፡ ስብረተ ፡ ወኮነት ፡ ሠለስተ ፡ በትረ ፡ እንዘ ፡ አሐቲ ፡ ይእቲ ።

ወቀፈላ ፡ በወርቅ ፡ ንጡፍ ፡ ወረሰየ ፡ ላቲ ፡ መጸውረ ፡ ወመማሥጠ ፡ ወመማስቀ ፤ ወይጸውርዋ ፡ ቅድመ ፡ ሕዝብ ፡ እስከ ፡ ያበውእዋ ፡ ምድረ ፡ ርስት ፡ እንተ ፡ ይእቲ ፡ ኢየሩሳሌም ፡ ሀገረ ፡ ጽዮን ። ወእንዘ ፡ ተዐዱ ፡ ዮርዳኖስ ፡ ወይጸውርዋ ፡ ካህናት ፡ ቆመ ፡ ማይ ፡ ከመ ፡ አረፍት ፡ እስከ ፡ የዐዱ ፡ ኵሉ ፡ ሕዝብ ፤ ወእምድኅረ ፡ ዐደዉ ፡ ኵሉ ፡ ሕዝብ ፡ ዐደዉ ፡ ካህናት ፡ ጸዊሮሙ ፡ ታቦተ ፡ ወአንበርዋ ፡ ውስተ ፡ ሀገረ ፡ ይሁዳ ፡ ምድረ ፡ ርስት ። ወተመልአኩ ፡ ነቢያት ፡ በውስተ ፡ ደብተራ ፡ ስምዕ ፡ ላዕሌሆሙ ፡ ለደቂቀ ፡

wood that cannot be eaten by worms, and overlay it with pure gold. And thou shalt place therein the Word of the Law, which is the Covenant that I have written with Mine own fingers, that they may keep My law, the Two Tables of the Covenant." [Ex. 25, 10] Now the heavenly and spiritual [original] within it is of divers colours, and the work thereof is marvellous, and it resembleth jasper, and the sparkling stone, and the topaz, and the hyacinthine stone (?), and the crystal, and the light, and it catcheth the eye by force, and it astonisheth the mind and stupefieth it with wonder; it was made by the mind of God and not by the hand of the artificer, man, but He Himself created it for the habitation of His glory. And it is a spiritual thing and is full of compassion; it is a heavenly thing and is full of light; it is a thing of freedom and a habitation of the Godhead, Whose habitation is in heaven, and Whose place of movement is on the earth, and it dwelleth with men and with the angels, a city of salvation for men, and for the Holy Spirit a habitation. And within it are a Gomor of gold [containing] a measure of the manna which came down from heaven; and the rod of Aaron which sprouted after it had become withered though no one watered it with water, and one had broken it in two places, and it became three rods being [originally only] one rod.

And Moses covered [the Ark] with pure gold, and he made for it poles wherewith to carry it and rings [in which to place them], and they carried it before the people until they brought it into the land of [their] inheritance, which is Jerusalem, the City of Zion. And when they were crossing the Jordan and the priests were carrying it, the waters stood upright like a wall until all the people had passed over, and after all the people had passed over the priests passed over bearing the Ark, and they set it down in the city of Judah, the land of [their] inheritance. And prophets were appointed over the children of Israel in the Tabernacle of

እስራኤል ፡ ወካህናትኒ ፡ ይጸውሩ ፡ ኤፉደ ፡ ከመ ፡ ይትለአኩ ፡ ለደብተራ ፡ መርጡል ፡ ወሊቃነ ፡ ካህናትኒ ፡ ያዐርጉ ፡ መሥዋዕተ ፡ ከመ ፡ ያስተስርዩ ፡ በእንተ ፡ ኀጢአቶሙ ፡ ወእምዝ ፡ በእንተ ፡ ኀጢአተ ፡ ሕዝብ ።

ወአዘዞሙ ፡ እግዚአብሔር ፡ ለሙሴ ፡ ወለአሮን ፡ ከመ ፡ ይግበሩ ፡ ንዋየ ፡ ቅድሳት ፡ ለደብተራ ፡ ስምዕ ፡ ዘይሠራዕ ፡ በውስተ ፡ ቅድስተ ፡ ቅዱሳን ፤ ንዋየ ፡ ወርቅ ፡ ጸሀራተ ፡ ወጽዋዓተ ፡ ኰሳኵሳተ ፡ ወጥርጴዛተ ፡ ሠቃሥቃተ ፡ ወአርእስተ ፡ አዕማዳት ፡ ቀናዲለ ፡ ወመሳቅየ ፡ መኃትው ፡ ወመሳረ ፡ መራናተ ፡ ወመማሥጠ ፡ አዕያገ ፡ ወአብሕርተ ፡ ዲባጋተ ፡ ወአልባሰ ፡ አክሊላተ ፡ ወአክሚማተ ፡ ደርከኖ ፡ ወምጺጺተ ፡ ብሳጣተ ፡ ወሕብረ ፡ ከብድ ፡ ዕፍረተ ፡ ዘቅብአ ፡ ክህነት ፡ ወመንግሥት ፡ ወያክንተ ፡ ወሜላተ ፡ ነተ ፡ ክዑበ ፡ ወቡሱስ ፡ ጸጕረ ፡ ጠሊ ፡ ወማእሰ ፡ በግዕ ፡ ሕሱይ ፡ ወእብነ ፡ ሰርድዮን ፡ ወከርከዴን ፡ ወዘሰንፔር ፡ ወመረግድ ፡ በውስተ ፡ ደብተራ ፡ ዘስምዕ ፡ ኀበ ፡ ትነብር ፡ ጽዮን ፡ ማኅደረ ፡ ስብሐቲሁ ። ወይግበሩ ፡ ላቲ ፡ ከርሠ ፡ ሐመር ፡ ምስለ ፡ ክልኤ ፡ ጽላት ፡ እለ ፡ ጽሑፋን ፡ በአጽባዕተ ፡ እግዚአብሔር ፡ ወትነብር ፡ ጽዮን ፡ ላዕሌሆሙ ፤ ወትገብር ፡ ላቲ ፡ ታቦተ ፡ እምዕፅ ፡ ዘኢይነቅዝ ፡ ኀበ ፡ ትነብር ፡ ጽዮን ፡ ዘክልኤ ፡ እመት ፡ ወመንፈቀ ፡ እመት ፡ ኑኃ ፡ ወእመት ፡ ወመንፈቀ ፡ እመት ፡ ግድማ ፡ ወትለብጦ ፡ በወርቅ ፡ ንጡፍ ፡ እንተ ፡ አፍአሁ ፡ ወውስጡ ፤ ወትገብር ፡ መዓብልቲሃ ፡ ወመቃፍልቲሃ ፡ በወርቅ ፡ ጽሩይ ፡ ወኖጻዳትኒ ፡ ዐውዳ ፡ ወትገብር ፡ ውስተ ፡ ፬ ፡ መሳምክቲሃ ፡ ፬ከበሎ ፡ መሳክሚሃ ፡ ወትገብር ፡ እምነ ፡ ዕፀ ፡ ዘኢይነቅዝ ፡ ወትለብጦ ፡ በወርቅ ፡ ንጡፍ ፡ ወቦቱ ፡ ትጸውርዋ ፡ ለታቦተ ፡ ሕግ ።

ከመዝ ፡ አዘዞ ፡ እግዚአብሔር ፡ ለሙሴ ፡ በደብረ ፡ ሲና ፡ ወአርአዮ ፡ ግብራ ፡

Testimony, and the priests wore the ephod, so that they might minister to the Tabernacle of Testimony, and the high priests offered up offerings, so that they might obtain remission of their own sins and of the sins of the people likewise.

And God commanded Moses and Aaron to make holy vessels for the Tabernacle of Testimony for the furnishing of the Holy of Holies, namely, vessels of gold, bowls and pots, pitchers and sacred tables, netted cloths and tops for pillars, lamps and vessels for filling them, torch-holders and snuffers, tongs, candlesticks, and rings and rods for carrying them, large bowls and lavers, embroidered curtains and hangings, crowns and worked vestments, purple cloths and leather work, carpets and draperies, unguents for anointing priests and kings, hyacinthine and purple hangings, rugs of double thickness and hangings of silk (?), skins of kids and red hides of rams, and sardius stones, and rubies, and sapphires, and emeralds [and to place them] in the Tabernacle of Witness, where dwelleth Zion, the habitation of His glory. [And God told them] to make for it the "belly of a ship" with the Two Tables, which were written by the fingers of God—Zion shall rest upon them—And thou shalt make for it a tabernacle of wood that the worms cannot eat, whereon Zion shall rest, two cubits and half a cubit shall be the length thereof, and a cubit and half a cubit the breadth thereof, and thou shalt cover it with pure gold, both the outside thereof and the inside thereof. And thou shalt make the fittings and the cover thereof of fine gold, and there shall be rings round about it; and thou shalt make in the four sides four holes for the carrying-poles. And thou shalt make it of wood that the worms cannot eat, and thou shalt cover it with pure gold, and in this ye shall carry the Tabernacle of the Law.

In this wise did God command Moses on Mount Sinai, and He showed him the work thereof, and the construction and the pattern of

ወሥርዐታ ፡ ወሕብራ ፡ ለደብተራ ፡ ከመ ፡ ይግበር ። ወከብረት ፡ ወዐብየት ፡ ፈድፋደ ፡ በውስተ ፡ እስራኤል ፡ ወበኀበ ፡ እግዚአብሔር ፡ ተአምነት ፡ ለማኅደረ ፡ ስብሐቲሁ ፤ ወይወርድ ፡ ለሊሁ ፡ ውስተ ፡ ደብረ ፡ መቅደሱ ፡ ወይትናገሮሙ ፡ ለኅሩያኒሁ ፡ ወይፈትሕ ፡ ሎሙ ፡ ለአድኅኖ ፡ ወያድኅኖሙ ፡ እምእደ ፡ ፀሮሙ ፤ ወይትናገሮሙ ፡ በዐምደ ፡ ደመና ፡ ከመ ፡ ይዕቀቡ ፡ ሕጎ ፡ ወሥርዐቶ ፡ ወይሖሩ ፡ በትእዛዙ ፡ ለእግዚአብሔር ፨ ፨ ፨

the Tent, according to which he was to make it. And it (*i.e.*, Zion) was revered and had exceedingly great majesty in Israel, and it was acknowledged by God to be the habitation of His glory. And He Himself came down on the mountain of His holiness, and He held converse with His chosen ones, and He opened to them [a way of] salvation, and He delivered them from the hand of their enemies. And he spake with them from the pillar of cloud, and commanded them to keep His Law and His commandments, and to walk in the precepts of God.

፲ወ፰ ፡ ኀበ ፡ ኀብፉ ፡ አበው ፡ ጳጳሳት ።

18. HOW THE ORTHODOX FATHERS AND BISHOPS AGREED

ካዕበ ፡ አውሥኡ ፡ ማኅበረ ፡ ፫፻፲ወ፰ ፡ ወይቤሉ ፡ አሜን ፤ ዛቲኬ ፡ ይእቲ ፡ መድኀኒቶሙ ፡ ለደቂቀ ፡ አዳም ፡ እስመ ፡ ታቦተ ፡ ሕጉ ፡ ለእግዚአብሔር ፡ እምከመ ፡ ወረደት ፡ ተሰምዩ ፡ ሰብአ ፡ ቤቱ ፡ ለእግዚአብሔር ፤ በከመ ፡ ይቤ ፡ ዳዊት ፡ ወማኅደሮሂ ፡ ውስተ ፡ ጽዮን ፤ ወካዕበ ፡ ይቤ ፡ በአፈ ፡ መንፈስ ፡ ቅዱስ ፡ ወማኅደርየ ፡ ዝየ ፡ እስመ ፡ ኀረይክዋ ፡ ወእባርኮሙ ፡ ለካህናቲሃ ፡ ወአስተፈሥሖሙ ፡ ለነዳያኒሃ ፤ ወለዳዊትኒ ፡ እሁቦ ፡ ዘርአ ፡ በውስቴታ ፡ በዲበ ፡ ምድርኒ ፡ ዘይከውን ፡ ንጉሠ ፡ ወበሰማያትኒ ፡ ይነግሥ ፡ እምዘርኡ ፡ በሥጋ ፡ ዲበ ፡ መንበረ ፡ መለኮት ፤ ወጸላእቲኒ ፡ ይገብኡ ፡ ታሕተ ፡ መከይደ ፡ እገሪሁ ፡ ወይትኀተሙ ፡ በማኅተመ ፡ ዚአሁ ፨ ፨ ፨

And again the Council of the Three Hundred and Eighteen answered and said, "Amen. This is the salvation of the children of Adam. For since the Tabernacle of the Law of God hath come down, they shall be called, 'Men of the house of God,' even as David saith, 'And His habitation is in Zion.' [Psalm 9, 11] And again he saith by the mouth of the Holy Ghost, 'And My habitation is here, for I have chosen it. And I will bless her priests, and I will make her poor to be glad. And unto David will I give seed in her, and upon the earth one who shall become king, and moreover, in the heavens one from his seed shall reign in the flesh upon the throne of the Godhead. And as for his enemies they shall be gathered together under his footstool, and they shall be sealed with his seal.'"

፲፱ ፡ በእንተ ፡ ኀበ ፡ ተረከቡት ፡ ዛቲ ፡ መጽሐፍ ።

19. HOW THIS BOOK CAME TO BE FOUND

ወይቤ ፡ ሊቀ ፡ ጳጳሳት ፡ ዘሮሜ ፡ ድማትዮስ ፤

And Dĕmâtĕyôs (Domitius), the Archbishop of

አንሰ ፡ ረከብኩ ፡ መጽሐፈ ፡ በውስተ ፡ ቤተ ፡ ሶፍያ ፡ እምውስተ ፡ መጻሕፍት ፡ ወመዛግብተ ፡ ንጉሥ ፡ ከመ ፡ ኵላ ፡ መንግሥተ ፡ ዓለም ፡ ለንጉሠ ፡ ሮሜ ፡ ወለንጉሠ ፡ ኢትዮጵያ ፨ ፨ ፨

Rôm (*i.e.*, Constantinople, Byzantium), said, "I have found in the Church of [Saint] Sophia among the books and the royal treasures a manuscript [which stated] that the whole kingdom of the world [belonged] to the Emperor of Rôm and the Emperor of Ethiopia."

፳ ፡ በእንተ ፡ ክፍለ ፡ ምድር ።

20. CONCERNING THE DIVISION OF THE EARTH

እመንፈቃ ፡ ለኢየሩሳሌም ፡ ወእምደቡባ ፡ እስከ ፡ መስዕ ፡ ሠረቃዊ ፡ ክፍሉ ፡ ለንጉሠ ፡ ሮም ፤ ወእመንፈቃ ፡ ለኢየሩሳሌም ፡ እምደቡባ ፡ እስከ ፡ መስዕ ፡ ወህንድ ፡ ዐረባዊ ፡ ክፍሉ ፡ ለንጉሠ ፡ ኢትዮጵያ ። እስመ ፡ ክልኤሆሙ ፡ ዘርአ ፡ ሴም ፡ ወልደ ፡ ኖሕ ፡ ዘርአ ፡ አብርሃም ፡ ዘርአ ፡ ዳዊት ፡ ደቂቀ ፡ ሰሎሞን ፡ እሙንቱ ፤ እስመ ፡ እግዚአብሔር ፡ ወሀቦሙ ፡ ክብረ ፡ ለዘርአ ፡ ሴም ፡ በእንተ ፡ በረከተ ፡ አቡሆሙ ፡ ኖሕ ። ንጉሠ ፡ ሮምኒ ፡ ወልደ ፡ ሰሎሞን ፡ ውእቱ ፡ ወንጉሠ ፡ ኢትዮጵያ ፡ ወልደ ፡ ሰሎሞን ፡ በኵሩ ፡ ውእቱ ፡ ዘይልህቅ ፨ ፨

From the middle of Jerusalem, and from the north thereof to the south-east is the portion of the Emperor of Rôm; and from the middle of Jerusalem from the north thereof to the south and to Western India is the portion of the Emperor of Ethiopia. For both of them are of the seed of Shem, the son of Noah, the seed of Abraham, the seed of David, the children of Solomon. For God gave the seed of Shem glory because of the blessing of their father Noah. The Emperor of Rôm is the son of Solomon, and the Emperor of Ethiopia is the firstborn and eldest son of Solomon.

፳፩ ፡ በእንተ ፡ ንግሥተ ፡ አዜብ ።

21. CONCERNING THE QUEEN OF THE SOUTH

ወዘከመ ፡ ተወልደሂ ፡ ውእቱ ፡ ረከብኩ ፡ ጽሑፍ ፡ ውስቴቱ ፡ ለውእቱ ፡ መጽሐፍ ፤ እስመ ፡ ከመዝ ፡ ዘከርዋ ፡ ወንጌላዊያን ፡ ለይእቲ ፡ ብእሲት ፤ ወእግዚእነሂ ፡ ኢየሱስ ፡ ክርስቶስ ፡ ይቤ ፡ እንዘ ፡ ይወቅሦሙ ፡ ለሕዝበ ፡ አይሁድ ፡ ሰቃልያን ፡ እለ ፡ አሜሃ ፡ ትውልድ ፡ እንዘ ፡ ይብል ፤ ንግሥተ ፡ አዜብ ፡ ትትነሣእ ፡ አመ ፡ ዕለተ ፡ ኵነኔ ፡ ውትትዋቀሦሙ ፡ ወትትፋትሖሙ ፡ ወትመውአሙ ፡ ለዛቲ ፡ ትውልድ ፡ እለ ፡ ኢሰምዑ ፡ ስብከተ ፡ ቃልየ ፤

And how this Queen was born I have discovered written in that manuscript, and in this manner also Both the Evangelist mention that woman. And our Lord Jesus Christ, in condemning the Jewish people, the crucifiers, who lived at that time, spake, saying: "The Queen of the South shall rise up on the Day of Judgment and shall dispute with, and condemn, and overcome this generation who would not hearken unto the preaching of My word, for she came from the ends of the earth to hear the wisdom of Solomon." [Matt. 12,

እስመ : ለሊሃ : መጽአት : እምአጽናፈ : ምድር : ከመ : ትስማዕ : ጥበቢሁ : ለሰሎሞን : ወዘይቤ : ንግሥተ : አዜብ : ንግሥተ : ኢትዮጵያ : ይእቲ : ወአጽናፈ : ምድርሰ : ዘተብህለ : በእንተ : ድካመ : ፍጥረት : ዘአንስት : ወበእንተ : ርሕቀ : ፍኖት : ወላህበ : ፀሐይ : ወበእንተ : ረኃበ : ፍኖት : ወጽምአ : ማይ ፨ ወይእቲሰ : ንግሥተ : አዜብ : ሠናይት : ጥቀ : በራእያኒ : በላሕያኒ : ወበአእምሮ : ወልቡና : ዘወሀባ : እግዚአብሔር : ከመ : ትሖር : ኢየሩሳሌም : ከመ : ትስማዕ : ጥበቢሁ : ለሰሎሞን ፤ እስመ : በፈቃደ : እግዚአብሔር : ተገብረ : ዝንቱ : ወኮነ : ሥምረቱ ። ወይእቲሰ : ባዕልት : ጥቀ : በዘ : ወሀባ : እግዚአብሔር : ክብረ : ወብዕለ : ወርቀ : ወብሩረ : ወአልባሰ : ክቡረ : ወአግማለ : ወአግብርተ : ወነጋድያነ : ወይነግዱ : ላቲ : ባሕረ : ወየብሰ : ወህንደኬ : ወአስዋነ ፨ ፨ ፨

42; Luke 11, 31] And the Queen of the South of whom He spake was the Queen of Ethiopia. And in the words "ends of the earth" [He maketh allusion] to the delicacy of the constitution of women, and the long distance of the journey, and the burning heat of the sun, and the hunger on the way, and the thirst for water. And this Queen of the South was very beautiful in face, and her stature was superb, and her understanding and intelligence, which God had given her, were of such high character that she went to Jerusalem to hear the wisdom of Solomon; now this was done by the command of God and it was His good pleasure. And moreover, she was exceedingly rich, for God had given her glory, and riches, and gold, and silver, and splendid apparel, and camels, and slaves, and trading men (or, merchants). And they carried on her business and trafficked for her by sea and by land, and in India, and in 'Aswân (Syene).

፳፪ : በእንተ : ታምሪን : ነጋዲ ።

22. CONCERNING TÂMRÎN, THE MERCHANT

ወሀለወ : ፩ ፤ ልብው : ሊቀ : ነጋድያን : ዘስሙ : ተምሪን : ወይጽዕን : ፭፻ : ወ፳ : አግማለ : ወአሕማረኒ : ቦቱ : መጠነ : ፸ወ፫ ።

And there was a certain wise man, the leader of a merchant's caravan, whose name was Tâmrîn, and he used to load five hundred and twenty camels, and he possessed about three and seventy ships.

ወሰሎሞን : ንጉሥ : አሚሃ : ፈቀደ : ከመ : ይሕንጽ : ቤተ : እግዚአብሔር : ወለአከ : ውስተ : ኵሉ : ነጋድያን : ለምሥራቅ : ወለምዕራብ : ለደቡብ : ወለሰሜን : ከመ : ይምጽኡ : ነጋድያን : ወይንሥኡ : በኀቤሁ : ወርቀ : ወብሩረ : ወውእቱኒ : ይንሣእ : ዘይትፈቀድ : ለግብር ። ወነገር : በእንተ : ውእቱ : ነጋዲ : ኢትዮጵያዊ : ባዕል : ወለአከ : ከመ : ያምጽእ : ሎቱ : ዘይትፈቀድ :

Now at that time King Solomon wished to build the House of God, and he sent out messages among all the merchants in the east and in the west, and in the north and in the south, bidding the merchants come and take gold and silver from him, so that he might take from them whatsoever was necessary for the work. And certain men reported to him concerning this rich Ethiopian merchant, and Solomon sent to him a message and told him

እምብሔረ ፡ ዐረብ ፡ ወርቀ ፡ ቀዪሐ ፡ ወዕፀ ፡ ዘኢይነቅዝ ፡ ጸሊመ ፡ ወሰንፔረ ። ወሖረ ፡ ውእቱ ፡ ነጋዲ ፡ ዘስሙ ፡ ተምሪን ፡ ነጋዲሃ ፡ ለንግሥተ ፡ ኢትዮጵያ ፡ ኀበ ፡ ሰሎሞን ፡ ንጉሥ ፤ ወነሥአ ፡ ኵሎ ፡ ዘፈቀደ ፡ እምኔሁ ፡ ወወሀበ ፡ ለነጋዲ ፡ ዘይፈቅድ ፡ አፈድፍዶ ፡ እምንዋዩ ። ወውእቱሰ ፡ ነጋዲ ፡ ልብው ፡ ፈድፋደ ፡ ወይሬኢ ፡ ጥበቢሁ ፡ ለሰሎሞን ፡ ወያነክር ፡ ወይትዐቀብ ፡ ከመ ፡ ይጠይቅ ፡ አውሥኦተ ፡ ቃሉ ፡ ወፍትሖ ፡ ወሣእሣአ ፡ አፉሁ ፡ ወጣዕመ ፡ ነገሩ ፡ ወሑረቶ ፡ ወንብረቶ ፡ ወተንሥኦቶ ፡ ወግብሮ ፡ ወፍቅሮ ፡ ወሥርዐቶ ፡ ወማእዶ ፡ ወሕጎ ። ወለእለኒ ፡ ይኤዝዞሙ ፡ ምስለ ፡ ትሕትና ፡ ወየውሀት ፤ ወሶበኒ ፡ አበሱ ፡ ይምሕሮሙ ፡ እስመ ፡ በጥበብ ፡ ወበፍርሀተ ፡ እግዚአብሔር ፡ ይሠርዕ ፡ ቤቶ ፡ ወያከሞስሶሙ ፡ በየውሀት ፡ ለአብዳን ፡ ወይሜርሖን ፡ በየውሀት ፡ ለአእማት ፡ ወይከሥት ፡ አፉሁ ፡ በአምሳል ፤ ወይጥዕም ፡ ቃሉ ፡ እምጸቃውዐ ፡ መዓር ፡ ወኵሉ ፡ ግብሩ ፡ ፍትው ፡ ወኵሉ ፡ ርእየቱ ፡ አዳም ፤ እስመ ፡ ትትፈቀር ፡ ጥበብ ፡ በኀበ ፡ ማእምራን ፡ ወትትሜነን ፡ በኀበ ፡ አብዳን ።

ወዘንተ ፡ ኵሎ ፡ ርኢዮ ፡ ያስተዐጽብ ፡ ውእቱ ፡ ነጋዲ ፡ ወያነክር ፡ ፈድፋደ ፡ እስመ ፡ ለእለ ፡ ይሬእይዎ ፡ ኵለንታሁ ፡ መፍትው ፡ ወመምህር ፡ ውእቱ ፤ ወእለኒ ፡ በጽሑ ፡ ኀቤሁ ፡ ኢይፈቅዱ ፡ ይእትቱ ፡ ወይትገሐሡ ፡ እምኔሁ ፡ በእንተ ፡ ጥበቡ ፡ ወላሕዩ ፡ ወጣዕመ ፡ ነገሩ ፡ ከመ ፡ ለጽሙእ ፡ ወከመ ፡ ኅብስት ፡ ለርኁብ ፡ ወከመ ፡ ፈውስ ፡ ለድዉይ ፡ ወከመ ፡ ልብስ ፡ ለዕሩቅ ፡ ወከመ ፡ አብ ፡ ለእጓለ ፡ ማውታ ፤ ወይፈትሕ ፡ በጽድቅ ፡ ወኢያደሉ ፡ ለገጽ ፤ ወቦቱ ፡ ክብረ ፡ ወብዕለ ፡ ዘወሀበ ፡

to bring whatsoever he wished from the country of Arabia, red gold, and black wood that could not be eaten by worms, and sapphires. And that merchant, whose name was Tâmrîn, the merchant of the Queen of Ethiopia, went to Solomon the King; and Solomon took whatsoever he desired from him, and he gave to the merchant whatsoever he wished for in great abundance. Now that merchant was a man of great understanding, and he saw and comprehended the wisdom of Solomon, and he marvelled [thereat], and he watched carefully so that he might learn how the King made answer by his word, and understand his judgment, and the readiness of his mouth, and the discreetness of his speech, and the manner of his life, and his sitting down and his rising up, and his occupations, and his love, and his administration, and his table, and his law. To those to whom Solomon had to give orders he spake with humility and graciousness, and when they had committed a fault he admonished them [gently]. For he ordered his house in the wisdom and fear of God, and he smiled graciously on the fools and set them on the right road, and he dealt gently with the maidservants. He opened his mouth in parables, and his words were sweeter than the purest honey; his whole behaviour was admirable, and his whole aspect pleasant. For wisdom is beloved by men of understanding, and is rejected by fools.

And when that merchant had seen all these things he was astonished, and he marvelled exceedingly. For those who were wont to see Solomon held him in complete affection, and he [became] their teacher; and because of his wisdom and excellence those who had once come to him did not wish to leave him and go away from him. And the sweetness of his words was like water to the man who is athirst, and like bread to the hungry man, and like healing to the sick man, and like apparel to the naked man. And he was like a father to the orphans. And he judged with righteousness

እግዚአብሔር ፡ ፈድፋደ ፡ ወርቀ ፡ ወብሩረ ፡ ወዕንቈ ፡ ወአልባሰ ፡ ክቡረ ፡ ወእንስሳ ፡ ወአራዊት ፡ ዘአልቦ ፡ ኍልቈ ። ወበመዋዕሊሁሰ ፡ ለሰሎሞን ፡ ንጉሥ ፡ ኮነ ፡ ወርቅ ፡ ከመ ፡ ብርት ፡ ወብሩር ፡ ከመ ፡ ዐረር ፡ ወብርትሰ ፡ ወዐረር ፡ ወኀጺን ፡ ኮነ ፡ ብዝኀ ፡ ከመ ፡ ዕፀ ፡ ባሕሩስ ፡ ወከመ ፡ ብርዐ ፡ ገዳም ፡ ወዕፀ ፡ ቄድሮስኒ ፡ ብዙኀ ፡ ኮነ ፤ በዘ ፡ ወሀቦ ፡ እግዚአብሔር ፡ ክብረ ፡ ወብዕለ ፡ ወጥበበ ፡ ወሞገሰ ፡ ዘኢኮኑ ፡ ከማሁ ፡ እለ ፡ እምቅድሜሁ ፡ ወኢይከውኑ ፡ እምድኅሬሁ ፡ ዘከማሁ ፨ ፨ ፨

and accepted the person of no man (*i.e.*, he was impartial). He had glory, and riches, which God had given unto him, in great abundance, namely, gold, and silver, and precious stones, and rich apparel, and cattle, and sheep, and goats innumerable. Now in the days of Solomon the King gold was as common as bronze, and silver as lead, and bronze and lead and iron were as abundant as the grass of the fields and the reeds of the desert; and cedarwood was also abundant. And God had given unto him glory, and riches, and wisdom, and grace in such abundance that there was none like unto him among his predecessors, and among those who came after him there was none like unto him.

፳፫ ፡ ኀበ ፡ ገብአ ፡ ነጋዴ ፡ ኢትዮጵያ ።

23. HOW THE MERCHANT RETURNED TO ETHIOPIA

ወእምዝ ፡ ፈተወ ፡ ነጋዴ ፡ ተምሪን ፡ ከመ ፡ ይግባእ ፡ ብሔሮ ፡ ወሖረ ፡ ኀቤሁ ፡ ለሰሎሞን ፡ ወሰገደ ፡ ሎቱ ፡ ወአምኆ ፡ ወይቤሎ ፤ ሰላም ፡ ለዕበይከ ፡ ፈንወኒ ፡ እሖር ፡ ብሔርየ ፡ ኀበ ፡ እግዝእትየ ፡ እስመ ፡ ጐንደይኩ ፡ በርኢየ ፡ ክብርከ ፡ ወጥበብከ ፡ ወበብዙኀ ፡ መባልዕት ፡ ዘትጼግወኒ ፡ ወይእዜሰ ፡ አሐውር ፡ ኀበ ፡ እግዝእትየ ፤ እስመ ፡ እምፈተውኩ ፡ እንበር ፡ ምስሌከ ፡ ከመ ፡ ፩ ፡ እምአግብርቲከ ፡ እምእለ ፡ ይቴሐቱ ፤ ብፁዓንሰ ፡ እለ ፡ ይሰምዑ ፡ ቃለከ ፡ ወይገብሩ ፡ ትእዛዘከ ፤ እስመ ፡ እምፈተውኩ ፡ እንበር ፡ ዝየ ፡ ወኢይትፈለጥ ፡ እምኔከ ፤ አላ ፡ ባሕቱ ፡ ፈንወኒ ፡ ኀበ ፡ እግዝእትየ ፡ በእንተ ፡ ምዕቅብና ፡ ዘላዕሌየ ፡ ከመ ፡ አሀባ ፡ ንዋያ ፡ ወለሊየኒ ፡ ገብር ፡ ላቲ ። ወቦአ ፡ ሰሎሞን ፡ ቤቶ ፡ ወወሀቦ ፡ ኵሎ ፡ ዘይትፈቀድ ፡ ክብረ ፡ ለብሔረ ፡ ኢትዮጵያ ፡ ወፈነዎ ፡ በሰላም ፤ ወሰገደ ፡ ወወፅአ ፡ ወሖረ ፡ ፍኖቶ ፡ ወበጽሐ ፡ ኀበ ፡ እግዝእቱ ፡ ወአወፈያ ፡ ኵሎ ፡ ንዋየ ፡ ዘአእተወ ። ወነገራ ፡ ዘከመ ፡ በጽሐ ፡ ሀገረ ፡

And it came to pass that the merchant Tâmrîn wished to return to his own country, and he went to Solomon and bowed low before him, and embraced him, and said unto him, "Peace be to thy majesty! Send me away and let me depart to my country to my Lady, for I have tarried long in beholding thy glory, and thy wisdom, and the abundance of dainty meats wherewith thou hast regaled me. And now I would depart to my Lady. Would that I could abide with thee, even as one of the very least of thy servants, for blessed are they who hear thy voice and perform thy commands! Would that I could abide here and never leave thee! but thou must send me away to my Lady because of what hath been committed to my charge, so that I may give unto her her property. And as for myself, I am her servant." And Solomon went into his house and gave unto him whatever valuable thing he desired for the country of Ethiopia, and he sent him away in peace. And Tâmrîn bade him farewell, and went forth, and journeyed along

ይሁዳ ፡ ኢየሩሳሌም ፡ ኀበ ፡ ሰሎሞን ፡ ንጉሥ ፡ ወኵሎ ፡ ዘሰምዐ ፡ ወዘርእየ ፡ ነገራ ፡ ዘከመ ፡ ይገብር ፡ ፍትሐ ፡ ወዘከመ ፡ ይትናገር ፡ ንጽሐ ፡ ወዘከመ ፡ ይኤዝዝ ፡ ርትዐ ፡ በኵሉ ፡ ዘሐተቶ ፡ ያወሥእ ፡ በየውሀት ፡ ወአልቦ ፡ ሐሰት ፡ በኀቤሁ ፡ ወዘከመኒ ፡ ሤመ ፡ ነዳእተ ፡ ገባር ፡ እለ ፡ ይጸውሩ ፡ ዕፀ ፡ አርሶን ፡ በበ፯፻ወወቀርተ ፡ እብን ፡ ፰፻ ፡ እምነ ፡ ኵሉ ፡ ነጋድያን ፡ ወሠያጥያን ፡ ዘከመ ፡ የኀሥሥ ፡ ለኪነ ፡ ጥበብ ፡ ወምግባር ፡ ወዘከመ ፡ ይነሥእ ፡ ወይሁብ ፡ በካዕበት ፡ ወኵሉ ፡ ኪኑ ፡ ወግብሩ ፡ በጥበብ ።

his road, and came to his Lady, and delivered over to her all the possessions which he had brought. And he related unto her how he had arrived in the country of Judah [and] Jerusalem, and how he had gone into the presence of Solomon the King, and all that he had heard and seen. And he told her how Solomon administered just judgment, and how he spake with authority, and how he decided rightly in all the matters which he enquired into, and how he returned soft and gracious answers, and how there was nothing false about him, and how he appointed inspectors over the seven hundred woodmen who hauled the timber and the eight hundred masons who hewed the stone, and how he sought to learn from all the merchants and dealers concerning the cunning craft and the working thereof, and how he received information and imparted it twofold, and how all his handicraft and his works were performed with wisdom.

ወይነግራ ፡ ለለጸብሐት ፡ ኵሎ ፡ ጥበበ ፡ ሰሎሞን ፡ ከመ ፡ ይገብር ፡ ፍትሐ ፡ ወዘከመ ፡ ይገብር ፡ ርትዐ ፡ ወዘከመ ፡ ይሠርዕ ፡ ማእደ ፡ ወዘከመ ፡ ይገብር ፡ ምሳሐ ፡ ወዘከመ ፡ ይሜህር ፡ ጥበበ ፡ ወዘከመ ፡ ይኤዝዝ ፡ አግብርቲሁ ፡ ወኵሎ ፡ ሥሩዕ ፡ በምክር ፡ ወየሐውሩ ፡ በቃሉ ፡ ወአልቦ ፡ ዘይትዔገል ፡ ካልኡ ፡ ወአልቦ ፡ ዘይዔምፅ ፡ ንዋየ ፡ ቢጹ ፡ ወአልቦ ፡ ሀያዲ ፡ ወኢሰራቂ ፡ በመዋዕሊሁ ፤ እስመ ፡ በጥበብ ፡ ያአምር ፡ ለእለ ፡ ስሕቱ ፡ ወይቀሥፎሙ ፡ ወያፈርሆሙ ፡ ወኢይደግሙ ፡ እኩየ ፡ አላ ፡ በሰላም ፡ ይነብሩ ፡ ምስለ ፡ ፍርሀተ ፡ ንጉሥ ።

And each morning Tâmrîn related to the Queen [about] all the wisdom of Solomon, how he administered judgment and did what was just, and how he ordered his table, and how he made feasts, and how he taught wisdom, and how he directed his servants and all his affairs on a wise system, and how they went on their errands at his command, and how no man defrauded another, and how no man purloined the property of his neighbour, and how there was neither a thief nor a robber in his days. For in his wisdom he knew those who had done wrong, and he chastised them, and made them afraid, and they did not repeat their evil deeds, but they lived in a state of peace which had mingled therein the fear of the King.

ወዘንተ ፡ ኵሎ ፡ ይነግራ ፡ ወለለ ፡ ጸብሐት ፡ ይዜክር ፡ ዘርእየ ፡ በኀበ ፡ ንጉሥ ፡ ወይነግራ ፤ ወታስተደምም ፡ በዘ ፡ ሰምዐት ፡ እምኀበ ፡ ነጋዲ ፡ ገብራ ፡ ወትኄሊ ፡ በልባ ፡ ከመ ፡ ትሖር ፡ ኀቤሁ ፡ ወትበኪ ፡ እምብዝኀ ፡ ፍቅራ ፡ በዘ ፡ ነገራ ፡ ወታፈቅር ፡ ፈድፋደ ፡ ሐዊረ ፡

All these things did Tâmrîn relate unto the Queen, and each morning he recalled the things that he had seen with the King and described them unto her. And the Queen was struck dumb with wonder at the things that she heard from the merchant her servant, and she thought in her heart that she would go to him;

ኀቤሁ ፡ ወትኄሊ ፡ ኀሊና ፡ ሐዊረ ፡ ኀቤሁ ፡ ወታስተራሕቅ ፡ ወታስተዐጽብ ። ወካዕበ ፡ ተሐትት ፡ ወይነግራ ፡ ካዕበ ፡ ትፈቱ ፡ ወታስተአድም ፡ ሐዊረ ፡ ከመ ፡ ትስማዕ ፡ ጥበቢሁ ፡ ወትርአይ ፡ ገጾ ፡ ወተአምኆ ፡ ከያሁ ፡ ወትግነይ ፡ ለመንግሥቱ ፤ ወአጥብዐት ፡ ልባ ፡ ከመ ፡ ትሖር ፡ ኀቤሁ ፡ ወእግዚአብሔርኒ ፡ አጥብዐ ፡ ልባ ፡ ከመ ፡ ትሖር ፡ ወአፍተዋ ፨

and she wept by reason of the greatness of her pleasure in those things that Tâmrîn had told her. And she was exceedingly anxious to go to him, but when she pondered upon the long journey she thought that it was too far and too difficult to undertake. And time after time she asked Taman questions about Solomon, and time after time Tâmrîn told her about him, and she became very wishful and most desirous to go that she might hear his wisdom, and see his face, and embrace him, and petition his royalty. And her heart inclined to go to him, for God had made her heart incline to go and had made her to desire it.

፳፬ ፡ ኀበ ፡ ተደለወት ፡ ለሐዊር ።

24. HOW THE QUEEN MADE READY TO SET OUT ON HER JOURNEY

ወትቤሎሙ ፡ ስምዑ ፡ ቃልየ ፡ እሊአየ ፡ ወአፅምኡኒ ፡ ነገርየ ፤ እስመ ፡ አንሰ ፡ እፈቅድ ፡ ጥበበ ፡ ወልብየኒ ፡ ተኀሥሣ ፡ ለአእምሮ ፤ እስመ ፡ ተነደፍኩ ፡ በፍቅረ ፡ ጥበብ ፡ ወተስሕብኩ ፡ በአሕባለ ፡ አእምሮ ፤ እስመ ፡ ትኄይስ ፡ ጥበብ ፡ እመዝገበ ፡ ወርቅ ፡ ወብሩር ፤ ጥበብሰ ፡ ትኄይስ ፡ እምነ ፡ ኵሉ ፡ ዘተፈጥረ ፡ ዲበ ፡ ምድር ። በምንትኬ ፡ ያስተማስልዋ ፡ ለጥበብ ፡ በታሕተ ፡ ሰማይ ፤ ትጥዕም ፡ እምነ ፡ መዓር ፡ ወታስተፌሥሕ ፡ እምነ ፡ ወይን ፡ ወታበርህ ፡ እምነ ፡ ፀሐይ ፡ ወትትፈቀር ፡ እምነ ፡ ዕንቍ ፡ ክቡር ፡ ወታጠልል ፡ እምነ ፡ ቅብእ ፡ ወታጸግብ ፡ እምነ ፡ መባልዕት ፡ ጥዑማት ፡ ወታከብር ፡ እምነ ፡ አእላፍ ፡ ወርቅ ፡ ወብሩር ፤ መስተፈሥሒት ፡ ለልብ ፡ ወመብርሂት ፡ ለአዕይንት ፡ ወከዋው ፡ ለእግር ፡ ወድርዕ ፡ ለእንግድአ ፡ ወጌራ ፡ ለርእስ ፡ ወብዝጋና ፡ ለክሳድ ፡ ወመቀነቲ ፡ ለሐቌያት ፡ ወመስምዒ ፡ ለአእዛን ፡ ወመጥበቢ ፡ ለአልባብ ፡ ወትምህርት ፡ ለማእምራን ፡ ወመናዘዚ ፡ ለልቡባን ፡ ወወሃቤ ፡ ክብር ፡ ለኀሣሥያን ። ወመንግሥትኒ ፡ ኢይቀውም ፡ ዘእንበለ ፡ ጥበብ ፡

And the Queen said unto them, "Hearken, O ye who are my people, and give ye ear to my words. For I desire wisdom and my heart seeketh to find understanding. I am smitten with the love of wisdom, and I am constrained by the cords of understanding; for wisdom is far better than treasure of gold and silver, and wisdom is the best of everything that hath been created on the earth. Now unto what under the heavens shall wisdom be compared? It is sweeter than honey, and it maketh one to rejoice more than wine, and it illumineth more than the sun, and it is to be loved more than precious stones. And it fatteneth more than oil, and it satisfieth more than dainty meats, and it giveth [a man] more renown than thousands of gold and silver. It is a source of joy for the heart, and a bright and shining light for the eyes, and a giver of speed to the feet, and a shield for the breast, and a helmet for the head, and chain-work for the neck, and a belt for the loins. It maketh the ears to hear and hearts to understand, it is a teacher of those who are learned, and it is a consoler of those who are discreet and prudent, and it giveth fame to

ወብዕልኒ ፡ ኢይትዐቀብ ፡ ዘእንበለ ፡ ጥበብ ፡ ወእግርኒ ፡ ኢይጸንዕ ፡ ኀበ ፡ ኬደ ፡ ዘእንበለ ፡ ጥበብ ፡ ወልሳንኒ ፡ ኢይትፈቀር ፡ ዘተናገረ ፡ ዘእንበለ ፡ ጥበብ ። ጥበብሰ ፡ ትኄይስ ፡ እምነ ፡ ኵሉ ፡ መዛግብት ፤ ዘዘገበ ፡ ወርቀ ፡ ወብሩረ ፡ ኢይበቍዕ ፡ ዘእንበለ ፡ ጥበብ ፤ ወዘዘገበ ፡ ጥበበ ፡ አልቦ ፡ ዘየሀይዶ ፡ እምነ ፡ ልቡ ፤ ወዘዘገቡ ፡ አብዳን ፡ ይበልዕዎ ፡ ጠቢባን ፡ ወበእንተ ፡ እከዮሙ ፡ ለዐማፅያን ፡ ይትዌደሱ ፡ ጻድቃን ፡ ወበእንተ ፡ ስሕተቶሙ ፡ ለአብዳን ፡ ይትፈቀሩ ፡ ጠቢባን ። ጥበብሰ ፡ ልዕልት ፡ ይእቲ ፡ ወብዕልት ፡ አነ፡ ኣፈቅራ ፡ ከመ ፡ እም ፡ ወይእቲ ፡ ተሐቅፈኒ ፡ ከመ ፡ ሕፃና ፡ አነ ፡ እተሉ ፡ አሠራ ፡ ለጥበብ ፡ ወይእቲ ፡ ተዐቅበኒ ፡ እስከ ፡ ለዓለም ፡ አነ ፡ አኀሥሣ ፡ ለጥበብ ፡ ወይእቲ ፡ ትከውነኒ ፡ ለዝሉፉ ፡ እተሉ ፡ አሠራ ፡ ወኢይትገደፍ ፡ እምኔሃ ፡ ኣሰምክ ፡ ባቲ ፡ ወትከውነኒ ፡ ጥቅመ ፡ አድማስ ፡ እጸወን ፡ ባቲ ፡ ወትከውነኒ ፡ ኀይለ ፡ ወጽንዐ ፡ እትፌሣሕ ፡ ባቲ ፡ ወትከውነኒ ፡ ሞገሰ ፡ ብዙኀ ። እስመ ፡ ርቱዕ ፡ ንትሉ ፡ አሠራ ፡ ለጥበብ ፡ ወይልካእ ፡ ሰኰናነ ፡ ውስተ ፡ መድረከ ፡ ኆኃቲሃ ፡ ለጥበብ ፤ ንኅሥሣ ፡ ወንረክባ ፡ ናፍቅራ ፡ ወኢትርሕቅ ፡ እምኔነ ፡ ንዴግና ፡ ወንረክባ ፡ ንስአላ ፡ ወንነሥእ ፤ ንሚጥ ፡ ልበነ ፡ ኀቤሃ ፡ ከመ ፡ ኢንርስዓ ፡ በኵሉ ፡ ጊዜ ፡ እስመ ፡ ለእመ ፡ ዘከርዋ ፡ ትዜክር ፡ ለሊሃ ፡ ወበኀበ ፡ አብዳንሰ ፡ ኢትዘክር ፡ ጥበበ ፡ እስመ ፡ ኢያከብርዋ ፡ ወኢታፈቅሮሙ ። ወክብራሰ ፡ ለጥበብ ፡ አክብሮ ፡ ጠቢብ ፡ ወፍቅራኒ ፡ ለጥበብ ፡ አፍቅሮቱ ፡ ለጠቢብ ፤ አፍቅሮ ፡ ለጠቢብ ፡ ወኢትርሐቅ ፡ እምኔሁ ፡ ወበራእየ ፡ ዚአሁ ፡ ትከውን ፡ ጠቢብ ፤ ስማዕ ፡ መክሥተ ፡ አፉሁ ፡ ከመ ፡ ትኩን ፡ ከማሁ ፡ ወርኢ ፡ መከይደ ፡ እገሪሁ ፡ ከመ ፡ ታንብር ፡ ኀበ ፡ ኬደ ፡ ውእቱ ፡ ወኢትሰስል ፡ እምኔሁ ፡ ከመ ፡ ትንሣእ ፡ ተረፋተ ፡ ጥበቡ ። ወአንሰ ፡ በሰሚዕኒ ፡ አፍቀርክዎ ፡ ዘእንበለ ፡ እርአዮ ፤

those who seek after it. And as for a kingdom, it cannot stand without wisdom, and riches cannot be preserved without wisdom; the foot cannot keep the place wherein it hath set itself without wisdom. And without wisdom that which the tongue speaketh is not acceptable. Wisdom is the best of all treasures. He who heapeth up gold and silver doeth so to no profit without wisdom, but he who heapeth up wisdom—no man can filch it from his heart. That which fools heap up the wise consume. And because of the wickedness of those who do evil the righteous are praised; and because of the wicked acts of fools the wise are beloved. Wisdom is an exalted thing and a rich thing: I will love her like a mother, and she shall embrace me like her child. I will follow the footprints of wisdom and she shall protect me for ever; I will seek after wisdom, and she shall be with me for ever; I will follow her footprints, and she shall not cast me away; I will lean upon her, and she shall be unto me a wall of adamant; I will seek asylum with her, and she shall be unto me power and strength; I will rejoice in her, and she shall be unto me abundant grace. For it is right for us to follow the footprints of wisdom, and for the soles of our feet to stand upon the threshold of the gates of wisdom. Let us seek her, and we shall find her; let us love her, and she will not withdraw herself from us; let us pursue her, and we shall overtake her; let us ask, and we shall receive; and let us turn our hearts to her so that we may never forget her. If [we] remember her, she will have us in remembrance; and in connection with fools thou shalt not remember wisdom, for they do not hold her in honour, and she doth not love them. The honouring of wisdom is the honouring of the wise man, and the loving of wisdom is the loving of the wise man. Love the wise man and withdraw not thyself from him, and by the sight of him thou shalt become wise; hearken to the utterance of his mouth, so that thou mayest become like unto

እስመ ፡ ኵሉ ፡ ዜና ፡ ነገሩ ፡ በኀቤየ ፡ ኮነ ፡ ፍትወ ፡ ለልብየ ፡ ከመ ፡ ማይ ፡ ለጽሙእ ፨

him; watch the place whereon he hath set his foot, and leave him not, so that thou mayest receive the remainder of his wisdom. And I love him merely on hearing concerning him and without seeing him, and the whole story of him that hath been told me is to me as the desire of my heart, and like water to the thirsty man."

አውሥኡ ፡ ወይቤልዋ ፡ መኳንንቲሃ ፡ ወአግብርቲሃ ፡ ወአእማቲሃ ፡ ወመማክርቲሃ ፡ እግዝእትነ ፡ ጥበብሰ ፡ ኢተኀጥአ ፡ እምኔኪ ፡ ወበጥበብኪ ፡ ዘታፈቅሪ ፡ ጥበበ ፤ ወንሕነሰ ፡ እመኒ ፡ ሖርኪ ፡ ነሐውር ፡ ምስሌኪ ፡ ወእመኒ ፡ ነበርኪ ፡ ንነብር ፡ ምስሌኪ ፡ ወትኩን ፡ ሞትነ ፡ ምስለ ፡ ሞትኪ ፡ ወሕይወትነ ፡ ምስለ ፡ ሕይወትኪ ፨ ወእምዝ ፡ ተደለወት ፡ ለሐዊር ፡ በብዙኀ ፡ ክብር ፡ ወግርማ ፡ በዐቢይ ፡ ሥንቅ ፡ ወተድላ ፤ እስመ ፡ ፈተወ ፡ ልባ ፡ በፈቃደ ፡ እግዚአብሔር ፡ ከመ ፡ ትሖር ፡ ኢየሩሳሌም ፡ ከመ ፡ ትስማዕ ፡ ጥበቢሁ ፡ ለሰሎሞን ፤ እስመ ፡ ሰምዐት ፡ ወጽህቀት ። ተደለወት ፡ ለሐዊር ፤ ወተጽዕነ ፡ ራኩብ ፡ ፯፻ወ፺፯ ፡ ወ፺ ፡ ወበቅልሰ ፡ ወአድግ ፡ ዘአልቦ ፡ ኍልቈ ፡ ተጽዕነ ፤ ወሖረት ፡ ወአርትዐት ፡ ፍኖታ ፡ እንዘ ፡ ይትዌከል ፡ ልባ ፡ በእግዚአብሔር ፨ ፨ ፨

And her nobles, and her slaves, and her handmaidens, and her counsellors answered and said unto her, "O our Lady, as for wisdom, it is not lacking in thee, and it is because of thy wisdom that thou lowest wisdom. And as for us, if thou goest we will go with thee, and if thou sittest down we will sit down with thee; our death shall be with thy death, and our life with thy life." Then the Queen made ready to set out on her journey with great pomp and majesty, and with great equipment and many preparations. For, by the Will of God, her heart desired to go to Jerusalem so that she might hear the wisdom of Solomon; for she had hearkened eagerly. So she made ready to set out. And seven hundred and ninety-seven camels were loaded, and mules and asses innumerable were loaded, and she set out on her journey and followed her road without pause, and her heart had confidence in God.

፳፭ ፡ ዘከመ ፡ በጽሐት ፡ ኀበ ፡ ሰሎሞን ፡ ንጉሥ ።

25. HOW THE QUEEN CAME TO SOLOMON THE KING

ወበጽሐት ፡ ኢየሩሳሌም ፡ ወአብአት ፡ አምኃ ፡ ለንጉሥ ፡ ብዙኀ ፡ ክቡረ ፡ ዘይትፈቀድ ፡ ሎቱ ፤ ወውእቱኒ ፡ አክበራ ፡ ወተፈሥሐ ፡ ወወሀባ ፡ ማኅደረ ፡ በታዕካ ፡ መንግሥት ፡ ዘቅሩብ ፡ ኀቤሁ ። ወይፌኑ ፡ ላቲ ፡ ድራረ ፡ ወምሳሐ ፡ ለለ ፡ አሐቲ ፡ ጊዜ ፡ ፲ወ፭ ፡ በመስፈርተ ፡ ቆሪ ፡ ስንዳሌ ፡ ስሉቀ ፡ ብሱለ ፡ ምስለ ፡ ቅብእ ፡ ወመጣብቅ ፡ ብዙኀ ፡ ወ፴ ፡

And she arrived in Jerusalem, and brought to the King very many precious gifts which he desired to possess greatly. And he paid her great honour and rejoiced, and he gave her a habitation in the royal palace near him. And he sent her food both for the morning and evening meal, each time fifteen measures by the *ḳôrî* of finely ground white meal, cooked with oil and gravy and sauce in abundance,

በመስፈርተ ፡ ቆሪ ፡ ስንዳሌ ፡ ልቱመ ፤ በዘ ፡ ተገብረ ፡ ኅብስተ ፡ ፫፻ወ፶ ፡ ምስለ ፡ ጠቢቁ ፡ በዘባድው ፤ ወ፲ ፡ መግዝአ ፡ ላህም ፡ ወ፭ ፡ አስዋር ፡ ወ፶ ፡ አባግዕ ፡ ዘእንበለ ፡ ወይጠል ፡ ወሀየል ፡ ወቶራ ፡ ወመግዝአ ፡ ዶርሆ ፡ ወጸሕበ ፡ ወይን ፡ ፷ ፡ መሳፍረ ፡ ግረት ፡ ወከራሚ ፡ ፴ ፡ ወእምነ ፡ መዛርያን ፡ ወመዛርያት ፡ በበ ፡ ፳ወ፭ ፡ ወጸቃውዐ ፡ ወመዓንጠ ፡ ወእምነ ፡ ሲሳዩ ፡ ዘይበልዕ ፡ ወእምነ ፡ ስታይ ፡ ዘይሰቲ ። ወለለ ፡ ዕለት ፡ ያለብስ ፡ በበ ፡ ፲ወ፩ ፡ ዘየሀይድ ፡ አዕይንተ ፤ ወየሐውር ፡ ኀቤሃ ፡ ወይትናዘዝ ፡ ወይእቲኒ ፡ ተሐውር ፡ ኀቤሁወትትናዘዝ ፡ ወትሬኢ ፡ ጥበቦ ፡ ወፍትሖ ፡ ወክብሮ ፡ ወሞገሶ ፡ ወጣዕመ ፡ ነገሩ ፤ ወታነክር ፡ በልባ ፡ ወታስተአድም ፡ በኅሊናሃ ፡ ወትጤይቅ ፡ በአእምሮ ፡ ወታስተሓይጽ ፡ በአዕይንቲሃ ፡ ዘከመ ፡ መፍትው ፡ ወታስተዐጽብ ፡ ፈድፋደ ፡ በእንተ ፡ ዘርእየት ፡ ወሰምዐት ፡ በኀቤሁ ፤ ከመ ፡ ፍጹም ፡ በስንአ ፡ ወጠቢብ ፡ በኅሊና ፡ ወፍሡሕ ፡ በጸጋ ፡ ወላሕይ ፡ በግርማ ፡ ወቃሉኒ ፡ በጥይቅና ፡ ወከናፍሪሁኒ ፡ በሥእሥእና ፡ ወትእዛዙኒ ፡ በግርማ ፡ ወዘበሰላም ፡ ምስለ ፡ ፍርሀተ ፡ እግዚአብሔር ፡ አውሥአቶ ። ወዘንተ ፡ ኵሎ ፡ ትሬኢ ፡ ወታስተዐጽብ ፡ እምብዝኀ ፡ ጥበቡ ፡ ወአልቦ ፡ ወኢምንትኒ ፡ ንቱገ ፡ እምቃሉ ፡ ወእምነገሩ ፡ አላ ፡ ፍጹም ፡ ኵሉ ፡ ዘተናገረ ፨

and thirty measures by the *ḳôrî* of crushed white meal wherefrom bread for three hundred and fifty people was made, with the necessary platters and trays, and ten stalled oxen, and five bulls, and fifty sheep, without (counting) the kids, and deer, and gazelles and fatted fowls, and a vessel of wine containing sixty *gerrât* measures, and thirty measures of old wine, and twenty-five singing men and twenty-five singing women, and the finest honey and rich sweets, and some of the food which he himself ate, and some of the wine whereof he drank. And every day he arrayed her in eleven garments which bewitched the eyes. And he visited her and was gratified, and she visited him and was gratified, and she saw his wisdom, and his just judgments and his splendour, and his grace, and heard the eloquence of his speech. And she marvelled in her heart, and was utterly astonished in her mind, and she recognized in her understanding, and perceived very clearly with her eyes how admirable he was; and she wondered exceedingly because of what she saw and heard with him—how perfect he was in composure, and wise in understanding, and pleasant in graciousness, and commanding in stature. And she observed the subtlety of his voice, and the discreet utterances of his lips, and that he gave his commands with dignity, and that his replies were made quietly and with the fear of God. All these things she saw, and she was astonished at the abundance of his wisdom, and there was nothing whatsoever wanting in his word and speech, but everything that he spake was perfect.

ወይትጌበር ፡ ለሕንጻ ፡ ቤተ ፡ እግዚአብሔር ፡ ወይትነሣእ ፡ ወየሐውር ፡ ይምነ ፡ ወፀገመ ፡ ቅድመ ፡ ወድኅረ ፡ ወያርእዮሙ ፡ መሳፍረ ፡ ወመዳልወ ፡ ወመሳውረ ፤ ወለኬነተ ፡ ነሀብትኒ ፡ ይነግሮሙ ፡ መሳፍለ ፡ ወመዋቅረ ፡ ወመጓንጽት ፡ ወለወቀርተ ፡ እብንኒ ፡ ያርእዮሙ ፡ መአዝነ ፡ ወመንኰራኵረ ፡ ወመሳፍሐ ። ወኵሉ ፡

And Solomon was working at the building of the House of God, and he rose up and went to the right and to the left, and forward and backward. And he showed the workmen the measurement and weight and the space covered [by the materials], and he told the workers in metal how to use the hammer, and the drill, and the chisel (?), and he showed the stone-masons the angle [measure] and the

ይትገበር ፡ በቃሉ ፡ ወአልቦ ፡ ዘይትዐደው ፡ እምቃሉ ፤ እስመ ፡ ከመ ፡ ማኅቶት ፡ በውስተ ፡ ጽልመት ፡ ብርሃነ ፡ ልቡ ፡ ወከመ ፡ ኆጻ ፡ ብዝኀ ፡ ጥበቡ ፡ አልቦ ፡ ዘይሰወሮ ፡ እምቃለ ፡ አራዊት ፡ ወአዕዋፍ ፡ ወለአጋንንትኒ ፡ ቀነዮሙ ፡ በጥበቡ ። ወኵሎ ፡ ይገብር ፡ በኪን ፡ ዘወሀቦ ፡ እግዚአብሔር ፡ ሶበ ፡ ሰአለ ፡ ኀቤሁ ፤ እስመ ፡ ኢሰአለ ፡ መዊአ ፡ ፀሩ ፡ ወኢሰአለ ፡ ብዕለ ፡ ወክብረ ፡ አላ ፡ ሰአለ ፡ ጥበበ ፡ ወአእምሮ ፡ ከመ ፡ የሀቦ ፡ በዘ ፡ ይኴንን ፡ ሕዝቦ ፡ ወበዘ ፡ የሐንጽ ፡ ቤቶ ፡ ወበዘ ፡ ያሤኒ ፡ ተግባሮ ፡ ለእግዚአብሔር ፡ በኵሉ ፡ ዘወሀቦ ፡ ጥበበ ፡ ወአእምሮ ። ።

circle and the surface [measure]. And everything was wrought by his order, and there was none who set himself in opposition to his word; for the light of his heart was like a lamp in the darkness, and his wisdom was as abundant as the sand. And of the speech of the beasts and the birds there was nothing hidden from him, and he forced the devils to obey him by his wisdom. And he did everything by means of the skill which God gave him when he made supplication to Him; for he did not ask for victory over his enemy, and he did not ask for riches and fame, but he asked God to give him wisdom and understanding whereby he might rule his people, and build His House, and beautify the work of God and all that He had given him [in] wisdom and understanding.

፳፮ ፡ ኀበ ፡ ተናገረ ፡ ንጉሥ ፡ ምስለ ፡ ንግሥት ።

26. HOW THE KING HELD CONVERSE WITH THE QUEEN

ወትቤ ፡ ንግሥት ፡ ማክዳ ፡ ለንጉሥ ፡ ሰሎሞን ፡ ብፁዕ ፡ አንተ ፡ እግዚእየ ፡ ዘከመዝ ፡ ለከ ፡ ተውህበ ፡ ጥበብ ፡ ወአእምሮ ፤ አንሰ ፡ እምፈተውኩ ፡ እኩን ፡ ከመ ፡ አሐቲ ፡ እንተ ፡ ትንእስ ፡ እምአእማቲከ ፡ ከመ ፡ እኅፅብ ፡ እገሪከ ፡ ወእስማዕ ፡ ጥበበከ ፡ ወእለቡ ፡ አእምሮተከ ፡ ወእግነይ ፡ ለመንግሥትከ ፡ ወእትሐሠይ ፡ በጥበብከ ። ሚመጠነ ፡ አደመኒ ፡ አውሥአትከ ፡ ወጣዕመ ፡ ቃልከ ፡ ወሠናየ ፡ ሑረትከ ፡ ወአዳም ፡ ንባብከ ፡ ወሣእሣአ ፡ ጣዕመ ፡ ቃልከ ፡ ወያስተፈሥሕ ፡ ልበ ፡ ወያጠልል ፡ አዕፅምተ ፡ ወይሜግብ ፡ አልባበ ፡ ወያጠአጥእ ፡ ወያሞግስ ፡ ከናፍረ ፡ ወያጸንዕ ፡ መከይደ ። ወእሬእየከ ፡ ከመ ፡ ጥበብከ ፡ ዘእንበለ ፡ መስፈርት ፡ ወልቡናከ ፡ ዘእንበለ ፡ ሕጸት ፡ ከመ ፡ ማኅቶት ፡ በውስተ ፡ ጽልመት ፡ ወከመ ፡ ሮማን ፡ በውስተ ፡ ገነት ፡ ወከመ ፡ ባሕርይ ፡ በውስተ ፡ በሕር ፡ ወከመ ፡ ኮከበ ፡ ጽባሕ ፡ በውስተ ፡ ከዋክብት ፡ ወከመ ፡ ብርሃነ ፡

And the Queen Mâkĕdâ spake unto King Solomon, saying, "Blessed art thou, my lord, in that such wisdom and understanding have been given unto thee. For myself I only wish that I could be as one of the least of thine handmaidens, so that I could wash thy feet, and hearken to thy wisdom, and apprehend thy understanding, and serve thy majesty, and enjoy thy wisdom. O how greatly have pleased me thy answering, and the sweetness of thy voice, and the beauty of thy going, and the graciousness of thy words, and the readiness thereof. The sweetness of thy voice maketh the heart to rejoice, and maketh the bones fat, and giveth courage to hearts, and goodwill and grace to the lips, and strength to the gait. I look upon thee and I see that thy wisdom is immeasureable and thine understanding inexhaustible, and that it is like unto a lamp in the darkness, and like unto a pomegranate in the garden, and like unto a pearl in the sea, and like unto the Morning Star among the stars,

ወርኅ ፡ በውስት ፡ ጊሜ ፡ ወከመ ፡ ጎሐ ፡ ጽባሕ ፡ ወሠርቀ ፡ ፀሐይ ፡ በውስተ ፡ ሰማይ ። ወአንሰ ፡ ኣአኵቶ ፡ ለዘ ፡ አብጽሐኒ ፡ ወአርአየኒ ፡ ኪያከ ፡ ወዘአኬደኒ ፡ ውስተ ፡ መድረከ ፡ ኆኃቲከ ፡ ወአስምዐኒ ፡ ቃለከ ፨ አውሥአ ፡ ንጉሥ ፡ ሰሎሞን ፡ ወይቤላ ፡ ጥበብሰ ፡ ወልቡና ፡ እምኔኪ ፡ ሠረጸት ፤ ሊተሰ ፡ በዘ ፡ ወሀበኒ ፡ አምላከ ፡ እስራኤል ፡ ዘሰአልኩ ፡ ወኀሠሥኩ ፡ በኀቤሁ ፡ ወአንቲሰ ፡ እንዘ ፡ ኢ.ታአምሪ ፡ አምላከ ፡ እስራኤል ፡ ዘንተ ፡ ጥበበ ፡ ዘአሥረጽኪ ፡ እምልብኪ ፡ ከመ ፡ ትርአዩ ፡ ኪያየ ፡ ትሑተ ፡ ገብሩ ፡ ለአምላኪየ ፡ ወቀዋሚሃ ፡ ለደብተራሁ ፡ ዘእቀውም ፡ ወእትለአክ ፡ ወኣንሶሱ ፡ ለእግዝእትየ ፡ ታቦተ ፡ ሕጉ ፡ ለአምላከ ፡ እስራኤል ፡ ጽዮን ፡ ቅድስት ፡ ሰማያዊት ። አንሰ ፡ ገብሩ ፡ ለአምላኪየ ፡ ወኢኮንኩ ፡ አግዓዜ ፡ ወኢኮንኩ ፡ ዘእትለአክ ፡ በፈቃድየ ፡ አላ ፡ በፈቃዱ ፤ ወአኮ ፡ ዘንተ ፡ ቃለ ፡ እምኀቤየ ፡ አላ ፡ ውእቱ ፡ ዘአንበበኒ ፡ እነብብ ፤ ውእቱ ፡ ዘአዘዘኒ ፡ እገብር ፤ ውእቱ ፡ ዘሠርሐኒ ፡ ኣሐውር ፤ ውእቱ ፡ ዘመሀረኒ ፡ እትናገር ፤ ውእቱ ፡ ዘአጥበበኒ ፡ እሌቡ ፤ እስመ ፡ እንዘ ፡ መሬት ፡ አነ ፡ ሥጋ ፡ ረሰየኒ ፡ ወእንዘ ፡ ማይ ፡ አነ ፡ ሰብአ ፡ ርጉዐ ፡ ረሰየኒ ፡ ወእንዘ ፡ ነጠብጣብ ፡ ንስቲት ፡ ምራቅ ፡ እንተ ፡ ትተፋእ ፡ ዲበ ፡ ምድር ፡ ወትየብስ ፡ መልዕልተ ፡ ምድር ፡ በአርአያሁ ፡ ለሐኰኒ ፡ ወበአምሳሊሁ ፡ ገብረኒ ፨ ፨ ፨

and like unto the light of the moon in the mist, and like unto a glorious dawn and sunrise in the heavens. And I give thanks unto Him that brought me hither and showed thee to me, and made me to tread upon the threshold of thy gate, and made me to hear thy voice."
And King Solomon answered and said unto her, "Wisdom and understanding spring from thee thyself. As for me, [I only possess them] in the measure in which the God of Israel hath given [them] to me because I asked and entreated them from Him. And thou, although thou dost not know the God of Israel, hast this wisdom which thou hast made to grow in thine heart, and [it hath made thee come] to see me, the vassal and slave of my God, and the building of His sanctuary which I am establishing, and wherein I serve and move round about my Lady, the Tabernacle of the Law of the God of Israel, the holy and heavenly Zion. Now, I am the slave of my God, and I am not a free man; I do not serve according to my own will but according to His Will. And this speech of mine springeth not from myself, but I give utterance only to what He maketh me to utter. Whatsoever He commandeth me that I do; wheresoever He wisheth me to go thither I go; whatsoever He teacheth me that I speak; that concerning which He giveth me wisdom I understand. For from being only dust He hath made me flesh, and from being only water He hath made me a solid man, and from being only an ejected drop, which shot forth upon the ground would have dried up on the surface of the earth, He hath fashioned me in His own likeness and hath made me in His own image."

፳፯ ፡ በእንተ ፡ ገባራዊ ።

27. CONCERNING THE LABOURER

ወእንዘ ፡ ዘንተ ፡ ይትናገራ ፡ ለንግሥት ፡ ርእዮ ፡ ለ፩ ፡ ገባር ፡ እንዘ ፡ ይጸውር ፡ እብነ ፡ ዲበ ፡

And as Solomon was talking in this wise with the Queen, he saw a certain labourer carrying

ርእሱ ፡ ወሳእረ ፡ ማይ ፡ ዲበ ፡ ክሳዱ ፡ ወስንቁ ፡ ወአሣእኒሁ ፡ ውስተ ፡ ሐቌሁ ፡ ወለዕፀውኒ ፡ ደመሮን ፡ ውስተ ፡ እደዊሁ ፡ ወብሉያት ፡ ወሥጡጣት ፡ አልባሲሁ ፡ ወሃፉ ፡ ያንጠበጥብ ፡ እምነ ፡ ገጹ ፡ ወማየ ፡ ሳእርኒ ፡ ይውኅዝ ፡ ውስተ ፡ ሰኰናሁ ። ወኀለፈ ፡ እንተ ፡ ቅድሜሁ ። ወእንዘ ፡ የሐውር ፡ ይቤሎ ፡ ቁም ፡ ወቆመ ፤ ወተመይጠ ፡ ኀበ ፡ ንግሥት ፡ ወይቤላ ፡ ርእዪ ፡ ዘንተ ፡ ምንት ፡ ፍድፍድናየ ፡ እምነ ፡ ዝንቱ ፡ ወምንት ፡ ኀይስናየ ፡ እምነዝ ፡ ወምንት ፡ ክብርየ ፡ እምነ ፡ ከመዝ ፤ እስመ ፡ አነሂ ፡ ሰብእ ፡ ወሐመድ ፡ ዘጌሠመ ፡ እከውን ፡ ዕፄ ፡ ወጺአት ፡ ወይእዜ ፡ እንከ ፡ አስተርኢ ፡ ከመ ፡ ዘኢይመውት ፡ ለዓለም ። መኑ ፡ እምአግአዞ ፡ ለእግዚአብሔር ፡ እመ ፡ ወሀቦ ፡ ለዝንቱ ፡ ከማየ ፡ ወሊተኒ ፡ ሶበ ፡ አገበረኒ ፡ ከማሁ ፤ አኮኑ ፡ ክልኤነ ፡ ሰንቡእ ፤ ሰብእ ፡ ብሂል ፤ ወከመ ፡ ሞተዝ ፡ ሞትየ ፡ ወከመ ፡ ሕይወተዝ ፡ ሕይወትየ ፡ ወዝንቱ ፡ ይጸንዕ ፡ በግብር ፡ እምኔየ ፡ እስመ ፡ ይሁቦሙ ፡ ኀይለ ፡ ለድኩማን ፡ በከመ ፡ ፈቀደ ፡ ለሊሁ ፤ ወይቤሎ ፡ ሖር ፡ ኀበ ፡ ግብርከ ፨

a stone upon his head and a skin of water upon his neck and shoulders, and his food and his sandals were [tied] about his loins, and there were pieces of wood in his hands; his garments were ragged and tattered, the sweat fell in drops from his face, and water from the skin of water dripped down upon his feet. And the labourer passed before Solomon, and as he was going by the King said unto him, "Stand still"; and the labourer stood still. And the King turned to the Queen and said unto her, "Look at this man. Wherein am I superior to this man? And in what am I better than this man? And wherein shall I glory over this man? For I am a man and dust and ashes, who to-morrow will become worms and corruption, and yet at this moment I appear like one who will never die. Who would make any complaint against God if He were to give unto this man as He hath given to me, and if He were to make me even as this man is? Are we not both of us beings, that is to say men? As is his death, [so] is my death; and as is his life [so] is my life. Yet this man is stronger to work than I am, for God giveth power to those who are feeble just as it pleaseth Him to do so." And Solomon said unto the labourer, "Get thee to thy work."

ወካዕበ ፡ ይቤላ ፡ ለንግሥት ፡ ምንት ፡ በቍዔትነ ፡ ለእጓለ ፡ እመሕያው ፡ ለእመ ፡ ኢገበርነ ፡ ንስሐ ፡ ወምሕረተ ፡ በዲበ ፡ ምድር ፤ አኮኑ ፡ ኵልነ ፡ ከንቱ ፡ ሣዕረ ፡ ገዳም ፡ ዘበጊዜሃ ፡ ይየብስ ፡ ወያውዕዮ ፡ እሳት ፤ በዲበ ፡ ምድር ፡ ንትረሰይ ፡ በመባልዕት ፡ ጥዑማት ፡ ወበአልባስ ፡ ክቡራት ፤ እንዘ ፡ ሕያዋን ፡ ጽዩአን ፤ ወንትረሰይ ፡ በመዐዛት ፡ ወበዕፍረታት ፤ እንዘ ፡ ሕያዋን ፡ ምዉታን ፡ በኀጢአት ፡ ወበአበሳት ፤ እንዘ ፡ ጠቢባን ፡ ኮነ ፡ አብዳነ ፡ በኢሰሚዕ ፡ ወበዕልወታት ፤ እንዘ ፡ ክቡራን ፡ ኮነ ፡ ኅሱራነ ፡ በተጠይሮ ፡ ወበሰጊድ ፡ ለጣዖት ። ሰብእሰ ፡ ክቡር ፡ ዘተፈጥረ ፡ በአምሳለ ፡ እግዚአብሔር ፡

And he spake further unto the Queen, saying, "What is the use of us, the children of men, if we do not exercise kindness and love upon earth? Are we not all nothingness, mere grass of the field, which withereth in its season and is burnt in the fire? On the earth we provide ourselves with dainty meats, and [we wear] costly apparel, but even whilst we are alive we are stinking corruption; we provide ourselves with sweet scents and delicate unguents, but even whilst we are alive we are dead in sin and in transgressions; being wise, we become fools through disobedience and deeds of iniquity; being held in honour, we become contemptible through magic, and sorcery, and the worship of idols. Now the man who is a being of honour, who was created in the image of God,

ወለእመኒ ፡ ገብረ ፡ ሠናየ ፡ ይከውን ፡ ከመ ፡ እግዚአብሔር ፤ ሰብእሰ ፡ ከንቱ ፡ ወለእመኒ ፡ ገብረ ፡ ኀጢአተ ፡ ይከውን ፡ ከመ ፡ ዲያብሎስ ፤ ዲያብሎስሰ ፡ ዕቡይ ፡ ዘአበየ ፡ ተአዝዞ ፡ ለፈጣሪሁ ፡ ወኵሎሙ ፡ ዕቡያን ፡ እምሰብእ ፡ የሐውሩ ፡ በፍኖቱ ፡ ወይትኴነኑ ፡ ምስሌሁ ፤ ወእግዚአብሔር ፡ ያፈቅሮሙ ፡ ለትሑታን ፡ ወእለ ፡ ይገብሩ ፡ ትሕትና ፡ የሐውሩ ፡ በፍኖቱ ፡ ወይትፌሥሑ ፡ በውስተ ፡ መንግሥቱ ፤ ወብፁዕሰ ፡ ዘአእመረ ፡ ጥበበ ፡ ዝውእቱ ፡ ንስሐ ፡ ወፈሪሀ ፡ እግዚአብሔር ※

ወዘንተ ፡ ሰሚዓ ፡ ንግሥት ፡ ትቤ ፡ ምንተ ፡ ሠነየኒ ፡ ቃልከ ፡ ወእፎ ፡ ሐወዘኒ ፡ ነገርከ ፡ ወመክሥተ ፡ አፉከ ። ንግረኒኬ ፡ ለዘ ፡ ይረትዕ ፡ ለዘ ፡ እሰግድ ፡ ሎቱ ፤ ወንሕነሰ ፡ ንሰግድ ፡ ለፀሐይ ፡ በከመ ፡ መሀሩነ ፡ አበዊነ ፡ እስመ ፡ ንብል ፡ ውእቱ ፡ ፀሐይ ፡ ንጉሦሙ ፡ ለአማልክት ፤ ወባዕዳንሂ ፡ እለ ፡ እምታሕቴነ ፡ ቦእለ ፡ ይሰግዱ ፡ ለአእባን ፡ ወቦ ፡ እለ ፡ ይሰግዱ ፡ ለአዕዋም ፡ ወቦእለ ፡ ይሰግዱ ፡ ለግልፈዋት ፡ ወቦ ፡ እለ ፡ ይሰግዱ ፡ ለአምሳለ ፡ ወርቅ ፡ ወብሩር ፤ ወንሕነሰ ፡ ንሰግድ ፡ ለፀሐይ ፡ እስመ ፡ ውእቱ ፡ ያበስል ፡ ሲሳየ ፡ ወካዕበ ፡ ውእቱ ፡ ያበርህ ፡ ጽልመተ ፡ ወያአትት ፡ ፍርሀተ ፤ ንብሎ ፡ ንጉሥነ ፡ ወንብሎ ፡ ፈጣሪነ ፡ ወንሰግድ ፡ ሎቱ ፡ ከመ ፡ አምላክነ ፤ እስመ ፡ አልቦ ፡ ዘነገረነ ፡ ባዕደ ፡ አምላከ ፡ ዘእንበሌሁ ። ወባሕቱ ፡ ሰማዕነ ፡ ከመ ፡ ብክሙአ ፡ ለእስራኤል ፡ ካልአ ፡ አምላከ ፡ ዘኢናአምሮ ፡ ንሕነ ፡ ወዜነዉነ ፡ ከመ ፡ አውረደ ፡ ለክሙ ፡ ታቦት ፡ እምሰማያት ፡ ወወሀበክሙ ፡ ጽላተ ፡ ሥርዐተ ፡ መላእክት ፡ በእደ ፡ ሙሴ ፡ ነቢዩ ፡ ሰማዕነ ፡ ዘንተ ፡ ፤ ወይወርድ ፡ አ ፡ ኀቤክሙ ፡ ለሊሁ ፡ ወይትናገረክሙ ፡ ወይኤምረክሙ ፡ ፍትሖ ፡ ወትእዛዞ ※ ※ ※

if he doeth that which is good becometh like God; but the man who is a thing of nothingness, if he committeth sin becometh like unto the Devil—the arrogant Devil who refused to obey the command of his Creator—and all the arrogant among men walk in his way, and they shall be judged with him. And God loveth the lowly-minded, and those who practise humility walk in His way, and they shall rejoice in His kingdom. Blessed is the man who knoweth wisdom, that is to say, compassion and the fear of God."

And when the Queen heard this she said, "How thy voice doth please me! And how greatly do thy words and the utterance of thy mouth delight me! Tell me now: whom is it right for me to worship? We worship the sup according as our fathers have taught us to do, because we say that the sun is the king of the gods. And there are others among our subjects [who worship other things]; some worship stones, and some worship wood (*i.e.*, trees), and some worship carved figures, and some worship images of gold and silver. And we worship the sun, for he cooketh our food, and moreover, he illumineth the darkness, and removeth fear; we call him 'Our King,' and we call him 'Our Creator,' and we worship him as our god; for no man hath told us that besides him there is another god. But we have heard that there is with you, Israel, another God Whom we do not know, and men have told us that He hath sent down to you from heaven a Tabernacle and hath given unto you a Tablet of the ordering of the angels, by the hand of Moses the Prophet. This also we have heard—that He Himself cometh down to you and talketh to you, and informeth you concerning His ordinances and commandments."

፳፰ ፡ በእንተ ፡ ዘከመ ፡ አዘዛ ፡ ለንግሥት ።

28. HOW SOLOMON GAVE COMMANDMENTS TO THE QUEEN

ወአውሥአ ፡ ንጉሥ ፡ ወይቤላ ፡ በአማን ፡ ርቱዕ ፡ ይሰግዱ ፡ ለእግዚአብሔር ፡ ለዘ ፡ ገብረ ፡ ኵሎ ፤ ሰማየ ፡ ወምድረ ፤ ወባሕረ ፡ ወየብሰ ፤ ፀሐየ ፡ ወወርኀ ፤ ከዋክብተ ፡ ወጸዳላተ ፤ ዕፀወ ፡ ወአእባነ ፤ እንስሳ ፡ ወአዕዋፈ ፤ አራዊተ ፡ ወሐርገጻተ ፤ ዓሣተ ፡ ወዐናብርተ ፤ ቢሐተ ፡ ወዐንጐጓተ ፤ መባርቅተ ፡ ወፀዓዓተ ፤ ደመናተ ፡ ወነጐድጓደ ፤ ሠናያነ ፡ ወእኩያነ ። ሎቱ ፡ ለባሕቲቱ ፡ ንስግድ ፡ ይደሉ ፡ በፍርሀት ፡ ወበረዓድ ፡ በፍሥሓ ፡ ወበሐሤት ፤ እስመ ፡ ውእቱ ፡ እግዚአ ፡ ኵሉ ፡ ፈጣሬ ፡ መላእክት ፡ ወሰብእ ፡ ወውእቱ ፡ ይቀትል ፡ ወያሐዩ ፡ ወውእቱ ፡ ይቀሥፍ ፡ ወይሣህል ፡ ዘያነሥእ ፡ ለነዳይ ፡ እምድር ፡ ወያሌዕሎ ፡ እመሬት ፡ ለምስኪን ፡ ወያሐዝን ፡ ወያስተፌሥሕ ፡ ያዐርግ ፡ ወያወርድ ፤ አልቦ ፡ ዘይግእዞ ፡ እስመ ፡ እግዚእ ፡ ውእቱ ፡ ለኵሉ ፡ ወአልቦ ፡ ዘይብሎ ፡ ምንተ ፡ ገበርከ ፤ ወሎቱ ፡ ይደሉ ፡ ስብሐት ፡ ወአኰቴት ፡ እምኀበ ፡ መላእክት ፡ ወሰብእ ። ወበእንተ ፡ ዘትብሊሰ ፡ ወሀበክሙ ፡ ታቦተ ፡ ሐግ ፡ በአማን ፡ ተውህበት ፡ ለነ ፡ ታቦተ ፡ አምላከ ፡ እስራኤል ፡ እንተ ፡ ተፈጥረት ፡ እምቅድመ ፡ ኵሉ ፡ ፍጥረት ፡ በምክረ ፡ ስብሐቲሁ ፤ ወትእዛዞሂ ፡ አውረደ ፡ ለነ ፡ ጽሒፎ ፡ ከመ ፡ ናእምር ፡ ፍትሖ ፡ ወኵነኔሁ ፡ ዘሠርዐ ፡ በደብረ ፡ መቅደሱ ※

And the King answered and said unto her, "Verily, it is right that they (*i.e.*, men) should worship God, Who created the universe, the heavens and the earth, the sea and the dry land, the sun and the moon, the stars and the brilliant bodies of the heavens, the trees and the stones, the beasts and the feathered fowl, the wild beasts and the crocodiles, the fish and the whales, the hippopotamuses and the water lizards, the lightnings and the crashes of thunder, the clouds and the thunders, and the good and the evil. It is meet that Him alone we should worship, in fear and trembling, with joy and with gladness. For He is the Lord of the Universe, the Creator of angels and men. And it is He Who killeth and maketh to live, it is He Who inflicteth punishment and showeth compassion, Who raiseth up from the ground him that is in misery, Who exalteth the poor from the dust, Who maketh to be sorrowful and Who maketh to rejoice, Who raiseth up and Who bringeth down. No one can chide Him, for He is the Lord of the Universe, and there is no one who can say unto Him, 'What hast Thou done?' And unto Him it is meet that there should be praise and thanksgiving from angels and men. And as concerning what thou sayest, that 'He hath given unto you the Tabernacle of the Law,' verily there hath been given unto us the Tabernacle of the God of Israel, which was created before all creation by His glorious counsel. And He hath made to come down to us His commandments, done into writing, so that we may know His decree and the judgment that He hath ordained in the mountain of His holiness."

ወትቤ ፡ ንግሥት ፡ እምይእዜሰ ፡ ኢይሰግድ ፡ ለፀሐይ ፡ አላ ፡ እሰግድ ፡ ለፈጣሬ ፡ ፀሐይ ፡ አምላከ ፡ እስራኤል ፤ ወይእቲ ፡ ታቦተ ፡ አምላከ ፡ እስራኤል ፡ ትኩነኒ ፡ እግዝእትየ ፡

And the Queen said, "From this moment I will not worship the sun, but will worship the Creator of the sun, the God of Israel. And that Tabernacle of the God of Israel shall be unto

ሊተ ፡ ወለዘርእየ ፡ እምድኅሬየ ፡ ወለኵሉ ፡ መንግሥትየ ፡ እለ ፡ እምታሕቴየ ። ወበእንተዝ ፡ አነ ፡ ረከብኩ ፡ ሞገሰ ፡ በቅድሜከ ፡ ወበቅድመ ፡ አምላከ ፡ እስራኤል ፡ ፈጣሪየ ፡ ዘአብጽሐኒ ፡ ኀቤከ ፡ ወአስምዐኒ ፡ ቃለከ ፡ ወአርአየኒ ፡ ገጽከ ፡ ወአለበወኒ ፡ ትእዛዘከ ※

me my Lady, and unto my seed after me, and unto all my kingdoms that are under my dominion. And because of this I have found favour before thee, and before the God of Israel my Creator, Who hath brought me unto thee, and hath made me to hear thy voice, and hath shown me thy face, and hath made me to understand thy commandment." Then she returned to [her] house.

ወአተወት ፡ ቤተ ፡ ወወትረ ፡ ተሐውር ፡ ወትገብእ ፡ ወትሰምዕ ፡ ጥበቢሁ ፡ ወተዐቅብ ፡ በልባ ፤ ወውእቱኒ ፡ የሐውር ፡ ኀቤሃ ፡ ወይነግራ ፡ ኵሎ ፡ ዘተስእለቶ ፡ ወይእቲኒ ፡ ተሐውር ፡ ኀቤሁ ፡ ወትሴእሎ ፡ ወያየድዓ ፡ ኵሎ ፡ ዘፈተወት ። ወእምድኅረ ፡ ነበረት ፡ ፮አውራኀ ፡ ፈቀደት ፡ ገቢአ ፡ ብሔራ ፡ ወለአከት ፡ ኀቤሁ ፡ እንዘ ፡ ትብል ፤ ወአንሰአ ፡ እምፈተውኩ ፡ እንበር ፡ ምስሌከ ፡ ወይእዜሰ ፡ በእንተ ፡ ኵሉ ፡ ሕዝብ ፡ እፈቅድ ፡ ገቢአ ፡ ብሔርየ ፤ ወዘንተ ፡ ዘሰማዕኩ ፡ ይረስዮ ፡ እግዚአብሔር ፡ ዘይፈሪ ፡ በውስተ ፡ ልብየ ፡ ወውስተ ፡ ልበ ፡ ኵሎሙ ፡ እለ ፡ ሰምዑ ፡ ምስሌየ ፤ እስመ ፡ ኢይመልእ ፡ እዝን ፡ በአፅምኦ ፡ ወኢይመልእ ፡ ዐይን ፡ በነጽሮ ፡ ጥበብከ ።

And the Queen used to go [to Solomon] and return continually, and hearken unto his wisdom, and keep it in her heart. And Solomon used to go and visit her, and answer all the questions which she put to him, and the Queen used to visit him and ask him questions, and he informed her concerning every matter that she wished to enquire about. And after she had dwelt [there] six months the Queen wished to return to her own country, and she sent a message to Solomon, saying, "I desire greatly to dwell with thee, but now, for the sake of all my people, I wish to return to my own country. And as for that which I have heard, may God make it to bear fruit in my heart, and in the hearts of all those who have heard it with me. For the ear could never be filled with the hearing of thy wisdom, and the eye could never be filled with the sight of the same."

ወአኮ ፡ ይእቲ ፡ ባሕቲታ ፡ ዘትመጽእ ፡ አላ ፡ ብዙኃን ፡ ይመጽኡ ፡ እምአህጉር ፡ ወበሓውርት ፡ እምቅሩብ ፡ ወእምርሑቅ ፡ እስመ ፡ አልቦ ፡ ዘተረክበ ፡ ከማሁ ፡ በጥበብ ፡ በውእቱ ፡ መዋዕል ፤ ወአኮ ፡ ሰብእ ፡ ባሕቲቶሙ ፡ ዘይመጽኡ ፡ ኀቤሁ ፡ ወዓዲ ፡ አራዊትኒ ፡ ወአዕዋፍ ፡ ይመጽኡ ፡ ኀቤሁ ፡ ወይሰምዑ ፡ ቃሎ ፡ ወያነክሩ ፡ ጥበቦ ፡ ወይትናገሩ ፡ ምስሌሁ ፡ ወይገብኡ ፡ ብሔሮሙ ፡ ወኵሉ ፡ ያነክር ፡ ጥበቢሁ ፡ ወያነክር ፡ በዘርእየ ፡ ወሰምዐ ※

Now it was not only the Queen who came [to hear the wisdom of Solomon], but very many used to come from cities and countries, both from near and from far; for in those days there was no man found to he like unto him for wisdom (and it was not only human beings who came to him, but the wild animals and the birds used to come to him and hearken unto his voice, and hold converse with him), and then they returned to their own countries, and every one of them was astonished at his wisdom, and marvelled at what he had seen and heard.

ወሶበ ፡ ለአከት ፡ ኀቤሁ ፡ ከመ ፡ ትሖር ፡ ብሔራ ፡ ኀለየ ፡ በልቡ ፡ ወይቤ ፡ ዘመጠነዝ ፡

And when the Queen sent her message to Solomon, saying that she was about to depart to her own country, he pondered in his heart

ላሕይት ፡ ብእሲት ፡ መጽአት ፡ ኀቤየ ፡ እምአጽናፈ ፡ ምድር ፡ ምንተ ፡ ኣአምር ፡ እመ ፡ ይሁበኒ ፡ እግዚአብሔር ፡ ዘርአ ፡ በውስቴታ ። በከመ ፡ ተብህለ ፡ ውስተ ፡ መጽሐፈ ፡ ነገሥት ፤ ወሰሎሞንሰ ፡ ንጉሥ ፡ መፍቀሬ ፡ አንስት ፡ ውእቱ ፡ ወአውሰበ ፡ እምነ ፡ ዕብራዊያን ፡ ወግብጻዊያን ፡ ወከነናዊያን ፡ ወኢዶማዊያን ፡ ወኢዮባዊያን ፤ ወእምሪፍ ፡ ወኰርጕ ፡ ወድሚሲቅ ፡ ወሱርስት ፤ ወእምእለ ፡ ነገርዎ ፡ እለ ፡ ሠናይ ፡ ላሕዮን ፤ ወኮና ፡ ንግሥታት ፡ ፬፻ ፡ ወዕቁባት ፤ ፮፻ ፡ ወዘንተሰ ፡ ዘገብረ ፡ አኮ ፡ በዘምዎ ፡ አላ ፡ በኀልዮ ፡ ጥበብ ፡ ዘወሀቦ ፡ እግዚአብሔር ፡ ወተዘኪሮ ፡ ዘይቤሎ ፡ ለአብርሃም ፡ አበዝኅ ፡ ዘርአከ ፡ ከመ ፡ ኮከበ ፡ ሰማይ ፡ ወከመ ፡ ኆጻ ፡ ባሕር ። ወይቤ ፡ በልቡ ፡ ምንተ ፡ ኣአምር ፡ እመ ፡ ይሁበኒ ፡ እግዚአብሔር ፡ ተባዕተ ፡ ውሉደ ፡ በበ ፡ ፩ ፡ ለለ ፡ አሐቲ ፡ እምኔሆን ፤ ወበእንተዝ ፡ ተጠቢቦ ፡ ገብረ ፡ ከመዝ ፡ እንዘ ፡ ይብል ፡ ደቂቅየ ፡ ይረሱ ፡ አህጉረ ፡ ፀር ፡ ወይሠርውዎሙ ፡ ለእለ ፡ ያመልኩ ፡ ጣዖተ ።

ወእሙንቱሰ ፡ ቀዳሚ ፡ ሕዝብ ፡ ነበሩ ፡ በሕግ ፡ ዘሥጋ ፡ እስመ ፡ ኢተውህቦሙ ፡ ጸጋ ፡ ዘመንፈስ ፡ ቅዱስ ፤ ወለእለ ፡ እምድኅረ ፡ ክርስቶስሰ ፡ ተውህቦሙ ፡ ይንበሩ ፡ በአሐቲ ፡ ብእሲት ፡ በሕገ ፡ ሰብሳብ ፤ ወሠርዑ ፡ ሎሙ ፡ ሐዋርያት ፡ እንዘ ፡ ይብሉ ፡ እለ ፡ ነሥኡ ፡ ሥጋሁ ፡ ወደሞ ፡ ኵሎሙ ፡ አኀው ፡ እሙንቱ ፡ እሞሙ ፡ ቤተ ፡ ክርስቲያን ፡ ወአቡሆሙ ፡ እግዚአብሔር ፤ ወይጸርኁ ፡ ምስለ ፡ ክርስቶስ ፡ ዘተመጠዉ ፡ እንዘ ፡ ይብሉ ፡ አቡነ ፡ ዘበሰማያት ። ወለሰሎሞንሰ ፡ ኢተሠርዐ ፡ ሎቱ ፡ በአንስት ፡ ወኢኮና ፡ ጌጋየ ፡ በአውስቦ ፤ ወለመሀይምናንሰ ፡ ተውህቦሙ ፡ ሕገ ፡ ወትእዛዘ ፡ ከመ ፡ ኢያብዝኁ ፡ አንስተ ፡ በከመ ፡ ይቤ ፡ ጳውሎስ ፡ እለሰ ፡ ብዙኀ ፡ አንስተ ፡ አውሰቡ ፡ መቅሠፍተ ፡ ኀሠሡ ፡ ለርእሶሙ ፡ ወዘሰ ፡ አውሰበ ፡ አሐተ ፡ ብእሲተ ፡ አልቦ ፡

and said, "A woman of such splendid beauty hath come to me from the ends of the earth! What do I know? Will God give me seed in her?" Now, as it is said in the Book of Kings, Solomon the King was a lover of women. [1 Kings 11, 1] And he married wives of the Hebrews, and the Egyptians, and the Canaanites, and the Edomites, and the Îyôbâwîyân (Moabites?), and from Rîf and Kuĕrguĕ, and Damascus, and Sûrest (Syria), and women who were reported to he beautiful. And he had four hundred queens and six hundred concubines. Now this which he did was not for [the sake of] fornication, but as a result of the wise intent that God had given unto him, and his remembering what God had said unto Abraham, "I will make thy seed like the stars of heaven for number, and like the sand of the sea." [Gen. 22, 17] And Solomon said in his heart, "What do I know? Peradventure God will give me men children from each one of these women." Therefore when he did thus he acted wisely, saying, "My children shall inherit the cities of the enemy, and shall destroy those who worship idols."

Now those early peoples lived under the law of the flesh, for the grace of the Holy Spirit had not been given unto them. And to those [who lived] after Christ, it was given to live with one woman under the law of marriage. And the Apostles laid down for them an ordinance, saying, "All those who have received His flesh and His blood are brethren. Their mother is the Church and their father is God, and they cry out with Christ Whom they have received, saying, 'Our Father, Who art in heaven.'" And as concerning Solomon no law had been laid down for him in respect of women, and no blame can be imputed to him in respect of marrying [many] wives. But for those who believe, the law and the command have been given that they shall not marry many wives, even as Paul saith, "Those who marry many wives seek their own punishment. He who marrieth one wife hath no sin." [1

ኀጢአተ ። ወሕገ ፡ እኅት ፡ ከላእነ ፡ ዘበእንተ ፡ ወሊድ ፡ ይቤሉ ፡ ሐዋርያት ፡ በውስተ ፡ ሲኖዶስ ※ ※ ※

Cor. 7] And the law restraineth us from the sister [-in-law], [Lev. 18, 18] in respect of the bearing of children. The Apostles speak [concerning it] in the [Book of] Councils.

፳፱ ፡ በእንተ ፡ ፫፻፲ወ፰ ።

29. CONCERNING THE THREE HUNDRED AND EIGHTEEN [PATRIARCHS]

ወንሕነኒ ፡ ሠራዕነ ፡ ምስሌሆሙ ፡ ጠዪቀነ ፡ ዘነበቡ ፡ እለ ፡ እምቅድሜነ ፡ ሐዋርያት ፤ ንሕነ ፡ ፫፻፲ወ፰ ፡ አርታዕነ ፡ ወአስተራታዕነ ፡ ሃይማኖተ ፡ እንዘ ፡ እግዚእነ ፡ ኢየሱስ ፡ ክርስቶስ ፡ ምስሌነ ፤ ወውእቱ ፡ ሠርዐ ፡ ለነ ፡ ዘከመ ፡ ንሜህር ፡ ወዘከመ ፡ ንገብር ፡ ሃይማኖተ ※

Now we ordain even as did they. We know well what the Apostles who were before us spake. We the Three Hundred and Eighteen have maintained and laid down the orthodox faith, our Lord Jesus Christ being with us. And He hath directed us what we should teach, and how we should fashion the faith.

ወውእቱሰ ፡ ንጉሥ ፡ ሰሎሞን ፡ ለአከ ፡ ላቲ ፡ ለንግሥት ፡ እንዘ ፡ ይብል ፤ እምድኅረ ፡ መጻእኪሰ ፡ ዝየአ ፡ ለምንት ፡ ተሐውሪ ፡ ዘእንበለ ፡ ትርአዪ ፡ ሕገ ፡ መንግሥት ፤ ወዘከመ ፡ ይትገበር ፡ ድራር ፡ ለኅሩያነ ፡ መንግሥትነ ፡ በአምሳለ ፡ ጻድቃን ፡ ወዘከመ ፡ ይሰደዱ ፡ አሕዛብ ፡ በአምሳለ ፡ ኃጥኣን ፤ ወእምኔሁ ፡ ትረክቢ ፡ ጥበበ ። ንዒ ፡ በድኅሬየ ፡ ወትነብሪ ፡ በጸዳልየ ፡ በደባትር ፡ ወእፌጽም ፡ ለኪ ፡ ወታአምሪ ፡ ሕገ ፡ መንግሥትኒ ፤ እስመ ፡ አፍቀርኪያ ፡ ለጥበብ ፡ ወትነብር ፡ ምስሌኪ ፡ እስከ ፡ ደኃሪትኪ ፡ ወለንለምኒ ። እስመ ፡ ትንቢት ፡ ያስተርኢ ፡ በኅበ ፡ ልሳን ።

And King Solomon sent a message unto the Queen. saying, "Now that thou hast come here why wilt thou go away without seeing the administration of the kingdom, and how the meal[s] for the chosen ones of the kingdom are eaten after the manner of the righteous, and how the people are driven away after the manner of sinners? From [the sight of] it thou wouldst acquire wisdom. Follow me now and seat thyself in my splendour in the tent, and I will complete thy instruction, and thou shalt learn the administration of my kingdom; for thou hast loved wisdom, and she shall dwell with thee until thine end and for ever." Now a prophecy maketh itself apparent in [this] speech.

ወካዕበ ፡ ይእቲኒ ፡ ለአከት ፡ እንዘ ፡ ትብል ፤ እንዘ ፡ አብድ ፡ አነ ፡ ኮንኩ ፡ ጠባበ ፡ በተሊወ ፡ ጥበብከ ፡ ወእንዘ ፡ ምንንት ፡ እምአምላከ ፡ እስራኤል ፡ ኮንኩ ፡ ኅሪት ፡ በእንተ ፡ ዛቲ ፡ አሚኖት ፡ እንተ ፡ ውስተ ፡ ልብየ ፡ ወእምይእዜሰ ፡ ኢያመልክ ፡ ባዕደ ፡ ዘእንበሌሁ ፤ ወበዝንቱሰ ፡ ዘትቤ ፡ ፈቀድከ ፡ ከመ ፡ ትወስከኒ ፡ ጥበበ ፡ ወክብረ ፡ ወእመጽእ ፡

And the Queen sent a second message, saying, "From being a fool, I have become wise by following thy wisdom, and from being a thing rejected by the God of Israel, I have become a chosen woman because of this faith which is in my heart; and henceforth I will worship no other god except Him. And as concerning that which thou sayest, that thou wishest to increase In me wisdom and honour, I will

በከመ ፡ ፈቀድከ ※ ወተፈሥሐ ፡ ሰሎሞን ፡ በእንተዝ ፡ ወአልበሶሙ ፡ ለኅሩያኒሃ ፡ ወወሰከ ፡ ካዕበተ ፡ ዲበ ፡ ማእዱ ፡ ወአዘዘ ፡ በአስተጠአጥኦ ፡ ኵሎ ፡ ሥርዐተ ፡ ቤቱ ፡ ወኵሎ ፡ ዕለተ ፡ እንዘ ፡ ድሉት ፡ ቤቱ ፡ ለሰሎሞን ፡ ንጉሥ ፤ ወአሜሃ ፡ አስተዳለዋ ፡ በክብር ፡ ፈድፋደ ፡ በፍሥሓ ፡ ወበሰላም ፡ በጥበብ ፡ ወበምሕረት ፡ ምስለ ፡ ኵሉ ፡ ትሕትና ፡ ወየውሀት ። ወእምዝ ፡ ተሠርዐ ፡ ማእድ ፡ ዘንጉሥ ፡ በከመ ፡ ሕገ ፡ መንግሥት ፤

ወንግሥትኒ ፡ ቦአት ፡ እንተ ፡ መፍልስት ፡ በጸዳል ፡ ወበክብር ፡ ወነበረት ፡ አንጻረ ፡ ድኅሬሁ ፡ ኀበ ፡ ትሬኢ ፡ ወትትሌመር ፡ ወትጤይቅ ፡ ኵሎ ፤ ወታነክር ፡ ፈድፋደ ፡ በዘ ፡ ርእየት ፡ ወበዘ ፡ ሰምዐት ፡ ወትሴብሖ ፡ በልባ ፡ ለአምላከ ፡ እስራኤል ፡ ወታስተዐጽብ ፡ ክብረ ፡ ቤተ ፡ መንግሥት ፡ ዘርእየት ። እስመ ፡ ትሬኢ ፡ ለሊሃ ፡ ወላቲሰ ፡ አልቦ ፡ ዘይሬኢያ ፡ በከመ ፡ ገብረ ፡ ላቲ ፡ በጥበብ ፡ ዘአሠነየ ፡ ምንባራ ፡ ነጺፎ ፡ ሜላተ ፡ ወረቢቦ ፡ ቢሳጣተ ፡ ወገቢሮ ፡ ምስካተ ፡ ወአብላቀ ፡ ወአፍራጸ ፡ ነዚኖ ፡ ዕፍረታተ ፡ ወረቢቦ ፡ ሚንተ ፡ ወሰሊካተ ፡ መሪጎ ፡ ቀንአተ ፡ ወስጊናተ ። ወሶበ ፡ ይበውእዎ ፡ ለውእቱ ፡ ማኅደር ፡ ፈድፋደ ፡ ሠናይ ፤ መዐዛሁ ፡ ወያጸግብ ፡ ዘእንበለ ፡ ይብልዑ ፡ መባልዕተ ፡ ጣዕመ ፡ ጼናሁ ። ወይፌኑ ፡ ላቲ ፡ መባልዐ ፡ መጻምእ ፡ በምክር ፡ ወበጥበብ ፡ ወመሳትየ ፡ መፂፃነ ፡ ሰመከ ፡ ወፍልፍለ ፡ ጠቢቃተ ፡ ወዘንተ ፡ ይገብር ፡ ወይሁባ ፡ ለንግሥት ፡ ከመ ፡ ትብላዕ ፡ እምኔሁ ※ ወሶበ ፡ ተፈጸመ ፡ ሥልሰ ፡ ወስብዐ ፡ ማእደ ፡ ንጉሥ ፡ ወአተዉ ፡ መገብት ፡ ወመማክርት ፡ ወመሐዛት ፡ ወአግብርት ፡ ተንሥአ ፡ ንጉሥ ፡ ወሖረ ፡ ኀበ ፡ ንግሥት ፡ ወይቤላ ፡ በባሕቲቶሙ ፡ ተናዘዚ ፡ ዝየ ፡ በእንተ ፡ ፍቅር ፡ እስከ ፡ ነግህ ። ወትቤሎ ፡ መሐል ፡ ሊተ ፡ በአምላክከ ፡ አምላከ ፡ እስራኤል ፡ ከመ ፡ ኢትትኀየለኒ ፤ እመቦ ፡

come according to thy desire." And Solomon rejoiced because of this [message], and he arrayed his chosen ones [in splendid apparel], and he added a double supply to his table, and he had all the arrangements concerning the management of his house carefully ordered, and the house of King Solomon was made ready [for guests] daily. And he made it ready with very great pomp, in joy, and in peace, in wisdom, and in tenderness, with all humility and lowliness; and then he ordered the royal table according to the law of the kingdom.

And the Queen came and passed into a place set apart in splendour and glory, and she sat down immediately behind him where she could see and learn and know everything. And she marvelled exceedingly at what she saw, and at what she heard, and she praised the God of Israel in her heart; and she was struck with wonder at the splendour of the royal palace which she saw. For she could see, though no one could see her, even as Solomon had arranged in wisdom for her. He had beautified the place where she was seated, and had spread over it purple hangings, and laid down carpets, and decorated it with *miskât* (moschus), and marbles, and precious stones, and he burned aromatic powders, and sprinkled oil of myrrh and cassia round about, and I scattered frankincense and costly incense in all directions. And when they brought her into this abode, the odour thereof was very pleasing to her, and even before she ate the dainty meats therein she was satisfied with the smell of them. And with wise intent Solomon sent to her meats which would make her thirsty, and drinks that were mingled with vinegar, and fish and dishes made with pepper. And this he did and he gave them to the Queen to eat. And the royal meal had come to an end a three times and seven times,[1] and the administrators, and the counsellors, and the young men and the servants had departed, and the King rose up and he went to the Queen, and he said unto her—now they were alone together—"Take thou thine ease here for love's sake until daybreak." And she said unto him, "Swear to me by thy God, the God of Israel, that thou wilt not take me by force. For if I, who according to the law of men am a maiden, be seduced, I should travel on my journey [back] in sorrow, and affliction, and tribulation."

30. CONCERNING HOW KING SOLOMON SWORE TO THE QUEEN

And Solomon answered and said unto her, "I swear unto thee that I will not take thee by force, but thou must swear unto me that thou wilt not take by force anything that is in my house." And the Queen laughed and said unto him, "Being a wise man why dost thou speak as a fool? Shall I steal anything, or shall I carry out of the house of the King that which the King hath not given to me? Do not imagine that I have come hither through love of riches. Moreover, my own kingdom is as wealthy as thine, and there is nothing which I wish for that I lack. Assuredly I have only come in quest of thy wisdom." And he said unto her, "If thou wouldst make me swear, swear thou to me, for a swearing is meet for both [of us], so that neither of us may be unjustly treated. And if thou wilt not make me swear I will not make thee swear." And she said unto him, "Swear to me that thou wilt not take me by force, and I on my part will swear not to take by force thy possessions"; and he swore to her and made her swear.

And the King went up on his bed on the one side [of the chamber], and the servants made ready for her a bed on the other side. And Solomon said unto a young manservant, "Wash out the bowl and set in it a vessel of water whilst the Queen is looking on, and shut the doors and go and sleep." And Solomon spake to the servant in another tongue which

ውኖመ ። ወንጉሥሰ ፡ ዓዳሁ ፡ ኢኖመ ፡ ወይሬሲ ፡ ርእሶ ፡ ከመ ፡ ንዉም ፡ ወያስተሓይጽ ፤ ወቤቱሰ ፡ ለሰሎሞን ፡ ንጉሥ ፡ ሌሊተኒ ፡ ብርህት ፡ ከመ ፡ መዐልት ፡ እስመ ፡ ገብረ ፡ በጥበብ ፡ ባሕርያተ ፡ ብሩሃተ ፡ አምሳለ ፡ ፀሐይ ፡ ወወርኅ ፡ ወከዋክብት ፡ ውስተ ፡ ጠፈረ ፡ ቤቱ ※

ወንግሥትኒ ፡ ኖመት ፡ ንስቲተ ፡ ወሶበ ፡ ነቅሀት ፡ የብሰ ፡ አፉሃ ፡ በጽምእ ፡ እስመ ፡ በጥበቡ ፡ ዘወሀባ ፡ መጻምአ ፡ ወፈድፋደ ፡ ጸምአት ፡ ወየብሰ ፡ አፉሃ ፡ ወአርመስመሰት ፡ አፉሃ ፡ ወኢረከበት ፡ ጠለ ፤ ወኀለየት ፡ ሰቲየ ፡ ማይ ፡ ዘርእየት ፡ ወእስተሓየጸት ፡ ወነጸረት ፡ ኀበ ፡ ንጉሥ ፡ ሰሎሞን ፡ ወመሰላ ፡ ዘኖመ ፡ ጽኑዐ ፡ ንዋ ፤ ወውእቱሰ ፡ ኢኖመ ፡ አላ ፡ ይጸንሕ ፡ እስከ ፡ ትትነሣእ ፡ ከመ ፡ ትስርቅ ፡ ማየ ፡ ለጽምአ ። ወተንሥአት ፡ እንዘ ፡ ኢታደምፅ ፡ በእገሪሃ ፡ ወሖረት ፡ ኀበ ፡ ውእቱ ፡ ማየ ፡ መቅለድ ፡ ወአንሥአት ፡ ከመ ፡ ትስተይ ፡ ማየ ፤ ወአኀዛ ፡ እዴሃ ፡ ዘእንበለ ፡ ትስተይ ፡ ማየ ፡ ወይቤላ ፡ ለምንት ፡ ተዐደውኪ ፡ ማሕላ ፡ ዘመሐልኪ ፡ ከመ ፡ ኢትትኀየሊ ፡ ኵሎ ፡ ዘውስተ ፡ ቤትየ ። ወአውሥአት ፡ በፍርሀት ፡ ወትቤ ፡ ቦኑ ፡ ተዐድዎ ፡ ማሕላ ፡ በሰቲየ ፡ ማይ ፤ ወይቤላ ፡ ንጉሥ ፡ ቦኑ ፡ ዘርኢኪ ፡ ዘይኄይስ ፡ እምነ ፡ ማይ ፡ በታሕተ ፡ ሰማይ ፤ ወትቤ ፡ አበስኩ ፡ ለርእስየ ፡ ወአንተሰ ፡ ንጹሕ ፡ እምነ ፡ ማሕላ ፡ ወኅድገኒ ፡ እስተይ ፡ ማየ ፡ ለጽምእየ ፤ ወይቤላ ፡ ዮጊኬ ፡ ኮንኩኑ ፡ ንጹሐ ፡ እማሕላኪ ፡ ዘአምሐልክኒ ፤ ወትቤሎ ፡ ንግሥት ፡ ኩን ፡ ንጹሐ ፡ እማሕላ ፡ ወባሕቱ ፡ ኅድገኒ ፡ እስተይ ፡ ማየ ። ወኀደጋ ፡ ትስተይ ፡ ማየ ፡ ወእምድኅረ ፡ ሰትየት ፡ ማየ ፡ ገብረ ፡ ፈቃዶ ፡ ወኖሙ ፡ ኅቡረ ※

the Queen did not understand, and he did as the King commanded, and went and slept. And the King had not as yet fallen asleep, but he only pretended to be asleep, and he was watching the Queen intently. Now the house of Solomon the King was illumined as by day, for in his wisdom he had made shining pearls which were like unto the sun, and moon, and stars [and had set them] in the roof of his house.

And the Queen slept a little. And when she woke up her mouth was dry with thirst, for the food which Solomon had given her in his wisdom had made her thirsty, and she was very thirsty indeed, and her mouth was dry; and she moved her lips and sucked with her mouth and found no moisture. And she determined to drink the water which she had seen, and she looked at King Solomon and watched him carefully, and she thought that he was sleeping a sound sleep. But he was not asleep, and he was waiting until she should rise up to steal the water to [quench] her thirst. And she rose up and, making no sound with her feet, she went to the water in the bowl and lifted up the jar to drink the water. And Solomon seized her hand before she could drink the water, and said unto her, "Why hast thou broken the oath that thou hast sworn that thou wouldst not take by force anything that is in my house?" And she answered and said unto him in fear, "Is the oath broken by my drinking water?" And the King said unto her, "Is there anything that thou hast seen under the heavens that is better than water?" And the Queen said, "I have sinned against myself, and thou art free from [thy] oath. But let me drink water for my thirst." Then Solomon said unto her, "Am I perchance free from the oath which thou hast made me swear?" And the Queen said, "Be free from thy oath, only let me drink water." And he permitted her to drink water, and after she had drunk water he worked his will with her and they slept together.

ወእምድኅረ ፡ ኖመ ፡ አስተርአዮ ፡ ለሰሎሞን ፡ ንጉሥ ፡ ፀሐይ ፡ ብሩህ ፡ ወረደት ፡ እምሰማያት ፡ ወአብርሀት ፡ ላዕለ ፡ እስራኤል ፡ ፈድፋደ ፤ ወእምዝ ፡ ጐንዲያ ፡ ግብተ ፡ ተመሥጠት ፡ ወሰረረት ፡ እስከ ፡ ብሔረ ፡ ኢትዮጵያ ፡ ወአብርሀት ፡ በህየኒ ፡ ፈድፋደ ፡ እስከ ፡ ለዓለም ፡ እስመ ፡ አፍቀረት ፡ ነቢረ ፡ ህየ ፤ ወጐንደይኩ ፡ እመ ፡ ትገብእ ፡ ውስተ ፡ እስራኤል ፡ ወኢገብአት ፤ ወካዕበ ፡ ጐንዲዮ ፡ ሠረቀ ፡ ብርሃን ፡ ወወረደ ፡ ፀሐይ ፡ እምሰማያት ፡ ውስተ ፡ ብሔረ ፡ ይሁዳ ፡ ወአብርሀ ፡ ፈድፋደ ፡ እምቀዲሙ ፤ ወእስራኤልሰ ፡ አስተአከይዎ ፡ ለፀሐይ ፡ እምላህቡ ፡ ወኢሖሩ ፡ በብርሃኑ ፡ ወውእቱኒ ፡ ፀሐይ ፡ ተሀየዮሙ ፡ ለእስራኤል ፡ ወእሙንቱሂ ፡ ቀንኡ ፡ ላዕሌሁ ፡ ወተስእነ ፡ ሰላም ፡ ማእከሌሆሙ ፡ ወማእከለ ፡ ፀሐይ ፤ ወአንሥኡ ፡ እደዊሆሙ ፡ ላዕሌሁ ፡ ምስለ ፡ አብትር ፡ ወመጣብሕ ፡ ወፈቀዱ ፡ ከመ ፡ ያጥፍእዎ ፡ ለፀሐይ ፡ ወአጽለምዋ ፡ ለኵሉ ፡ ዓለም ፡ በድልቅልቅ ፡ ወጊሜ ፡ ወመሰሎሙ ፡ ዘኢይሠርቅ ፡ ሎሙ ፡ ዳግመ ፤ ወአማሰኑ ፡ ብርሃኖ ፡ ወደበይዎ ፡ ወዐቀቡ ፡ ዝኅሮ ፡ ኀበ ፡ ወደይዎ ፤ ወወፅአ ፡ እምኀበ ፡ ኢተሐዘብዎ ፡ ወአብርሀ ፡ ኵሎ ፡ ዓለመ ፡ ወፈድፋድሰ ፡ በቀዳሚ ፡ ባሕር ፡ ወበደኃሪ ፡ ባሕር ፡ ለኢትዮጵያ ፡ ወለሮም ፤ ወለእስራኤልሰ ፡ ተሀየዮሙ ፡ ፈድፋደ ፡ ወዐርገ ፡ ዲበ ፡ መንበሩ ፡ ዘትካት ፡፡

ወዘንተ ፡ ራእየ ፡ ሶበ ፡ ርእየ ፡ እንዘ ፡ ንዉም ፡ ሰሎሞን ፡ ንጉሥ ፡ ደንገፀት ፡ ነፍሱ ፡ ወተመሥጠት ፡ ኀሊናሁ ፡ ከመ ፡ መብረቅ ፡ ወነቅሀ ፡ ድንጉፀ ※ ወካዕበ ፡ አንከረ ፡ በእንተ ፡ ንግሥት ፡ እስመ ፡ ጽኑዕ ፡ ኀይላ ፡ ወሠናይ ፡ ላሕያ ፡ ወንጽሕት ፡ በድንግልናሃ ፤ ወነግሠት ፡ ፮ዓመተ ፡ በብሔራ ፡ ወእንዘ ፡ ከመዝ ፡ ተድላሃ ፡ ወክብራ ፡ አንጽሐት ፡ ሥጋሃ ※ ወትቤሎ ፡ ፈንወኒ ፡ እሐር ፡ ብሔርየ ፤ ወቦአ ፡

And after he slept there appeared unto King Solomon [in a dream] a brilliant sun, and it came down from heaven and shed exceedingly great splendour over Israel. And when it had tarried there for a time it suddenly withdrew itself, and it flew away to the country of Ethiopia, and it shone there with exceedingly great brightness for ever, for it willed to dwell there. And [the King said], "I waited [to see] if it would come back to Israel, but it did not return. And again while I waited a light rose up in the heavens, and a Sun came down from them in the country of Judah, and it sent forth light which was very much stronger than before." And [1] Israel, because of the flame of that Sun entreated that Sun evilly and would not walk in the light thereof. And that Sun paid no heed to Israel, and the Israelites hated Him, and it became impossible that peace should exist between them and the Sun. And they lifted up their hands against Him with staves and knives, and they wished to extinguish that Sun. And they cast darkness upon the whole world with earthquake and thick darkness, and they imagined that that Sun would never more rise upon them. And they destroyed His light and cast themselves upon Him and they set a guard over His tomb wherein they had cast Him.. And He came forth where they did not look for Him, and illumined the whole world, more especially the First Sea and the Last Sea, Ethiopia and Rôm. And He paid no heed whatsoever to Israel, and He ascended His former throne.

And when Solomon the King saw this vision in his sleep, his soul became disturbed, and his understanding was snatched away as by [a flash of] lightning, and he woke up with an agitated mind. And moreover, Solomon marvelled concerning the Queen, for she was vigorous in strength, and beautiful of form, and she was undefiled in her virginity; and she had reigned for six years in her own country, and, notwithstanding her gracious attraction and her splendid form, had preserved her body

ኀበ ፡ ማኅደሩ ፡ ወወሀባ ፡ ኵሎ ፡ ዘይትፈቀድ ፡ ክብረ ፡ ወብዕለ ፡ ወሠናያነ ፡ አልባሰ ፡ ዘየሀይድ ፡ አዕይንተ ፡ ወኵሎ ፡ ዘይትፈቀድ ፡ ክብረ ፡ ለብሔረ ፡ ኢትዮጵያ ፡ ወራኩባተ ፡ ወሰረገላተ ፡ መጠነ ፡ ፮ ፡ ሲሕ ፡ ዘጽዑን ፡ ምስለ ፡ ንዋየ ፡ ክብር ፡ ዘይትፈቀድ ፡ ወሰረገላተ ፡ እለ ፡ ይጼዐኑ ፡ ዲበ ፡ ሞጻ ፡ ወሰረገላ ፡ ዘየሐውር ፡ ዲበ ፡ ባሕር ፡ ወሰረገላ ፡ ዘይረውጽ ፡ በነፋሳት ፡ ዘገብረ ፡ በከመ ፡ ጥበብ ፡ ዘወሀቦ ፡ እግዚአብሔር ※

pure. And the Queen said unto Solomon, "Dismiss me, and let me depart to my own country." And he went into his house and gave unto her whatsoever she wished for of splendid things and riches, and beautiful apparel which bewitched the eyes, and everything on which great store was set in the country of Ethiopia, and camels and wagons, six thousand in number, which were laden with beautiful things of the most desirable kind, and wagons wherein loads were carried over the desert, and a vessel wherein one could travel over the sea, and a vessel wherein one could traverse the air (or winds), which Solomon had made by the wisdom that God had given unto him.

፴፩ ፡ በእንተ ፡ ዘወሀባ ፡ ትእምርተ ፡ ለንግሥት ።

31. CONCERNING THE SIGN WHICH SOLOMON GAVE THE QUEEN

ወተፈሥሐት ፡ ወወፅአት ፡ ከመ ፡ ትሖር ፡ ወአስተፋነዋ ፡ በብዙኅ ፡ ግርማ ። ወአግሐሣ ፡ እንተ ፡ ባሕቲቶሙ ፡ ወአውፅአ ፡ ሕልቀተ ፡ እምአጽባዕቱ ፡ እንተ ፡ ትንእስ ፡ ወወሀባ ፡ ለንግሥት ፡ ወይቤላ ፡ ንሥኢ ፡ ከመ ፡ ኢትርስዕኒ ፡ ወለእመቦ ፡ ዘረከብኩ ፡ እምውስቴትኪ ፡ ዘርአ ፡ ዝንቱ ፡ ይኩኖ ፡ ትእምርተ ፤ ወለእመ ፡ ኮነ ፡ ተባዕተ ፡ ይምጻእ ፡ ኀቤየ ፤ ወሰላመ ፡ እግዚአብሔር ፡ የሀሉ ፡ ምስሌኪ ፡ ወእንዘ ፡ እነውም ፡ ምስሌኪ ፡ ርኢኩ ፡ ራእየ ፡ ብዙኀ ፡ በሕልም ፡ ከመ ፡ ሠረቃ ፡ ፀሐይ ፡ በውስተ ፡ እስራኤል ፡ ተመሥጠት ፡ ወሰረረት ፡ ወአብርሀት ፡ ለብሔረ ፡ ኢትዮጵያ ፤ እንዳዒ ፡ ለእመ ፡ ብኪ ፡ ትትባረክ ፡ ሀገርኪ ፡ እግዚአብሔር ፡ ያአምር ። ወአንቲሰ ፡ ዕቀቢ ፡ ዘነገርኩኪ ፡ ከመ ፡ ታምልኪዮ ፡ ለእግዚአብሔር ፡ በኵሉ ፡ ልብኪ ፡ ወትግበሪ ፡ ፈቃዶ ፤ እስመ ፡ ውእቱ ፡ ይቀሥፎሙ ፡ ለዕቡያን ፡ ወይሣህሎሙ ፡ ለትሑታን ፡ ወይነሥት ፡ መናብርቲሆሙ ፡

And the Queen rejoiced, and she went forth in order to depart, and the King set her on her way with great pomp and ceremony. And Solomon took her aside so that they might be alone together, and he took off the ring that was upon his little finger, and he gave it to the Queen, and said unto her, "Take [this] so that thou mayest not forget me. And if it happen that I obtain seed from thee, this ring shall be unto it a sign; and if it be a man child he shall come to me; and the peace of God be with thee! Whilst I was sleeping with thee I saw many visions in a dream, [and it seemed] as if a sun had risen upon Israel, but it snatched itself away and flew off and lighted up the country of Ethiopia; peradventure that country shall be blessed through thee; God knoweth. And as for thee, observe what I have told thee, so that thou mayest worship God with all thy heart and perform His Will. For He punisheth those who are arrogant, and He showeth compassion upon those who are humble, and He removeth the thrones of the mighty, and

32. HOW THE QUEEN BROUGHT FORTH AND CAME TO HER OWN COUNTRY

He maketh to he honoured those who are needy. For death and life are from Him, and riches and poverty are bestowed by His Will. For everything is His, and none can oppose His command and His judgment in the heavens, or in the earth, or in the sea, or in the abysses. And may God be with thee! Go in peace." And they separated from each other.

And the Queen departed and came into the country of Bâlâ Zadîsârĕya nine months and five days after she had separated from King Solomon. And the pains of childbirth laid hold upon her, and she brought forth a man child, and she gave it to the nurse with great pride and delight. And she tarried until the days of her purification were ended, and then she came to her own country with great pomp and ceremony. And her officers who had remained there brought gifts to their mistress, and made obeisance to her, and did homage to her, and all the borders of the country rejoiced at her coming. Those who were nobles among them she arrayed in splendid apparel, and to some she gave gold and silver, and hyacinthine and purple robes; and she gave them all manner of things that could be desired. And she ordered her kingdom aright, and none disobeyed her command; for she loved wisdom and God strengthened her kingdom.

And the child grew and she called his name Bayna-Leḥkem. And the child reached the age of twelve years, and he asked his friends among the boys who were being educated with him, and said unto them, "Who is my father?" And they said unto him, "Solomon the King." And he went to the Queen his mother, and said unto her, "O Queen, make me to know who is my father." And the Queen spake unto him

ለምንት ፡ ትሴአለኒ ፡ በእንተ ፡ አብ ፧ አነ ፡ ይእቲ ፡ አቡከ ፡ ወእምከ ፡ ወባዕደ ፡ ኢትኅሥሥ ። ወወፅአ ፡ እምኔሃ ፡ ወነበረ ፡ ወካዕበ ፡ ወሥልሰ ፡ ይሴአላ ፡ ወያጽሕባ ፡ ከመ ፡ ትንግሮ ። ወአሐተ ፡ ዕለተ ፡ ነገረቶ ፡ እንዘ ፡ ትብል ፡ ርሑቅ ፡ ብሔሩ ፡ ወዕፁብ ፡ ፍኖቱ ፡ ወኢትፍቅድ ፡ ህየ ። ወውእቱሰ ፡ ወልድ ፡ በይነ ፡ ልሕክም ፡ ኮነ ፡ ላሕየ ፡ ወኵሉ ፡ ማኅፈዱ ፡ ወአባሉ ፡ ወንብረተ ፡ ክሳዱ ፡ ይመስል ፡ ሰሎሞን ፡ ንጉሠ ፡ አቡሁ ፡ ወአዕይንቲሁ ፡ ወአቍያጺሁ ፡ ወኵሉ ፡ ፍኖቱ ፡ ይመስል ፡ ሰሎሞን ፡ ንጉሠ ※ ወሶበ ፡ ኮነ ፡ ሎቱ ፡ ፳ወ፪ዓመተ ፡ ተምህረ ፡ ኵሎ ፡ ፀብአ ፡ ወፈረሰ ፡ ወንዒወ ፡ አራዊት ፡ ወኵሎ ፡ ዘበሕገ ፡ ውርዙት ። ወይቤላ ፡ ለንግሥት ፡ አሐውር ፡ እነጽር ፡ ገጸ ፡ አቡየ ፡ ወእገብእ ፡ ዝየ ፡ በፈቃደ ፡ እግዚአብሔር ፡ አምላከ ፡ እስራኤል ※ ※ ※

angrily, wishing to frighten him so that he might not desire to go [to his father] saying, "Why dost thou ask me about thy father? I am thy father and thy mother; seek not to know any more." And the boy went forth from her presence, and sat down. And a second time, and a third time he asked her, and he importuned her to tell him. One day, however, she told him, saying, "His country is far away, and the road thither is very difficult; wouldst thou not rather be here?" And the youth Bayna-Leḥkem was handsome, and his whole body and his members, and the bearing of his shoulders resembled those of King Solomon his father, and his eyes, and his legs, and his whole gait resembled those of Solomon the King. And when he was two and twenty years old he was skilled in the whole art of war and of horsemanship, and in the hunting and trapping of wild beasts, and in everything that young men are wont to learn. And he said unto the Queen, "I will go and look upon the face of my father, and I will come back here by the Will of God, the Lord of Israel."

፴፫ ፡ ዘከመ ፡ ወረደ ፡ ንጉሠ ፡ ኢትዮጵያ ።

33. HOW THE KING OF ETHIOPIA TRAVELLED

ወጸውዐቶ ፡ ለተምሪን ፡ ሊቀ ፡ ነጋድያኒሃ ፡ ወትቤሎ ፡ ተደለው ፡ ለመንግድከ ፡ ወውስዶ ፡ ለዝንቱ ፡ ወልድ ፡ እስመ ፡ አጽሐበኒ ፡ ሌሊተ ፡ ወመዐልተ ፡ ፈድፋደ ፡ በሕቁ ፧ ወታበጽሖ ፡ ኀበ ፡ ንጉሥ ፡ ወታገብኦ ፡ በዳኅን ፡ ዝየ ፡ ለእመ ፡ ሠምረ ፡ እግዚአብሔር ፡ አምላከ ፡ እስራኤል ። ወተደለወት ፡ ሥንቀ ፡ በከመ ፡ ብዕሎሙ ፡ ወክብሮሙ ፡ ወኵሎ ፡ ንዋየ ፡ ዘይትፈቀድ ፡ ለፍኖት ፡ ወዘይትወሀብ ፡ አምኃ ፡ ለንጉሥ ፡ ወዘይከውን ፡ ዕረፍተ ፡ ለፍኖት ፧ ወአስተዳለወት ፡ ኵሎ ፡ ከመ ፡ ትፈንዎ ፡ ወወሀበት ፡ ለኳንንትኒ ፡ እለ ፡ የሐውሩ ፡ ምስሌሁ ፡ ወወሀበቶሙ ፡ ብዙኀ ፡ ንዋየ ፡

And the Queen called Tâmrîn, the chief of her caravan men and merchants, and she said unto him, "Get ready for thy journey and take this young man with thee, for he importuneth me by night and by day. And thou shalt take him to the King and shalt bring him back hither in safety, if God, the Lord of Israel, pleaseth." And she prepared a retinue suitable to their wealth and honourable condition, and made ready all the goods that were necessary for the journey, and for presenting as gifts to the King, and all that would be necessary for ease and comfort by the way. And she made ready everything for sending him away, and she gave to the officers who were to accompany him such moneys as they would need for him and for themselves on the journey. And she commanded them that they were not to leave him there, but only to take him to the King, and then to bring him back again to her, when he should assume the sovereignty over her land.

Now there was a law in the country of Ethiopia that [only] a woman should reign, and that she must be a virgin who had never known man, but the Queen said [unto Solomon], "Henceforward a man who is of thy seed shall reign, and a woman shall nevermore reign; only seed of thine shall reign and his seed after him from generation to generation. And this thou shalt inscribe in the letters of the rolls in the Book of their Prophets in brass, and thou shalt lay it in the House of God, which shall be built as a memorial and as a prophecy for the last days. And the people shall not worship the sun and the magnificence of the heavens, or the mountains and the forests, or the stones and the trees of the wilderness, or the abysses and that which is in the waters, or graven images and figures of gold, or the feathered fowl which fly; and they shall not make use of them in divining, and they shall not pay adoration unto them. And this law shall abide for ever. And if there be anyone who shall transgress this law, thy seed shall judge him for ever. Only give us the fringes of the covering of the holy heavenly Zion, the Tabernacle of the Law of God, which we would embrace (or, greet). Peace be to the strength of thy kingdom and to thy brilliant wisdom, which God, the Lord of Israel our Creator, hath given unto thee."

And the Queen took the young man aside and when he was alone with her she gave him that symbol which Solomon had given her, that is to say, the ring on his finger, so that he might know his son, and might remember her word and her covenant which she had made [with him], that she would worship God all the days of her life, she and those who were under her

ይእቲ ፡ ወእለ ፡ እምታሕተ ፡ መንግሥታ ፡ በኵሉ ፡ ዘወሀባ ፡ እግዚአብሔር ። ወእምዝ ፡ ፈነወቶ ፡ በሰላም ፤

dominion, with all [the power] which God had given her. And then the Queen sent him away in peace.

ወአርትዑ ፡ ፍኖተ ፡ ወሖሩ ፡ ወበጽሑ ፡ ውስተ ፡ ብሔረ ፡ ደወለ ፡ ጋዛ ፤ ወይእቲ ፡ ሀገር ፡ ዘወሀባ ፡ ሰሎሞን ፡ ንጉሥ ፡ ለንግሥተ ፡ ኢትዮጵያ ፤ ወበውስተ ፡ ግብረ ፡ ሐዋርያትሂ ፡ ጸሐፈ ፡ ሉቃስ ፡ ወንጌላዊ ፡ እንዘ ፡ ይብል ፡ መጋቢሃ ፡ ውእቱ ፡ ለኵሉ ፡ ብሔረ ፡ ጋዛ ፡ ኅጽዋ ፡ ለንግሥተ ፡ ህንደኬ ፡ ውእቱ ፡ ዘአምነ ፡ በቃለ ፡ ሉቃስ ፡ ሐዋርያ ※※※

And the young man [and his retinue] made straight their way and they journeyed on and came into the country of the neighbourhood of Gâzâ. Now this is the Gâzâ which Solomon the King gave to the Queen of Ethiopia. And in the Acts of the Apostles Luke the Evangelist wrote, saying, "He was the governor of the whole country of Gâzâ, an eunuch of Queen Hendakê, who had believed on the word of Luke, the Apostle." [Acts 8, 27]

፴፬ ፡ ዘከመ ፡ በጽሐ ፡ ብሔረ ፡ እሙ ።

34. HOW THE YOUNG MAN ARRIVED IN HIS MOTHER'S COUNTRY

ወሶበ ፡ በጽሐ ፡ ሀገረ ፡ እሙ ፡ ተፈሥሐ ፡ በህየ ፡ በክብር ፡ ወበአምኃ ፤ ወሶበ ፡ ርእይዎ ፡ መሰሎሙ ፡ ፍጹመ ፡ ሰሎሞን ፡ ንጉሥ ፡ ወሰገዱ ፡ ሎቱ ፡ ወይቤልዎ ፡ ባሐ ፡ ሕየው ፡ አበ ፡ ነጋሢ ፡ ወያበውኡ ፡ ሎቱ ፡ አምኃ ፡ ወጋዳ ፡ ወመጋዝአ ፡ ወምሳሓተ ፡ ከመ ፡ ንጉሦሙ ፤ ወተሀውከት ፡ ኵላ ፡ ብሔረ ፡ ጋዛ ፡ እስከ ፡ ደወለ ፡ ይሁዳ ፡ እንዘ ፡ ይብሉ ፡ ዝንቱ ፡ ውእቱ ፡ ንጉሥ ፡ ሰሎሞን ። ወቦ ፡ ዘይቤ ፡ ንጉሥሰ ፡ ሀለወ ፡ በኢየሩሳሌም ፡ የሐንጽ ፡ ቤቶ ፤ እስመ ፡ ፈጸመ ፡ ሐኒጸ ፡ ቤተ ፡ እግዚአብሔር ፤ ወቦ ፡ እለ ፡ ይቤሉ ፡ ዝንቱ ፡ ውእቱ ፡ ሰሎሞን ፡ ንጉሥ ፡ ወልደ ፡ ዳዊት ። ወተሀውኩ ፡ ወተጋአዙ ፡ ወፈነዉ ፡ መባርዲን ፤ ሰብአ ፡ አፍራስ ፤ እለ ፡ የኀሥሥዎ ፡ ለንጉሥ ፡ ሰሎሞን ፡ እመ ፡ ጥዩቀ ፡ ህየ ፡ ሀሎ ፡ ወእመ ፡ ሀሎ ፡ ምስሌሆሙ ። ወበጽሑ ፡ መባርዲን ፡ ዐቀብተ ፡ ሀገረ ፡ ኢየሩሳሌም ፡ ወረከብዎ ፡ ለሰሎሞን ፡ ንጉሥ ፡ ህየ ፡ ወሰገዱ ፡ ሎቱ ፡ ወይቤል ፤ ባሕ ፡ ሕየው ፡ አበ ፡ ነጋሢ ፡ ሀገርሰ ፡ ተሀውከት ፡

And when the young man arrived in his mother's country he rejoiced there in the honour [which he received], and in the gifts [that were made] to him. And when the people saw him they thought him to be the perfect likeness of Solomon the King. And they made obeisance to him, and they said unto him, "Hail, the royal father liveth!" And they brought unto him gifts and offerings, fatted cattle and food, as to their king. And [the people of] the whole country of Gâzâ, as far as the border of Judah, were stirred up and they said, "This is King Solomon." And there were some who said, "The King is in Jerusalem building his house"—now he had finished building the House of God—and others said, "This is Solomon the King, the son of David." And they were perplexed, and they disputed with one another, and they sent off spies mounted on horses, who were to seek out King Solomon and to find out if he were actually in Jerusalem, or if he were with them [in Gâzâ]. And the spies came to the watchmen of the city of Jerusalem, and they found King Solomon there, and they made

በእንተ ፡ ዘመጽአ ፡ ፩ ፡ ነጋዲ ፡ ዘይመስል ፡ አርአያከ ፡ ወአምሳሊከ ፡ ዘእንበለ ፡ ሕፀት ፡ ወብዕድና ፤ ኪያከ ፡ ይመስል ፡ በጸዳል ፡ ወበሥን ፡ በቆም ፡ ወበኀይስና ፡ ዘእንበለ ፡ ጥልቀት ፡ ወተባዕዶ ፤ አዕይንቲሁ ፡ ፍሡሓት ፡ ከመዘ ፡ ሰክረ ፡ ወይነ ፡ ወአቍያጺሁኒ ፡ ቈጢጣን ፡ ወማኅፈደ ፡ ክሳዱኒ ፡ ከመ ፡ ማኅፈደ ፡ ዳዊት ፡ አቡከ ፡ ወኪያከ ፡ ይመስል ፡ በኵሉ ፡ ፍጹም ፡ አባል ፡ ዘይትማሰለከ ※

obeisance to him, and they said unto him, "Hail, may the royal father live! [Our] country is disturbed because there hath come into it a merchant who resembleth thee in form and appearance, without the smallest alteration or variation. He resembleth thee in noble carriage and in splendid form, and in stature and in goodly appearance; he lacketh nothing in respect of these and is in no way different from thyself. His eyes are gladsome, like unto those of a man who hath drunk wine, his legs are graceful and slender, and the tower of his neck is like unto the tower of David thy father. He is like unto thee exactly in every respect, and every member of his whole body is like unto thine."

አውሥአ ፡ ንጉሥ ፡ ወይቤሎሙ ፡ አይቴኬ ፡ ውእቱ ፡ ይፈቅድ ፡ ሐዊረ ። አውሥኡ ፡ ወይቤል ፡ ለሊሁሰ ፡ ኢሐተትናሁ ፡ እስመ ፡ ግሩም ፡ ከማከ ፤ ወእሊአሁሰ ፡ ይቤሉ ፡ ሶበ ፡ ተስእልናሆሙ ፡ ወንቤሎሙ ፡ እምአይቴ ፡ መጻእክሙ ፡ ወአይቴ ፡ ተሐውሩ ፡ ወይቤሉነ ፡ መጻእነ ፡ እምአድያመ ፡ ህንደኬ ፡ ወኢትዮጵያ ፡ ወነሐውር ፡ ብሔረ ፡ ይሁዳ ፡ ኀበ ፡ ሰሎሞን ፡ ንጉሥ ። ወሶበ ፡ ሰምዐ ፡ ዘንተ ፡ ንጉሥ ፡ ሰሎሞን ፡ ተሀውከ ፡ ልቡ ፡ ወተሐሠየ ፡ በመንፈሱ ፡ እስመ ፡ አልቦ ፡ ውሉደ ፡ በውእቱ ፡ መዋዕል ፡ ዘእንበለ ፡ ሕፃን ፡ ዘ፯ ፡ ዓም ፡ ዘስሙ ፡ ኢዮርብዓም ፤ በከመ ፡ ዘከረ ፡ ጳውሎስ ፡ ወይቤ ፡ እስመ ፡ አእበዳ ፡ እግዚአብሔር ፡ ለጥበበ ፡ ዝዓለም ፡ ዘመከረ ፡ በጥበቡ ። ወይቤ ፡ እም፲፻ ፡ አንስት ፡ እወልድ ፡ ፲፻ ፡ ተባዕተ ፡ ወእወርስ ፡ አህጉረ ፡ ፀር ፡ ወኣመዘብር ፡ ጣዖታተ ፤ ወኢወሀቦ ፡ ዘእንበለ ፡ ፫ ፡ ደቂቅ ፤ ዘይልህቅ ፡ ወልዱ ፡ ንጉሠ ፡ ኢትዮጵያ ፡ ወልዳ ፡ ለንግሥተ ፡ ኢትዮጵያ ፡ በኵር ፡ ውእቱ ፡ ዘይቤ ፡ በትንቢት ፡ መሐለ ፡ እግዚአብሔር ፡ ለዳዊት ፡ በጽድቅ ፡ ወኢይኔስሕ ፡ ከመ ፡ እምፍሬ ፡ ከርሥከ ፡ ኣነብር ፡ ዲበ ፡ መንበርከ ፤ ወወሀቦ ፡ እግዚአብሔር ፡ ሞገሰ ፡ በቅድሜሁ ፡ ለዳዊት ፡

And King Solomon answered and said unto them, "Where is it then that he wisheth to go?" And they answered and said unto him, "We have not enquired of him, for he is awesome like thyself. But his own people, when we asked them, 'Whence have ye come and whither do ye go?' said, 'We have come from the dominions of Hendakê (Candace) and Ethiopia, and we are going to the country of Judah to King Solomon.'" And when King Solomon heard this his heart was perturbed and he was glad in his soul, for in those days he had no children, except a boy who was seven years old and whose name was Îyôrbe'âm (Rehoboam). It happened to Solomon even as Paul stateth, saying, "God hath made foolishness the wisdom of this world," [1 Cor. 1, 20] for Solomon had made a plan in his wisdom and said, "By one thousand women I shall beget one thousand men children, and I shall inherit the countries of the enemy, and I will overthrow [their] idols." But [God] only gave him three children. His eldest son was the King of Ethiopia, the son of the Queen of Ethiopia, and was the firstborn of whom [God] spake prophetically, "God sware unto David in righteousness, and repented not, 'Of the fruit of thy body will I make to sit upon thy throne.'" [1 Sam. 7, 12; Psalm 132,

ገብሩ ፡ ወወሀቦ ፡ ዘይነብር ፡ ዲበ ፡ መንበረ ፡ መለኮት ፡ እምዘርኡ ፡ በሥጋ ፡ እምድንግል ፡ ወይኴንን ፡ ሕያዋነ ፡ ወሙታነ ፡ ወይፈድዮ ፡ ለኵሉ ፡ በከመ ፡ ምግባሩ ፡ ዘሎቱ ፡ ይደሉ ፡ ስብሐት ፡ ለእግዚእነ ፡ ኢየሱስ ፡ ክርስቶስ ፡ ለዓለመ ፡ ዓለም ፡ አሜን ፤ ወበምድርኒ ፡ ወሀቦ ፡ ዘይከውን ፡ ንጉሠ ፡ ዲበ ፡ ታቦተ ፡ ሕጉ ፡ ጽዮን ፡ ቅድስት ፡ ሰማያዊት ፡ ዘውእቱ ፡ ንጉሠ ፡ ኢትዮጵያ ፤ ወእለሰ ፡ ይነግሡ ፡ እለ ፡ ኢኮኑ ፡ እስራኤል ፡ ተዐድዎ ፡ ሕግ ፡ ወትእዛዝ ፡ ዘኢሠምረ ፡ እግዚአብሔር ※ ※ ※

11] And God gave unto David His servant grace before Him, and granted unto him that there should sit upon the throne of Godhead One of his seed in the flesh, from the Virgin, and should judge the living and the dead, and reward every man according to his work, One to whom praise is meet, our Lord Jesus Christ, for ever and ever, Amen. And He gave him one on the earth who should become king over the Tabernacle of the Law of the holy, heavenly Zion, that is to say, the King of Ethiopia. And as for those who reigned, who were not [of] Israel, that was due to the transgression of the law and the commandment, whereat God was not pleased.

፴ወ፭ ፡ በእንተ ፡ ዘለአከ ፡ ንጉሥ ፡ ሰሎሞን ፡ መልአከ ፡ ኀይሉ ፡ ኀበ ፡ ወልዱ ።

35. HOW KING SOLOMON SENT TO HIS SON THE COMMANDER OF HIS ARMY

ወለአከ ፡ ሰሎሞን ፡ ንጉሥ ፡ መልአከ ፡ ኀይሉ ፡ ዘያሰምክ ፡ ዲበ ፡ እዴሁ ፡ ምስለ ፡ አምኃ ፡ ወመባልዕት ፡ ወመስቴ ፡ ከመ ፡ ይትቀበሎ ፡ ለውእቱ ፡ ነጋዲ ። ወሖረ ፡ ምስለ ፡ ብዙኅ ፡ ሰረገላት ፡ ወበጽሐ ፡ ኀቤሁ ፡ ወአምኆ ፡ ወወሀቦ ፡ ኵሎ ፡ ዘለአከ ፡ ሎቱ ፡ ሰሎሞን ፡ ንጉሥ ፡ ወይቤሎ ፤ አፍጥን ፡ መጺአ ፡ ኀቤየ ፡ እስመ ፡ ነደደ ፡ ልቡ ፡ ለንጉሥ ፡ በፍቅረ ፡ ዚአከ ፡ እንዳዒ ፡ ዘያአምር ፡ ለሊሁ ፡ እመ ፡ ወልዱ ፡ አንተ ፡ ወኢእመ ፡ እኁሁ ፡ አንተ ፡ ኢኮንከ ፡ ባዕደ ፡ እምኔሁ ፡ በኵሉ ፡ ራእይከ ፡ ወፍኖትከ ፤ ወይእዜኒ ፡ ተንሥእ ፡ ፍጡነ ፡ እስመ ፡ ይቤለኒ ፡ እግዚእየ ፡ ንጉሥ ፡ አፍጥን ፡ ወአምጽኦ ፡ ኀቤየ ፡ በክብር ፡ ወበዕረፍት ፡ ወበተድላ ፡ በፍሥሓ ፡ ወበሐሤት ። አውሥአ ፡ ውእቱ ፡ ወልድ ፡ ወይቤሎ ፡ ኣአኵቶ ፡ ለእግዚኣብሔር ፡ አምላከ ፡ እስራኤል ፡ እስመ ፡ ረከብኩ ፡ ሞገሰ ፡ እምእግዚእየ ፡ ንጉሥ ፡ ዘእንበለ ፡ እርአይ ፡ ገጾ ፡ አስተፈሥሐኒ ፡ ቃሉ ፤ ወይእዜኒ ፡ እሴፈዎ ፡ ለአምላከ ፡ እስራኤል ፡

And Solomon the King sent the commander of his army, on whose hand he was wont to lean, with gifts and meat and drink to entertain that traveller. And the commander set out with a great number of wagons, and he came to Bayna Leḥkem, and embraced him, and gave him everything that Solomon the King had sent unto him. And he said unto him, "Make haste and come with me, for the heart of the King is burnt up as with fire with the love of thee. Peradventure he will find out for himself whether thou art his own son or his brother; for in thine appearance and in thy conversation (or, manner) thou art in no way different from him. And now, rise up quickly, for my lord the King said unto me, 'Haste and bring him hither to me in honour, and comfort, and with suitable service, and in joy and gladness.'" And the young man answered and said unto him, "I thank God, the Lord of Israel, that I have found grace with my lord the King without having seen his face; his word hath rejoiced me. And now I will put my

ከመ ፡ ያርእየኒ ፡ ኪያሁ ፡ ወያግብአኒ ፡ በዳኅን ፡ ኀበ ፡ እምየ ፡ ንግሥት ፡ ወብሔርየ ፡ ኢትዮጵያ ※

አውሥአ ፡ ኢዮአስ ፡ ወልደ ፡ ዮዳሔ ፡ መልአከ ፡ ኀይሉ ፡ ለንጉሥ ፡ ሰሎሞን ፡ ወይቤሎ ፡ ለበይነ ፡ ልሕክም ፡ እግዚእየ ፡ ዝሰ ፡ ኅዳጥ ፡ ወትረክብ ፡ ዘየዐቢ ፡ እምዝ ፡ ፍሥሓ ፡ ወተድላ ፡ እምኀበ ፡ እግዚእየ ፡ ንጉሥ ፤ ወበእንተሰ ፡ ዘትብል ፡ እምየ ፡ ወብሔርየ ፡ እምነ ፡ እምከ ፡ ይኄይስ ፡ ሰሎሞን ፡ ንጉሥ ፡ ወእምነ ፡ ሀገርከ ፡ ትኄይስ ፡ ሀገርነ ፡ ዛቲ ፤ ወሀገርከሰ ፡ ሰማዕነ ፡ ከመ ፡ ምድረ ፡ በረድ ፡ ወጊሜ ፡ ከመ ፡ ምድረ ፡ ጸዳል ፡ ወመርቄ ፡ ከመ ፡ ምድረ ፡ ደደክ ፡ ወአስሐትያ ፤ እስመ ፡ ደቂቀ ፡ ኖሕ ፡ አመ ፡ ይትካፈሉ ፡ ምድረ ፡ ሴም ፡ ወካም ፡ ወያፌት ፡ ነጸርዋ ፡ በጥበብ ፡ ለሀገርከ ፡ ከመ ፡ ስፍሕት ፡ ወረሓብ ፡ ወምድረ ፡ ዐውሎ ፡ ወመርቄ ፡ ይእቲ ፡ ወወሀብዎ ፡ ለከናአን ፡ ወልደ ፡ ካም ፡ ክፍሎ ፡ ሎቱ ፡ ወለዘርኡ ፡ እስከ ፡ ለዓለም ። ወምድርሰ ፡ እንቲአነ ፡ ምድረ ፡ ርስት ፡ ይእቲ ፡ ዘወሀበነ ፡ እግዚአብሔር ፡ በከመ ፡ መሐለ ፡ ለአበዊነ ፡ ምደር ፡ እንተ ፡ ትውሕዝ ፡ ሐሊበ ፡ ወመዓረ ፡ እንተ ፡ ትከውን ፡ ሲሳየ ፡ ዘእንበለ ፡ ሐዘን ፡ እንተ ፡ ትሁብ ፡ ፍሬሃ ፡ በበ ፡ ጊዜሃ ፡ ዘእንበለ ፡ ምንዳቤ ፤ እንተ ፡ ዘልፈ ፡ ይሔውጻ ፡ እግዚአብሔር ፡ እምዓመት ፡ እስከ ፡ ርእሰ ፡ ዐውደ ፡ ዓመት ፤ ኵላ ፡ ይእቲ ፡ ለከ ፡ ወንሕነኒ ፡ ለከ ፡ ወንከውነከ ፡ ርስተ ፡ ወትነብር ፡ ውስተ ፡ ብሔርነ ፡ እለመ ፡ አንተ ፡ ዘርኡ ፡ ለዳዊት ፡ እግዚኡ ፡ ለእግዚእየ ፡ ወለከ ፡ ይእቲ ፡ ዛቲ ፡ መንበር ፡ እንተ ፡ እስራኤል ※

አውሥኡ ፡ መኳንንቲሁ ፡ ለነጋዲ ፡ ወይቤልዎ ፡ ትኄይስ ፡ ምድርነ ፡ እስመ ፡ ሠናይ ፡ ነፋሰ ፡ ብሔርነ ፡ ዘአልቦ ፡ ላህበ ፡ ወሐሩረ ፡ ወሠናይ ፡ ማየ ፡ ብሔርነ ፡ ወጥዑም ፡ ወይውሕዝ ፡ አፍላገ ፡ ወዓዲ ፡ አርእስተ ፡ አድባሪነኒ ፡ ይውሕዙ ፡ ማየ ፤ ወአኮ ፡ ከመ ፡ በሀገርክሙ ፡

trust in the Lord of Israel that He will show me the King, and will bring me back safely to my mother the Queen, and to my country Ethiopia."

And Joas (?), the son of Yôdâḥê, the commander of the army of King Solomon, answered and said unto Bayna Leḥkem, "My lord, this is a very small matter, and thou wilt find far greater joy and pleasure with my lord the King. And as concerning what thou sayest, 'my mother' and 'my country,' Solomon the King is better than thy mother, and this our country is better than thy country. And as for thy country, we have heard that it is a land of cold and cloud, and a country of glare and burning heat, and a region of snow and ice. And when the sons of Noah, Shem, and Ham, and Japhet, divided the world among them, they looked on thy country with wisdom and saw that, although it was spacious and broad, it was a land of whirlwind and burning heat, and [therefore] gave it to Canaan, the son of Ham, as a portion for himself and his seed for ever. But the land that is ours is the land of inheritance (*i.e.*, the promised land), which God hath given unto us according to the oath that He swore to our fathers, a land flowing with milk and honey, where sustenance is [ours] without anxiety, a land that yieldeth fruit of every kind in its season without exhausting labour, a land which God keepeth watch over continually from one year to the beginning of the revolution of the next. All this is thine, and we are thine, and we will be thine heirs, and thou shalt dwell in our country, for thou art the seed of David, the lord of my lord, and unto thee belongeth this throne of Israel."

And the headmen of the merchant Tâmrîn answered and said unto Benaiah, "Our country is the better. The air (*i.e.*, climate) of our country is good, for it is without burning heat and fire, and the water of our country is good, and sweet, and floweth in rivers, moreover the tops of our mountains run with water. And we

ዘንከሪ ፡ ዐዘቅተ ፡ ነዋኀተ ፡ ለማይ ፡ ወአኮ ፡ ዘንመውት ፡ በሐሩረ ፡ ፀሐይ ፡ አላ ፡ ቀትረኒ ፡ ንነዐ ፡ አራዊተ ፡ ቶራተ ፡ ወሀየላተ ፡ ወአዕዋፈ ፡ ወእንስሳ ፡ ወክረምተኒቦ ፡ ዘይሔውጸነ ፡ እግዚአብሔር ፡ እምዓመት ፡ እስከ ፡ ርእሰ ፡ ዐውደ ፡ ዓመት ፤ ወቦ ፡ በሐጋይኒ ፡ ዘይበልዑ ፡ እክለ ፡ ከይዶሙ ፡ በእግር ፡ ከመ ፡ ምድረ ፡ ግብጽ ፡ ወዕፀውኒ ፡ ይፈርዩ ፡ ሠናየ ፡ ወሥርናየኒ ፡ ወሰገመ ፡ ወኵሉ ፡ ፍረያቲነ ፡ ወእንስሳነ ፡ ሠናይ ፡ ወመንክር ፤ ወባሕቱ ፡ አሐተ ፡ ብክሙ ፡ ጥበበ ፡ እንተ ፡ ትኄይሱነ ፡ እምኔነ ፡ ወባቲ ፡ ንነግድ ፡ ኀቤክሙ ፡

ወአውሥአ ፡ ኢዮአስ ፡ መልአከ ፡ ኀይሉ ፡ ለንጉሥ ፡ ምንት ፡ ትኄይስ ፡ እምጥበብ ፡ እስመ ፡ ጥበብ ፡ ሣረረታ ፡ ለምድር ፡ ወአጽንዐቶ ፡ ለሰማይ ፡ ወዐጸወት ፡ ልጐታተ ፡ ባሕር ፡ ከመ ፡ ኢትክድና ፡ ለምድር ፤ ወባሕቱ ፡ ተንሥኡ ፡ ንሑር ፡ ኀበ ፡ እግዚእየ ፡ እስመ ፡ ተነድፈት ፡ ልቡ ፡ በፍቅረ ፡ ዚአከ ፡ ወሊተሰ ፡ ፈነወኒ ፡ ከመ ፡ ኣምጽእከ ፡ አስተፋጢንየ ※

ወተንሥአ ፡ ወልደ ፡ ንግሥት ፡ ወአልበሶ ፡ ለኢዮአስ ፡ ወልደ ፡ ዮዳሔ ፡ ሠናየ ፡ አልባሰ ፡ ወለእሊአሁ ፡ ፶ ፡ ዕደው ፤ ወተንሥኡ ፡ ከመ ፡ ይሑሩ ፡ ኢየሩሳሌም ፡ ኀበ ፡ ንጉሥ ፡ ሰሎሞን ። ወሶበ ፡ አልጸቁ ፡ ቀሪበ ፡ በኀበ ፡ ምርዋጸ ፡ አፍራስ ፡ ቀደመ ፡ ኢዮአስ ፡ ወልደ ፡ ዮዳሔ ፡ ወቦአ ፡ ኀበ ፡ ንጉሥ ፡ ሰሎሞን ፡ ወነገሮ ፡ ከመ ፡ ሠናይ ፡ ራእዩ ፡ ወአዳም ፡ ቃሉ ፡ ወይመስል ፡ ከያሁ ፡ ወፈድፋደ ፡ ሠናይ ፡ በኵሉ ፡ ፍናቲሁ ። ወይቤሎ ፡ ንጉሥ ፡ አይቴ ፡ ሀሎ ፡ አኮኑ ፡ ከመ ፡ ታምጽእ ፡ ኪያሁ ፡ ፍጡነ ፡ ፈነውኩከ ፤ ወይቤ ፡ ኢዮአስ ፡ ነየ ፡ አነ ፡ ኣመጽኦ ፡ ዝየ ፡ ፍጡነ ። ወሖረ ፡ ወይቤ ፡ ተንሥእ ፡ ኦሊቅየ ፡ ወነዓ ፤ ወእንዘ ፡ ያፈጥንዎ ፡ ሐዊረ ፡ አብጽሕዎ ፡ ኀበ ፡ አንቀጸ ፡ ንጉሥ ። ወሶበ ፡ ርእይዎ ፡ ኵሉ ፡ ተዓይን ፡ ሰገዱ ፡

do not do as ye do in your country, that is to say, dig very deep wells [in search of] water, and we do not die through the heat of the sun; but even at noonday we hunt wild animals, namely, the wild buffaloes, and gazelles, and birds, and small animals. And in the winter God taketh heed unto us from [one] year to the beginning of the course of the next. And in the springtime the people eat what they have trodden with the foot as [in] the land of Egypt, and as for our trees they produce good crops of fruit, and the wheat, and the barley, and all our fruits, and cattle are good and wonderful. But there is one thing that ye have wherein ye are better than we are, namely wisdom, and because of it we are journeying to you."

And Joas (read Benaiah), the commander of the army of King Solomon, answered [saying], "What is better than wisdom? For wisdom hath founded the earth, and made strong the heavens, and fettered the waves of the sea so that it might not cover the earth. However, rise up and let us go to my lord, for his heart is greatly moved by love for thee, and he hath sent me to bring thee [to him] with all the speed possible."

And the son of the Queen rose up, and arrayed Joas (Benaiah), the son of Yôdâḥê, and the fifty men who were in his retinue, in gorgeous raiment, and they rose up to go to Jerusalem to Solomon the King. And when they came nigh unto the place where the horses were exercised and trained, Joas (Benaiah), the son of Yôdâḥê, went on in front, and came to the place where Solomon was, and he told him that [the son of the Queen] was well-favoured in his appearance, and that his voice was pleasant, and that he resembled him in form, and that his whole bearing was exceedingly noble. And the King said unto him, "Where is he? Did I not send thee forth to bring him as quickly as possible?" And Joas (Benaiah) said unto him, "He is here, I will bring him quickly." And Joas (Benaiah) went and said unto the young man, "Rise up, O my master,

ሎቱ ፡ ወይቤሉ ፡ ነዋ ፡ ንጉሥ ፡ ሰሎሞን ፡ ወፅአ ፡ እማኅደሩ ፤ ወእለሂ ፡ ውስጠ ፡ ሶበ ፡ ይወፅኡ ፡ ያነክሩ ፡ ወይገብኡ ፡ ድኅሬሆሙ ፡ ወካፅበ ፡ ይሬእይ ፡ ለንጉሥ ፡ ዲበ ፡ መንበሩ ፡ ወካዕበ ፡ ያነክሩ ፡ ይወፅኡ ፡ ወይሬእይዎ ፡ በህየኒ ፡ ወየኀጥኡ ፡ ዘይብሉ ፡ ወዘይትናገሩ ። ወሶበ ፡ ቦአ ፡ ካዕበ ፡ ኢዮአስ ፡ ወልደ ፡ ዮዳሔ ፡ ከመ ፡ ይንግሮ ፡ ለንጉሥ ፡ ምጽአተ ፡ ዚአሁ ፡ አልቦ ፡ ዘቆመ ፡ ቅድመ ፡ ንጉሥ ፡ አላ ፡ ኵሎሙ ፡ እስራኤል ፡ ይጻዐቁ ፡ ከመ ፡ ይርአዩ ፡ ኪያሁ ※ ※ ※

and come"; and making Bayna Leḥkem to go quickly he brought him to the King's Gate. And when all the soldiers saw him they made obeisance unto him, and they said, "Behold, King Solomon hath gone forth from his abode." And when the men who were inside came forth, they marvelled, and they went back to their places, and again they saw the King upon his throne; and wondering they went forth again and looked at the young man, and they were incapable of speaking and of saying anything. And when Joas (Benaiah), the son of Yôdâḥê, came in again to announce to the King the arrival of the young man, there was none standing before the King, but all Israel had thronged outside to see him.

፴፮ ፡ ኀበ ፡ ተራከበ ፡ ምስለ ፡ ወልዱ ፡ ንጉሥ ፡ ሰሎሞን ።

36. HOW KING SOLOMON HELD INTERCOURSE WITH HIS SON

ወወፅአ ፡ ኢዮአስ ፡ ወልደ ፡ ዮዳሔ ፡ ወአብኦ ። ወሶበ ፡ ርእዮ ፡ ንጉሥ ፡ ሰሎሞን ፡ ተንሥአ ፡ ወተቀበሎ ፡ ወፈትሐ ፡ መዝግሐ ፡ ልብሱ ፡ እመትከፍቱ ፡ ወሐቀፎ ፡ በእደዊሁ ፡ ዲበ ፡ እንግድዓሁ ፡ ወሰዐሞ ፡ አፉሁ ፡ ወፍጽሞ ፡ ወአዕይንቲሁ ፡ ወይቤሎ ፡ ናሁ ፡ አቡየ ፡ ዳዊት ፡ ተሐዲሶ ፡ በውርዙቱ ፡ ተንሥአ ፡ እምነ ፡ ሙታን ፤ ወተመይጠ ፡ ኀበ ፡ እለ ፡ ዜነውዎ ፡ ወይቤሎሙ ፡ ትቤሉኒ ፡ ይመስል ፡ ኪያከ ፡ ወዝንቱ ፡ አኮ ፡ ማኅፈድየ ፡ አላ ፡ ማኅፈደ ፡ ዳዊት ፡ አቡየ ፡ እመ ፡ መዋዕለ ፡ ውርዙቱ ፡ ወፈድፋደ ፡ ይሤኒ ፡ እምኔየ ። ወተንሥአ ፡ ሶቤሃ ፡ ወቦአ ፡ ውስተ ፡ ማኅደሩ ፡ ወአልበሶ ፡ ዲባጋተ ፡ ዘወርቅ ፡ ወቅናተ ፡ ዘወርቅ ፡ ወአክሊለ ፡ ዲበ ፡ ርእሱ ፡ ወሕልቀተ ፡ ውስተ ፡ አጽባዕቱ ፡ ወአልበሶ ፡ አልባሰ ፡ ክብር ፡ ዘየሀይድ ፡ አዕይንተ ፡ ወአንበሮ ፡ ዲበ ፡ መንበሩ ፡ ዘይትዐረይ ፡ ምስሌሁ ፤ ወይቤሎሙ ፡ ለመኳንንተ ፡ እስራኤል ፡ ዘትትሐመዩ ፡ በበይናቲክሙ ፡ ወትብሉኒ ፡ ከመ ፡ አልብየ ፡

And Joas (Benaiah), the son of Yôdâḥê, went out and brought Bayna Leḥkem inside. And when King Solomon saw him he rose up, and moved forward to welcome him, and he loosed the band of his apparel from his shoulder, and he embraced him, with his hands [resting] on his breast, and he kissed his mouth, and forehead, and eyes, and he said unto him, "Behold, my father David hath renewed his youth and hath risen from the dead." And Solomon the King turned round to those who had announced the arrival of the young man, and he said unto them, "Ye said unto me, 'He resembleth thee,' but this is not my stature, but the stature of David my father in the days of his early manhood, and he is handsomer than I am." And Solomon the King rose up straightway, and he went into his chamber, and he arrayed the young man in apparel made of cloth embroidered with gold, and a belt of gold, and he set a crown upon his head, and a ring upon his finger. And having arrayed him in glorious apparel which

ውሉደ ፡ ርእዩ ፡ ዝንቱ ፡ ውሉድየ ፡ ፍሬ ፡ ዘወፅአ ፡ እምከርሥየ ፡ ዘወሀበኒ ፡ እግዚአብሔር ፡ አምላከ ፡ እስራኤል ፡ እምዘ ፡ ኢተሐዘብኩ ።

bewitched the eyes, he seated him upon his throne, that he might be equal in rank to himself. And he said unto the nobles and officers of Israel, "O ye who treat me with contumely among yourselves and say that I have no son, look ye, this is my son, the fruit that hath gone forth from my body, whom God, the Lord of Israel, hath given me, when I expected it not."

አውሥእዎ ፡ መኳንንቲሁ ፡ ወይብልዎ ፡ ትኩን ፡ ቡርክት ፡ እም ፡ እንተ ፡ ወለደቶ ፡ ለዝንቱ ፡ ወሬዛ ፡ ወትኩን ፡ ቡርክት ፡ ዕለት ፡ እንተ ፡ ተደመርከ ፡ ምስሌሃ ፡ ለእመ ፡ ዝንቱ ፡ ወሬዛ ፤ እስመ ፡ ሠረቀ ፡ ላዕሌነ ፡ እምሥርወ ፡ እሴይ ፡ ብእሲ ፡ ብሩህ ፡ ዘይከውን ፡ ንጉሠ ፡ ለዘመደ ፡ ዘመድነ ፤ እምዘርኡ ፡ ዘኢየሐትቱ ፡ እቡሁ ፡ ወኢይብሉ ፡ እምአይቴ ፡ ምጽአቱ ፡ ዘበአማን ፡ እስራኤላዊ ፡ እምዘርአ ፡ ዳዊት ፡ በአምሳለ ፡ መልክአ ፡ ራእዩ ፡ ለእቡሁ ፡ ተልሕኰ ፡ ፍጹመ ፤ ወንሕነኒ ፡ አግብርቲሁ ፡ ይኩነነ ፡ ንጉሠ ፤ ወአብኡ ፡ሎቱ ፡ አምኃ ፡ በበ ፡ ዕበዮሙ ። ወወሰደ ፡ ለአቡሁ ፡ ይእተ ፡ ሕልቀተ ፡ እንተ ፡ ወሀበቶ ፡ እሙ ፡ በባሕቲቶሙ ፡ ወይቤሎ ፡ ለአቡሁ ፡ ንሣእአ ፡ ዘንተ ፡ ሕልቀተ ፡ ወተዘከር ፡ ዘንተ ፡ ነገረ ፡ ዘተናገርከ ፡ ምስለ ፡ ንግሥት ፤ ወሀበነአ ፡ እምዘፈረ ፡ ልብሳ ፡ ለታቦተ ፡ ሕጉ ፡ ለእግዚአብሔር ፡ ከመ ፡ ንስግድ ፡ ላቲ ፡ በኵሉ ፡ መዋዕሊነ ፡ ኵሎሙ ፡ እለ ፡ እምታሕቴነ ፡ ወእለ ፡ እምውስተ ፡ መንግሥተ ፡ ንግሥት ። አውሥአ ፡ ንጉሥ ፡ ወይቤሎ ፡ ለምንት ፡ ትሁበኒ ፡ ሕልቀተ ፡ ትእምርተ ፤ ዘእንበለ ፡ ተሀበኒ ፡ ትእምርተ ፡ ረከብኩ ፡ እምሳልየ ፡ መልክእከ ፡ እስመ ፡ እንተ ፡ ወልድየ ፡ በእማን ※

And his nobles answered and said unto him, "Blessed be the mother who hath brought forth this young man, and blessed be the day wherein thou hadst union with the mother of this young man. For there hath risen upon us from the root of Jesse a shining man who shall be king of the posterity of our posterity of his seed. Concerning his father none shall ask questions, and none shall say, 'Whence is his coming?' Verily he is an Israelite of the seed of David, fashioned perfectly in the likeness of his father's form and appearance; we are his servants, and he shall be our king." And they brought unto him gifts, each according to his greatness. And the young man took that ring which his mother had given him when they were alone together, and he said unto his father, "Take this ring, and remember the word which thou didst speak unto the Queen, and give unto us a portion of the fringe of the covering of the Tabernacle of the Law of God, so that we may worship it all our days, and all those who are subject unto us, and those who are in the kingdom of the Queen." And the King answered and said unto him, "Why givest thou me the ring as a sign? Without thy giving me a sign I discovered the likeness of thy form to myself, for thou art indeed my son."

ወካዕበ ፡ ይቤሎ ፡ ነጋዲ ፡ ተምሪን ፡ ስማዕ ፡ ኦንጉሥ ፡ ዘለአከተኒ ፡ እመትከ ፡ ንግሥት ፡ እግዝእትየ ፡ ለዝንቱ ፡ ሕፃን ፡ ቅብኦ ፡ ወቀድሶ ፡ ወባርኮ ፡ ወእንግሦእ ፡ ለብሔርነ ፡ ወአዝዝአ ፡ ከመ ፡ ኢትንገሥ ፡ ብእሲት ፡ ለዓለመ ፡ ዓለም ፡

And the merchant Tâmrîn spake again unto King Solomon, saying, "Hearken, O King, unto the message which thy handmaiden, the Queen my mistress, sent by me: 'Take this young man, anoint him, consecrate him, and bless him, and make him king over our

ወፈንዎእ ፡ በሰላም ፤ ወሰላም ፡ ለዕዘዘ ፡ መንግሥትከ ፡ ወለጥበብከ ፡ ብርህት ፤ ወአንሰው ፡ ኢፈቀድኩ ፡ ከመ ፡ ይምጻእ ፡ ዝየ ፡ አላ ፡ አጽሐበኒ ፡ ፈድፋደ ፡ ከመ ፡ ይምጻእ ኀቤከ ፤ ወአንሰ ፡ ፈራህኩ ፡ ሎቱ ፡ ከመ ፡ እመቦ ፡ ኢይድወይ ፡ በፍኖት ፡ አው ፡ በጽምአ ፡ ማይ ፡ አው ፡ በሐሩረ ፡ ፀሐይ ፡ ወኢያውርድ ፡ ርሥአንየ ፡ ውስተ ፡ መቃብር ፡ በሐዘን ፤ ወተማሕፀንኩ ፡ በጽዮን ፡ ቅድስት ፡ ሰማያዊት ፡ ታቦተ ፡ ሕጉ ፡ ለእግዚአብሔር ፡ ከመ ፡ ኢትክልአ ፡ በጥበብከ ፤ እስመ ፡ መኳንንቲከ ፡ ኢይክሉ ፡ አቲወ ፡ ቤቶሙ ፡ ወነጽሮ ፡ ውሉዶሙ ፡ እምብዝኀ ፡ ጥበብ ፡ ወመባልዕት ፡ ዘትሁቦሙ ፡ መፍቅዶሙ ፡ እንዘ ፡ ይብሉ ፡ ይኄይሰነ ፡ ማእደ ፡ ሰሎሞን ፡ እምንትፈሣሕ ፡ ወንደለው ፡ በውስተ ፡ አብያቲነ ፤ ወበእንተዝ ፡ አነ ፡ ፈሪህየ ፡ ተማሕፀንኩ ፡ ከመ ፡ ኢታቅሞ ፡ ኀቤከ ፡ አላ ፡ ከመ ፡ ትፈንዎ ፡ ኀቤየ ፡ በሰላም ፡ ዘእንበለ ፡ ደዌ ፡ ወሕማም ፡ በፍቅር ፡ ወበሰላም ፡ ከመ ፡ ይትፈሣሕ ፡ ልብየ ፡ በረኪቦትከ ※

country, and give him the command that a woman shall never again reign [in this country], and send him back in peace. And peace be with the might of thy kingdom, and with thy brilliant wisdom. As for me, I never wished that he should come where thou art, but he urged me exceedingly that he should be allowed to come to thee. And besides, I was afraid for him lest he should fall sick on the journey, either through thirst for water, or the heat of the sun, and I should bring my grey hairs down to the grave with sorrow. Then I put my trust in the holy, heavenly Zion, the Tabernacle of the Law of God, that thou wilt not withhold it in thy wisdom. For thy nobles cannot return to their houses and look upon their children, by reason of the abundance of wisdom and food which thou givest them, according to their desire, and they say, The table of Solomon is better for us than enjoying and gratifying ourselves in our own houses. And because of this I, through my fear, sought protection so that thou mightest not stablish him with thee, but mightest send him [back] to me in peace, without sickness and suffering, in love and in peace, that my heart might rejoice at having encountered thee.'"

አውሥአ ፡ ንጉሥ ፡ ወይቤሎ ፡ ምንተ ፡ ባቲ ፡ ላዕለ ፡ ወልድ ፡ ለብእሲት ፡ ዘእንበለ ፡ ዘተሐምም ፡ ወተሐፅን ፡ ወለት ፡ ለእም ፡ ወወልድ ፡ ለአብ ፤ ወእግዚአብሔር ፡ ረገማ ፡ ለሔዋን ፡ እንዘ ፡ ይብል ፡ ለዲ ፡ በጻዕር ፡ ወበሐዘነ ፡ ልብ ፡ ወወሊደኪ ፡ ምግባኢኪ ፡ ኀበ ፡ ምትኪ ፤ በማሕላ ፡ ለዲ ፡ ወምሒለኪ ፡ ምግባኢኪ ፡ ኀበ ፡ ምትኪ ፤ ወዝንቱሰ ፡ ወልድየ ፡ ኢይሁባ ፡ ለንግሥት ፡ አላ ፡ አነግሦ ፡ ላዕለ ፡ እስራኤል ፡ እስመ ፡ ዝንቱ ፡ በኵርየ ፡ ቀዳሜ ፡ በትርየ ፡ ዘወሀበኒ ፡ እግዚአብሔር ።

And the King answered and said unto him, "Besides travailing with him and suckling him, what else hath a woman to do with a son? A daughter belongeth to the mother, and a boy to the father. God cursed Eve, saying, 'Bring forth children in anguish [Gen. 3, 16] and with sorrow of heart, and [after] thy bringing forth shall take place thy return to thy husband'; with an oath He said, 'Bring forth,' and having sworn, thy return to thy husband [shall follow]. As for this my son, I will not give him to the Queen, but I will make him king over Israel. For this is my firstborn, the first of my race whom God hath given me."

ወእምዝ ፡ ይልእክ ፡ ሎቱ ፡ ሰርከ ፡ ወነግሀ ፡ ሠናየመባልዕተ ፡ ወአልባሰ ፡ ክቡረ ፡ ወርቀ ፡ ወብሩረ ፡ ወይብሎ ፡ እስመ ፡ ይኄይስ ፡ ዝየ ፡

And then Solomon sent unto the young man evening and morning dainty meats, and apparel of honour, and gold and silver. And he said unto him, "It is better for thee to dwell

ንብረት ፡ ውስተ ፡ ብሔርነ ፡ ኀበ ፡ ሀለወ ፡ ቤተ ፡ እግዚአብሔር ፡ ወኀበ ፡ ሀለወት ፡ ታቦተ ፡ ሕጉ ፡ ለእግዚአብሔር ፡ ወኀበ ፡ የኀድር ፡ እግዚአብሔር ፡ ምስሌነ ፤ ወውእቱኒ ፡ ይልእክ ፡ ወልዱ ፡ እንዘ ፡ ይብል ፡ ወርቅሰአ ፡ ወብሩር ፡ ወአልባስ ፡ ኢተኀጥአ ፡ እምብሔርነ ፡ ወባሕቱ ፡ አነ ፡ መጻእኩ ፡ ከመ ፡ እስማዕ ፡ ጥበብከ ፡ ወእርአይ ፡ ገጸከ ፡ ወአአምኆ ፡ ኪያከ ፡ ወእግነይ ፡ ለመንግሥትከ ፡ ወእስግድ ፡ ለከ ፡ ወሊተኒ ፡ ትፈንወኒ ፡ ኀበ ፡ እምየ ፡ ወብሔርየ ፤ እስመ ፡ አልቦ ፡ ዘይጸልእ ፡ ኀበ ፡ ተወልደ ፡ ወነገረ ፡ ብሔሩ ፡ ያፈቅር ፡ ኵሉ ፤ ወአንሰአ ፡ ለእመኒ ፡ ወሀብከኒ ፡ ጥዑመ ፡ መባልዕተ ፡ ኢያፈቅር ፡ ወኢይኤድሞ ፡ ለሥጋየ ፡ አላ ፡ ይኤድመኒ ፡ በዘ ፡ ተመሀርኩ ፡ ወልህቁ ፡ መባልዕት ፤ ወእመኒ ፡ አደመኒ ፡ ብሔር ፡ በአምሳለ ፡ ገነት ፡ ኢይኤድሞ ፡ ለልብየ ፡ ይኄይሰኒ ፡ አድባረ ፡ ምድራ ፡ ለእምየ ፡ ኀበ ፡ ተወለድኩ ፤ ወታቦተ ፡ አምላከ ፡ እስራኤልሂ ፡ ለእመ ፡ ገነይኩ ፡ ላቲ ፡ በኀበ ፡ ሀለውኩ ፡ ታከብረኒ ፡ ወቤተ ፡ እግዚአብሔር ፡ ዘሐነጽከ ፡ አነጽር ፡ ላቲ ፡ ወእሠውዕ ፡ ወእትጋነይ ፡ በኀበ ፡ ሀለውኩ ፤ ወለጽዮንሂ ፡ ታቦተ ፡ ሕጉ ፡ ለእግዚአብሔር ፡ ሀበኒ ፡ ዘፈረ ፡ ልብሳ ፡ ወእሰግድ ፡ ላቲ ፡ ምስለ ፡ እምየ ፡ ወኵሉ ፡ ዘእምታሕተ ፡ መንግሥትነ ። እስመ ፡ ቀዲሙኒ ፡ እግዝእትየ ፡ ንግሥት ፡ ሠረወቶሙ ፡ ለኵሎሙ ፡ እለ ፡ ያመልኩ ፡ ጣዖታተ ፡ ወእለ ፡ ይሰግዱ ፡ ለባዕድ ፡ ወለአእባን ፡ ወለአዕዋም ፡ ወሠረወቶሙ ፡ ወአግብአቶሙ ፡ ኀበ ፡ ጽዮን ፡ ታቦተ ፡ ሕጉ ፡ ለእግዚአብሔር ፤ እስመ ፡ ሰምዐት ፡ በኀቤከ ፡ ወተምህረት ፡ ወገብረት ፡ በከመ ፡ ነገርከ ፡ ወአምላክናሁ ፡ ለእግዚአብሔር ። ወበዝ ፡ ኵሉ ፡ ስእነ ፡ አሆ ፡ አብሎቶ ፡ ለወልዱ ※ ※ ※

here in our country with us, where the House of God is, and where the Tabernacle of the Law of God is, and where God dwelleth." And the young man his son sent a message unto him, saying, "Gold, and silver, and [rich] apparel are not wanting in our country. But I came hither in order to hear thy wisdom, and to see thy face, and to salute thee, and to pay homage to thy kingdom, and to make obeisance to thee, and then [I intended thee] to send me away to my mother and to my own country. For no man hateth the place where he was born, and everyone loveth the things of his native country. And though thou givest me dainty meats I do not love them, and they are not suitable for my body, but the meats whereby I grow and become strong are those that are gratifying to me. And although [thy] country pleaseth me even as cloth a garden, yet is not my heart gratified therewith; the mountains of the land of my mother where I was born are far better in my sight. And as for the Tabernacle of the God of Israel, if I adore it where I am, it will give me glory, and I shall look upon the House of God which thou hast builded, and I will make offering and make supplication to it there. And as for Zion, the Tabernacle of the Law of God, give me [a portion of] the fringe of the covering thereof, and I will worship it with my mother and with all those who are subject to my sovereignty. For my Lady the Queen hath already rooted out all those who served idols, and those who worshipped strange objects, and stones and trees, and she hath rooted them out and hath brought them to Zion, the Tabernacle of the Law of God. For she had heard from thee and had learned, and she did according to thy word, and we worship God." And the King was not able to make his son consent to remain [in Jerusalem] with all [his persuadings].

፴፯ ፡ ኀበ ፡ ተስእሎ ፡ ሰሎሞን ፡ ለወልዱ ።

37. HOW SOLOMON ASKED HIS SON QUESTIONS

ወካዕበ ፡ ነገሮ ፡ እንተ ፡ ባሕቲቱ ፡ ሰሎሞን ፡ ወይቤሎ ፡ ለወልዱ ፡ ለምንት ፡ ትፈቅድ ፡ ከመ ፡ ትርሐቅ ፡ እምኔየ ፡ ምንት ፡ ኀጣእከ ፡ ከመ ፡ ትሖር ፡ ብሔር ፡ አረሚ ፡ ወምንት ፡ አጽሀቀከ ፡ ከመ ፡ ትኅድግ ፡ መንግሥተ ፡ እስራኤል ።

አውሥአ ፡ ወልዱ ፡ ወይቤሎ ፡ ኢይከውነኒ ፡ እንበር ፡ ዝየ ፡ አላ ፡ እሖርኀበ ፡ እምየ ፡ እንዘ ፡ አንተ ፡ ትድኅረኒ ፤ እስመ ፡ ብከ ፡ ወልደ ፡ ዘይኄይስ ፡ እምኔየ ፡ ኢዮርብዓም ፡ ዘተወልደ ፡ በሕግ ፡ እምብእሲትከ ፡ ወእምየሰ ፡ ኢኮነት ፡ እንቲአከ ፡ ብእሲተ ፡ ዘበሕግ ።

አውሥአ ፡ ንጉሥ ፡ ወይቤሎ ፡ ወለእመ ፡ ትቤ ፡ ከመዝ ፡ አነሂ ፡ ኢኮንኩ ፡ ዘበሕግ ፡ ውሉዶ ፡ ለአቡየ ፡ ዳዊት ፡ እስመ ፡ ነሥአ ፡ ብእሲተ ፡ ባዕድ ፡ ወአቅተሎ ፡ ኪያሁኒ ፡ በውስተ ፡ ፀብእ ፡ ወወለደኒ ፡ ኪያየ ፡ እምኔሃ ፡ እስመ ፡ እግዚአብሔር ፡ መሓሪ ፡ ሰረየ ፡ ሎቱ ፤ ወመኑ ፡ ዘየአኪ ፡ ወየአብድ ፡ እምነ ፡ እጓለ ፡ እመሕያው ፡ ወመኑ ፡ ዘይምሕር ፡ ወይጠብብ ፡ ከመ ፡ እግዚአብሔር ፤ ሊተኒ ፡ እምአቡየ ፡ ወለከኒ ፡ እምኔየ ፡ ገብረ ፡ እግዚአብሔር ፡ በከመ ፡ ፈቀደ ። ወአንተሰ ፡ አወልድየ ፡ ፍርሆ ፡ ለእግዚአብሔር ፡ አምላክነ ፡ ኢትግፋዕ ፡ ገጸ ፡ አቡከ ፡ ከመ ፡ ኢትርከብከ ፡ በደኃሪ ፡ ግፍዕ ፡ እምነ ፡ ዘይወፅእ ፡ እምነ ፡ ሐቌከ ፡ ወከመ ፡ ይሠኒ ፡ ዘርእከ ፡ በዲበ ፡ ምድር ። ወውእቱሰ ፡ ኢዮርብዓም ፡ ሕፃን ፡ ዘ፮ ፡ ዓም ፡ ወአንተ ፡ ቀዳሜ ፡ በኵርየ ፡ ወበጻሕከ ፡ ለነጊሥ ፡ ወአንሥአ ፡ ኲናቶ ፡ ለዘ ፡ ወለደከ ። ወአንሰ ፡ ነዋ ፡ ፳ወ፱ ፡ ዓመተ ፡ እምዘ ፡ ነገሥኩ ፡ ወበሳብዕ ፡ ዓመተ ፡ መንግሥትየ ፡ መጽአት ፡ እምከ ፡ ኀቤየ ፡ ወለእመ ፡ ፈቀደ ፡ እግዚአብሔር ፡ ያበጽሐኒ ፡ ኀበ ፡ አምጣነ ፡ መዋዕለ ፡ አቡየ ፤ ወእምከመ ፡ ተወሰኩ ፡ ኀበ ፡

And again Solomon held converse with his son when he was alone, and he said unto him, "Why dost thou wish to depart from me? What dost thou lack here that thou wouldst go to the country of the heathen? And what is it that driveth thee to forsake the kingdom of Israel?"

And his son answered and said unto him, "It is impossible for me to live here. Nay, I must go to my mother, thou favouring me with thy blessing. For thou hast a son who is better than I am, namely Îyôrbe'âm (Rehoboam) who was born of thy wife lawfully, whilst my mother is not thy wife according to the law."

And the King answered and said unto him, "Since thou speakest in this wise, according to the law I myself am not the son of my father David, for he took the wife of another man whom he caused to be slain in battle, and he begot me by her; but God is compassionate and He hath forgiven him. Who is wickeder and more foolish than men? and who is as compassionate and as wise as God? God hath made me of my father, and thee hath He made of me, according to His Will. And as for thee, O my son, thou fearer of our Lord God, do not violence to the face of thy father, so that in times to come thou mayest not meet with violence from him that shall go forth from thy loins, and that thy seed may prosper upon the earth. My son Rehoboam is a boy six years old, and thou art my firstborn son, and thou hast come to reign, and to lift up the spear of him that begot thee. Behold, I have been reigning for nine and twenty years, and thy mother came to me in the seventh year of my kingdom; and please God, He shall make me to attain to the span of the days of my father. And when I shall be gathered to my fathers, thou shalt sit upon my throne, and thou shalt

አበዊየ ፡ ወትነብር ፡ አንተ ፡ ዲበ ፡ መንበርየ ፡ ውትነግሥ ፡ አንተ ፡ ህየንቴየ ፡ ወሊቃውንተ ፡ እስራኤልኒ ፡ ፈድፋደ ፡ ያፈቅሩከ ፤ ወእገብር ፡ ለከ ፡ ከብካበ ፡ ወእሁበከ ፡ ንግሥታተ ፡ ወዕቁባተ ፡ መጠነ ፡ ፈቀድከ ፤ ወትትባረክ ፡ በዛቲ ፡ ምድረ ፡ ርስት ፡ ቡርክት ፡ እንተ ፡ ወሀበ ፡ እግዚአብሔር ፡ ለአበዊነ ፡ በከመ ፡ ተካየደ ፡ ምለለ ፡ ኖሕ ፡ ገብሩ ፡ ወምስለ ፡ አብርሃም ፡ ፍቁሩ ፡ ወጻድቃን ፡ ደቂቆሙ ፡ እምድኅሬሆሙ ፡ እለከ ፡ ዳዊት ፡ አቡየ ፤ ወትሬእየኒ ፡ አነ ፡ ድኩም ፡ ዲበ ፡ መንበሮሙ ፡ ለአበዊየ ፡ ወትከውን ፡ ከማየ ፡ እምድኅሬየ ፡ ወትኴንን ፡ አሕዛበ ፡ ዘአልቦ ፡ ኈልቈ ፡ ወአንጋደ ፡ ዘአልቦ ፡ መስፈርተ ፤ ወታቦተ ፡ አምላከ ፡ እለራኤልኒ ፡ ለከ ፡ ወለዘርእከ ፡ ውእቱ ፡ ኀበ ፡ ትገብር ፡ ምሥዋዐ ፡ ወታዐርግ ፡ ጸሎተ ፡ ወእግዚአብሔር ፡ የኀድር ፡ ውለቴታ ፡ ለዝሉፉ ፡ ወይሰምዕ ፡ ጸሎትከ ፡ በውለቴታ ፡ ወትገብር ፡ ሥምረቶ ፡ ለእግዚአብሔር ፡ በውለቴታ ፡ ወዝክርከኒ ፡ ለትውልደ ፡ ትውልድ ፡ በማእከላ ※

reign in my stead, and the elders of Israel shall love thee exceedingly; and I will make a marriage for thee, and I will give thee as many queens and concubines as thou desirest. And thou shalt be blessed in this land of inheritance with the blessing that God gave unto our fathers, even as He covenanted with Noah His servant, and with Abraham His friend, and the righteous men their descendants after them down to David my father. Thou seest me, a weak man, upon the throne of my fathers, and thou shalt be like myself after me, and thou shalt judge nations without number, and families that cannot be counted. And the Tabernacle of the God of Israel shall belong to thee and to thy seed, whereto thou shalt make offerings and make prayers to ascend. And God shall dwell within it for ever and shall hear thy prayers therein, and thou shalt do the good pleasure of God therein, and thy remembrance shall be in it from generation to generation."

ወአውሥአ ፡ ወልዱ ፡ ወይቤሎ ፡ ኦእግዚእየ ፡ ኢይከውነኒ ፡ እኅድግ ፡ ብሔርየ ፡ ወእምየ ፡ እስመ ፡ አምሕሎ ፡ አምሐለተኒ ፡ እምየ ፡ በአጥባቲሃ ፡ ከመ ፡ ኢይቁም ፡ ዝየ ፡ አላ ፡ እግባእ ፡ ኀቤሃ ፡ ፍጡነ ፡ ወበዝየኒ ፡ ኢያውለብ ፡ ብእሲተ ፤ ወታቦተ ፡ አምላከ ፡ እለራኤልሂ ፡ ትባርከኒ ፡ በኀበ ፡ ሀለውኩ ፡ ወጸሎትከኒ ፡ ትትልወኒ ፡ በኀበ ፡ ሖርኩ ፡ እስመ ፡ ፈተውኩ ፡ እርአይ ፡ ገጸከ ፡ ወእለማዕ ፡ ቃለከ ፡ ወእንሣእ ፡ በረከትከ ፡ ወእሖር ፡ ኀበ ፡ እምየ ፡ በዳኅን ※ ※ ※

And his son answered and said unto him, "O my lord, it is impossible for me to leave my country and my mother, for my mother made me to swear by her breasts that I would not remain here but would return to her quickly, and also that I would not marry a wife here. And the Tabernacle of the God of Israel shall bless me wheresoever I shall be, and thy prayer shall accompany me whithersoever I go. I desired to see thy face, and to hear thy voice, and to receive thy blessing, and now I desire to depart to my mother in safety."

፴፰ ፡ ኀበ ፡ መከረ ፡ ንጉሥ ፡ ይፈኑ ፡ ወልዶ ፡ ምስለ ፡ ደቂቆሙ ።

38. HOW THE KING PLANNED TO SEND AWAY HIS SON WITH THE CHILDREN OF THE NOBLES

ወእምዝ ፡ ገብአ ፡ ውስተ ፡ ቤቱ ፡ ሰሎሞን ፡ ንጉሥ ፡ ወአስተጋብአሙ ፡ ለመማክርቲሁ ፡ ወለመገብቱ ፡ ወለመላህቅተ ፡ ቤተ ፡ መንግሥቱ ፡ ወይቤሎሙ ፡ ስእንኩ ፡ አሆ ፡ አብሎቶ ፡ ለዝንቱ ፡ ወልድ ፤ ወይእዜኒ ፡ ስምዑኒ ፡ ዘእነግረክሙ ፡ ሀቡ ፡ ናንግሦ ፡ ለብሔረ ፡ ኢትዮጵያ ፡ ምስለ ፡ ደቂቅክሙ ፡ እለ ፡ ትነብሩ ፡ በየማንየ ፡ ወበፀጋምየ ፡ ከማሁ ፡ ይንበሩ ፡ ደቂቅክሙ ፡ መላህቅት ፡ በየማኑ ፡ ወበፀጋሙ ፤ ወኵልክሙ ፡ መማክርት ፡ መኳንንት ፡ ሀቡ ፡ ነሀብ ፡ ደቂቅክሙ ፡ በኵረ ፡ ወይከውን ፡ ለነ ፡ ክልኤ ፡ መንግሥት ፡ ወአንሰ ፡ ምስሌክሙ ፡ በዝየ ፡ እትለአክ ፡ ወደቂቅነሂ ፡ ይነግሡ ፡ በሂየ ፤ ወሣልሰኒ ፡ እሴፈዎ ፡ ለእግዚአብሔር ፡ ከመ ፡ የሀበኒ ፡ ዘርአ ፡ ወይከውን ፡ ሊተ ፡ ሣልሰ ፡ ንጉሠ ። እስመ ፡ የኀሥሥ ፡ በልጣሶር ፡ ንጉሠ ፡ ሮሜ ፡ ከመ ፡ አሀቦ ፡ ወልድየ ፡ ለወለቱ ፡ ወያንግሦ ፡ ሊተ ፡ ምስለ ፡ ወለቱ ፡ ላዕለ ፡ ኵሉ ፡ ሀገረ ፡ ሮሜ ፤ እስመ ፡ አልቦ ፡ ውሉደ ፡ ዘርአ ፡ ዘእንበሌሃ ፡ ወመሐለ ፡ ከመ ፡ ኢያንግሥ ፡ ዘእንበለ ፡ እምዘርአ ፡ ዳዊት ፡ አቡየ ፤ ወለእመ ፡ አንገሥነ ፡ ህየኒ ፡ ንከውን ፡ ሠለስተ ፡ ንጉሠ ፤ ወኢዮርብዓምኒ ፡ ይነግሥ ፡ ዝየ ፡ ለእስራኤል ፡ እስመ ፡ ከመዝ ፡ ትንቢቱ ፡ ለዳዊት ፡ አቡየ ፡ ይከውን ፡ ዘርኡ ፡ ለሰሎሞን ፡ ፫ ፡ አርእስተ ፡ መንግሥት ፡ በዲበ ፡ ምድር ። ወንፌኑ ፡ ሎሙ ፡ ካህናተ ፡ ወንሥራዕ ፡ ሎሙ ፡ ሕገጋተ ፡ ወያምልኩ ፡ ወይግነዩ ፡ ለአምላከ ፡ እስራኤል ፡ ውስተ ፡ አርእስተ ፡ መንግሥት ፡ ወይሴባሕ ፡ እግዚአብሔር ፡ በዘመደ ፡ ሕዝቡ ፡ እስራኤል ፡ ወይትሌዐል ፡ በኵሉ ፡ ምድር ። በከመ ፡ ጸሐፈ ፡ አቡየ ፡ ውስተ ፡ መጽሐፉ ፡ እንዘ ፡ ይብል ፡ በልዎሙ ፡ ለአሕዛብ ፡ ከመ ፡ እግዚአብሔር ፡

And then Solomon the King went back into his house, and he caused to be gathered together his councillors, and his officers, and the elders of his kingdom, and he said unto them, "I am not able to make this young man consent [to dwell here]. And now, hearken ye unto me and to what I shall say unto you. Come, let us make him king of the country of Ethiopia, together with your children; ye sit on my right hand and on my left hand, and in like manner the eldest of your children shall sit on his right hand and on his left hand. Come, O ye councillors and officers, let us give [him] your firstborn children, and we shall have two kingdoms; I will rule here with you, and our children shall reign there. And I put my trust in God that a third time He will give me seed, and that a third king will be to me. Now Balṭâsôr, the King of Rôm, wisheth that I would give my son to his daughter, and to make him with his daughter king over the whole country of Rôm. For besides her he hath no other child, and he hash sworn that he will only make king a man who is of the seed of David my father. And if we rule there we shall be three kings. And Rehoboam shall reign here over Israel. For thus saith the prophecy of David my father: 'The seed of Solomon shall become three heads of kingdoms upon the earth.' And we will send unto them priests, and we will ordain laws for them, and they shall worship and serve the God of Israel under the three royal heads. And God shall be praised by the race of His people Israel, and be exalted in all the earth, even as my father wrote in his Book, saying, 'Tell the nations that God is king' [Psalm 95]; and again he said, 'Announce to the peoples His work, praise Him and sing ye unto Him'; and again he saith, 'Praise God

ነግሠ ፤ ወካዕበ ፡ ይቤ ፡ ወንግርዎሙ ፡ ለአሕዛብ ፡ ምግባሮ ፡ ሰብሕዎ ፡ ወዘምሩ ፡ ሎቱ ፤ ወካዕበ ፡ ይቤ ፡ ሰብሕዎ ፡ ለእግዚአብሔር ፡ ስብሐተ ፡ ሐዲሰ ፤ ስብሐቲሁ ፡ በማኅበረ ፡ ጻድቃኑ ፡ ይትፌሣሕ ፡ እስራኤል ፡ በፈጣሪሁ ፡ ለነ ፡ ይእቲ ፡ ክብረ ፡ መንግሥት ፡ ወንሴብሕ ፡ ለፈጣሪነ ፡ ወይርአዩ ፡ ኪያነ ፡ አሕዛብ ፡ እለ ፡ ያመልኩ ፡ ጣዖተ ፡ ወይፍርሁነ ፡ ወያንግሡነ ፡ ወይሴብሕዎ ፡ ለእግዚአብሔር ፡ ወይፍርህዎ ። ወይእዜኒ ፡ ሀቡ ፡ ናንግሦ ፡ ወንፈንዎ ፡ ምስለ ፡ ደቂቅክሙ ፡ እለ ፡ ብክሙ ፡ ምርካበ ፡ ወሢመተ ፤ በከመ ፡ ሢመትክሙ ፡ ወምርካብክሙ ፡ በዝየ ፡ ይኩን ፡ ከማሁ ፡ ለደቂቅክሙ ፡ በህየ ፤ ወይርአዩ ፡ ሕገ ፤ መንግሥት ፡ ወንረስዮሙ ፡ በከመ ፡ ሕግነ ፡ ወነአዝዞሙ ፡ ሕገ ፡ ወትእዛዛተ ፡ ወንፈንዎሙ ፡ ይንግሡ ፡ በህየ ※

with a new song. His praise is in the congregation of the righteous, Israel shall rejoice in his Creator.' [Psalm 96] Unto us belongeth the glory of sovereignty and we will praise our Creator. And the nations who serve idols shall look upon us, and they shall fear us, and make us kings over them, and they shall praise God and fear Him. And now, come ye, let us make this young man king, and let us send him away with your children, ye who possess wealth and position. According to the position and wealth that ye have here shall your children [rule] there. And they shall see the ordering of royalty, and we will establish them according to our law, and we will direct them and give them commands and send them away to reign there."

ወአውሥኡ ፡ ወይቤሉ ፡ ካህናት ፡ ወመኳንንት ፡ ወመማክርት ፡ ለንጉሥ ፡ አንተ ፡ ትፌንዎ ፡ ለበኵርከ ፡ ወንሕነ ፡ ንፌኑ ፡ ደቂቅነ ፡ እለ ፡ ብነ ፡ በከመ ፡ ፈቀድከ ፤ መኑ ፡ የአቢ ፡ ትእዛዞ ፡ ለእግዚአብሔር ፡ ወለንጉሥ ፡ እስመ ፡ አግብርቲከ ፡ እሙንቱ ፡ ለከ ፡ ወለዘርእከ ፡ በከመ ፡ ነበብከ ፤ ለእመ ፡ ፈቀድከ ፡ እምሤጥኮሙ ፡ ከመ ፡ ይኩኑ ፡ አግብርተ ፡ ምስለ ፡ እማቲሆሙ ፤ ወአልቦ ፡ ዘንትዐደው ፡ እምትእዛዝከ ፡ ወእምትእዛዘ ፡ እግዚአብሔር ፡ አምላክከ ። ወእምዝ ፡ አስተዳለዉ ፡ ከመ ፡ ይግበሩ ፡ ሎሙ ፡ ዘበሕግ ፡ ወይፈንውዎሙ ፡ ውስተ ፡ ብሔረ ፡ ኢትዮጵያ ፡ ወይንግሡ ፡ በህየ ፡ ወይንበሩ ፡ እስከ ፡ ለዓለም ፤ እሙንቱ ፡ ወዘርኦሙ ፡ ለትውልደ ፡ ትውልድ ※※※

And the priests, and the officers, and the councillors answered and said unto him, "Do thou send thy firstborn, and we will send our children also according to thy wish. Who can resist the commandment of God and the king? They are the servants of thee and of thy seed as thou hast proclaimed. If thou wishest, thou a, canst sell them and their mothers to be slaves; it is not for us to transgress thy command and the command of the Lord thy God." And then they made ready to do for them (*i.e.*, their children) what it was right to do, and to send them into the country of Ethiopia, so that they might reign there and dwell there for ever, they and their seed from generation to generation.

፴፱ ፡ ኀበ ፡ አንገሥዎ ፡ ለወልደ ፡ ሰሎሞን ።

39. HOW THEY MADE THE SON OF SOLOMON KING

ወአስተዳለዉ ፡ ዕፍረተ ፡ ቅብአ ፡ መንግሥት ፡ ወተነፍኀ ፡ ቃለ ፡ ቀርን ፡ ወብዕዛ ፡ ወዕንዚራ ፡

And they made ready the ointment of the oil of kingship, and the sounds of the large horn,

ወመሰንቆ ፡ ወከበሮ ፡ ወጸርጎት ፡ ሀገር ፡ በውውዓ ፡ በትፍሥሕት ፡ ወበይባቤ ፤ ወአብእዎ ፡ ውስተ ፡ ቅድስተ ፡ ቅዱሳን ፡ ወተእኀዘ ፡ በአቅርንተ ፡ ምሥዋዕ ፡ ወተውህበ ፡ መንግሥት ፡ በአፈ ፡ ሳዶቅ ፡ ካህን ፡ ወበአፈ ፡ ኢዮአስ ፡ ካህን ፡ መልአከ ፡ ኀይሉ ፡ ለንጉሥ ፡ ሰሎሞን ፡ ወቀብአ ፡ እምነ ፡ ቅዱስ ፡ ቅብአ ፡ ዕፍረት ፡ ለመንግሥት ፤ ወወፅአ ፡ እምነ ፡ ቤተ ፡ እግዚአብሔር ፡ ወሰመይዎ ፡ ስሞ ፡ ዳዊት ፡ እስመ ፡ በሕግ ፡ ረከቦ ፡ ስመ ፡ ንጉሥ ፤ ወአጽዐንዎ ፡ ዲበ ፡ በቅለ ፡ ንጉሥ ፡ ሰሎሞን ፡ ወአዖድዎ ፡ ሀገረ ፡ እንዘ ፡ ይብሉ ፡ ሤምናከ ፡ እምዝየ ፤ ወእምዝ ፡ ይቤልዎ ፡ ባሕ ፡ ሕየው ፡ አበ ፡ ነጋሢ ፤ ወቦ ፡ እለ ፡ ይብሉ ፡ ርቱዕ ፡ ይደልዎ ፡ እምፈለገ ፡ ግብጽ ፡ እስከ ፡ ምዕራበ ፡ ፀሐይ ፡ ይኩን ፡ ሢመትከ ፡ ኢትዮጵያ ፡ ቡሩክ ፡ ዘርእከ ፡ በዲበ ፡ ምድር ፡ ወእምሴዋ ፡ ደቡባዊ ፡ እስከ ፡ ሠረቀ ፡ ህንድ ፡ ዘታሠምሮን ፤ ወእግዚአብሔር ፡ አምላከ ፡ እስራኤል ፡ ይኩንከ ፡ መርሐ ፡ ወታቦተ ፡ ሕጉ ፡ ለእግዚአብሔር ፡ ኀበ ፡ ኵሉ ፡ ዘአንጸርከ ፤ ወይኩኑከ ፡ ግሩራነ ፡ ኵሎሙ ፡ ፀርከ ፡ ወጸላእትከ ፡ በቅድሜከ ፡ ወይኩንከ ፡ ፍጽመ ፡ ወኳላ ፡ ለከ ፡ ወለዘርእከ ፡ እምድኅሬከ ፡ ወትኴንን ፡ ብዙኃነ ፡ አሕዛበ ፡ ወለከሰ ፡ አልቦ ፡ ዘይኴንነከ ። ወካዕበ ፡ ባረኮ ፡ አቡሁ ፡ ወይቤሎ ፡ በረከተ ፡ ሰማይ ፡ ወምድር ፡ ይኩን ፡ በረከትከ ፤ ወይቤሉ ፡ ማኅበረ ፡ እስራኤል ፡ አሜን ※ ወካዕበ ፡ አቡሁኒ ፡ ይቤሎ ፡ ለሰዶቅ ፡ ካህን ፡ አይድአኬ ፡ ወንግሮ ፡ ፍትሐ ፡ ወኵነኔሁ ፡ ለእግዚአብሔር ፡ ከመ ፡ ይዕቀብ ፡ በህየ ※ ※ ※

and the small horn, and the flute and the pipes, and the harp and the drum filled the air; and the city resounded with cries of joy and gladness. And they brought the young man into the Holy of Holies, and he laid hold upon the horns of the altar, and sovereignty was given unto him by the mouth of Zadok the priest, and by the mouth of Joas (Benaiah) the priest, the commander of the army of King Solomon, and he anointed him with the holy oil of the ointment of kingship. And he went out from the house of the Lord, and they called his name David, for the name of a king came to him by the law. And they made him to ride upon the mule of King Solomon, and they led him round about the city, and said, "We have appointed thee from this moment"; and then they cried out to him, "Bâḥ [Long] live the royal father!" And there were some who said, "It is meet and right that thy dominion of Ethiopia shall be from the River of Egypt to the west of the sun (*i.e.*, to the setting sun); blessed be thy seed upon the earth!—and from Shoa to the east of India, for thou wilt please [the people of these lands]. And the Lord God of Israel shall be unto thee a guide, and the Tabernacle of the Law of God shall be with all that thou lookest upon. And all thine enemies and foes shall be overthrown before thee, and completion and finish shall be unto thee and unto thy seed after thee; thou shalt judge many nations and none shall judge thee." And again his father blessed him and said unto him, "The blessing of heaven and earth shall be thy blessing," and all the congregation of Israel said, "Amen." And his father also said unto Zadok the priest, "Make him to know and tell him concerning the judgment and decree of God which he shall observe there" [in Ethiopia].

፵ ፡ ኀበ ፡ አዘዞ ፡ ሳዶቅ ፡ ካህን ፡ ለዳዊት ፡ ንጉሥ ።

40. HOW ZADOK THE PRIEST GAVE COMMANDS TO DAVID THE KING

ወአውሥአ ፡ ሰዶቅ ፡ ካህን ፡ ወይቤሎ ፡ ስማዕ ፡ ዘእነግረከ ፤ ወለእመ ፡ ገበርከ ፡ ተሐዩ ፡ ለእግዚአብሔር ፡ ወለእመሰ ፡ ኢገበርከ ፡ ይቀሥፈከ ፡ እግዚአብሔር ፡ ወትከውን ፡ ሕጹጸ ፡ እምነ ፡ ኵሉ ፡ አሕዛብ ፡ ወትትመዋእ ፡ በፀርከ ፡ ወይመይጥ ፡ ገጾ ፡ እምኔከ ፡ ወትከውን ፡ ድንጉፀ ፡ ወሕዙነ ፡ ወሕሙመ ፡ በልብከ ፡ ወንዋምከኒ ፡ ዘእንበለ ፡ ህድአት ፡ ወጥዒና ፤ ወስማዕ ፡ ቃለ ፡ እግዚአብሔር ፡ ወግበር ፡ ወኢትትገሐሥ ፡ ኢለየማን ፡ ወኢለፀጋም ፡ እምዘ ፡ ንኤዝዘከ ፡ ዮም ፡ ወኢታምልክ ፡ አማልክተ ፡ ባዕድ ። ወለእመ ፡ ኢሰማዕከ ፡ ቃለ ፡ እግዚአብሔር ፡ ስማዕ ፡ ዘይረክበከ ፡ ዝንቱ ፡ ኵሉ ፡ መርገም ፤ ርጉመ ፡ ትከውን ፡ በሐቅል ፡ ርጉመ ፡ ትከውን ፡ በሀገር ፤ ርጉመ ፡ ይከውን ፡ ፍሬ ፡ ምድርከ ፡ ርጉመ ፡ ይከውን ፡ ፍሬ ፡ ከርሥከ ፡ ወአዕጻደ ፡ ላህምከ ፡ ወመራዕየ ፡ አባግዒከ ፤ ወይፌኑ ፡ ላዕሌከ ፡ እግዚአብሔር ፡ ረኃበ ፡ ወብድብደ ፡ ወይጠፍእ ፡ ኵሉ ፡ ዘወደይከ ፡ እዴከ ፡ እስከ ፡ ያጠፍአከ ፡ እስመ ፡ ኢሰማዕከ ፡ ቃሎ ። ወይከውነከ ፡ ሰማይ ፡ በመልዕልተ ፡ ርእስከ ፡ ብርተ ፡ ወምድር ፡ በታሕቴከ ፡ ኀጺነ ፤ ወይሬስዮ ፡ እግዚአብሔር ፡ ለዝናመ ፡ ምድርከ ፡ ቆባረ ፡ ወመሬት ፡ ይወርድ ፡ እምሰማይ ፡ ላዕሌከ ፡ እስከ ፡ ይደፍነከ ፡ ወእስከ ፡ ያጠፍአከ ፤ ወትትቀተል ፡ በቅድመ ፡ ፀርከ ፡ በአሐቲ ፡ ፍናው ፡ ትወፅእ ፡ ኀቤሆሙ ፡ ወበስብዕ ፡ ፍናው ፡ ትነትዕ ፡ እምቅድመ ፡ ገጾሙ ፡ ወትከውን ፡ ዝርወ ፡ ወአብድንቲከኒ ፡ መብልዐ ፡ ለአዕዋፈ ፡ ሰማይ ፡ ወአልቦ ፡ ዘይቀብረከ ፤ ወይቀሥፈከ ፡ በዐበቅ ፡ በደዌ ፡ ሲሕ ፡ ወበፈፀንት ፡ ወበመቅሠፍተ ፡ ግብጽ ፡ ወበዐዊር ፡ ወበድንጋጼ ፡ ልብ ፡ ወታረመስስ ፡ መዐልተ ፡ ከመ ፡ ዕዉር ፡ በውስተ ፡ ጽልመት ፡

And Zadok the priest answered and said unto the young man, "Hearken unto what I shall say unto thee. And if thou wilt perform it thou shalt live to God, and if thou dost not God will punish thee, and thou shalt become the least of all the nations, and thou shalt be vanquished by thy foes. And God shall turn away His face from thee, and thou shalt be dismayed, and sad, and sorrowful in thy heart, and thy sleep shall be without refreshing and health. And hearken unto the word of God, and perform it, and withdraw not thyself either to the right hand or the left, in respect of that which we command thee this day; and thou shalt serve no other god. And if thou wilt not hear the word of God, then hearken to all the curses here mentioned which shall come upon thee. Cursed shalt thou be in the field, cursed shalt thou be in the city. Cursed shall be the fruit of thy land, cursed shall be the fruit of thy belly, and the herds of thy cattle, and the flocks of thy sheep. And God shall send upon thee famine and pestilence, and He shall destroy that whereto thou hast put thine hand, until at length He shall destroy thee, because thou hast not hearkened to His word. And the heavens which are above thee shall become brass, and the earth which is beneath thee shall become iron; and God shall make the rain [which should fall upon] thy land to be darkness only, and dust shall descend from heaven upon thee until it shall cover thee up and destroy thee. And thou shalt be smitten in battle before thine enemies. Thou shalt go forth to attack them by one road, and by seven ways shalt thou take to flight before their faces, and thou shalt be routed; and thy dead body shall become food for the fowl of the heavens, and there shall be none to bury thee. And God shall punish thee with sores (or,

ወኢትረክብ ፡ ዘይረድአከ ፡ በግፍዕ ፤ ወታወስብ ፡ ብእሲተ ፡ ወየሀይደካሃ ፡ ካልእ ፡ ብእሲ ፤ ወትነድቅ ፡ ቤተ ፡ ወኢትነብር ፡ ውስቴቱ ፤ ወትተክል ፡ ወይነ ፡ ወኢትቀሥም ፡ አስካሎ ፤ ወይጠብሑ ፡ ላህመከ ፡ ሥቡሐ ፡ በቅድሜከ ፡ ወኢትበልዕ ፡ እምኔሁ ፤ ወየሀይዱ ፡ አድገከ ፡ ወኢያገብኡ ፡ ለከ ፤ ወይገብእ ፡ አባግዒከ ፡ ለአግብርት ፡ ወለፀርከ ፡ ወኢትረክብ ፡ ዘይረድአከ ፤ ወይገብኡ ፡ ደቂቅከ ፡ ወአዋልዲከ ፡ ለካልእ ፡ ሕዝብ ፡ ትሬኢ ፡ በአዕይንቲከ ፡ እንዘ ፡ ይኬርዕዎሙ ፡ አልቦ ፡ ዘትክል ፡ ገቢረ ፤ ወይበልዕ ፡ ፀር ፡ እለ ፡ ኢታአምር ፡ እክለ ፡ ምድርከ ፡ ወጻማከ ፡ ወኢትክል ፡ ከሊአ ፡ ወትከውን ፡ ጽዑረ ፡ ወድንጉፀ ፤ ሶበ ፡ ጸብሐ ፡ ትብል ፡ እፎ ፡ ይመሲ ፡ ወሶበ ፡ መስየ ፡ ትብል ፡ እፎ ፡ ይጸብሕ ፡ እምብዝኀተ ፡ ፍርሀት ፤ ለእመ ፡ ኢሰማዕከ ፡ ቃለ ፡ እግዚአብሔርወለእመ ፡ ሰሚዐ ፡ ሰማዕከ ፡ ቃለ ፡ እግዚአብሔር ፡ ስማዕ ፡ ዘይረክበከ ፡ ሠናይ ፡ እምኀበ ፡ እግዚአብሔር ፤ ወትኴንን ፡ አህጉረ ፡ ፀር ፡ ወትወርስ ፡ ክብረ ፡ ዘለዓለም ፡ እምኀበ ፡ እግዚአብሔር ፡ አምላከ ፡ እስራኤል ፡ ዘኵሎ ፡ ይመልክ ፤ እስመ ፡ ያከብሮ ፡ ለዘ ፡ አክበሮ ፡ ወያፈቅሮ ፡ ለዘ ፡ አፍቀሮ ፤ እስመ ፡ መላኬ ፡ ሞት ፡ ወሕይት ፡ ውእቱ ፤ ይኤዝዝ ፡ ወይመልክ ፡ ኵሎ ፡ ዓለመ ፡ በጥበቡ ፡ ወበክሂሎቱ ፡ ወበመዝራዕቱ ※ ※ ※

leprosy), and with the wasting disease, and with the fever that destroyeth, and with the punishments (*i.e.*, plagues) of Egypt, and with blindness and terror of heart; and thou shalt grope about by day like a blind man in the darkness, and thou shalt find none to help thee in [thy] trouble. Thou shalt marry a wife, and another man shall carry her away from thee by force. Thou shalt build a house, and shalt not dwell therein. And thou shalt plant a vineyard and shalt not harvest the grapes thereof. Men shall slay thy fat oxen before thine eyes, and thou shalt not eat of their flesh. Men shall snatch away thine ass, and shall not bring him back to thee. Thy sheep shall run to the slaves and to thine enemy, and thou shalt find none to help thee. And thy sons and thy daughters shall follow other people, and thou shalt see with thine own eyes how they are smitten, and shalt be able to do nothing. An enemy whom thou knowest not shall devour the food of thy land and thy labour, and thou shalt not be able to prevent him; and thou shalt become a man of suffering and calamity. When the day dawneth thou shalt say, 'Would that the evening had come!' and when the evening cometh thou shalt say, 'Would that the morning had come!' through the greatness of thy fear.—[All these things shall come upon thee] if thou wilt not hearken to the word of the Lord. But if thou wilt truly hearken unto the word of the Lord—hear thou—the goodness of God shall find thee, and thou shalt rule the countries of the enemy, and thou shalt inherit everlasting glory from the Lord God of Israel, Who ruleth everything. For He honoureth him that honoureth Him, and He loveth him that loveth Him, for He is the Lord of death and of life, and He directeth and ruleth all the world with His wisdom, and His power, and His [mighty] arm."

፵፩ ፡ በእንተ ፡ በረከተ ፡ ነገሥት ።

41. CONCERNING THE BLESSING OF KINGS

ወስማዕሂ ፡ ዘይረክበከ ፡ ቡራኬ ፡ ለእመ ፡ ገበርከ ፡ ፈቃዶ ፡ ለእግዚአብሔር ። ቡሩከ ፡ ትከውን ፡ በኵሉ ፡ ፍናዊከ ፡ ቡሩከ ፡ ትከውን ፡ በሀገር ፡ ቡሩከ ፡ ትከውን ፡ በሐቅል ፤ ቡሩከ ፡ ትከውን ፡ በቤትከ ፡ ቡሩከ ፡ ትከውን ፡ በአፍአከ ፤ ቡሩከ ፡ ይከውን ፡ ፍሬ ፡ ከርሥከ ። ይቤሉ ፡ ጉቡኣን ፡ አሜን ። ቡሩከ ፡ ይከውን ፡ ፍሬ ፡ ምድርከ ። አሜን ። ቡሩከ ፡ ይከውን ፡ አንቅዕተ ፡ ማያቲከ ። አሜን ። ቡሩከ ፡ ይከውን ፡ ፍሬ ፡ አትክልቲከ ። አሜን ። ቡሩከ ፡ ይከውን ፡ ዐጸደ ፡ ላህምከ ፡ ወመራዕየ ፡ አባግዒከ ። አሜን ። ቡሩከ ፡ ይከውን ፡ መዛግብቲከ ፡ ወተረፋቲከ ። አሜን ። ቡሩከ ፡ ትከውን ፡ በበአትከ ። አሜን ። ቡሩከ ፡ ትከውን ፡ በፀአትከ ። አሜን ። ወያገብኦሙ ፡ እግዚአብሔር ፡ ለፀርከ ፡ ለእለ ፡ ይትቃወሙከ ፡ ይትቀጥቀጡ ፡ በታሕተ ፡ እገሪከ ። አሜን ።

"Hearken thou now to the blessing that shall come upon thee, if thou wilt do the Will of God. Thou shalt be blessed in all thy ways, blessed shalt thou be in the city, blessed shalt thou be in the field, blessed shalt thou be in thy house, blessed shalt thou be outside it, and blessed shall be the fruit of thy belly. And those who were gathered together said, Amen. Blessed shall be the fruit of thy land. Amen. Blessed shall be the fountains of thy waters. Amen. Blessed shall be the fruit that thou hast planted. Amen. Blessed shall be thy cattle-runs and the flocks of thy sheep. Amen. Blessed shall be thy granaries and thy barns. Amen. Blessed shalt thou be in thy coming in. Amen. Blessed shalt thou be in thy going forth. Amen.

ወይፌኑ ፡ እግዚአብሔር ፡ ውስተ ፡ አብያቲከ ፡ በረከቶ ፡ ወውስተ ፡ ኵሉ ፡ ዘወደይከ ፡ እዴከ ። አሜን ። ወያበዝኀከ ፡ እግዚአብሔር ፡ ውስተ ፡ ሠናይት ፡ በውሉደ ፡ ከርሥከ ፡ ወበእክለ ፡ ምድርከ ፡ ወበተዋልዶ ፡ እንስሳከ ። አሜን ። ወበምድር ፡ እንተ ፡ መሐለ ፡ ለአበዊከ ፡ ይሁበከ ፡ ከመ ፡ መዋዕለ ፡ ሰማይ ። አሜን ። ወይፈትሕ ፡ ለከ ፡ እግዚአብሔር ፡ መዝገበ ፡ በረከተ ፡ ሰማያት ፡ ወይሁበከ ፡ ዝናመ ፡ ቡሩከ ፡ ወይባርክ ፡ ለከ ፡ ፍሬ ፡ ተግባርከ ። አሜን ። ወትሌቅሕ ፡ አንተ ፡ ለብዙኃን ፡ አሕዛብ ፡ ወአንተሰ ፡ ኢትትሌቃሕ ። አሜን ። ወትኴንን ፡ አንተ ፡ ለብዙኃን ፡ አሕዛብ ፡ ወለከሰ ፡ ኢይኴንኑከ ፡ አሜን ፡ ወይሠይመከ ፡ እግዚአብሔር ፡ ውስተ ፡ ርእስ ፡ ወአኮ ፡ ውስተ ፡ ዘነብ ፡ ወትከውን ፡ መልዕልተ ፡ ወአኮ ፡ መትሕተ ። አሜን ። ወታስተጋብእ ፡ እምነ ፡ ኵሉ ፡ በረከተ ፡ ምድር ፡ ለእንስሳከ ፤

"And God shall bring to thee thine enemies who have risen up against thee, and they shall be trodden small beneath thy feet. Amen. And God shall send His blessing on thy houses and on everything to which thou hast put thine hand. Amen. And God shall multiply for thee good things, namely, children of thy body, produce of thy land, and births among thy flocks and herds. Amen. And in the land which He swore [to give to] thy fathers, He will give thee according to the days of heaven. Amen. And God shall open for thee the storehouse of the blessing of the heavens, and He shall give thee blessed rain, and shall bless the fruit of thy labour. Amen. Thou shalt lend unto many peoples, but thou shalt not borrow. Amen. Thou shalt rule over many nations, but they shall not rule over thee. Amen. And God shall set thee at the head and not at the tail, and thou shalt be at the top and not at the bottom. Amen. And thou shalt gather together

ወትነሥእ ፡ በርባረ ፡ አሕዛብ ፡ ለትዕይንትከ ፡ ወይሰግዱ ፡ ለከ ፡ ውስተ ፡ ገጸ ፡ ምድር ፡ ለመንግሥትከ ፡ በእንተ ፡ ዕበየ ፡ ክብርከ ፤ ወይትሌዐል ፡ ክብርከ ፡ ከመ ፡ እርዝ ፡ ወከመ ፡ ኮከበ ፡ ጽባሕ ፡ ብርሃነ ፡ ክብርከ ፡ በቅድመ ፡ ኵሉ ፡ አሕዛበ ፡ ምድር ፡ ወበቅድመ ፡ ኵሉ ፡ ነገደ ፡ ሕዝብከ ፡ እስራኤል ፤

እስመ ፡ እግዚአብሔርኒ ፡ ይሄሉ ፡ ምስሌከ ፡ በኵሉ ፡ ፍኖትከ ፡ ወይገብር ፡ ፈቃደከ ፡ በኵሉ ፡ ዘኀለይከ ። ወትወርስ ፡ አህጉረ ፡ ፀርከ ፡ ወይትዌደስ ፡ ዕበየ ፡ ሕዝብከ ፡ በብዝኀ ፡ ግርማከ ፡ ወበብዝኀ ፡ ሰራዊትከ ፤ ወይፈርሁከ ፡ ኵሉ ፡ እለ ፡ ኢይገብሩ ፡ ፈቃዶ ፡ ለእግዚአብሔር ፡ እስመ ፡ አንተ ፡ ትገብር ፡ ፈቃዶ ፡ ወትትለአክ ፡ ሎቱ ፡ ወበእንተዝ ፡ ይሁበከ ፡ ግርማ ፡ ዐቢየ ፡ በቅድመ ፡ እለ ፡ ይሬእዩከ ፤ በአልጕም ፡ አፍራሲከ ፡ ወበምጕንጳ ፡ ቀስትከ ፡ ወበአንጸብርቆ ፡ ወልታከ ፡ ይርዕድ ፡ ልቦሙ ፡ ወይሰግዱ ፡ ለከ ፡ ውስተ ፡ ገጸ ፡ ምድር ፡ እስመ ፡ ይደነግፅ ፡ ልቦሙ ፡ በርእየ ፡ ግርማከ ። ወሶበ ፡ ይሬእዩከ ፡ እምርሑቅ ፡ እለ ፡ ውስተ ፡ አድባር ፡ ይወርዱ ፡ ምድረ ፡ ወእለ ፡ ውስተ ፡ አብሕርት ፡ ወቈላት ፡ ይወፅኡ ፡ አፍአ ፡ ከመ ፡ ያግብኦሙ ፡ እግዚአብሔር ፡ ውስተ ፡ እዴከ ፡ በእንተ ፡ ዘዐለዉ ፡ ትእዛዘ ፡ እግዚአብሔር ። ወአንተሰ ፡ ሶበ ፡ ትገብር ፡ ፈቃዶ ፡ ኵሎ ፡ ዘሰአልከ ፡ ትነሥእ ፡ በኀቤሁ ፤ እስመ ፡ ለእመ ፡ አፍቀርኮ ፡ ያፈቅረከ ፡ ወለእመ ፡ ዐቀብከ ፡ ትእዛዞ ፡ ይሁበከ ፡ ስእለተ ፡ ልብከ ፡ ወኵሎ ፡ ዘኀሠሥከ ፡ ትነሥእ ፡ በኀቤሁ ። እስመ ፡ ኄር ፡ ለኄራን ፡ ወየዋህ ፡ ለየዋሃን ፡ ውእቱ ፡ ወይገብር ፡ ፈቃዶሙ ፡ ለእለ ፡ ይፈርህዎ ፡ ወይሁቦሙ ፡ ዐስበ ፡ ለእለ ፡ ይትዔገሥዎ ፤ ተዐገሣ ፡ ለመዐት ፡ ወድኅረ ፡ ታስተፌሥሐከ ፡ ወአፍቅራ ፡ ለጽድቅ ፡ ወትፈሪ ፡ ለከ ፡ ሕይወት ፤ ኩን ፡ ኄረ ፡ ለኄራን ፡ ወመገሥጸ ፡ ለመአብሳን ፡ ወአኅድጎ ፡

of every blessing of the land for thy flocks and herds, and thou shalt take the spoil of the nations for thine army, and they shall bow down to thee to the face of the earth, to thy sovereignty, because of the greatness of thy glory. Thine honour shall rise up like the cedar, and like the Morning Star, the brilliance of thy glory shall be before all the nations of the earth, and before every tribe of thy people Israel.

"For God shall be with thee in all thy ways, and He will perform thy will in everything that thou determinest. And thou shalt inherit the countries of thine enemy, and the greatness of thy people shall be praised because of the greatness of thine awesomeness, and because of the multitude of thy soldiers. And all those who do not perform the Will of God will fear thee because thou dost do His Will, and dost serve Him, and therefore He will give thee great majesty in the sight of those who see thee. Their hearts shall tremble before the bridle of thy horses, and the quiver of thy bow, and the glitter of thy shield, and they shall bow down to the face of the earth, for their hearts shall be terrified at the sight of thy majesty. And when those who are in the mountains see thee afar off they shall come down to the plain, and those who are on the seas and in the deep waters shall come forth, so that the Lord may bring them into thy hand, because they have transgressed the command of God. And thou, when thou doest His Will, shalt receive from Him everything for which thou hast asked; for if thou lowest Him He will love thee, and if thou keepest His commandment He will grant thee the petition of thy heart, and everything that thou seekest thou shalt receive from Him. For He is the Good One to the good, and the Compassionate to the compassionate, and He doeth the will of those who fear Him, and He giveth a reward to those who wait patiently for Him. Be patient in respect of wrath, and at the end He will make thee to rejoice; love

እኪት : ለእኩይ : በገሥጾ : ወበአርትዖ : ወበአርስሖ : ወበአኅስሮ : ለዘ : ይዔምፅ : ቢጾ : በእኩይ : በውስተ : ዐውደ : ቅሥት ፤ ወፍታሕ : ለነዳይ : ወለእጓለ : ማውታ : ወአንግፎ : እምእደ : ዘይዔምፆ ፤ ወአድኅን : ባሕታዌ : ወጽኑሰ : ወአንግፎ : እምእደ : ዘይትዔገሎ ። ወኢትፍታሕ : በአድልዎ : ወበነሢአ : ገጽ : አላ : በጽድቅ : ፍታሕ ፤ ወኢታፍቅር : ሕልያነ : በነሢአ : ፍትሕ : በአድልዎ : ለገጽ ፤ ወለመኳንንቲከኒ : ገሥጾሙ : ከመ : ይኩኑ : ንጹሓነ : እምሕልያን : ወኢያድልዉ : ፍትሐ : ለገጸ : ፍቁራኒሆሙ : ወኢለጸላኢሆሙ ፤ ወኢለአብዕልቲሆሙ : ወኢለነዳያኒሆሙ ፤ አላ : በጽድቅ : ኵነኔ : ይኴንኑ : ቢጾሙ : በርቱዕ : ፍትሕ ※ ※ ※

righteousness and He will make life to blossom for thee. Be a good man to the good, and a reprover of sinners. And put aside the wickedness of the evil man by rebuking and correcting him, and condemn and disgrace the evil man who doeth violence to his neighbour in the court of law. And do justice to the poor man and to the orphans, and release them from the hand of him that doeth them wrong. And deliver him that is forsaken and the man who is in misery, and release him from the hand of him that causeth him to suffer. Judge not with partiality, and have no respect of persons, but judge righteously. When thou undertakest to judge, love not gifts (*i.e.*, bribes) and accept not persons. And admonish thy governors (or, judges) that they be free from the taking of gifts, and that they accept not the persons of their friends, or of their enemies, or of rich or poor, in giving judgment; and they shall surely judge their neighbours in righteousness, and with a just judgment.

፵፪ : በእንተ : ፲ቃላት ።

42. CONCERNING THE TEN COMMANDMENTS

ወስምዑ : እስራኤል : ዘተአዘዘ : እምእግዚአብሔር : ከመ : ትዕቀቡ : ኪያሁ ። ወይቤ : አነ : ውእቱ : እግዚአብሔር : አምላክከ : ዘአውፃእኩከ : እምነ : ምድረ : ግብጽ : ወእምነ : ቤተ : ቅኔ ፤ ወኢይኩን : ባዕደ : አማልክተ : ዘእንበሌየ : ወኢትግበር : አምላከ : ዘግልፎ : ወኢበኵሉ : አምሳል : ዘውስተ : ሰማይ : ዘላዕሉ : ወኢበኵሉ : ዘበ : ምድር : በታሕቱ : ወኢዘውስተ : ማይ : ዘመትሕተ : ምድር ፤ ወኢትስግድ : ሎሙ : ወኢታምልኮሙ ፤ እስመ : አነ : እግዚአብሔር : አምላክከ : አምላክ : ቀናኢ : ዘእትፌደይ : ኀጢአተ : ወላዲ : ላዕለ : ውሉድ : እስከ : ሣልስ : ወራብዕ : ትውልድ : ለእለ : ይጸልኡኒ ፤ ወእገብር : ምሕረተ : እስከ :

"And hear ye, Israel, that which God commandeth you to keep; He saith, 'I am the Lord thy God Who hath brought thee out of the land of Egypt and out of the house of bondage. There shall be no other gods besides Me, and thou shalt not make any god that is graven, and no god that is like what is in the heavens above, or in the earth beneath, or in the water which is under the earth. Thou shalt not bow down to them, and thou shalt not serve them, for I the Lord thy God am a jealous God. [I am He] Who visiteth the sin of the father on the children to the third and fourth generation of those who hate Me, and I perform mercy to a thousand (or, ten thousand) generations of those who love Mc and keep My commandments.

፻ትውልድ ፡ ለእለ ፡ ያፈቅሩኒ ፡ ወየዐቅቡ ፡ ትእዛዝየ ።

ወኢ.ትምሐል ፡ ስመ ፡ እግዚአብሔር ፡ አምላክከ ፡ በሐሰት ፡ እስመ ፡ ኢያነጽሕ ፡ እግዚአብሔር ፡ ለዘ ፡ ይምሕል ፡ ስሞ ፡ በሐሰት ።

"Thou shalt not swear a false oath in the Name of the Lord thy God, for the Lord will not hold innocent the man who sweareth a false oath in His Name.

ወዕቀብ ፡ ዕለተ ፡ ሰንበት ፡ ከመ ፡ ትቀድሳ ፡ በከመ ፡ አዘዘ ፡ እግዚአብሔር ፡ አምላክከ ፤ ሰዱሰ ፡ መዋዕለ ፡ ትገብር ፡ ግብረከ ፡ ወበሳብዕት ፡ ዕለት ፡ ሰንበቱ ፡ ለእግዚአብሔር ፡ አምላክከ ፡ ኢትግበር ፡ ባቲ ፡ ግብረ ፡ ቅኔ ፡ ኢአንተ ፡ ወኢወልድከ ፡ ወኢወለትከ ፡ ወኢገብርከ ፡ ወኢአድግከ ፡ ወኢኵሉ ፡ እንስሳከ ፡ ወኢፈላሲ ፡ ዘይነብር ፡ ኀቤከ ፤ እስመ ፡ በሰዱስ ፡ መዋዕል ፡ ገብረ ፡ እግዚአብሔር ፡ ሰማየ ፡ ወምድረ ፡ ወባሕረ ፡ ወኵሎ ፡ ዘውስቴታ ፡ ወአዕረፈ ፡ አመ ፡ ዕለተ ፡ ሳብዕት ፡ ወበበይነዝ ፡ ባረካ ፡ እግዚአብሔር ፡ ለሳብዕት ፡ ዕለት ፡ ወአጽደቃ ።

"And observe the day of the Sabbath to sanctify it, even as the Lord thy God commanded. Six days thou shalt do thy work, and on the seventh day, the Sabbath of the Lord thy God, thou shalt do no work at all, neither thyself, nor thy son, nor thy daughter, nor thy servant, nor thine ass, nor any beast, nor the stranger that abideth with thee. For in six days God made the heavens and the earth, and the sea and all that is in them, and rested on the seventh day, and because of this God blessed the seventh day and declared it free [from work].

አክብር ፡ አባከ ፡ ወእምከ ፡ ከመ ፡ ይኩንከ ፡ ጽድቀ ፡ ብዙኀ ፡ ዕለተ ፡ ትረክብ ፡ በውስተ ፡ ምድር ፡ ዘወሀበከ ፡ እግዚአብሔር ፡ አምላክከ ።

"Honour thy father and thy mother so that may be good to thee the many days that thou shalt find in the land which the Lord thy God hath given thee.

ኢትሐር ፡ ብእሲተ ፡ ብእሲ ።

"Thou shalt not go with the wife of [another] man.

ኢትቅትል ፡ ነፍሰ ።

"Thou shalt not slay a life.

ኢትዘሙ ። ኢትስርቅ ።

"Thou shalt not commit fornication. Thou shalt not steal.

ስምዐ ፡ በሐሰት ፡ ኢትስማዕ ፡ ላዕለ ፡ ቢጽከ ።

"Thou shalt not bear false witness against thy neighbour.

ወኢትፍትው ፡ ብእሲተ ፡ ካልእከ ፡ ኢቤቶ ፡ ወኢገራህቶ ፡ ወኢገብሮ ፡ ወኢአመቶ ፡ ወኢላህሞ ፡ ወኢብዕራዮ ፡ ወኢአድጎ ፡ ወኢእምኵሉ ፡ እንስሳሁ ፡ ዘአጥረየ ፡ አጥርዮ ፡ ካልእከ ፤

"Thou shalt not covet thy neighbour's wife, nor his house, nor his land, nor his manservant, nor his maidservant, nor his ox, nor his cattle, nor his ass, nor any of the beasts that thy neighbour hath acquired."

ዝነገር ፡ ዘነገረ ፡ እግዚአብሔር ፡ ሕጎ ፡ ወሥርዐቶ ፡ ወለእለኒ ፡ ይኤብሱ ፡ ገሥጾሙ ፡ ከመ ፡ ኢይጽንዑ ፡ ውስተ ፡ ስሒት ፡ ወይትዐገሡ ፡ እምርኵስ ፡ ዘኢሠምረ ፡ እግዚአብሔር ፤ ወዝንቱ ፡ ውእቱ ፡ ነገር ፡

This is the word which God hath spoken, His Law and His Ordinance. And those who sin He rebuketh, so that they may not be confirmed in error, and may restrain themselves from the pollution wherewith God is not pleased. And this is the thing with which

ዘኢሠምረ ፡ እግዚአብሔር ፡ ወርቱዕ ፡ ይትገሐሱ ፡ እምኔሁ ፡ ብእሲ ፡ ብእሲ ፡ ኀበ ፡ ይከውኖ ፡ ዘመዱ ፡ ኢይባእ ፡ ይክሥት ፡ ኀፍረቶ ፤ እስመ ፡ አነ ፡ ውእቱ ፡ እግዚአብሔር ፡ አምላክክሙ ። ኀፍረተ ፡ አቡከ ፡ ወእምከ ፡ ኢትክሥት ፡ እስመ ፡ እምከ ፡ ይእቲ ፤ ኢትክሥት ፡ ኀፍረተ ፡ ብእሲተ ፡ አቡከ ፡ እስመ ፡ ኀፍረተ ፡ እምከ ፡ ይእቲ ፤ ኀፍረተ ፡ እኅትከ ፡ እንተ ፡ እምነ ፡ አቡከ ፡ አው ፡ እንተ ፡ እምነ ፡ እምከ ፡ ኢትክሥት ፤ እመኒ ፡ እንተ ፡ እምነ ፡ አፍአ ፡ ተወልደት ፡ ሎቱ ፡ ወእመኒ ፡ እንተ ፡ እምአዝማዲከ ፡ ይእቲ ፡ ኢትክሥት ፡ ኀፍረታ ፤ ኀፍረተ ፡ ወለተ ፡ ወልድከ ፡ ኢትክሥት ፡ አው ፡ ኀፍረተ ፡ ወለተ ፡ ወለትከ ፡ ኢትክሥት ፡ እስመ ፡ ኀፍረትከ ፡ ይእቲ ፤ ኀፍረተ ፡ ወለተ ፡ ብእሲተ ፡ አቡከ ፡ ኢትክሥት ፡ እስመ ፡ እኅትከ ፡ ወለተ ፡ እምከ ፡ ይእቲ ፡ ወኢትክሥት ፡ ኀፍረታ ፤ ኀፍረተ ፡ እኅተ ፡ አቡከ ፡ ኢትክሥት ፡ እስመ ፡ ቤተ ፡ አቡከ ፡ ይእቲ ፤ ኀፍረተ ፡ እኅተ ፡ እምከ ፡ ኢትክሥት ፡ እስመ ፡ ቤተ ፡ እምከ ፡ ይእቲ ፤ ኀፍረተ ፡ ብእሲተ ፡ እኁሁ ፡ ለአቡከ ፡ ኢትክሥት ፡ እስመ ፡ ዘመድከ ፡ ይእቲ ፤ ኀፍረተ ፡ ብእሲተ ፡ ወልድከ ፡ ኢትክሥት ፡ እስመ ፡ ብእሲተ ፡ ወልድከ ፡ ይእቲ ፤ ኀፍረተ ፡ ወለትከ ፡ ወብእሲተ ፡ ወልደ ፡ እኁከ ፡ ኢትክሥት ፡ እስመ ፡ ኀፍረትከ ፡ ውእቱ ፤ ኀፍረተ ፡ ብእሲተ ፡ እኁከ ፡ ኢትክሥት ፡ እስመ ፡ ኀፍረተ ፡ እኁከ ፡ ይእቲ ፡ እምጣነ ፡ ሀሎ ፡ ሕያው ፡ እኁከ ፤ ኀፍረተ ፡ ብእሲት ፡ ምስለ ፡ ወለታ ፡ ኢትክሥት ፡ ወኢዘወለተ ፡ ወልዳ ፡ ወኢዘወለተ ፡ ወለታ ፡ ኢትግበር ፡ ከመ ፡ ትክሥት ፡ ኀፍረቶን ፡ ቤትከ ፡ ውእቱ ፡ ወኀጢአት ፡ ውእቱ ፤

God is not pleased, and it is right that men should abstain from it. "No man shall uncover the shame of one with whom he hath kinship; for I am the Lord your God. The shame of thy father and mother thou shalt not uncover, for it is thy mother. Thou shalt not uncover the shame of thy father's wife, for it is the shame of thy mother. Thou shalt not uncover the shame of thy sister who was begotten by thy father or thy mother. Whether she was born unto him from outside or whether she is a kinswoman of thine thou shalt not uncover her shame. Thou shalt not uncover the shame either of thy son's daughter, or the shame of the daughter of thy daughter, for it is thine own shame. Thou shalt not uncover the shame of the daughter of thy father's wife, for she is thy sister, the daughter of thy mother, and thou shalt not uncover her shame. Thou shalt not uncover the shame of thy father's sister, for she is of thy father's house. Thou shalt not uncover the shame of thy mother's sister, for she is of thy mother's house. Thou shalt not uncover the shame of the wife of thy father's brother, for she is thy kin[swoman]. Thou shalt not uncover the shame of thy son's wife, for she is thy son's wife. Thou shalt not uncover the shame of thy daughter and the wife of thy brother's son, for it is thine own shame. Thou shalt not uncover the shame of thy brother's wife, for it is thy brother's shame as long as thy brother liveth. Thou shalt not uncover the shame of a woman and that of Ur daughter, nor that of the daughter of her son, nor that of the daughter of her daughter. Thou shalt not cause their shame to be uncovered; it is thy house and it is sin.

ወብእሲተ ፡ ምስለ ፡ እኅታ ፡ ኢታውስብ ፡ ከመ ፡ ታስተቃንዖን ፡ ወከመ ፡ ትክሥት ፡ ኀፍረቶን ፡ ለዛቲኒ ፡ ወዘእንታክቲኒ ፡ እንዘ ፡ ዓዲሃ ፡ ቀዳሚት ፡ ሕያውት ፡ ይእቲ ፤ ወኀበ ፡

"And thou shalt not take to wife a maiden and her sister so as to make them jealous each of the other, and thou shalt not uncover their shame, nor the shame of the one or the other

ብእሲት ፡ ትክት ፡ ኢትባእ ፡ እንበለ ፡ ትንጻሕ ፡ ከመ ፡ ትክሥት ፡ ኅፍረታ ፡ እንዘ ፡ ዓዲ ፡ ርኵስት ፡ ይእቲ ፤ ወኢትባእ ፡ ኀበ ፡ ብእሲተ ፡ ካልእከ ፡ ከመ ፡ ትስክብ ፡ ምስሌሃ ፡ ወኢትዝራእ ፡ ዘርእከ ፡ ውስቴታ ፤

as long as the first sister is alive. Thou shalt not go to a menstruous woman, until she is purified, to uncover her shame whilst she is still unclean. And thou shalt not go to the wife of thy neighbour to lie with her, and thou shalt not let thy seed enter her.

ወኢታስተፃምድ ፡ ኀበ ፡ መልአከ ፡ ውሉድከ ፡ ከመ ፡ ኢታርኵስ ፡ ስሞ ፡ ለቅዱስ ፡ ስመ ፡ እግዚአብሔር ፤

"And thou shalt not vow thy children to Moloch to defile the Name of the Holy One, the Name of the Lord.

ወምስለ ፡ ተባዕት ፡ ኢትስክብ ፡ ከመ ፡ ምስለ ፡ አንስት ፡ እስመ ፡ ርኩስ ፡ ውእቱ ፤

"And thou shalt not lie with a man as with a woman, for it is pollution.

ወኢትሖር ፡ ኀበ ፡ እንስሳ ፡ ወኢትስክብ ፡ ከመ ፡ ታውፅእ ፡ ዘርእከ ፡ ላዕሌሁ ፡ ከመ ፡ ኢትርኰስ ፡ ቦቱ ፡ ወብእሲትኒ ፡ ኢትሖር ፡ ኀበ ፡ እንስሳ ፡ ከመ ፡ ይስክባ ፡ እስመ ፡ ርኵስ ፡ ውእቱ ። ወኢታርኵሱ ፡ ርእሰክሙ ፡ በኵሉ ፡ ዝንቱ ፡ እስመ ፡ ቦቱ ፡ ረኵሱ ፡ አሕዛብ ፡ እለ ፡ አነ ፡ አውፃእክዎሙ ፡ እምቅድሜክሙ ፡ ወበዝንቱ ፡ ኢታርኵሱ ፡ ሥጋክሙ ፤

"And thou shalt not go to a beast and thou shalt not lie with it so as to make thy seed go out upon it, that thou mayest not be polluted thereby. And a woman shall not go to a beast to lie with it, for it is pollution. And ye shall not pollute yourselves with any of these things, for with them the nations whom I have driven out before you have polluted themselves, and with them ye shall not pollute your bodies.

ወቀድሱ ፡ ነፍሰክሙ ፡ ወሥጋክሙ ፡ ለእግዚአብሔር ፡ እስመ ፡ ቅዱስ ፡ ውእቱ ፡ ወያፈቅሮሙ ፡ ለእለ ፡ ይቄድሱ ፡ ነፍሶሙ ፡ ወሥጋሆሙ ፡ ሎቱ ፤ እስመ ፡ ቅዱስ ፡ ወግሩም ፡ ወልዑል ፡ ውእቱ ፡ ወመሓሪ ፡ ወመስተሣህል ፡ ውእቱ ፡ ወሎቱ ፡ ይደሉ ፡ ስብሐት ፡ ለዓለመ ፡ ዓለም ፡ አሜን ※ ※ ※

And sanctify ye your souls and your bodies to God, for He is the Holy One, and He loveth those who sanctify their souls and their bodies to Him. For He is holy, and to be feared, and He is high, and merciful, and compassionate. And to Him praise is meet for ever and ever. Amen."

፵፫ ፡ ኀበ ፡ ተአዘዙ ፡ ደቂቀ ፡ ኀይለ ፡ እስራኤል ።

43. HOW THE MEN OF THE ARMY OF ISRAEL RECEIVED [THEIR] ORDERS

ሀገርሰ ፡ ተፈሥሐት ፡ በእንተ ፡ ዘአንገሠ ፡ ወልዶ ፡ ንጉሥ ፡ ወረሰዮ ፡ ንጉሠ ፡ እምደወሉ ፡ እስከ ፡ ደወለ ፡ ባዕድ ፤ ወዓዲ ፡ ሐዘነት ፡ ሀገር ፡ እስመ ፡ አዘዘ ፡ ንጉሥ ፡ ከመ ፡ የሀቡ ፡ ደቂቆሙ ፡ እለ ፡ ተሰምዩ ፡ በኵረ ፤ ወእለኒ ፡ እምየማን ፡ ከማሁ ፡ ይንበሩ ፡ በከመ ፡ አበዊሆሙ ፡ ይነብሩ ፡ ምስለ ፡ ንጉሥ ፡

And the city rejoiced because the King had made his son King, and had appointed him King from his own territory to that of another. But the city sorrowed also because the King had commanded that they should give their children who were called "firstborn." And those who were on the right hand should sit in the same way as their fathers sat with King

ሰሎሞን ፡ ከማሁ ፡ ይንበሩ ፡ በየማነ ፡ ወልዱ ፡ ዳዊት ፡ ንጉሠ ፡ ኢትዮጵያ ፡ ወእለኒ ፡ እምፀጋም ፡ ከማሁ ፡ ይንበሩ ፡ በከመ ፡ አበዊሆሙ ፡ ይነብሩ ፡ ምስለ ፡ ንጉሥ ፡ ሰሎሞን ፡ ከማሁ ፡ ይንበሩ ፡ በፀጋሙ ፡ ለወልዱ ፡ ዳዊት ፡ ንጉሠ ፡ ኢትዮጵያ ፤ ወሢመቶሙኒ ፡ በከመ ፡ አበዊሆሙ ፡ ወአስማቲሆሙኒ ፡ በከመ ፡ አበዊሆሙ ፤ ወኵሉ ፡ በከመ ፡ በበሥርዐቱ ፡ ወበበ ፡ በከመ ፡ ዕበዩ ፡ ወበበ ፡ በከመ ፡ ምልክናሁ ፡ ወበበ ፡ በከመ ፡ ምርካቡ ፡ ወበበ ፡ በከመ ፡ ምኵናኑ ፤ ከማሁ ፡ ይኩኑ ፡ በከመ ፡ ገብረ ፡ ሰሎሞን ፡ ለመኳንንቲሁ ፡ ከማሁ ፡ ይግበር ፡ ሎሙ ፡ ዳዊትሂ ፡ ለመኳንንቲሁ ፡ ወበከመ ፡ ሠርዖሙ ፡ ሰሎሞን ፡ ለመገብቱ ፡ ወከማሁ ፡ ዳዊትሂ ፡ ይሥራዕ ፡ ሥርዐተ ፡ ቤቱ ።

Solomon, even so should they sit at the right hand of his son David, the King of Ethiopia; and those who were on the left hand should sit as their fathers sat with King Solomon, even so should they sit on the left hand of his son David, the King of Ethiopia; and their rank should be like that of their fathers, and their names should be like those of their fathers. And each should be according to his ordinance, and each according to his greatness, and each according to his position of authority, and each according to his wages, and each according to his rank; in this wise shall they be. As Solomon did to his nobles so shall David do to his nobles; and as Solomon ordained for his governors so shall David order the direction of his house.

ወከመዝ ፡ አስማቲሆሙ ፡ ለእለ ፡ ተሠይሙ ፡ ይትፈነዉ ።

And the names of those who were appointed to be sent away were these:—

አዛርያስ ፡ ወልደ ፡ ሳዶቅ ፡ ካህን ፡ ዝውእቱ ፡ ሊቀ ፡ ካህናት ፤

’Azâryâs (Azariah), the son of Zâdôk, the priest, who was the high priest.

ወኤልያስ ፡ ወልደ ፡ አርኒ ፡ ሊቀ ፡ ዲያቆናት ፡ ወአቡሁሰ ፡ ለአርኒ ፡ ሊቀ ፡ ዲያቆናት ፡ ናታን ፡ ነቢይ ፤

’Êlyâs, the son of ’Arnî the Archdeacon; now the father of ’Arnî was the Archdeacon of Nathan the prophet.

ወአድራም ፡ ወልደ ፡ አርድሮንስ ፡ መልአከ ፡ አሕዛብ ፤

’Adrâm, the son of ’Ardĕrônes, leader of the peoples.

ወፈንቄራ ፡ ወልደ ፡ ሶበ ፡ ጸሓፌ ፡ ላህም ፤

Fanḳêrâ, the son of Sôbâ, scribe of the oxen.

ወአኮንሔል ፡ ወልደ ፡ ጦፌል ፡ እንዘ ፡ ሕፃን ፤

’Akônḥêl, the son of Tôfêl, the youth.

ወሳምንያስ ፡ ወልደ ፡ አኪታለም ፡ መዘክር ፤

Sâmĕnyâs, the son of ’Akîtâlam, the recorder.

ወፊቃሮስ ፡ ወልደ ፡ ንያ ፡ መልአከ ፡ ሰርዌ ፡ ዝውእቱ ፡ ሊቀ ፡ ሐራ ፤

Fiḳârôs, the son of Nĕyâ, commander of the armed men, that is to say, chief of the troops.

ወሌዋንዶስ ፡ ወልደ ፡ አኪሬ ፡ መልአከ ፡ አንገቦት ፤

Lêwândôs, the son of ’Akîrê, commander of the recruits (?).

ወፋቂጤን ፡ ወልደ ፡ አድራይ ፡ መልአካዊ ፡ ለባሕር ፤

Fâḳûtên, the son of ’Adrây, commander on the sea.

ወማታን ፡ ወልደ ፡ ብንያስ ፡ መልሀቀ ፡ ቤት ፤

Mâtân, the son of Benyâs, chief of the house.

ወአድዐረዝ ፡ ወልደ ፡ ኪሬም ፡ ደቀ ፡ ሰርጉ ፤

Ad‘araz, the son of Kîrêm, servant of decorations.

ወደለክም ፡ ወልደ ፡ ማትሬም ፡ ሊቀ ፡ ሐራ ፡ ለአፍራስ ፤

Dalakĕm, the son of Mâtrêm, chief of the horse-soldiers.

ወአደርዮስ ፡ ወልደ ፡ ኔድሮስ ፡ ሊቀ ፡ ሐራ ፡ ለአጋር ፤	’Adaryôs, the son of Nêdrôs, chief of the foot-soldiers.
ወአውስጥራን ፡ ወልደ ፡ ዮዳድ ፡ ጸዋሬ ፡ ክብር ፤	’Awstĕrân, the son of Yôdâd, bearer of the "glory."
ወአስተርአዮን ፡ ወልደ ፡ አሳ ፡ ቃለ ፡ ታዕካ ፤	’Astar’ayôn, the son of ’Asâ, messenger of the palace (?).
ወኢሚ ፡ ወልደ ፡ መታትያስ ፡ ሊቀ ፡ መጽብእት ፤	Îmî, the son of Matâtyâs, commander of the host (?).
ወማክሪ ፡ ወልደ ፡ አቢሳ ፡ ፈታሔ ፡ ታዕካ ፤	Mâkrî, the son of ’Abîsâ, judge of the palace.
ወአቢስ ፡ ወልደ ፡ ካርዮስ ፡ መአስሪ ፤	’Abîs, the son of Kâryôs, assessor of taxes (tithes ?).
ሊቀ ፡ ውንድዮስ ፡ ወልደ ፡ ኔልንትዮስ ፡ መስፍነ ፡ ዐውድ ፤	Lîk Wendeyôs, the son of Nêlenteyôs, judge of assembly.
ወካርሚ ፡ ወልደ ፡ ሐፃንያስ ፡ ሊቀ ፡ ገባር ፡ ዘቤተ ፡ ንጉሥ ፤	Kârmî, the son of Ḥaḍnĕyâs, chief of the royal workmen.
ወሰራንያስ ፡ ወልደ ፡ አካዝኤል ፡ መጋቢ ፡ ዘቤተ ፡ ንጉሥ ፤	Serânyâs, the son of ’Akâz’êl, administrator of the King's house.
እሉ ፡ ኵሎሙ ፡ እለ ፡ ተውህቡ ፡ ለዳዊት ፡ ንጉሠ ፡ ኢትዮጵያ ፡ ወልደ ፡ ሰሎሞን ፡ ንጉሠ ፡ እስራኤል ※ ወዓዲ ፡ ወሀቦ ፡ አፍራሰ ፡ ወሰረገላተ ፡ ራኵባተ ፡ ወአብቅልተ ፡ ወጽዑነ ፡ ሰረገላተ ፡ ወርቀ ፡ ወብሩረ ፡ ወአልባሰ ፡ ክቡረ ፡ ቢሶስ ፡ ወሜላተ ፡ ዕንቈ ፡ ባሕርያተ ፡ ወአፍራጻ ፡ ወኵሎ ፡ ዘይትፈቀድ ፡ ለብሔረ ፡ ኢትዮጵያ ፡ ወሀቦ ፡ ለወልዱ ※	These are all those who were given to David, king of Ethiopia, the son of Solomon, King of Israel. And Solomon also gave him horses, and chariots, and riding-camels, and mules, and wagons for carrying loads, and gold, and silver, and splendid apparel, and byssus, and purple, and gems, and pearls and precious stones; and he gave his son everything that would be wished for in the country of Ethiopia.
ወእምዝ ፡ ተደለዉ ፡ ከመ ፡ ይሑሩ ፤ ወኮነ ፡ ፍሥሓ ፡ ለመኳንንተ ፡ ንጉሠ ፡ ኢትዮጵያ ። ወኮነ ፡ ሐዘነ ፡ ለመኳንንተ ፡ ንጉሠ ፡ እስራኤል ፤ እስመ ፡ በእንተ ፡ በኵሩ ፡ ለሰሎሞን ፡ ንጉሠ ፡ እስራኤል ፡ ዝውእቱ ፡ ንጉሠ ፡ ኢትዮጵያ ፡ ተውህበ ፡ በኵሮሙ ፡ ለመኳንንተ ፡ እስራኤል ፡ ከመ ፡ ይንግሡ ፡ ለብሔረ ፡ ኢትዮጵያ ፡ ምስለ ፡ ወልደ ፡ ሰሎሞን ፡ ንጉሥ ። ወእምዝ ፡ ተጋብኡ ፡ ወበከዩ ፡ ምስለ ፡ አበዊሆሙ ፡ ወእማቲሆሙ ፡ ወአዝማዲሆሙ ፡ ወአንጋዳሆሙ ፡ ምስለ ፡ ሕዘቢሆሙ ፡ ወበሐዉርቲሆሙ ፡ ወይረግምዎ ፡ በኅቡእ ፡ ለንጉሥ ፡ ወየሐምይዎ ፡ በእንተ ፡	And then they made ready to set out, and [though] there was great joy with the nobles of the King of Ethiopia, there was sadness with the nobles of the King of Israel, because through the firstborn son of Solomon, King of Israel, that is to say, the King of Ethiopia, the firstborn sons of the nobles of Israel were given to rule over the country of Ethiopia with the son of Solomon the King. Then they assembled together and wept, together with their fathers, and their mothers, and their relations, and their kinsfolk, and their peoples, and their countrymen. And they cursed the King secretly and reviled him because he had seized their sons against their will. But unto the King they said, "Because of this thou hast

ዘሄደ ፡ ደቂቆሙ ፡ ዘእንበለ ፡ ፈቃዶሙ ፤ ወለንጉሥሰ ፡ ይብልዎ ፡ ሠናየ ፡ ገበርከ ፡ በእንተዝ ፡ እስመ ፡ ኀየሰ ፡ ጥበብከ ፡ ከመ ፡ መንግሥተ ፡ እስራኤል ፡ ኮነት ፡ ለብሔረ ፡ ኢትዮጵያ ፡ በፈቃደ ፡ እግዚአብሔር ፡ ወበጥበበ ፡ ዚአከ ፡ ወካልአንኒ ፡ መንግሥታት ፡ ያገብአን ፡ እግዚአብሔር ፡ ውስተ ፡ እዴከ ፡ እስመ ፡ ሠናየ ፡ ትኄሊ ፡ ለእግዚአብሔር ፡ ወትፈቅድ ፡ ከመ ፡ ያምልክዎ ፡ ለአምላከ ፡ እስራኤል ፡ ወከመ ፡ ይሠረዉ ፡ ጣዖታት ፡ እምዓለም ።

done well. Thy wisdom is so good that the kingdom of Israel, by the Will of God and by thy wisdom, extendeth to the country of Ethiopia. And God will gather together the other kingdoms [of the world] into thy hand, for thou hast a right mind towards God, and thou wishest that they shall serve the God of Israel, and that idols may be destroyed out of the world."

ወይዌድስዎ ፡ ወይብልዎ ፡ ይእዜ ፡ አእመርነ ፡ ከመ ፡ በእንቲአከ ፡ ይቤሎ ፡ እግዚአብሔር ፡ ለአቡነ ፡ አብርሃም ፡ በዘርእከ ፡ ይትባረኩ ፡ ኵሎሙ ፡ አሕዛበ ፡ ምድር ፤ ወያሜንዩ ፡ ገጾሙ ፡ ወይስሕቁ ፡ በቅድሜሁ ፡ ወይዌድስዎ ፡ ፈድፋደ ፡ በእንተ ፡ ጥበቡ ፤ ወሶበ ፡ ዘንተ ፡ ይብልዎ ፡ ያአምሮሙ ፡ በጥበብ ፡ ወይትዔገሶሙ ፤ እስመ ፡ እግዚአብሔር ፡ ይትዔገሰነ ፡ እንዘ ፡ ያአምር ፡ ኵሎ ፡ ኀጢአተነ ፤ መንግሥትሰ ፡ ለእግዚአብሔር ፡ ኵላ ፡ ምድር ፡ ወሰማያትኒ ፡ ወአጽናፈ ፡ ዓለም ፡ ወባሕር ፡ ወየብስ ፡ ውእቱ ፡ ይኴንን ፤ ወለንጉሠ ፡ ምድርሂ ፡ ወሀቦ ፡ እምታሕቴሁ ፡ ከመ ፡ ይኰንን ፡ ከማሁ ፡ ለእለ ፡ ይገብርዋ ፡ ለእኪት ፡ ከመ ፡ ይፍድዮሙ ፡ እኩየ ፡ ወለእለ ፡ ይገብርዋ ፡ ለሠናይት ፡ ከመ ፡ ይዕስዮሙ ፡ ሠናየ ፤ እስመ ፡ መንፈሰ ፡ እግዚአብሔር ፡ ያዐርፍ ፡ ውስተ ፡ ልቡ ፡ ለንጉሥ ፡ ወእደዊሁ ፡ ውስተ ፡ ኅሊናሁ ፡ ወአእምሮቱ ፡ ውስተ ፡ ልቡናሁ ※※※

And they praised him and said unto him, "Now know we that God spake concerning thee to our father Abraham [when He said], 'In thy seed shall all the nations of the earth be blessed.'" And they made their faces to appear happy, and they jested before him, and they praised him exceedingly (*i.e.*, fulsomely) because of his wisdom. And when they said these things unto him, he understood them in [his] wisdom, and bore with them patiently; now God beareth with us patiently knowing well all our sins. And the whole earth, and the heavens, and the ends of the world, and the sea, and the dry land, are the kingdom of God. He judgeth. And He hath given the earth to the king to be subject unto him, that he may judge (or, rule), as He doth, those who do evil so that he may requite them with evil, and those who do good so that he may reward them with good. For the Spirit of God resteth in the heart of the king, and His hands are in his mind, and His knowledge is in his understanding.

፵፬ ፡ ከመ ፡ ኢመፍትው ፡ ሐምየ ፡ ንጉሥ ።

44. HOW IT IS NOT A SEEMLY THING TO REVILE THE KING

ወኢመፍትው ፡ ይሕምይዎ ፡ ለንጉሥ ፡ እስመ ፡ መሲሑ ፡ ለእግዚአብሔር ፡ ውእቱ ። ኢመፍትው ፡ ወኢኮነ ፡ ሠናየ ፡ ሐሚዮቱ ፡ ለንጉሥ ፤ ለእመ ፡ ገብረ ፡ ሠናየ ፡ ኢያህጕል ፡

Now it is not a seemly thing to revile the king, for he is the anointed of God. It is neither seemly nor good. If he doeth that which is good he will not suffer loss in three kingdoms; FIRST, God shall overthrow for him his enemy,

እም፫መንግሥት ፡ ፩ ፡ ያገርር ፡ ሎቱ ፡ ፀሮ ፡ ወኢያገብኦ ፡ ውስተ ፡ እደ ፡ ጸላኢሁ ፤ ፪ ፡ ወበሰማያትኒ ፡ ያነግሦ ፡ ምስሌሁ ፡ ምስለ ፡ ጻድቃኒሁ ፡ ወያነብሮ ፡ በየማኑ ፤ ፫ ፡ በዲበ ፡ ምድርኒ ፡ ያነግሦ ፡ በክብር ፡ ወበፍሥሓ ፡ ወያረትዕ ፡ ሎቱ ፡ መንግሥቶ ፡ ወያገርር ፡ አሕዛበ ፡ ታሕተ ፡ እገሪሁ ። ወእመሰ ፡ ተዐወሮ ፡ ለእግዚአብሔር ፡ ወኢገብረ ፡ ሠናየ ፡ ወኢሖረ ፡ በፍኖት ፡ ርትዕት ፡ ለሊሁ ፡ እግዚአብሔር ፡ ይገብር ፡ በከመ ፡ ፈቀደ ፡ ላዕሌሁ ፡ ወበዲበ ፡ ምድርኒ ፡ ያሐጽጽ ፡ መዋዕሊሁ ፡ ወበሰማያትኒ ፡ ውስተ ፡ ማኅደረ ፡ ሲኦል ፡ ምስለ ፡ ዲያብሎስ ፡ ማኅደሩ ፤ ወበዲበ ፡ ምድርኒ ፡ ዘእንበለ ፡ ጥዒና ፡ ወፍሥሓ ፡ ልብ ፡ ምስለ ፡ ድንጋፄ ፡ ወፍርሀት ፡ ዘእንበለ ፡ ሰላም ፡ በሁከት ※

and he shall not be seized by the hand of his enemy. SECONDLY, God shall make him reign with Him and with His righteousness, and shall make him to sit on His right hand. THIRDLY, God shall make him to reign upon earth with glory and joy, and shall direct his kingdom for him, and shall bring down the nations under his feet. And if he treateth God lightly, and doth not do that which is good, and doth not himself walk in the path of uprightness, God shall work as He pleaseth against him; on earth He will make his days to be few, and in heaven (*sic*) his place of abode shall be the habitation of Sheôl with the Devil. And on earth he shall enjoy neither health nor gladness [and he shall live] in fear and terror, without peace and with perturbation.

ኢኮነ ፡ ሠናየ ፡ ሐሚዮቱ ፡ ለንጉሥ ፡ እምሕዝብ ፡ እለ ፡ እምታሕቴሁ ፡ እስመ ፡ ፍዳ ፡ ለእግዚአብሔር ፡ ውእቱ ፤ ወባሕቱ ፡ ካህናትሰ ፡ አምሳለ ፡ ነቢያት ፡ እሙንቱ ፡ ወባሕቱ ፡ ፈድፋደ ፡ ይኄይሱ ፡ እምነቢያት ፡ እስመ ፡ ተውህበሙ ፡ ምሥጢራት ፡ ከመ ፡ ይእኀዙ ፡ ፀሐየ ፡ ጽድቅ ፤ ሱራፌል ፡ እለ ፡ ተፈጥሩ ፡ እምእሳት ፡ ዘኢይክሉ ፡ እኂዘ ፡ ምሥጢራት ፡ ዘእንበለ ፡ በጕጠታት ። ለካህናትሰ ፡ ሰመዮሙ ፡ ጼወ ፤ ወዓዲ ፡ ለካህናት ፡ ሰመዮሙ ፡ ማኅቶተ ፤ ካዕበ ፡ ሰመዮሙ ፡ ብርሃና ፡ ለዓለም ፤ ወካዕበ ፡ ሰመዮመ ፡ ፀሐየ ፡ ዘያበርህ ፡ ጽልመተ ፡ እንዘ ፡ ክርስቶስ ፡ ፀሐየ ፡ ጽድቅ ፡ ውስተ ፡ አልባቢሆሙ ። ወካህንሰ ፡ ዘቦቱ ፡ ልቡና ፡ ይገሥጾ ፡ ለንጉሥ ፡ በእንተ ፡ ምግባሪተ ፡ ዘርእየ ፤ ወዘኢርእየሰ ፡ እግዚአብሔር ፡ ይፈትን ፡ ወአልቦ ፡ ዘይወቅሶ ። ወዓዲ ፡ ኢይሕምይዎሙ ፡ አሕዛብ ፡ ለጳጳሳት ፡ ወለካህናት ፤ እስመ ፡ ደቂቀ ፡ እግዚአብሔር ፡ ወሰብአ ፡ ቤቱ ፡ እሙንቱ ፤ በእንተ ፡ ዘገሠጽዎሙ ፡ በእንተ ፡ ኀጢአቶሙ ፡ ወጌጋዮሙ ። ወአንተኒ ፡ አካህን ፡ ለእመ ፡ ርኢከ ፡ ዕዉቀ ፡ ኀጢአቶ ፡ ለብእሲ ፡ ኢትኅፈር ፡ ገሥጾቶ ፡ ኢያፍርህከ ፡ ሰይፍ ፡

It is not a good thing for any of those who are under the dominion of a king to revile him, for retribution belongeth to God. Now the priests are like the prophets, only better than the prophets, for the mysteries are given unto them, so that they may lay hold upon the sun of righteousness, whilst the Seraphim, who were created out of fire, are only able to lay hold upon the mysteries with tongs. As for the priests He named them "salt," and moreover, He named the priests "lamp" and also "light of the world," and also "the sun that lighteneth the darkness," Christ, the Sun of righteousness, being in their hearts. And a priest, who hath in him understanding, rebuketh the king concerning the work that he hath seen; and that which he hath not seen God will enquire into, and there is none who can call Him to account. Moreover, the people must not revile the bishops and the priests, for they are the children of God and the men of His house, for which reason they must rebuke [men] for their sins and errors. And thou, O priest, if thou seest sin in a well-known man, shalt not hesitate to rebuke him; let neither sword nor exile make thee afraid. And hear how angry God was with Isaiah because he

ወኢስደት ፤ ወስማዕ ፡ ዘከመ ፡ ተምዕዖ ፡ እግዚአብሔር ፡ ለኢሳይያስ ፡ በእንተ ፡ ዖዝያን ፡ ንጉሥ ፡ እስመ ፡ ኢገሠጾ ፤ ወካዕበ ፡ ስማዕ ፡ በእንተ ፡ ሳሙኤል ፡ ነቢይ ፡ ዘከመ ፡ ገሠጾ ፡ ለሳኦል ፡ ንጉሥ ፡ እንዘ ፡ ኢየኀፍሮ ፡ ወሠጠጠ ፡ መንግሥቶ ፡ በነገሩ ፤ ወኤልያስኒ ፡ ለአክአብ ፤ ወአንተኒ ፡ ኢትኅፈር ፡ ገሥጾ ፡ ወመሀሮ ፡ ለዘ ፡ ይኤብስ ።

did not rebuke King ʻÛzyân (Uzziah). And hearken also concerning Samuel the Prophet, how he rebuked Saul [1 Sam. 15] the king, being in no way afraid of him, and how he rent his kingdom [from him] by his word; and [hearken also] how Elijah [rebuked] Ahab. [1 Kings 17] Do thou then fear not, and rebuke and teach him that transgresseth.

ወእስራኤልሰ ፡ እምትካት ፡ የሐምዩ ፡ ንጉሦሙ ፡ ወያምዕዑ ፡ ነቢያቲሆሙ ፡ ወድኅረሰ ፡ ሰቀሉ ፡ መድኅኒሆሙ ፡ ወሕዝበ ፡ ክርስቲያንሰ ፡ መሀይምናን ፡ ይነብሩ ፡ በሰላም ፡ ዘእንበለ ፡ ደዌ ፡ ወሕማም ፡ ዘእንበለ ፡ ጽልእ ፡ ወማዕቀፍ ፡ ምስለ ፡ ንጉሥነ ፡ እገሌ ፡ መፍቀሬ ፡ እግዚአብሔር ፡ እንዘ ፡ ኢያአትት ፡ እምልቡ ፡ ነገረ ፡ ጽድቅ ፡ ወሃይማኖት ፡ በእንተ ፡ አብያተ ፡ ክርስቲያናት ፡ ወመሀይምናን ፡ ወፀሩኒ ፡ ግሩራን ፡ በኀይለ ፡ መስቀሉ ፡ ለኢየሱስ ፡ ክርስቶስ ※ ※ ※

And Israel from of old reviled their kings and provoked their prophets to wrath, and in later times they crucified their Saviour. But believing Christian folk dwell in peace, without sickness and suffering, without hatred and offence, with our king . . . who loveth God and who removeth not from his heart the thing of righteousness, and faith in the Churches and in the believers. And his enemies shall be scattered by the might of the Cross of Jesus Christ.

ኢኮነ ፡ ሠናየ ፡ ሐሚዮቱ ፡ ለንጉሥ ፡ እምሕዝብ ፡ እለ ፡ እምታሕቴሁ ፡ እስመ ፡ ፍዳ ፡ ለእግዚአብሔር ፡ ውእቱ ፤ ወባሕቱ ፡ ካህናትሰ ፡ አምሳለ ፡ ነቢያት ፡ እሙንቱ ፡ ወባሕቱ ፡ ፈድፋደ ፡ ይኄይሱ ፡ እምነቢያት ፡ እስመ ፡ ተውህቦሙ ፡ ምሥጢራት ፡ ከመ ፡ ይእኅዙ ፡ ፀሐየ ፡ ጽድቅ ፤ ሱራፌል ፡ እለ ፡ ተፈጥሩ ፡ እምእሳት ፡ ዘኢይክሉ ፡ እኂዘ ፡ ምሥጢራት ፡ ዘእንበለ ፡ በጕጠታት ። ለካህናትሰ ፡ ሰመዮሙ ፡ ፄወ ፤ ወዓዲ ፡ ለካህናት ፡ ሰመዮሙ ፡ ማኅቶተ ፤ ካዕበ ፡ ሰመዮሙ ፡ ብርሃኖ ፡ ለዓለም ፤ ወካዕበ ፡ ሰመዮመ ፡ ፀሐየ ፡ ዘያበርህ ፡ ጽልመተ ፡ እንዘ ፡ ክርስቶስ ፡ ፀሐየ ፡ ጽድቅ ፡ ውስተ ፡ አልባቢሆሙ ። ወካህንሰ ፡ ዘቦቱ ፡ ልቡና ፡ ይገሥጾ ፡ ለንጉሥ ፡ በእንተ ፡ ምግባራት ፡ ዘርእየ ፤ ወዘኢርእየሰ ፡ እግዚአብሔር ፡ ይፈትን ፡ ወአልቦ ፡ ዘይወቅሶ ። ወዓዲ ፡ ኢይሕምይዎሙ ፡ አሕዛብ ፡ ለጳጳሳት ፡ ወለካህናት ፤ እስመ ፡ ደቂቀ ፡ እግዚአብሔር ፡ ወሰብአ ፡ ቤቱ ፡

It is not a good thing for any of those who are under the dominion of a king to revile him, for retribution belongeth to God. Now the priests are like the prophets, only better than the prophets, for the mysteries are given unto them, so that they may lay hold upon the sun of righteousness, whilst the Seraphim, who were created out of fire, are only able to lay hold upon the mysteries with tongs. As for the priests He named them "salt," and moreover, He named the priests "lamp" and also "light of the world," and also "the sun that lighteneth the darkness," Christ, the Sun of righteousness, being in their hearts. And a priest, who hath in him understanding, rebuketh the king concerning the work that he hath seen; and that which he hath not seen God will enquire into, and there is none who can call Him to account. Moreover, the people must not revile the bishops and the priests, for they are the children of God and the men of His house, for which reason they must rebuke [men] for their sins and errors. And thou, O priest, if thou seest sin in a well-known man, shalt not hesitate to rebuke him; let neither sword nor exile make thee afraid. And hear how angry God was with Isaiah because he did not rebuke King 'Ûzyân (Uzziah). And hearken also concerning Samuel the Prophet, how he rebuked Saul [1 Sam. 15] the king, being in no way afraid of him, and how he rent his kingdom [from him] by his word; and [hearken also] how Elijah [rebuked] Ahab. [1 Kings 17] Do thou then fear not, and rebuke and teach him that transgresseth.

45. HOW THOSE WHO WERE SENT AWAY WEPT AND MADE A PLAN

And the children of the nobles of Israel, who were commanded to depart with the son of the king, took counsel together, saying, "What shall we do? For we have left our country and our birth-place, and our kinsfolk and the people of our city. Now, come ye, let us establish a covenant between us only, whereof our kinsfolk shall know nothing, that we will love each other in that country: none shall hasten or tarry here, and we will neither fear nor have any doubt. For God is here, and God is there, and may God's Will be done! And to Him be praise for ever and ever! Amen." And 'Azâryâs and 'Êlmîyâs, sons of the priests, answered, "Let not the other matter—that our kinsfolk hate us—cause us sorrow, but let us sorrow on account of our Lady Zion, because they are making us to leave her. For in her they have committed us to God, and we have served her to this day; and let us be sorrowful because they have made us to leave her. It is because of her and because of this that they have specially made us to weep." And the others answered and said unto them,

በእንቲአሃ ። ወአውሥኡ ፡ እሙንቱ ፡ ባዕዳን ፡ ወይቤልዎሙ ፡ በአማን ፡ ዛቲ ፡ ይእቲ ፡ እግዝእትነ ፡ ተስፋነ ፡ ወምክሕነ ፡ ወልህቅነ ፡ በብፅዓቲሃ ፡ ወበአይቴ ፡ ንክል ፡ ኀዲጎታ ፡ ለጽዮን ፡ እግዝእትነ ፤ እስመ ፡ ላቲ ፡ ተውህብነ ፡ ወምንተ ፡ ንሬሲ ፤ ሶበ ፡ አበይነ ፡ ትእዛዞ ፡ ይቀትለነ ፡ ንጉሥ ፡ ወኢንክል ፡ ተዐድዎ ፡ እምቃለ ፡ አበዊነ ፡ ወእምትእዛዘ ፡ ንጉሥ ፤ ወምንተ ፡ ንገብር ፡ በእንተ ፡ ጽዮን ፡ እግዝእትነ ※

"Verily she is our Lady and our hope, and our object of boasting, and we have grown up under her blessedness. And how is it possible for us to forsake Zion our mistress? For we have been given to her. And what shall we do? If we resist his command the king will kill us, and we are unable to transgress the word of our fathers or the king's command. And what shall we do concerning Zion our Lady?"

ወአውሥአ ፡ አዛርያስ ፡ ወልደ ፡ ሳዶቅ ፡ ካህን ፡ ወይቤ ፡ አነ ፡ እመክረክሙ ፡ ዘንገብር ፡ ወሀቡኒ ፡ ኪዳነ ፡ እስከ ፡ ፀአተ ፡ ነፍስክሙ ፡ ወመሐሉ ፡ ሊተ ፡ ከመ ፡ ኢትንግሩ ፡ እመኒ ፡ ሞትነ ፡ ወእመኒ ፡ ሐየውነ ፡ ወእመኒ ፡ ተእኀዝነ ፡ ወእመኒ ፡ ወፃእነ ። ወመሐሉ ፡ ሎቱ ፡ በስመ ፡ እግዚአብሔር ፡ አምላከ ፡ እስራኤል ፡ ወበጽዮን ፡ ሰማያዊት ፡ ታቦተ ፡ ሕጉ ፡ ለእግዚአብሔር ፡ ወበዘአሰፈዎ ፡ ለአብርሃም ፡ ወበንጽሑ ፡ ወበኂሩቱ ፡ ለይስሐቅ ፡ ወበዘአስተባዝኖ ፡ ለያዕቆብ ፡ ወአውረሶ ፡ ምድረ ፡ ነኪረ ፡ ሎቱ ፡ ወለዘርኡ ፡ እምድኅሬሁ ።

And 'Azâryâs, the son of Zadok the priest, answered and said, "I will counsel you what we shall do. But make a covenant with me to the end of your lives; and swear to me that ye will not repeat it whether we live or whether we die, or whether we be taken captive or whether we go forth [unhindered]." And they swore an oath to him in the Name of the Lord God of Israel, and by the heavenly Zion, the Tabernacle of the Law of God, and by what God had promised unto Abraham, and by the purity and excellence of Isaac, and by His making Jacob to arrive in and inherit a land whereto he was a stranger, and his seed after him.

ወዘንተ ፡ ሶበ ፡ መሐሉ ፡ ሎቱ ፡ አውሥአሙ ፡ ወይቤሎሙ ፡ ሀቡኬ ፡ ንንሥእ ፡ ለጽዮን ፡ እግዝእትነ ፡ ወዘከመ ፡ ንነሥእ ፡ አየድዐክሙ ፤ ወግበሩ ፡ ምክርየ ፡ ለእመ ፡ እግዚአብሔር ፡ ፈቀደ ፡ ንክል ፡ ነሢአታ ፡ ለእግዝእትነ ፡ ምስሌነ ፡ ወለእመኒ ፡ አእመሩነ ፡ ወቀተሉነ ፡ ኢያሐዝነነ ፡ እስመ ፡ በእንተ ፡ እግዝእትነ ፡ ጽዮን ፡ ንመውት ፡ ወተንሥኡ ፡ ኵሎሙ ፡ ወሰዐምዎ ፡ ርእሶ ፡ ወገጾ ፡ ወዐይኖ ፡ ወይቤልዎ ፡ ንገብር ፡ ኵሎ ፡ ዘአምከርከነ ፡ ንመውት ፡ ሂ ፡ ወነሐዩሂ ፡ ምስሌከ ፡ በእንተ ፡ እግዝእትነ ፡ ጽዮን ፤ እመኒ ፡ ሞትነ ፡ ኢያሐዝነነ ፡ ወለእመ ፡ ሐየውነ ፡ ዘፈቀደ ፡ እግዚአብሔር ፡ ይከውን ። ወይቤ ፡ ፩ ፡ እምኔሆሙ ፡ ወልደ ፡ ዮአስ ፡ ዘስሙ ፡ ዘካርያስ ፡ አንሰ ፡ ስእንኩ ፡ ነቢረ ፡ እምብዝኀ ፡

And when they had sworn thus to him, he answered and said unto them, "Come now, let us take [with us] our Lady Zion; but how are we to take her? I will show you. And carry ye out my plan and if God willeth we shall be able to take our Lady with us. And if they should gain knowledge of our doings and slay us, that shall not trouble us, because we shall die for cur Lady Zion." And they all rose up, and kissed his head, and his face, and his eyes, and they said unto him, "We will do everything that thou hast counselled us to do; whether we die or whether we live, we are with thee for the sake of our Lady Zion. If we die it will not cause us sorrow, and if we live—the Will of God be done!" And one of them, the son of Yôas (Benaiah), whose name was Zechariah, said, "I cannot sit down.

ፍሥሓ ፡ ዘውስተ ፡ ልብየ ፤ ንግረኒኬ ፡ አንተሰ ፡ ትክል ፡ ነሢኦታ ፡ በአማን ፡ ወኢኮነ ፡ ሐሰት ፡ እስመ ፡ አንተ ፡ ታንሶሱ ፡ ውስተ ፡ ቤተ ፡ እግዚአብሔር ፡ ህየንተ ፡ አቡከ ፡ ወመራኁትኒ ፡ ውስተ ፡ እዴከ ፡ ኵሎ ፡ ጊዜ ፤ ወዘእንበለ ፡ ይንሥኡ ፡ መራኁተ ፡ እምእዴከ ፡ ጠይቅ ፡ በዘንመክር ፡ ወመሳክዋተኒ ፡ ኅቡአተ ፡ ዘገብረ ፡ ንጉሥ ፡ ሰሎሞን ፡ አንተ ፡ ታአምር ፤ ወካህናትኒ ፡ አልቦሙ ፡ ዘይበውኡ ፡ ህየ ፡ ዘእንበለ ፡ አቡከ ፡ ምዕረ ፡ በበ ፡ ዓመት ፡ ከመ ፡ ይሡዕ ፡ ውስተ ፡ ቅድስተ ፡ ቅዱሳን ፡ በእንተ ፡ ርእሱ ፡ ወበእንተ ፡ ሕዝብ ፤ ፍቅድ ፡ ወኀሊ ፡ ወኢትኑም ፡ በእንተዝ ፡ ግብር ፡ ከመ ፡ ትፍቅድ ፡ ነሢኦታ ፡ ወንሖር ፡ ምስሌሃ ፡ በከመ ፡ አወፈዩነ ፡ ወትኩን ፡ ለነ ፡ ፍሥሓ ፡ ወለአበዊነ ፡ ሐዘን ፡ በምጽአተ ፡ ዚአሃ ፡ ምስሌነ ፡ ውስተ ፡ ሀገረ ፡ ኢትዮጵያ ። ወእምዝ ፡ ይቤሎሙ ፡ አዛርያስ ፡ ግበሩ ፡ ዘአነ ፡ እቤለክሙ ፡ ወንረክብ ፡ ሀቡኒ ፡ በበ ፡ ፲ ፡ ዲድረክም ፡ ወእሁቦ ፡ ለፀራቢ ፡ ከመ ፡ ያፍጥን ፡ ሊተ ፡ ገቢረ ፡ አልዋሐ ፡ ሠናያነ ፡ ወያስተጣግዖን ፡ ሊተ ፡ ፍጡነ ፡ በእንተ ፡ ፍቅረ ፡ ብሩር ፡ በቆማ ፡ ወግድማ ፡ ወኑኃ ፡ ወስፍራ ፡ ለእግዝእትየ ፤ ወእሁቦ ፡ ሰፈርየ ፡ ላቲ ፡ ወእብሎ ፡ ረሲ ፡ ሊተ ፡ ምስማከ ፡ ከመ ፡ እግበር ፡ አርማሰ ፤ እስመ ፡ ነሐውር ፡ ዲበ ፡ ባሕር ፤ እመቦ ፡ ለእመ ፡ ተኆድአት ፡ ሐመር ፡ ከመ ፡ እዕርግ ፡ ውስተ ፡ ረመስ ፡ ወንድኅን ፡ እምባሕር ፤ ወአነ ፡ እወስዳ ፡ በበ ፡ ፮ ፡ ዘእንበለ ፡ አስተጣግዖ ፡ ወበህየ ፡ አስተላጽቆን ፡ ለእሙንቱ ፡ ዕፀው ፡ ወአነብሮን ፡ ውስተ ፡ ምንበሪሃ ፡ ለጽዮን ፡ ወአለብሶን ፡ አልባሲሃ ፡ ለጽዮን ፡ ወእነሥአ ፡ ለጽዮን ፡ ወእከሪ ፡ ምድረ ፡ ወአነብራ ፡ ህየ ፡ እስከ ፡ ነሐውር ፡ ወንነሥአ ፡ ምስሌነ ፤ ወለእግዚእየሰ ፡ ንጉሥ ፡ ኢይነግሮ ፡ እስከ ፡ ነሐውር ፡ ርሑቀ ።

ወወሀብዎ ፡ ኵሎሙ ፡ በበ ፡ ፲ ፡ ዲድርክም ፡

because of the great gladness that is in my heart. Tell me, moreover, canst thou indeed carry her off, and is it not a lie? Thou canst go into the House of God in the place of thy father Zadok, and the keys are continually in thy hand. But ponder well what we counsel thee before they take the keys out of thy hand. Thou knowest the hidden openings (or, windows) which King Solomon made; but none of the priests may enter therein except thy father once each year in order to offer up sacrifice in the Holy of Holies on behalf of himself and on behalf of the people. Ponder, consider, and sleep not in the matter of thy wish to carry away Zion. And we will depart with her as soon as she hath been committed to our care, and we shall have joy and our fathers sorrow when she arriveth with us in the country of Ethiopia." And Azâryâs said unto them, "Do ye what I tell you, and we shall succeed. Give ye to me each of you ten *dîdrachmas*,[1] and I will give them to a carpenter so that he will make haste to prepare for me good planks of wood—now because of his love of money he will fasten them together very quickly—of the height, and breadth, and length and size of our Lady [Zion]. And I will give him the dimensions of myself, and I will say unto him, "Prepare for me pieces of wood for a framework (?) so that I may make a raft therefrom; for we are going to travel over the sea, and in the event of the ship sinking I shall be able to get up on the raft, and we shall be saved from the sea. And I will take the framework without the pieces of wood thereof being fixed together, and I will have them put together in Ethiopia. And I will set them down in the habitation of Zion, and will drape them with the draperies of Zion, and I will take Zion, and will dig a hole in the ground, and will set Zion there, until we journey and take it away with us thither. And I will not tell the matter to the king until we have travelled far." And they each gave him ten *dîdrachmas*, and this money amounted to one hundred and forty

ወገብሩ ፡ ፪ወ፴ ፡ ዲድርክም ፡ ወነሥኦ ፡ ወወሀቦ ፡ ለጸራቢ ፡ ወአሠነየ ፡ ሎቱ ፡ በአሐቲ ፡ ጊዜ ፡ እምነ ፡ ተረፋተ ፡ ዕፀው ፡ ዘቤተ ፡ መቅደስ ፤ ወተፈሥሐ ፡ ወአርአዮሙ ፡ ለአኀዊሁ ※※※

dîdrachmas, and he took them and gave them to a carpenter, who straightway fashioned a good piece of work from the remains of the wood of the house of the sanctuary, and Azâryâs rejoiced and showed it to his brethren.

፵፮ ፡ ዘከመ ፡ መከሩ ፡ በእንተ ፡ ጽዮን ።

46. HOW THEY MADE A PLAN CONCERNING ZION

ወእንዘ ፡ ይነውም ፡ በሌሊት ፡ አስተርአዮ ፡ መልአከ ፡ እግዚአብሔር ፡ ለአዛርያስ ፡ ወይቤሎ ፡ ንሣእ ፡ ለከ ፡ ፬ ፡ ጠሊተ ፡ ዘዘዓመት ፡ ዘበእንተ ፡ ኀጢአትክሙ ፡ ወለከ ፡ ወለኤልምያስ ፡ ወለአቢስ ፡ ወለማክሪ ፡ ወአርባዕተ ፡ በግዐ ፡ ንጹሐ ፡ ዘዘዓመት ፡ ወአሐተ ፡ ላህመ ፡ እንተ ፡ ኢሰሐበት ፡ አርዑተ ፡ ወትሠውዓ ፡ እምሥራቃ ፡ ወአባግዐኒ ፡ ወአጣሌ ፡ በየማና ፡ ወበፀጋማ ፡ ወበዐረቢሃ ፡ እንተ ፡ ኀበ ፡ ሙፃእ ፤ ወይንግሮ ፡ እግዚእክሙ ፡ ዳዊት ፡ ለሰሎሞን ፡ ንጉሥ ፡ ወይበሎ ፡ አሐተ ፡ እስእል ፡ በኀቤከ ፡ አአባ ከመ ፡ እሡዕ ፡ ለቅድስት ፡ ሀገር ፡ ኢየሩሳሌም ፡ ወለእግዝእትየ ፡ ጽዮን ፡ ቅድስት ፡ ሰማያዊት ፡ ታቦተ ፡ ሕጉ ፡ ለእግዚአብሔር ፤ ወይቤሎ ፡ ግበር ፤ ወካዕበ ፡ ይበሎ ፡ ይሡዕ ፡ ሊተ ፡ ወልደ ፡ ካህን ፡ በከመ ፡ ያአምር ፡ ወይኤዝዘከ ፡ ለከ ፡ ወአንተ ፡ ትሠውዕ ፤ ወታወፅአ ፡ ለታቦተ ፡ ሕጉ ፡ ለእግዚአብሔር ፡ እምድኅረ ፡ ሦዕከ ፡ ወካዕበ ፡ አስተርእየከ ፡ ዘከመ ፡ ትገብር ፡ ላቲ ፡ እንዘ ፡ ታወፅአ ፡ እስመ ፡ እምኀበ ፡ እግዚአብሔር ፡ ኮነት ፡ ዛቲ ፤ እስመ ፡ አምዕዕዎ ፡ እስራኤል ፡ ለእግዚአብሔር ፡ ወበእንተዝ ፡ ያፈልሳ ፡ ለታቦተ ፡ ሕጉ ፡ ለእግዚአብሔር ፡ እምኔሆሙ ※

And while Azâryâs was asleep at night the Angel of the Lord appeared unto him, and said unto him, "Take to thee four goats, each a yearling—now they shall be for your sins, thyself, and ’Êlmeyâs, and ’Abîs, and Mâkrî—and four pure sheep, yearlings also, and an ox whereon no yoke hath ever been laid. And thou shalt offer up the ox as a sacrifice on the east side of her (*i.e.* Zion), and the sheep and the goats to the right and left thereof, and at the west of it, which is close to its exit. And your Lord David shall speak to Solomon the King and shall say unto him, 'One thing I ask from thee, O father, I would offer up a sacrifice to the holy city Jerusalem, and to my Lady Zion, the holy and heavenly Tabernacle of the Law of God.' And Solomon shall say unto him, 'Do so.' And David shall say unto him, 'Let the son of the priest offer up sacrifice on my behalf, even as he knoweth'; and he will give thee the command, and thou shalt offer up the sacrifice. And thou shalt bring forth the Tabernacle of the Law of God after thou hast offered up the sacrifice, and I will again show thee what thou shalt do in respect of it as to bringing it out; for this is from God. For Israel hath provoked God to wrath, and for this reason He will make the Tabernacle of the Law of God to depart from him."

ወሶበ ፡ ነቅሀ ፡ እምንዋሙ ፡ አዛርያስ ፡ ተፈሥሐ ፡ ፈድፋደ ፡ ወበርሀ ፡ ልቡ ፡ ወኅሊናሁ ፡ ወተዘከረ ፡ ኵሎ ፡ ዘአስተርአዮ ፡

And when Azâryâs awoke from his dream he rejoiced greatly, and his heart and his mind were clear, and he remembered everything

በሌሊት ፡ መልአከ ፡ እግዚአብሔር ፡ ወዘከመ ፡ ዐተቦ ፡ ወአጽንዖ ፡ ወአለበዎ ። ወሖረ ፡ ኀበ ፡ እሙንቱ ፡ አኀዊሁ ፡ ወተጋብኡ ፡ አሐተኔ ፡ ወነገሮሙ ፡ ኵሎ ፡ ዘከመ ፡ አስተርአዮ ፡ መልአከ ፡ እግዚአብሔር ፡ ወዘከመ ፡ ተውህበት ፡ ሎሙ ፡ ታቦተ ፡ ሕጉ ፡ ለእግዚአብሔር ፡ ወዘከመ ፡ ይትዔወራ ፡ እግዚአብሔር ፡ ለመንግሥተ ፡ እስራኤል ፡ ወዘከመ ፡ ይሁባ ፡ ለባዕዳን ፡ ለክብሮሙ ፤ ወዘከመ ፡ ንነሥእ ፡ ንሕነ ፡ ለታቦተ ፡ ሕጉ ፡ ለእግዚአብሔር ፡ ወዘከመ ፡ ተሀይደት ፡ ኀቤነ ፡ መንግሥተ ፡ ሰሎሞን ፡ ወኢተርፈት ፡ ኀበ ፡ ኢዮርብዓም ፡ ወልዱ ፡ ዘእንበለ ፡ ፪ ፡ በትር ፡ ወዘከመ ፡ ትትከፈል ፡ መንግሥተ ፡ እስራኤል ፤ ወይእዜኒ ፡ ተፈሥሑ ፡ ሊተ ፡ እስመ ፡ አንሰ ፡ እትፌሣሕ ፡ በእንተ ፡ ዘአስተርአየኒ ፡ ከመዝ ፤ እስመ ፡ ምስሌነ ፡ ትፈልስ ፡ ጸጋ ፡ ክህነቶሙ ፡ ወመንግሥቶሙ ፡ እስመ ፡ በፈቃደ ፡ እግዚአብሔር ፡ ይከውን ፡ ከመዝ ፡ ይቤለኒ ። ወይእዜኒ ፡ ንዑ ፡ ንሖር ፡ ወንንግሮ ፡ ለዳዊት ፡ እግዚእነ ፡ ከመ ፡ ይበሎ ፡ ለአቡሁ ፡ እሠውዕ ※

ወሖሩ ፡ ወነገርዎ ፡ ወውእቱ ፡ ተፈሥሐ ፡ ወለአከ ፡ ኀበ ፡ ኢዮአስ ፡ ወልደ ፡ ዮዳሔ ፡ ከመ ፡ ይምጻእ ፡ ኀቤሁ ፡ ወይልአኮ ፡ ኀበ ፡ አቡሁ ፡ ወመጽአ ፡ ወለአኮ ፡ ዳዊት ፡ ኀበ ፡ አቡሁ ፡ ሰሎሞን ፡ ወይቤሎ ፡ ፈንወኒአ ፡ እሖር ፡ ውስተ ፡ ብሔርየ ፡ በኵሉ ፡ ዘአሠነይከ ፡ ሊተ ፡ ወጸሎትከ ፡ ትትልወኒ ፡ ኀበ ፡ ሖርኩ ፡ በኵሉ ፡ ጊዜ ። ወባሕቱአ ፡ ይእዜኒአ ፡ እስእልአ ፡ በኀቤከአ ፡ ስእለተአ ፡ አሐተአ ፡ ለእመአ ፡ ረከብኩአ ፡ ሞገሰአ ፡ በኀቤከአ ፡ ወኢትሚጥአ ፡ ገጸከአ ፡ እምኔየአ ፤ እስመ ፡ አነአ ፡ ገብርከአ ፡ አሐውርአ ፡ ወእፈቅድአ ፡ እሡዕአ ፡ መሥዋዕተአ ፡ መድኀኒትአ ፡ በእንተ ፡ ኀጢአትየአ ፡ ውስተ ፡ ዛቲ ፡ ሀገርአ ፡ ቅድስትአ ፡ ኢየሩሳሌምአ ፡ ወጽዮንአ ፡ ታቦተ ፡ ሕጉአ ፡ ለእግዚአብሔርአ ፤ ወሰላም ፡ ለዕዘዝከ ※ ※ ※

that the Angel of the Lord had shown him in the night, and how he had sealed him [with the sign of the Cross], and given him strength and heartened him. And he went to his brethren, and when they were gathered together he told them everything that the Angel of God had shown him: how the Tabernacle of the Law of God had been given to them, and how God had made blind His eye in respect of the kingdom of Israel, and how its glory had been given to others, and they themselves were to take away the Tabernacle of the Law of God, and how the kingdom of Solomon was to be seized by them—with the exception of two "rods," and how it was not to be left to Îyôrbĕʻâm (Rehoboam) his son, and how the kingdom of Israel was to be divided. And [Azâryâs said], "Rejoice with me. I rejoice because it hath been shown unto me thus; for the grace of their priesthood and kingdom shall depart with us, and it shall be by the Will of God. Thus said he (*i.e.* the Angel) unto me. And now come ye, and let us go and tell David our Lord so that he may say to his father, 'I will offer up a sacrifice.'"

And they went and told [David, the son of Solomon] and he rejoiced, and he sent to Yôʻas (Benaiah), the son of Yôdâḥê, to come to him, that he might send him to his father, and he came. And David sent him to his father Solomon, and he said unto him, "Send me away, for I will depart to my own country, together with everything that thy goodness hath given me; and may thy prayers accompany me always whithersoever I shall go. But now there is one petition which I would make unto thee, if peradventure I have found grace with thee, and turn not away thy face from me. For I thy servant am going to depart, and I wish to offer up a sacrifice of propitiation (or, salvation) for my sins in this thy holy city of Jerusalem and of Zion, the Tabernacle of the Law of Gad. And peace [be] with thy majesty."

፵፯ ፡ በእንተ ፡ መሥዋዕተ ፡ አዛርያስ ፡ ወንጉሥ ።

47. CONCERNING THE OFFERING OF AZÂRYÂS (AZARIAH) AND THE KING

ወሖረ ፡ ኢዮአስ ፡ ወልደ ፡ ዮዳሔ ፡ ወነገሮ ፡ ለንጉሥ ፡ ሰሎሞን ፡ ወተፈሥሐ ፡ ንጉሥ ፡ በእንተዝ ፡ ወአዘዘ ፡ ከመ ፡ ያስተዳልዉ ፡ መሣውዐ ፡ መሥዋዕተ ፡ ከመ ፡ ይሠዕ ፡ ወልዱ ፤ ወአምጽአ ፡ ወወሀቦ ፡ ዘይበፅዕ ፡ ለእግዚአብሔር ፡ ፻ ፡ አስዋረ ፡ ወ፻ ፡ መግዝአ ፡ ላህም ፡ ወ፼ ፡ አባግዕ ፡ ወ፼ ፡ አጣሊ ፡ ወእምነ ፡ ዘይትበላዕ ፡ አራዊት ፡ በበ፲ ፡ ወእምነ ፡ አዕዋፍ ፡ ዘንጹሕ ፡ በበ ፡ ፲ ፡ በዘያወጽሕ ፡ ይሠውዕ ፡ ለአምላከ ፡ እስራኤል ፤ ወመሥዋዕተ ፡ ስንዳሴኒ ፡ ፳ ፡ ጻሕለ ፡ ዘብሩር ፡ ለለ ፡ አሐቲ ፡ ዘበበ ፡ ፲ወ፪ ፡ ድልወተ ፡ ሰቅሎን ፡ ወ፵ ፡ መዛርአ ፡ ኀባውዝ ፤ ወዘንተ ፡ ኵሎ ፡ ወሀቦ ፡ ለዳዊት ፡ ወልዱ ፡ ሰሎሞን ፡ ንጉሥ ። ወካዕበ ፡ ለአከ ፡ እንዘ ፡ ይብል ፡ ይሡዕአ ፡ ሊተ ፡ አዛርያስ ፡ ወልደ ፡ ካህን ፡ ህየንቴየ ፤ ወይቤሎ ፡ ግበርአ ፡ ዘፈቀድከ ። ወተፈሥሐ ፡ አዛርያስ ፡ በእንተዝ ፡ ነገር ፡ ወሖረ ፡ ወአምጽአ ፡ እመራዕየ ፡ አቡሁ ፡ አሐተ ፡ ላህመ ፡ እንተ ፡ ኢሰሐበት ፡ አርዑተ ፡ ወ፬ ፡ ጠሊተ ፡ ዘዘ ፡ ዓመት ፡ ወ፬ ፡ በግዐ ፡ ንጹሓን ፡ ዘዘ ፡ ዓመት ። ወሖረ ፡ ንጉሥ ፡ ከመ ፡ ይሡዕ ፡ ወተደለዉ ፡ ካህናት ፡ ወተጋብኡ ፡ ነዳያን ፡ ወተፈሥሐ ፡ አዕዋፈ ፡ ሰማይ ፡ ወኅብሩ ፡ ፍሥሓ ፡ ዐቢየ ፡ በይእቲ ፡ ዕለት ። ወአዛርያስኒ ፡ ደመረ ፡ ምስለ ፡ መሥዋዕተ ፡ ንጉሥ ፡ ወሦዐ ፡ ንዋዮ ፡ በከመ ፡ አዘዞ ፡ መልአከ ፡ እግዚአብሔር ፡ ለአዛርያስ ፡ በሌሊት ። ወእምዝ ፡ እምድኅረ ፡ ሦዑ ፡ ገብኡ ፡ ውስተ ፡ አብያቲሆሙ ፡ ወኖሙ ※ ※ ※

And Yôâs (Benaiah), the son of Yôdâḥê, went and told King Solomon, and the King rejoiced over it and commanded them to make ready the altar of offering so that his son might sacrifice. And he brought and gave unto him that which he had vowed to God, one hundred bulls, one hundred oxen, ten thousand sheep, ten thousand goats, and ten of every kind of animal that may be eaten, and ten of every kind of clean bird, so that he might offer libations and sacrifices to the God of Israel; and twenty silver *sâḥal* of fine white flour, each weighing twelve shekels, and forty baskets of bread. All these things did Solomon the King give unto his son David. And again David sent a message saying, "Let Azâryâs the priest offer up sacrifice on my behalf"; and Solomon said unto him, "Do that which thou wishest." And Azâryâs rejoiced because of this thing, and he went and brought from his father's flock an ox whereon never yoke had been laid, and four yearlings of the goats and four clean yearlings of the sheep. And the king went to offer up sacrifice, and the priests made themselves ready, and the poor folk were gathered together, and the birds of the heavens rejoiced, and they were all united in their great gladness that day. And Azâryâs mingled [his offerings] with the offerings of the king, and he made an offering with his vessels, even as the Angel of God had commanded him to do by night. And then, after they had offered up their sacrifices, they went back to their houses and slept.

፵፰ ፡ ኅበ ፡ አንሥእዋ ፡ ለጽዮን ።

48. HOW THEY CARRIED AWAY ZION

ወናሁ ፡ ካዕበ ፡ አስተርአዮ ፡ መልአከ ፡ እግዚአብሔር ፡ ለአዛርያስ ፡ ወሠረቀ ፡ ላዕሌሁ ፡ ከመ ፡ ዐምደ ፡ እሳት ፡ ወመልአ ፡ ቤት ፡ በብርሃኑ ፡ ወአንሥኦ ፡ ለአዛርያስ ፡ ወይቤሎ ፤ ቁም ፡ ወጽናዕ ፡ ወአንቅሆ ፡ ለኤልምያኖስ ፡ እኁከ ፡ ለአብሳ ፡ ወለማከሪ ፡ ወንሥኡ ፡ እሙንቱ ፡ ዕፀወ ፡ አልዋሕ ፡ ወአነ ፡ አርኁ ፡ ለከ ፡ አናቅጺሃ ፡ ለቤተ ፡ መቅደስ ፡ ወንሥአ ፡ ለታቦተ ፡ ሕጉ ፡ ለእግዚአብሔር ፡ ወትወስዳ ፡ ዘእንበለ ፡ ደዌ ፡ ወሕማም ፡ ወአነሂ ፡ እስመ ፡ ተአዘዝኩ ፡ እምኀበ ፡ እግዚአብሔር ፡ ከመ ፡ አሀሉ ፡ ዘልፈ ፡ ምስሌሃ ፡ ወእኩንከ ፡ መርሐ ፡ በነሚአታ ።

And behold, the Angel of the Lord appeared again to Azâryâs and he stood up above him like a pillar of fire, and he filled the house with his light. And he raised up Azâryâs and said unto him, "Stand up, be strong, and rouse up thy brother Êlmĕyâs, and ’Abĕsâ, and Mâkarî, and take the pieces of wood and I will open for thee the doors of the sanctuary. And take thou the Tabernacle of the Law of God, and thou shalt carry it without trouble and discomfort. And I, inasmuch as I have been commanded by God to be with it for ever, will be thy guide when thou shalt carry it away."

ወተንሥአ ፡ ሶቤሃ ፡ ወአንቅሆሙ ፡ ለሠለስቲሆሙ ፡ አኀዊሁ ፡ ወነሥኡ ፡ እሙንቱ ፡ አልዋሐ ፡ ወሖሩ ፡ ውስተ ፡ ቤተ ፡ እግዚአብሔር ፤ ወረከቡ ፡ ርኅወ ፡ ኵሎ ፡ አናቅጸ ፡ እምአፍአ ፡ እስከ ፡ ውሥጥ ፡ ርኅዋተ ፡ አናቅጸ ፡ እስከ ፡ ውእደ ፡ ይበጽሕ ፡ ኀበ ፡ ጽዮን ፡ ታቦተ ፡ ሕጉ ፡ ለእግዚአብሔር ፡ ወተንሥአት ፡ ሶቤሃ ፡ ከመ ፡ ቅጽበተ ፡ ዐይን ፡ እስመ ፡ መልአከ ፡ እግዚአብሔር ፡ ይሜግባ ፤ ወሶበሰ ፡ ኢፈቀደ ፡ እግዚአብሔር ፡ እመ ፡ ኢተንሥአት ፡ ሶቤሃ ። ወነሥእዋ ፡ አርባዕቲሆሙ ፡ ወአእተውዋ ፡ ውስተ ፡ ቤተ ፡ አዛርያስ ፡ ወገብኡ ፡ ውስተ ፡ ቤተ ፡ እግዚአብሔር ፡ ወአስተላጸቁ ፡ ውስተ ፡ ምንባሪሃ ፡ ለጽዮን ፡ ወከደንዎን ፡ ለዕፀው ፡ በአልባሲሃ ፡ ለጽዮን ፡ ወዐጸዉ ፡ አናቅጸ ፤ ወገብኡ ፡ ውስተ ፡ ቤቶሙ ፡ ወነሥኡ ፡ መኃትወ ፡ ወአንበርዋ ፡ ውስተ ፡ ምኅባኢሃ ፡ ወሦዑ ፡ ላቲ ፡ በግዐ ፡ ወአጸንሕሑ ፡ ስኂነ ፡ ወነጸፉ ፡ ላቲ ፡ ሜላተ ፡ ወአንበርዋ ፡ ውስተ ፡ ምስዋር ፡ ፯ ፡ ዕለተ ፡ ወ፯ ፡ ሌሊተ ※※※

And Azâryâs rose up straightway, and woke up the three men his brethren, and they took the pieces of wood, and went into the house of God—now they found all the doors open, both those that were outside and those that were inside—to the actual place where Azâryâs found Zion, the Tabernacle of the Law of God; and it was taken away by them forthwith, in the twinkling of an eye, the Angel of the Lord being present and directing. And had it not been that God willed it Zion could not have been taken away forthwith. And the four of them carried Zion away, and they brought it into the house of Azâryâs, and they went back into the house of God, and they set the pieces of wood on the place where Zion had been, and they covered them over with the covering of Zion, and they shut the doors, and went back to their houses. And they took lamps and set them in the place where [Zion] was hidden, and they sacrificed the sheep thereto, and burned offerings of incense thereto, and they spread purple cloths over it and set it in a secret place for seven days and seven nights.

፵፱ ፡ ኀበ ፡ ባረኮ ፡ አቡሁ ፡ ለወልዱ ።

49. HOW HIS FATHER BLESSED HIS SON

ወእምዝ ፡ ተንሥአ ፡ ንጉሠ ፡ ኢትዮጵያ ፡ ከመ ፡ ይሖር ፡ ብሔሮ ፡ ወቦአ ፡ ኀበ ፡ አቡሁ ፡ ከመ ፡ ይጸሊ ፡ ሎቱ ፡ ወይቤሎ ፡ ባርከኒ ፡ አባ ፡ ወሰገደ ፡ ሎቱ ። ወአንሥአ ፡ ወባረኮ ፡ ወአኀዞ ፡ ርእሶ ፡ ወይቤ ፤ ቡሩክ ፡ እግዚአብሔር ፡ አምላኪየ ፡ ዘባረኮ ፡ ለአቡየ ፡ ዳዊት ፡ ወዘባረኮ ፡ ለአቡነ ፡ አብርሃም ፡ የሀሉ ፡ ምስሌከ ፡ በኵሉ ፡ ጊዜ ፡ ወይባርክ ፡ ዘርእከ ፡ በከመ ፡ ባረኮ ፡ ለያዕቆብ ፡ ወአብዝኀ ፡ ዘርአ ፡ ከመ ፡ ኮከበ ፡ ሰማይ ፡ ወከመ ፡ ኆጻ ፡ ባሕር ፤ ወበከመ ፡ ባረኮ ፡ አብርሃም ፡ ለይስሐቅ ፡ አቡየ ፡ ከማሁ ፡ ይኩን ፡ በረከትከ ፡ እምጠለ ፡ ሰማይ ፡ ወእምስፍሓ ፡ ለምድር ፡ ወይትአዘዝ ፡ ለከ ፡ ኵሉ ፡ እንስሳ ፡ ወአዕዋፈ ፡ ሰማይ ፡ ወአራዊተ ፡ ገዳም ፡ ወዓሣተ ፡ ባሕር ፤ ኩን ፡ ምሉአ ፡ ወአኮ ፡ ንቱገ ፡ ኩን ፡ ፍጹመ ፡ ወአኮ ፡ ሕጹጸ ፡ ኩን ፡ የዋሀ ፡ ወአኮ ፡ ነቢረ ፡ ኩን ፡ ጥዑየ ፡ ወአኮ ፡ ሕሙመ ፡ ኩን ፡ ኄረ ፡ ወአኮ ፡ መስተቀይመ ፡ ኩን ፡ ንጹሐ ፡ ወአኮ ፡ ርሱሐ ፡ ኩን ፡ ጻድቀ ፡ ወአኮ ፡ ኃጥአ ፡ ኩን ፡ መሓሬ ፡ ወአኮ ፡ ዐማፄ ፡ ኩን ፡ ብሩሀ ፡ ወአኮ ፡ ፀዋገ ፡ ኩን ፡ መስተዐግሠ ፡ ወአኮ ፡ ምዑዐ ፤ ወይፍርሁከ ፡ ፀር ፡ ወይግረሩ ፡ ለከ ፡ ጸላእትከ ፡ ታሕተ ፡ መከይደ ፡ እገሪከ ፤ ወትኩን ፡ ለከ ፡ መርሐ ፡ እግዝእትየ ፡ ጽዮን ፡ ቅድስት ፡ ሰማያዊት ፡ ታቦተ ፡ ሕጉ ፡ ለእግዚአብሔር ፡ በኵሉ ፡ ጊዜ ፡ ኀበ ፡ ኀለይከ ፡ በልብከ ፡ ወአንጸርከ ፡ በአጻብዒከ ፡ ዘርሑቅ ፡ ወዘቅሩብ ፡ ለከ ፡ ኀበ ፡ ዘትሑት ፡ ወዘልዑል ፡ ለከ ፡ ኀበ ፡ ዘጽኑዕ ፡ ወዘድኩም ፡ ለከ ፡ ኀበ ፡ ዘአፍአ ፡ ወዘውስጥ ፡ ለከ ፡ ኀበ ፡ ዘቤት ፡ ወዘገዳም ፡ ለከ ፡ ኀበ ፡ ዘያስተርኢ ፡ ወዘኢያስተርኢ ፡ ለከ ፡ ኀበ ፡ ዘእቱት ፡ ወልጹቅ ፡ ለከ ፡ ኀበ ፡ ዘኀቡእ ፡ ወክሡት ፡ ለከ ፡ ኀበ ፡ ዘክቡት ፡ ወግሁድ ፡ ለከ ፡ ትኩንከ ፡ መርሐ ፡ እግዝእትነ ፡ ጽዮን ፡

And then the King of Ethiopia rose up to depart to his country, and he came to his father that he might pray on his behalf, and he said unto him, "Bless me, father"; and he made obeisance unto him. And the King raised hire up, and blessed him, and embraced his head, and said, "Blessed be the Lord my God Who blessed my father David, and Who blessed our father Abraham. May He be with thee always, and bless thy seed even as He blessed Jacob, and made his seed to be as many as the stars of heaven and the sand of the sea. And as Abraham blessed Isaac my father even so shall thy blessing be—the dew of heaven and the spaciousness of the earth—and may all animals and all the birds of the heavens, and all the beasts of the field, and the fish of the sea, be in subjection unto thee. Be thou full, and not lacking in fullness; be thou perfect, and not lacking in perfection; be gracious, and not obstinate; be in good health, and not suffering; be generous, and not vindictive; be pure, and not defiled; be righteous, and not a sinner; be merciful, and not oppressive; be sincere, and not perverse; be long-suffering, and not prone to wrath. And the enemy shall be afraid of thee, and thine adversaries shall cast themselves under the sole of thy foot. And my Lady Zion, the holy and heavenly, the Tabernacle of the Law of God, shall be a guide unto thee at ail times, a guide in respect of what thou shouldst think in thy heart and shouldst do with thy fingers, whether it be far or near to thee, whether it be low or high to thee, whether it be strong or weak to thee, whether it be outside or inside thee, whether it be to thee in the house or in the field, whether it be visible or invisible to thee, whether it be away from or near to thee, whether it be hidden from or revealed to thee, whether it be

ቅድስት : ሰማያዊት : ታቦተ : ሕጉ : ለእግዚአብሔር : ንጽሕት ። ወተባረከ : ወሰገደ : ወሖረ ※ ※ ※

secret or published abroad to thee—unto thee our Lady Zion, the holy and heavenly, the pure Tabernacle of the Law of God, shall be a guide." And David was blessed, and he made obeisance, and departed.

፶ : ኀበ : ተፋነዉ : ምስለ : አቡሁ : ወላሐወት : ሀገር ።

50. HOW THEY BADE FAREWELL TO HIS FATHER AND HOW THE CITY MOURNED

ወተፋነዉ : ወሖሩ ፤ ወአቅደሙ : ጽዒኖታ : ለጽዮን : በሌሊት : ውስተ : ሰረገላ : በኀሱራት : ንዋያት : ወርሱሓት : አልባስ : ምስለ : ንዋየ : ቍስቋሳት ፤ ወተጽዕኑ : ኵሉ : ሰረገላት ። ወተንሥኡ : ሊቃናት : ወተነፍሐ : ቀርን : ወደምፀት : ሀገር : ወወውዑ : መሐዛት : ወከለላ : ግርማ : ወፆዳ : ጸጋ ፤ አውየዉ : ርሡአን : ወከልሑ : ሕፃናት : ወበከያ : አቤራት : ወላሐዋ : ደናግል : በእንተ : ዘተንሥኡ : ደቂቀ : መኳንንቲሆሙ : ለኀያላነ : እስራኤል ። ወአኮ : ባሕቲቶሙ : በእንቲአሆሙ : ዘትበኪ : ሀገር : አላ : እስመ : ተሀይደ : ግርማሃ : ለሀገር : ምስሌሆሙ ፤ ወሶበኒ : ኢያእመሩ : ገሃደ : ከመ : ተነሥአት : ጽዮን : እምኔሆሙ : በልቦሙሰ : ኢስሕቱ : ወይበክዩ : መሪረ : ከመ : አመ : ቀተለ : እግዚአብሔር : በኵሮሙ : ለግብጽ : ከማሁ : ኮኑ : ወአልቦ : ቤተ : ኀበ : አልቦ : አውያተ : እምሰብእ : እስከ : እንስሳ : ከለባትኒ : የአወይዉ : ወአእዱግኒ : ይንህቁ : ወኵሎሙ : ኀቡረ : ያውሕዙ : አንብዖሙ : እለ : ተረፉ : ህየ ፤ ከመ : ዘዐገትዋ : መላእክተ : ፀር : ጽኑዓን : ለዐባይ : ሀገር : ወሮድዋ : ወማህረክዋ : ወዔወውዋ : ወቀተልዋ : በአፈ : ኀጺን : ከማሁ : ኮነት : ሀገረ : ጽዮን : ይእቲ : ኢየሩሳሌም ※

And they bade [the king] farewell and departed. And first of all they set Zion by night upon a wagon together with a mass of worthless stuff, and dirty clothes, and stores of every sort and kind. And [when] all the wagons were loaded, and the masters of the caravan rose up, and the horn was blown, and the city became excited, and the youths shouted loudly, awesomeness crowned it and grace surrounded it (*i.e.* Zion). And the old men wailed, and the children cried out, and the widows wept, and the virgins lamented, because the sons of their nobles, the mighty men of Israel, had risen up to depart. But the city did not weep for them alone, but because the majesty of the city had been carried off with them. And although they did not know actually that Zion had been taken from them, they made no mistake in their hearts and they wept bitterly; and they were then even as they were when God slew the firstborn of Egypt. There was not a house wherein there was not wailing, from man even to the beast; the dogs howled, and the asses screamed, and all those who were left there mingled their tears together. It was as though the generals of a mighty army had besieged the great city, and had captured it by assault, and looted it, and taken its people prisoners and slain them with the edge of the sword; even thus was that city of Zion—Jerusalem.

ወደንገፀ : ንጉሥኒ : ሰሎሞን : በእንተ : ብካይ : ወጽራኅ : ሀገር : ወሐወጸ : እንተ :

And King Solomon was dismayed at the weeping and outcry of the city, and he looked

ታዕካ ፡ ቤተ ፡ መንግሥት ፡ ቀልዐ ፡ ዘቤተ ፡ ንጉሥ ፡ ወርእየ ፡ ኵላ ፡ ሀገር ፡ እንዘ ፡ ትበኪ ፡ ትትልዎሙ ፤ ከመ ፡ ሕፃን ፡ ዘአኅደገቶ ፡ ጥበ ፡ እሙ ፡ ወጐየት ፡ እምኔሁ ፡ ወይተሉ ፡ አሠረ ፡ እሙ ፡ እንዘ ፡ ይጸርኅ ፡ ወይበኪ ፡ ከማሁ ፡ ኮኑ ፡ ይጸርኁ ፡ ወይበክዩ ፡ ወይወድዩ ፡ ሐመደ ፡ ዲበ ፡ ርእሶሙ ፡ ወያውሕዙ ፡ አንብዐ ፡ እምአዕይንቲሆሙ ። ወሰሎሞንሂ ፡ ተሀውከ ፡ ወርዕደ ፡ ሶበ ፡ ርእየ ፡ ግርማሆሙ ፡ ለእለ ፡ ሖሩ ፡ ወተሀውከ ፡ አማዕዋቲሁ ፡ ወአንብዑ ፡ ታንጠበጥብ ፡ ዲበ ፡ ልብሱ ፤ ወይቤ ፡ ሴልየ ፡ እስመ ፡ ኀለፈት ፡ ክብርየ ፡ ወወድቀት ፡ አክሊለ ፡ ምክሕየ ፡ ወውፅየት ፡ ከርሥየ ፡ በእንተ ፡ ዘሖረ ፡ ዝንቱ ፡ ወልድየ ፡ ወነሥተ ፡ ግርማሃ ፡ ለሀገርየ ፡ ወግዕዙ ፡ ደቂቀ ፡ ኀይልየ ፤ ወእምይእዜሰ ፡ ኀለፈት ፡ ክብርነ ፡ ወተሀይደት ፡ መንግሥትነ ፡ ውስተ ፡ ሕዝብ ፡ ነኪር ፡ እለ ፡ ኢያአምርዎ ፡ ለእግዚአብሔር ፤ በከመ ፡ ይቤ ፡ ነቢይ ፡ ሕዝብ ፡ እለ ፡ ኢኀሠሡኒ ፡ ረከቡኒ ፡ እምይእዜሰ ፡ ይትወሀቦሙ ፡ ሕግ ፡ ወጥበብ ፡ ወአእምሮ ፤ ወአቡየኒ ፡ ተነበየ ፡ በእንቲአሆሙ ፡ እንዘ ፡ ይብል ፡ ይገንዩ ፡ ቅድሜሁ ፡ ኢትዮጵያ ፡ ወጸላእቱሂ ፡ ሐመደ ፡ ይቀምሑ ፤ ወበካልእኒ ፡ ይብል ፡ ኢትዮጵያ ፡ ትሜጥዎ ፡ እደዊሃ ፡ ለእግዚአብሔር ፡ ወውእቱኒ ፡ ይትሜጠዋ ፡ በክብር ፡ ወነገሥተ ፡ ምድርኒ ፡ ይሴብሕዎ ፡ ለእግዚአብሔር ፤ ወበሣልስኒ ፡ ይቤ ፡ ናሁ ፡ ኢሎፍሊ ፡ ወጢሮስ ፡ ወሕዝበ ፡ ኢትዮጵያ ፡ እለ ፡ ተወልዱ ፡ ዘእንበለ ፡ ሕግ ፡ ይትወሀቦሙ ፡ ሕግ ፡ ወይብልዋ ፡ ለጽዮን ፡ እምነ ፡ በእንተ ፡ ብእሲ ፡ ዘተወልደ ፤ በእንተ ፡ ዝንቱኑ ፡ ወልድየ ፡ እንጋ ፡ ዘተወልደ ፡ እምኔየ ※ ※ ※

out from the roof of the palace, the fort of the king's house, and saw the whole city weeping and following them. And as a child, whom his mother hath removed from her breast and left, followeth in her footsteps crying out and weeping, even so did the people cry out and weep; and they cast dust upon their heads, and they shed tears with their eyes. And when Solomon saw the majesty of those who had departed, he was deeply moved and he trembled, and his bowels quaked, and his tears fell drop by drop upon his apparel, and he said, "Woe is me! for my glory hath departed, and the crown of my splendour hath fallen, and my belly is burned up because this my son hath departed, and the majesty of my city and the freemen, the children of my might, are removed. From this moment our glory hash passed away, and our kingdom hath been carried off unto a strange people who know not God, even as the prophet saith, 'The people who have not sought Me have found Me.' [Is. 65, 1] From this time forth the law, and wisdom, and understanding shall be given unto them. And my father prophesied concerning them, saying, 'Ethiopia shall bow before Him, and His enemies shall eat the dust.' [Psalm 72, 9-10] And in another [place] he saith, 'Ethiopia shall stretch out her hands to God, and He shall receive her with honour, and the kings of the earth shall praise God.' [Psalm 68, 31] And in a third [place] he saith, 'Behold, the Philistines, [Psalm 73, 7] and the Tyrians, and the people of Ethiopia, who were born without the Law. The Law shall be given unto them, and they shall say unto Zion, 'our mother [Psalm 87, 2–4; Is. 61, 16] because of a man who shall be born.' Will this man then be my son who is begotten of me?"

፶፩ ፡ ኀበ ፡ ዘይቤሎ ፡ ለሳዶቅ ፡ ካህን ፡ ሑር ፡ ወአምጽእ ፡ ውእተ ፡ ልብሰ ፡ ዘላዕሌሃ ።

51. HOW HE SAID UNTO ZADOK THE PRIEST, "GO AND BRING THE COVERING (OR, CLOTHING) WHICH IS UPON IT (*i.e.* ZION)"

ወይቤሎ ፡ ለሳዶቅ ፡ ካህን ፡ ሖር ፡ አምጽእ ፡ ውእተ ፡ ልብሰ ፡ ዘላዕሌሃ ፡ ለጽዮን ፡ ወንሣእ ፡ ለከ ፡ ዘንተ ፡ ልብሰ ፡ ዘይኄይስ ፡ እምኔሁ ፡ ወአልብሳ ፡ መልዕልተ ፡ ፪ ፡ ዘታሕቴሃ ፤ ወውእቱ ፡ ልብስ ፡ ዘዐሥቅ ፡ ወርቀ ፡ ቄፋዝ ፡ ዝብጦ ፡ ወእኑም ፡ በስህቦ ፡ ወአኮ ፡ ዘፍትሎ ፡ ዘሜላት ፤ ወ፭ ፡ እሞጻሃ ፡ ለጽዮን ፡ አናጹት ፡ ወ፲ ፡ አምሳለ ፡ ነፍስቶሙ ፡ ዘገብሩ ፡ ቤዛሆሙ ፡ መኳንንተ ፡ ኢሎፍሊ ፤ ወእምጸናጽል ፡ አምሳለ ፡ ወርቅ ፡ ዘወፅአ ፡ እምደረ ፡ ቃዴስ ፡ ዘተአዘዞ ፡ ለሙሴ ፡ በሲና ፡ ከመ ፡ ይግበር ፡ ጸናጽለ ፡ ውስተ ፡ ልብሰ ፡ አሮን ፡ እኁሁ ። ወአስተጋብኦን ፡ ውስተ ፡ ልብሰ ፡ ለጽዮን ፡ ወሰድ ፡ ሎቱ ፡ ለወልድየ ፡ ዳዊት ፤ እስመ ፡ ትቤ ፡ እሙ ፡ በመልእክተ ፡ ተምሪን ፡ ገብራ ፡ ሀበነአ ፡ እምዘፈረ ፡ ልብሰ ፡ ለጽዮን ፡ ከመ ፡ ናምልካ ፡ ኪያሃ ፡ ንሕነ ፡ ወእለ ፡ እምታሕቴነ ፡ ወኵሉ ፡ መንግሥትነ ፤ ወይእዜኒ ፡ ሀቦ ፡ ወበሎ ፡ ንሥአአ ፡ አምልካ ፡ ለዛቲ ፡ ልብሰ ፡ ጽዮን ፡ እስመ ፡ ለአከት ፡ እምከ ፡ በእንተዝ ፡ ወለሊከኒ ፡ ትቤ ፡ ሀበነ ፡ ዘናመልክ ፡ እምዘፈረ ፡ ልብሳ ፡ ከመ ፡ ኢናምልክ ፡ ባዕደ ፡ ከመ ፡ አሕዛብ ። ወጽዮንሂ ፡ ታቦተ ፡ ሕጉ ፡ ለእግዚአብሔር ፡ ትኩንከ ፡ መርሐ ፡ በኀበ ፡ ሀለውከ ፤

And he said unto Zadok the priest, "Go, bring that covering which is upon Zion, and take thee this covering which is better than that, and lay it over the two [cherubs] which are below it." (Now this covering was made of threads of the finest gold wirework twisted together and hammered out into a pattern, and they were not woven like the threads of purple.) "And the five mice [1 Sam. 6, 4] which were given to Zion, and the ten figures of their shame (*i.e.* the emerods) which the nobles of the Philistines made for their redemption—now on the fringes are figures of gold that came forth from the land of Ḳâdês, which Moses in Sinai commanded should be made (or, worked) in the fringe of the apparel of Aaron his brother—gather [all these] together in the covering of Zion and give [them] to my son David. For his mother said in [her] message by Tâmrîn her servant, 'Give us some of the fringe of the covering of Zion, so that we may worship it, we and those who are in subjection unto us and all our kingdom.' And now, give it to him, and say unto him, 'Take [and] worship this covering of Zion, for thy mother sent a message concerning this, and hath said unto thee thyself, 'Give us some of the fringe of its covering, which we can worship, so that we may not, like the heathen, worship another [god].' And Zion, the Tabernacle of the Law of God, shall be unto thee a guide wheresoever thou art.

ወለነሰ ፡ ሀለወት ፡ ወትረ ፡ ኀቤነ ፡ ወኢናስተጠናቅቅ ፡ አክብሮታ ፡ ወአንትሙሰ ፡ እንዘ ፡ ኢሀለወት ፡ ኀቤክሙ ፡ ታከብርዋ ፡ በአስተጠናቅቆ ፤ እስመ ፡ ይቤሎ ፡ እግዚአብሔር ፡ ለኤሊ ፡ ካህን ፡ በአፈ ፡ ሳሙኤል ፡ ነቢይ ፡ አነ ፡ ፈቀድኩ ፡ ከመ ፡

But it must remain with us perpetually, although we have not paid it all the honour which is its due; and you, although it be not with you, must honour it, and revere it according to what is due to it and what is meet. For God said unto Eli by the mouth of Samuel the Prophet, 'I wished you to remain,

ትንበሩ ፡ አንተ ፡ ወቤተ ፡ አቡከ ፡ ከመ ፡ ትዕጥኑ ፡ ታቦተ ፡ ሕግየ ፡ ወትንበሩ ፡ ቅድሜየ ፡ እስከ ፡ ለዓለም ፡ ወይእዜሰ ፡ ተነሳሕኩ ፡ እመይጥ ፡ ገጽየ ፡ እምኔከ ፡ እስመ ፡ ተዐውሮ ፡ ተዐወርከ ፡ ሳዕለ ፡ መሥዋዕትየ ፡ ወአፍቀርከ ፡ ደቂቅከ ፡ እምኔየ ፤ ወይእዜሰ ፡ ለዘ ፡ አክበረኒ ፡ አከብሮ ፡ ወለዘ ፡ አስተሐቀረኒ ፡ አስተሐቅሮ ፡ ወእስዕር ፡ ኵሎ ፡ ዘርእከ ፤ ወዘንተ ፡ ዘይቤ ፡ በእንተ ፡ ዘአስተሐቀርዎ ፡ ሌዋውያን ። ወበሎ ፡ ንሣእአ ፡ ዘንተ ፡ ልብሳ ፡ ለጽዮን ፡ ወዘንተኒ ፡ ሞጻ ፡ ይኩኖ ፡ ህየንቴሃ ፡ ለጽዮን ፡ ወአንብሮ ፡ ውስተ ፡ ደብተራከ ፤ ወሶበኒ ፡ ትምሕል ፡ ወታምሕል ፡ መሐል ፡ ወአምሕል ፡ ባቲ ፡ ከመ ፡ ኢትዝክር ፡ አስማተ ፡ ባዕድ ፡ አማልክተ ፡ አሕዛብ ፤ ወሶበኒ ፡ ትሠውዕ ፡ አንጺረከ ፡ ለኀቤነ ፡ ሡዕ ፡ ለኢየሩሳሌም ፡ ወለጽዮን ፡ ቅድስት ፡ ወሶበኒ ፡ ትጼሊ ፡ አንጺረከ ፡ ለኢየሩሳሌም ፡ ለኀቤነ ፡ ጸሊ ※ ※ ※

thou and thy father's house, to offer up incense to the Tabernacle of My Law, and to dwell before Me for ever, but now I have repented. I will turn My face away from thee because thou hast treated My offerings with contempt, and hast preferred thy sons to Me. And now, him that honoureth Me I will honour, and him that esteemeth Me lightly I will esteem lightly; and I will destroy all thy seed.'[1 Sam. 2, 29–34] This He said because the Levites had esteemed Him lightly. And say unto him: Take this covering of Zion, and this votive gift shall be in the place of it, and place it in thy sanctuary. And when thou takest an oath and makest another to take an oath, swear thou and make him to swear by it, so that thou dost not make mention of the names of other gods of the heathen. And when thou sacrificest let thy face be towards us, and sacrifice to Jerusalem and the holy Zion; and when thou prayest let thy face be towards Jerusalem, and pray towards us."

፶፪ ፡ ኀበ ፡ ዘሖረ ፡ ሳዶቅ ፡ ካህን ።

52. HOW ZADOK THE PRIEST DEPARTED

ወሖረ ፡ ሳዶቅ ፡ ካህን ፡ ወወሀቦ ፡ ልብሳ ፡ ለጽዮን ፡ ወአዘዘ ፡ ኵሎ ፡ ዘነገሮ ፡ ሰሎሞን ። ወተፈሥሐ ፡ ዳዊት ፡ ወልደ ፡ ሰሎሞን ፡ በእንተዝ ፡ ወአንከረ ፡ ወአስተብፅዐ ፡ ፈድፋደ ፡ ወይቤ ፡ ዛቲ ፡ ትኩነኒ ፡ እግዝእትየ ፡ በተአምኖታ ፡ ለታቦተ ፡ ሕጉ ፡ ለእግዚአብሔር ። ወአውሥአ ፡ አዛርያስ ፡ ወይቤ ፡ በቅድመ ፡ አቡሁ ፡ ተፈሣሕከ ፡ በልብስ ፡ ወእፎ ፡ ፈድፋደ ፡ እምተፈሣሕከ ፡ በእግዝእተ ፡ ልብስ ። ወይቤሎ ፡ አቡሁ ፡ በአማን ፡ እምተፈሥሐ ፡ በእግዝእተ ፡ ልብስ ፡ ወእምቀነየነ ፡ ለኵልነ ፡ ሶበ ፡ ኢየሐውር ፡ ብሔሮ ። ወይቤሎ ፡ ለንጉሥ ፡ ሀበኒኬ ፡ ኪዳነ ፡ ከመ ፡ ተሀቦ ፡ ለዝንቱ ፡ ወልድየ ፡ ዘንተ ፡ ንዋየ ፡ እግዝእቱ ፡ ለትሕቢቱ ፡ ወምዕቅብናሁ ፡ ከመ ፡

And Zadok the priest went and gave David the covering of Zion, and he delivered unto him all the commands which Solomon had spoken. And David, the son of Solomon, rejoiced because of this, and he marvelled and held himself to be blessed exceedingly, and said, when the covering of the Tabernacle of the Law of God was committed to his charge, "This shall be to me my Lady." And Azâryâs answered and said before his father, "Thou rejoicest over the covering, but how very much more wilt thou rejoice over the Lady of the covering!" And his father said unto him, "Verily he rejoiceth over the Lady of the covering, and he might subjugate all of us if he were not going to his own country." And he said unto the king, "Make now a covenant

ይትመሐፀን ፡ ኵሎ ፡ መዋዕለ ፡ ሕይወቱ ፡ ሎቱ ፡ ወለዘርኡ ፡ እምድኅሬሁ ፤ ወዓሥራትኒ ፡ ከመ ፡ ተሀቦ ፡ ወሀገረ ፡ ምስካይኒ ፡ ከመ ፡ የሀቦ ፡ በውስተ ፡ መንግሥትከ ፡ ወለዐሥራተ ፡ አህጉርኒ ፡ በኵሉ ፡ መንገሥቱ ፤ ወውእቱኒ ፡ ከመ ፡ ይኩንከ ፡ ካህነ ፡ ወራእየ ፡ ወነቢየ ፡ ወመሃሬ ፡ ለከ ፡ ወለዘርእከ ፡ እምድኅሬከ ፡ ወቀባኤ ፡ ቅብአ ፡ መንግሥትኒ ፡ ለደቂቅከ ፡ ወለደቂቀ ፡ ደቂቅከ ። ወይቤ ፡ እሆ ። ወተካየዱ ፡ ወነሥአ ፡ እምኀበ ፡ አቡሁ ፡ ሞጻ ፡ ወልብሳ ፡ ለጽዮን ፡ ወቃማ ፡ ዘወርቅ ※

ወጸዐኑ ፡ ከመ ፡ ይሖሩ ፡ ሰረገላተ ፡ ወአፍራሰ ፡ ወአብቅልተ ፡ ወተሠርሐ ፡ ፍኖቶሙ ። ወእምዝ ፡ አርትዑ ፡ ሐዊረ ፡ እንዘ ፡ ሚካኤል ፡ መልአክ ፡ የሐውር ፡ ቅድመ ፤ በባሕርኒ ፡ ሰፊሖ ፡ አኪዶሙ ፡ ከመ ፡ የብስ ፡ ወበየብስኒ ፡ ሠጢቆ ፡ ደመና ፡ አንጦሊዖ ፡ ሰወሮሙ ፡ ላህበ ፡ ፀሐይ ፤ ሰረገላቲሆሙኒ ፡ አልቦ ፡ ዘይስሕቦ ፡ አላ ፡ የሐውር ፡ ለሊሁ ፡ በሰረገላ ፡ ተልዒሎ ፡ እምድር ፡ መጠነ ፡ እመት ፡ እመሂ ፡ ሰብእ ፡ ወእመሂ ፡ አፍራስ ፡ ወእመሂ ፡ አብቅልት ፡ ወእመሂ ፡ ራኵባት ፡ ወኵሎሙ ፡ እለ ፡ ጽዑናን ፡ ይትሌዐል ፡ እምዘባናቲሆሙ ፡ መጠነ ፡ ስዝረ ፡ ብእሲ ፤ ኵሉ ፡ ንዋየ ፡ ቍስቋሶሙ ፡ ዘጽዑን ፡ ወእለ ፡ ይጼዐኑ ፡ ይትሌዐሉ ፡ መጠነ ፡ ስዝረ ፡ ብእሲ ፡ ወእንስሳኒ ፡ ይትሌዐሉ ፡ መጠነ ፡ ስዝረ ፡ ብእሲ ፤ ወኵሉ ፡ ይረውጽ ፡ በሰረገላ ፡ ከመ ፡ ሐመር ፡ በውስተ ፡ ባሕር ፡ ሶበ ፡ ያነውኃ ፡ ነፋስ ፡ ወከመ ፡ ጽግንት ፡ በውስተ ፡ አየር ፡ ሶበ ፡ ያሰርሖ ፡ ፍትወተ ፡ ከርሡ ፡ ለበሊዕ ፡ እምአብያጺሁ ፡ ወከመ ፡ ንስር ፡ ሶበ ፡ ያቀልል ፡ ሥጋሁ ፡ በመልዕልተ ፡ ነፋስ ፤ ከማሁ ፡ ይረውጹ ፡ በሰረገላ ፡ ዘአልቦ ፡ ቅድመ ፡ ወድኅረ ፡ ዘእንበለ ፡ ተሀውኮ ፡ ይምነ ፡ ወፅግመ ※ ※ ※

with me that thou wilt give to this my son this possession for his Lady and his sponsor and his protection, that he may guard it all the days of his life, for himself and for his seed after him; and that thou wilt give him tithe, and that thou wilt give him a city of refuge in thy kingdom, and also the tenth of the cities in all thy kingdom; and that he shall be unto thee priest, and seer, and prophet, and teacher to thee and to thy seed after thee, and the anointer with oil of thy kingdom for thy children and thy children's children." And he said, "I agree." And they struck (*i.e.* made) a covenant, and he received from his father the votive offering, and the covering of Zion, and a chain of gold.

And they loaded the wagons, and the horses, and the mules in order to depart, and they set out on their journey prosperously, and they continued to travel on. And Michael the [Arch] Angel marched in front, and he spread out [his wings] and made them to march through the sea as upon dry land, and upon the dry land he cut a path for them and spreading himself out like a cloud over them he hid them from the fiery heat of the sun. And as for their wagons, no man hauled his wagon, but he himself (*i.e.* Michael) marched with the wagons, and whether it was men, or horses, or mules, or loaded camels, each was raised above the ground to the height of a cubit; and all those who rode upon beasts were lifted up above their backs to the height of one span of a man, and all the various kinds of baggage which were loaded on the beasts, as well as those who were mounted on them, were raised up to the height of one span of a man, and the beasts were lifted up to the height of one span of a man. And every one travelled in the wagons like a ship on the sea when the wind bloweth, and like a hat through the air when the desire of his belly urgeth him to devour his companions, and like an eagle when his body glideth above the wind. Thus did they travel; there was none in front and none behind, and they were disturbed neither on the right hand nor on the left.

፶፫ ፡ ኀበ ፡ ተውህበ ፡ ሰረገላ ፡ ለኢትዮጵያ ፡፡

53. HOW THE WAGON WAS GIVEN TO ETHIOPIA

ወበጽሐ ፡ ኀደሩሰ ፡ ጋዛ ፡ ይእቲ ፡ ሀገረ ፡ እሙ ፡ ለንጉሥ ፡ ዘወሀባ ፡ ሶበ ፡ ትመጽእ ፡ ኀቤሁ ፡ ንጉሥ ፡ ሰሎሞን ፡ ለንግሥተ ፡ ኢትዮጵያ ፡፡ ወእምህየ ፡ በጽሑ ፡ በአሐቲ ፡ ዕለት ፡ ውስተ ፡ ደወለ ፡ ግብጽ ፡ እንተ ፡ ስማ ፡ ምስሪን ፤ ወሶበ ፡ ርእዩ ፡ ደቂቀ ፡ ኀያላነ ፡ እስራኤል ፡ ከመ ፡ በአሐቲ ፡ ዕለት ፡ በጽሑ ፡ ምሕዋረ ፡ ፲ወ፫ ፡ ዕለት ፡ ወኢደክሙ ፡ ወኢርኀቡ ፡ ወኢጸምኡ ፡ ኢሰብእ ፡ ወኢእንስሳ ፡ ወኵሎሙ ፡ ከመ ፡ ዘሶቤ ፡ ጸግቡ ፡ ወሰትዩ ፡ አእመሩ ፡ ወአምኑ ፡ እሙንቱ ፡ ደቂቀ ፡ ኀይል ፡ ከመ ፡ እምኀበ ፡ እግዚአብሔር ፡ ኮነት ፡ ዛቲ ፤ ወይቤልዎ ፡ ለንጉሦሙ ፡ ናውርድ ፡ ሰረገላተ ፡ እስመ ፡ በጻሕነ ፡ ማየ ፡ ኢትዮጵያ ፡ ዛቲ ፡ ይእቲ ፡ ተከዚ ፡ እንተ ፡ ትወርድ ፡ እምኢትዮጵያ ፡ ወትሰቂ ፡ ፈለገ ፡ ግብጽ ፤ ወአውረዱ ፡ ሰረገላቲሆሙ ፡ ህየ ፡ ወተከሉ ፡ ደባትሪሆሙ ※

And they halted by Gâzâ, the city of the mother of the king, which Solomon the king had given to the Queen of Ethiopia when she came to him. And from there they came in one day to the border of Gĕbĕṣ (Egypt), the name of which is "Mesrîn." And when the sons of the warriors of Israel saw that they had come in one day a distance of thirteen days' march, and that they were not tired, or hungry, or thirsty, neither man nor beast, and that they all [felt] that they had eaten and drunk their fill, these sons of the warriors of Israel knew and believed that this thing was from God. And they said unto their king, "Let us let down the wagons, for we have come to the water of Ethiopia. This is the Takkazî which floweth down from Ethiopia, and watereth the Valley of Egypt"; and they let down their wagons there, and set up their tents.

ወሖሩ ፡ ኀቡረ ፡ ደቂቀ ፡ ኀይል ፡ ወሰደዱ ፡ ኵሎ ፡ አሕዛበ ፡ ወይቤልዎ ፡ ለንጉሦሙ ፡ ንንግርከኑ ፡ ነገረ ፡ ለእመ ፡ ትክል ፡ ተዐግሦ ፤ ወይቤሎሙ ፡ እወ ፡ እክል ፡ ወለእመ ፡ ትቤሉኒ ፡ እስከ ፡ ዕለተ ፡ ሞትየ ፡ ኢያወፅእ ፡ ወኢያወሥእ ፡፡ ወይቤልዎ ፡ ወረደት ፡ ፀሐይ ፡ እምሰማይ ፡ ወተውህበት ፡ በሲና ፡ ለእስራኤል ፡ ወኮነት ፡ መድኀኒተ ፡ ለዘመደ ፡ አዳም ፡ እምነ ፡ ሙሴ ፡ እስከ ፡ ዘርአ ፡ እሴይ ፡ ወነዋ ፡ ኀቤከ ፡ በፈቃደ ፡ እግዚአብሔር ፤ ወአኮ ፡ እምኀቤነ ፡ ዘተገብረ ፡ ዝንቱ ፡ አላ ፡ በፈቃደ ፡ እግዚአብሔር ፡ ወአኮ ፡ እምኀቤነ ፡ ዘተገብረ ፡ ዝንቱ ፡ አላ ፡ በፈቃደ ፡ ኬንያሃ ፡ ወገባሪሃ ፡ ኮነ ፡ ከመዝ ፤ ንሕነ ፡ ፈቀድነ ፡

And the sons of the warriors of Israel went and drove away all the people, and they said unto [David] their king, "Shall we tell thee a matter? Canst thou hold it [secret]?" And the King said unto them, "Yes, I can [hold it secret]. And if ye will tell it to me I will never let it go forth or repeat it to the day of my death." And they said unto him, "The sun descended from heaven, and was given on Sinai to Israel, and it became the salvation of the race of Adam, from Moses to the seed of Jesse, and behold, it is with thee by the Will of God. It is not through us that this hath been done, but by the Will of God; it is not through us that this hath been done, but by the Will of Him that fashioned it and made it hath this

ወእግዚአብሔር ፡ ፈጸመ ፡ ንሕነ ፡ ተሰናአውነ ፡
ወእግዚአብሔር ፡ አሠነየ ፡ ንሕነ ፡ ተናገርነ ፡
ወእግዚአብሔር ፡ ገብረ ፡ ንሕነ ፡ ኀለይነ ፡
ወእግዚአብሔር ፡ መከረ ፡ ንሕነ ፡ ንቤ ፡
ወእግዚአብሔር ፡ ሠምረ ፡ ንሕነ ፡ አንጸርነ ፡
ወእግዚአብሔር ፡ አርትዐ ፡ ንሕነ ፡ ኀለይነ ፡
ወእግዚአብሔር ፡ አጽደቀ ፤ ወይእዜኒ ፡ ኪያከ ፡
ኀረየ ፡ እግዚአብሔር ፡ ወሀገርከ ፡ ሠምረ ፡
ከመ ፡ ትኩን ፡ ላእከ ፡ ለጽዮን ፡ ቅድስት ፡
ሰማያዊት ፡ ታቦተ ፡ ሕጉ ፡ ለእግዚአብሔር ፡
ወይእቲ ፡ ትኩንከ ፡ መርሐ ፡ እስከ ፡ ለዓለም ፡
ለከ ፡ ወለዘርእከ ፡ እምድኅሬከ ፡ ለእመ ፡
ዐቀብከ ፡ ትእዛዞ ፡ ወገበርከ ፡ ፈቃዶ ፡
ለእግዚአብሔር ፡ አምላክከ ፤ እስመ ፡ ኢትክል ፡
አንተ ፡ አግብአታ ፡ ለእመ ፡ ፈቀድከ ፡
ወአቡከ ፡ ነሢኦታ ፡ ለእመ ፡ ፈቀደ ፡ እስመ ፡
ለሊሃ ፡ ተሐውር ፡ ኀበ ፡ ፈቀደት ፡
ወኢትትነሣእ ፡ እመንበራ ፡ ለእመ ፡ ኢፈቀደት ፡
ለሊሃ ፤ ወነያ ፡ ይእቲ ፡ እግዝእትነ ፡ እምነ ፡
ወመድኀኒትነ ፡ ጸወንነ ፡ ወምስካይነ ፡ ክብርነ ፡
ወመርሶ ፡ መድኀኒትነ ፡ ለእለ ፡ ናሰምከ ፡ ባቲ ።
ወቀጸበ ፡ አዛርያስ ፡ ለኤልምያኖስ ፡ ወይቤሎ ፡
ሑር ፡ አሠንያ ፡ ወአልብሳ ፡ ለእግዝእትነ ፡
ከመ ፡ ይርአያ ፡ ንጉሥነ ። ወዘንተ ፡ ሶበ ፡
ተናገረ ፡ አዛርያስ ፡ ደንገፀ ፡ ንጉሥ ፡ ዳዊት ፡
ወአንበረ ፡ ክልኤሆን ፡ እደዊሁ ፡ ውስተ ፡ ልቡ ፡
ወአስተንፈሰ ፡ ሠለስተ ፡ እስትንፋሰ ፡ ወይቤ ፡
አማንኑ ፡ እግዚእ ፡ ትዜከረነ ፡ በሣህልከ ፡
ለግዱፋን ፡ እለ ፡ መነንከ ፡ ሕዝብ ፡ ከመ ፡
እርአያ ፡ ለማኅደርከ ፡ ንጽሕት ፡ እንተ ፡
በሰማያት ፡ ጽዮን ፡ ቅድስት ፡ ሰማያዊት ፤
ወምንተኑ ፡ ነዐስዮ ፡ ለእግዚአብሔር ፡ በእንተ ፡
ኵሉ ፡ ዘገብረ ፡ ለነ ፡ ሠናያተ ፡ እንዘ ፡
ወኢምንትኒ ፡ በኀቤሁ ፡ ክብረ ፡ ወስብሐተ ፤
ከለለነ ፡ በጸጋሁ ፡ ከመ ፡ ናእምር ፡ በምድር ፡
ስብሐቲሁ ፡ ወንግነይ ፡ ኵልነ ፡ ለዕበየ ፡ ዚአሁ ፤
እስመ ፡ ኄር ፡ ውእቱ ፡ ለኅሩያኒሁ ፡ ወሎቱ ፡
ስብሐት ፡ እስከ ፡ ለዓለም ።
ወተንሥአ ፡ ንጉሥ ፡ እንዘ ፡ ያንፈርዕፅ ፡ ከመ ፡

happened. We wished, and God hath fulfilled [our wish]; we agreed concerning it, and God made it good; we held converse [concerning it], and God performed; we meditated [upon it], and God devised the plan; we spoke, and God was well pleased; we directed our gaze, and God directed it rightly; we meditated, and God hath justified. And now God hath chosen thee, and is well pleased with thy city, to be the servant of the holy and heavenly Zion, the Tabernacle of the Law of God; and it shall be to thee a guide for ever, to thee and thy seed after thee if thou wilt keep His command and perform the Will of the Lord thy God. For thou wilt not be able to take it back, even if thou wishest, and thy father cannot seize it, even if he wisheth, for it goeth of its own free will whithersoever it wisheth, and it cannot be removed from its seat if it doth not desire it. And behold, it is our Lady, our Mother and our salvation, our fortress and our place of refuge, our glory and the haven of our safety, to those who lean upon it."

And Azâryâs made a sign to Êlmeyâs, and he said unto him, "Go, beautify, and dress our Lady, so that our King may see her." And when Azâryâs had said this, King David was perturbed and he laid both hands upon his breast, and he drew breath three times and said, "Hast thou in truth, O Lord, remembered us in Thy mercy, the castaways, the people whom Thou hast rejected, so that I may see Thy pure habitation, which is in heaven, the holy and heavenly Zion? With what shall we requite the Lord in return for all the good things which He hath done for us? there being with Him no glory and praise! He hath crowned us with His grace, so that we may know upon earth His praise and may all serve Him according to His greatness. For He is the Good One to His chosen ones, arid unto Him belongeth praise for ever."

And King [David] rose up and skipped about

ማሕስአ ፡ በግዕ ፡ ወከመ ፡ ሐርጌ ፡ ጽጉበ ፡
ሐሊበ ፡ እሙ ፤ በከመ ፡ ፍሥሓ ፡ ዳዊት ፡
አበ ፡ አቡሁ ፡ በቅድመ ፡ ታቦተ ፡ ሕጉ ፡
ለእግዚአብሔር ፤ አጽሐሰ ፡ በእገሪሁ ፡
ወተሐሥየ ፡ በልቡ ፡ ወተሀለለ ፡ በአፉሁ ።
ወምንተ ፡ እብል ፡ ሚመጠነ ፡ ፍሥሓ ፡
ወሐሤት ፡ በውስተ ፡ ትዕይንተ ፡ ንጉሠ ፡
ኢትዮጵያ ፤ ይነግሮ ፡ ፩ ፡ ለካልኡ ፡
ወያንፈርዕፁ ፡ ኵሎሙ ፡ ከመ ፡ ጣዕዋ ፡ ላህም ፡
ወይጠፍሑ ፡ እደዊሆሙ ፡ ወያነክሩ ፡
ወይሰፍሑ ፡ እደዊሆሙ ፡ ውስተ ፡ ሰማይ ፡
ወይሰግዱ ፡ በገጾሙ ፡ ውስተ ፡ ምድር ፡
ወያአኵትዎ ፡ ለእግዚአብሔር ፡
በአልባቢሆሙ ※※※

like a young sheep and like a kid of the goats that hath sucked milk in abundance from his mother, even as his grandfather David rejoiced before the Tabernacle of the Lass of God. He smote the ground with his feet, and rejoiced in his heart, and uttered cries of joy with his mouth. And what shall I say of the great joy and gladness that were in the camp of the King of Ethiopia? One man told his neighbour, and they smote the ground with their feet like young bulls, and they clapped their hands together, and marvelled, and stretched out their hands to heaven, and they cast themselves down with their faces to the ground, and they gave thanks unto God in their hearts.

፶፬ ፡ ኀበ ፡ ተነበየ ፡ ዳዊት ፡ ወተሰለማ ፡ ለጽዮን ።

54. HOW DAVID [THE KING OF ETHIOPIA] PROPHESIED AND SALUTED ZION

ወቦአ ፡ ንጉሥ ፡ ወቆመ ፡ ቅድሜሃ ፡ ወተሰለማ ፡
ወሰገደ ፡ ላቲ ፡ ወይቤ ፤ እግዚኦ ፡ አምላከ ፡
እስራኤል ፡ ለከ ፡ ስብሐት ፡ እስመ ፡ ትገብር ፡
ፈቃደከ ፡ ወአኮ ፡ ፈቃደ ፡ ሰብእ ፤ ታረስዖ ፡
ጥበቦ ፡ ለጠቢብ ፡ ወታአብዶ ፡ ምክረ ፡
ለመካሪ ፡ ወትሜጥቆ ፡ ለነዳይ ፡ እምነ ፡ ሠርም ፡
ወታቀውሞን ፡ ውስተ ፡ ኰኵሕ ፡ ጽኑዕ ፡
ለሰኰናሁ ፤ እስመ ፡ ጽዋዐ ፡ ክብር ፡ ምሉእ ፡
ውስተ ፡ እዴከ ፡ ለእለ ፡ ያፈቅሩከ ፡ ወጽዋዐ ፡
ኀሳርኒ ፡ ምሉእ ፡ ለእለ ፡ ይጸልኡ ፡ ኪያከ ፤
ወለነሰ ፡ መድኀኒትነ ፡ ይወፅእ ፡ እምጽዮን ፡
ወያአትት ፡ ኀጢአተ ፡ እምሕዝቡ ፡
ወይትከዐው ፡ ሠናይት ፡ ወምሕረት ፡ ውስተ ፡
ኵሉ ፡ ዓለም ፤ እስመ ፡ ንሕነሂ ፡ ተግባረ ፡
እደዊሁ ፡ ንሕነ ፡ መኑ ፡ ይትዔየሮ ፡ ለእመ ፡
አፍቀረነ ፡ ከመ ፡ እስረኤል ፡ ሕዝቦ ፡ ወመኑ ፡
ይግእዞ ፡ ለእመ ፡ አዕረገነ ፡ ውስተ ፡ ሰማያት ፡
መንበሩ ፤ እስመ ፡ ሞት ፡ ወሕይወት ፡
እምኀቤሁ ፡ ክብር ፡ ወኀሳር ፡ ውስተ ፡ እዴሁ ፤

And King [David] came and stood up before Zion, and he saluted it, and made obeisance thereto, and said, "O Lord God of Israel, to Thee be praise, because Thou doest Thy Will and not the will of men. Thou makest the wise man to forget his wisdom, and Thou destroyest the counsel of the counsellor, and Thou raisest the poor man from the depth, and Thou settest the sole of his foot upon a strong rock. For a full cup of glory is in Thy hand for those who love Thee, and a full cup of shame for those who hate Thee. As for us, our salvation shall go forth out of Zion, and He shall remove sin from His people, and goodness and mercy shall be poured out in ah the world. For we are the work of His hands, and who shall rebuke us if He loveth us as Israel His people? And who shall reprove Him if He raiseth us up to heaven His throne? For death and life are from Him, and glory and dishonour are in His hand, He hath the power to punish and to multiply His compassion, and

ይክል ፡ ቀሢፈ ፡ ወያበዝኅ ፡ ተሣህሎ ፡ ይትመዐዕ ፡ ወያበዝኅ ፡ ምሕረቶ ፡ እስመ ፡ ፈታኔ ፡ ልብ ፡ ወኵልያት ፡ ውእቱ ፤

ይሁብ ፡ ወይነሥእ ፡ ይተክል ፡ ወይምሑ ፡ የሐንጽ ፡ ወይነሥት ፡ ያሤኒ ፡ ወይመቅስ ፤ እስመ ፡ ኵሉ ፡ ሎቱ ፡ ወኵሉ ፡ እምኅቤሁ ፡ ወኵሉ ፡ ቦቱ ፡ ኮነ ። ወአንቲኒ ፡ ታቦተ ፡ ሕጉ ፡ ለእግዚአብሔር ፡ መድኅኒተ ፡ ኩኒ ፡ ኀበ ፡ ተሐውሪ ፡ ወእምኀበኒ ፡ ወፃእኪ ፤ መድኅኒተ ፡ ኩኒ ፡ በቤትኒ ፡ ወበገዳምኒ ፤ መድኅኒተ ፡ ኩኒ ፡ በዝየኒ ፡ ወበከሐክኒ ፤ መድኅኒተ ፡ ኩኒ ፡ በታዕካኒ ፡ ወበዕሙናኒ ፤ መድኅኒተ ፡ ኩኒ ፡ በባሕርኒ ፡ ወበየብስኒ ፤ መድኅኒተ ፡ ኩኒ ፡ በአድባርኒ ፡ ወበአውግርኒ ፤ መድኅኒተ ፡ ኩኒ ፡ በሰማያትኒ ፡ ወበምድርኒ ፤ መድኅኒተ ፡ ኩኒ ፡ በምጽናዓትኒ ፡ ወበቀላያት ፤ መድኅኒተ ፡ ኩኒ ፡ በሞትኒ ፡ ወበሕይወትኒ ፤ መድኅኒተ ፡ ኩኒ ፡ በበአትኪ ፡ ወበፀአትኪ ፡ መድኅኒተ ፡ ኩኒ ፡ ለደቂቅነሂ ፡ ወለነገደ ፡ ሕዝብኪ ፤ መድኅኒተ ፡ ኩኒ ፡ ለበሓውርትኒ ፡ ወለአህጉርኒ ፤ መድኅኒተ ፡ ኩኒ ፡ ለነገሥት ፡ ወለመኳንንት ፤ መድኅኒተ ፡ ኩኒ ፡ ለአትክልት ፡ ወለፍረያት ፤ መድኅኒተ ፡ ኩኒ ፡ ለሰብእኒ ፡ ወለእንስሳ ፤ መድኅኒተ ፡ ኩኒ ፡ ለአዕዋፍኒ ፡ ወለአራዊት ፤ መድኅኒተ ፡ ኩኒ ፡ ለሐመልማልኒ ፡ ወለጽገያት ፤ መድኅኒተ ፡ ኩኒ ፡ ጸልዪ ፡ ወመሐሪ ፡ መሐኪ ፡ ሕዝበኪ ። ኩንነ ፡ ጥቀመ ፡ ወንከውነኪ ፡ ሐጹረ ፤ ንገሢ ፡ ለነ ፡ ወንከውነኪ ፡ ሕዝበ ፤ ኩንነ ፡ መርሐ ፡ ወንተሉ ፡ ድኅሬኪ ፡ ኢትትአንተሊ ፡ ወኢትትሀየዪ ፡ ወኢትትቈጥዒ ፡ በብዝኀ ፡ አበሳነ ፡ እስመ ፡ ንሕነ ፡ ሕዝብ ፡ ዘአልቦ ፡ ሕገ ፡ ዘኢተምህረ ፡ ሰብሖተኪ ፤ ወእምይእዜሰ ፡ ምርሐነ ፡ ወመሀረነ ፡ ወአለብወነ ፡ ወአጥብበነ ፡ ከመ ፡ ንትመሀር ፡ ሰብሖተኪ ፡ ወከመ ፡ ይሰባሕ ፡ ስምኪ ፡ በላዕሌነ ፡ በኵሉ ፡ ጊዜ ፡ ወበኵሉ ፡ መዋዕል ፡ በኵሉ ፡ መዐልት ፡ ወበኵሉ ፡ ሌሊት ፡ በኵሉ ፡ ሰዐት ፡ ወበኵሉ ፡ ኑኀ ፡ አዝማን ፤ ሀብነ ፡ ኀይለ ፡ ንትቀነይ ፡ ለኪ ፤ ተንሥኢ ፡ ጽዮን ፡ ወልበሲ ፡ ኀይለኪ ፡ ወሙኢዮሙ ፡ ለጸላእትኪ ፡

He can be wroth and multiply His mercy, for it is He who trieth the heart and the reins.

He giveth and He taketh away, He planteth and He uprooteth. He buildeth up and He throweth down. He beautifieth and He deformeth; for everything belongeth to Him, and everything is from Him, and everything existeth in Him. And as for thee, O Tabernacle of the Law of God, salvation be whither thou goest, and from the place whence thou goest forth; salvation be in the house and in the field, salvation be here and be there, salvation be in the palace and in the lowly place, salvation be on the sea and on the dry land, salvation be in the mountains and in the hills, salvation be in the heavens and on the earth, salvation be in the firm grounds and in the abysses, salvation be in death and in life, salvation be in thy coming and in thy going forth, salvation be to our children and to the tribe of thy people, salvation be in thy countries and in thy cities, salvation be to the kings and to the nobles, salvation be to the plants and to the fruits, salvation be to men and to beasts, salvation be to the birds and to the creeping things of the earth; be salvation, be an intercessor, and a merciful one, and have regard for thy people. Be unto us a wall, and we will be unto thee a fence; be thou a king unto us and we will be thy people; be thou a guide unto us and we will follow after thee. And be not impatient, and mark not closely, and be not angry at the multitude of our sins, for we are a people who have not the Law, and who have not learned Thy praise. And from this time forward guide us, and teach us, and make us to have understanding, and make us to have wisdom that we may learn Thy praise. And Thy name shall be praised by us at all times, and all the day, and every day, and every night, and every hour, and all the length of time. Give us power that we may serve Thee. Rise up, Zion, and put on

ወሀብነ ፡ ጽንዐ ፡ ለነገሥትኪ ፡ ወአስተኀፍርዮሙ ፡ ለእለ ፡ ይጸልኡ ፡ ኪያኪ ፡ ወአስተፈሥሒዮሙ ፡ ለእለ ፡ ያፈቅሩኪ ※

thy strength, and conquer thine enemies, and give us strength, our queen, and put thou to shame those who hate thee, and make to rejoice those who love thee."

ወእምዝ ፡ ዖዳ ፡ ወይቤ ፡ ነያ ፡ ጽዮን ፡ ነያ ፡ መድኀኒት ፡ ነያ ፡ መስተፈሥሒት ፡ ነያ ፡ ብርህት ፡ ከመ ፡ ፀሐይ ፡ ነያ ፡ ስርጉት ፡ በስብሐት ፡ ነያ ፡ ስርጉት ፡ ከመ ፡ መርዓት ፡ አኮ ፡ በአልባሰ ፡ ክብር ፡ ኀላፊ ፡ አላ ፡ ስርጉት ፡ በክብር ፡ ወበስብሐት ፡ እምኀበ ፡ እግዚአብሔር ፤ እንተ ፡ ይኔጽሩ ፡ መፍትው ፡ ወአኮ ፡ እንተ ፡ የኀድጉ ፡ እንተ ፡ ያበድሩ ፡ መፍትው ፡ ወአኮ ፡ እንተ ፡ ይሜንኑ ፡ እንተ ፡ ያፈቅሩ ፡ መፍትው ፡ ወአኮ ፡ እንተ ፡ ይጸልኡ ፡ እንተ ፡ ይቀርቡ ፡ መፍትው ፡ ወአኮ ፡ እንተ ፡ ይርሕቁ ፤ ንቀርበኪ ፡ ወኢትርሐቅነ ፡ ንተመረጐዘኪ ፡ ወኢታድኀፅነ ፡ ንስእለኪ ፡ ወኢትጸመምነ ፡ ንጸርኅ ፡ ኀቤኪ ፡ ወስምዒ ፡ ገዓረነ ፡ በኵሉ ፡ ዘሰአልነ ፡ ኀቤኪ ፡ ወኢትፍቅዲ ፡ ተግሕሦ ፡ እምኔነ ፡ እስከ ፡ ይመጽእ ፡ እግዚእኪ ፡ ወይነግሥ ፡ ላዕሌኪ ፤ እስመ ፡ ማኅደሩ ፡ አንቲ ፡ ለአምላከ ፡ ሰማይ ።

And then he made a circuit and said, "Behold Zion, behold salvation, behold the one who rejoiceth, behold the splendour like the sun, behold the one adorned with praise, behold the one who is decorated like a bride, not with the apparel of fleeting glory, but the one who is decorated with the glory and praise which are from God, whom it is meet that [men] shall look upon with desire and shall not forsake; whom [men] shall desire above all things and shall not reject; whom [men] shall love willingly and shall not hate; whom [men] shall approach willingly and shall not keep afar off. We will draw nigh unto thee, and do not thou withdraw far from us; we will support ourselves upon thee, and do not thou let us slip away; we will supplicate thee, and do not thou be deaf to us; we will cry out to thee; hear thou our cry in all that we ask of thee, and desire not to withdraw thyself from us, until thy Lord cometh and reigneth over thee; for thou art the habitation of the God of heaven."

ዘንተ ፡ ተናገረ ፡ ዳዊት ፡ ንጉሥ ፡ ወልደ ፡ ሰሎሞን ፡ ንጉሠ ፡ እስራኤል ፡ እስመ ፡ ወረደ ፡ ላዕሌሁ ፡ መንፈሰ ፡ ትንቢት ፡ በእንተ ፡ ፍሥሓሁ ፡ ወኢያአምር ፡ ዘይነብብ ፡ በከመ ፡ ጴጥሮስ ፡ ወዮሐንስ ፡ በርእሰ ፡ ደብረ ፡ ታቦር ፤ ወአንከርዎ ፡ ኵሎሙ ፡ ወይቤሉ ፡ ዝንቱ ፡ ወልደ ፡ ነቢይ ፡ ውስተ ፡ ነቢያትኑ ፡ ጐሉቅ ※ ※ ※

Thus spake David the King, the son of Solomon, King of Israel. For the spirit of prophecy descended upon him because of his joy, and he knew not what he said and he was like Peter and John on the top of Mount Tâbôr. [Matt. 17, 4; Luke 1, 33] And they all marvelled and said, "This, the son of a prophet, is he to be numbered among the prophets?"

፶፭ ፡ በእንተ ፡ ዘተፈሥሑ ፡ ሰብአ ፡ ኢትዮጵያ ።

55. HOW THE PEOPLE OF ETHIOPIA REJOICED

ወአኀዙ ፡ ዕንዚራተ ፡ ወነፍኁ ፡ ቀርነ ፡ ወከበሮ ፡ ወብዕዛ ፡ ወበቃለ ፡ ማሕሌቶሙ ፡

And [the people of Ethiopia] took flutes, and blew horns, and [beat] drums, and [played on] pipes, and the Brook of Egypt was moved and

ወፍሥሓሆሙ ፡ ተሀውከት ፡ ወደምፀት ፡ ፈለገ ፡ ግብጽ ፡ ወኀብሩ ፡ ምስሌሆሙ ፡ ውውዓ ፡ ወማሕሌት ፤ ወወድቁ ፡ ጣዖታቲሆሙ ፡ ዘገብሩ ፡ በእደዊሆሙ ፡ አምሳለ ፡ ሰብእ ፡ ወከልብ ፡ ወድመት ፡ ወዓዳ ፡ ማኅፈደ ፡ ነዋኃት ፡ ወእለ ፡ ምስሌሆሙ ፡ አምሳለ ፡ አንስርት ፡ ዘወርቅ ፡ ወብሩር ፡ ወድቁ ፡ ወተቀጥቀጡ ፤ እስመ ፡ ከመ ፡ ፀሐይ ፡ ታበርህ ፡ ወእምግርማሃ ፡ ይደነግፁ ፤ ወአልበስዋ ፡ አልባሲሃ ፡ ወጾሩ ፡ ሞጻሃ ፡ ቅድሜሃ ፡ ወአንበርዋ ፡ ዲበ ፡ ሰረገላ ፡ ነጺፎሙ ፡ ሜላተ ፡ ታሕቴሃ ፡ ወፀፈሮሙ ፡ ሜላተ ፡ በመልዕልቴሃ ፡ ወይሔልዩ ፡ ማሕሌተ ፡ በቅድሜሃ ፡ ወበድኅሬሃ ።

ወተንሥኡ ፡ ሰረገላትኒ ፡ ከመ ፡ ቀዲሙ ፡ ወጌሡ ፡ በጽባሕ ፡ እንዘ ፡ ይሔልዩ ፡ ላቲ ፡ ወተላዐሉ ፡ ኵሎሙ ፡ መጠነ ፡ እመት ፤ እንዘ ፡ ያስተፋንውዎሙ ፡ ሰብአ ፡ ብሔረ ፡ ግብጽ ፡ ኀለፉ ፡ በቅድሜሆሙ ፡ ከመ ፡ ጽላሎት ፡ ወሰገዱ ፡ ሎሙ ፡ ሰብአ ፡ ብሔረ ፡ ግብጽ ፡ እስመ ፡ ርእይዋ ፡ እንዘ ፡ ትረውጽ ፡ ከመ ፡ ፀሐይ ፡ በውስተ ፡ ሰማይ ፤ ወኵሎሙ ፡ ይረውጹ ፡ በሰረገላ ፡ እንዘ ፡ ይረውጹ ፡ በቅድሜሃ ፡ ወበድኅሬሃ ። ወበጽሑ ፡ ባሕረ ፡ አልአሕመር ፡ እንተ ፡ ይእቲ ፡ ባሕረ ፡ ኢርትራ ፡ እንተ ፡ ተሠጥቀት ፡ በእደ ፡ ሙሴ ፡ ወኬዱ ፡ ደቂቀ ፡ እስራኤል ፡ ውስተ ፡ መዓምቅቲሃ ፡ ዐቀበ ፡ ወቈልቈለ ፡ እስመ ፡ ኢተውህበት ፡ አሚሃ ፡ ለሙሴ ፡ ታቦተ ፡ ሕጉ ፡ ለእግዚአብሔር ፡ ወበእንተዝ ፡ ጠግዐ ፡ ማይ ፡ አረፍት ፡ በይምን ፡ ወአረፍት ፡ በፅግም ፡ ወአኅለፎሙ ፡ ለእስራኤል ፡ ምስለ ፡ እንስሳሆሙ ፡ ወደቂቆሙ ፡ ወአንስቲያሆሙ ፤ ወእምድኅረ ፡ ዐደዉ ፡ ባሕረ ፡ ተናገሮ ፡ እግዚአብሔር ፡ ወወሀቦ ፡ ታቦተ ፡ ኪዳን ፡ ምስለ ፡ መጽሐፈ ፡ ሕግ ። ወሶበ ፡ ተዐዱ ፡ ጽዮን ፡ ቅድስት ፡ ምስለ ፡ እሊአሃ ፡ አሚሃ ፡ እንተ ፡ ኀቤሃ ፡ እንዘ ፡ ይሔልዩ ፡ ማሕሌተ ፡ በመሰንቆ ፡ ወበዕንዚራት ፡ ባሕርኒ ፡

astonished at the noise of their songs and their rejoicings; and with them were mingled outcries and shouts of gladness. And their idols, which they had made with their hands and which were in the forms of men, and dogs, and cats, fell down, and the high towers (pylons or obelisks?), and also the figures of birds, [made] of gold and silver, fell down also and were broken in pieces. For Zion shone like the sun, and at the majesty thereof they were dismayed. And they arrayed Zion in her apparel, and they bore the gifts to her before her, and they set her upon a wagon, and they spread out purple beneath her, and they draped her with draperies of purple, and they sang songs before her and behind her.

Then the wagons rose up (*i.e.* resumed their journey) as before, and they set out early in the morning, and the people sang songs to Zion, and they were all raised up the space of a cubit, and as the people of the country of Egypt bade them farewell, they passed before them like shadows, and the people of the country of Egypt worshipped them, for they saw Zion moving in the heavens like the sun, and they all ran with the wagon of Zion, some in front of her and some behind her. And they came to the sea Al-Aḥmar, which is the Sea of Eritrea (*i.e.* the Red Sea), which was divided by the hand of Moses, and the children of Israel marched in the depths thereof, going up and down. Now at that time the Tabernacle of the Law of God had not been given unto Moses, and therefore the water only gathered itself together, a wall on the right hand and a wall on the left, and allowed Israel to pass with their beasts and their children and their wives. And after they had crossed the sea God spake to Moses and gave him the Tabernacle of the Covenant with the Book of the Law. And when the holy Zion crossed over with those who were in attendance on her, and who sang songs to the accompaniment of harps and flutes, the sea received them and its waves leaped up as do the high mountains when they

ተቀበለቶሙ ፡ እንዘ ፡ ታንፈርዕጽ ፡ መዋግዲሃ ፡ ከመ ፡ ሶበ ፡ ይትበተኩ ፡ አድባር ፡ ነዋኃት ፡ ወከመ ፡ ድምፀ ፡ አንበሳ ፡ ዘይጥሕር ፡ ከማሁ ፡ በገንሕ ፡ ትደምፅ ፡ ወከመ ፡ ነጐድጓደ ፡ ክረምተ ፡ ደማስቆ ፡ ወኢትዮጵያ ፡ ሶበ ፡ ይዘብጦሙ ፡ መብረቅ ፡ ለደመናት ፡ ከማሁ ፡ ታንጐደጕድ ፡ ወኀብረ ፡ ነጐድጓድ ፡ ምስለ ፡ ዕንዚራት ፡ ወሰገደት ፡ ላቲ ፡ ባሕርኒ ፤ ወእንዘ ፡ ይትሀወክ ፡ መዋግዲሃ ፡ ከመ ፡ አድባር ፡ ተለዐለ ፡ ሰረገላቲሆሙ ፡ መልዕልተ ፡ መዋግድ ፡ መጠነ ፡ ፫ ፡ እመት ፡ ወበዜማ ፡ ማሕሌቶሙ ፡ መንክር ፡ ተላህያ ፡ ለባሕር ፤ ግሩም ፡ ፈድፋደ ፡ ወመድምም ፡ ተላህያ ፡ ለባሕር ፡ ዐዚዝ ፡ ጥቀ ፡ ወዕፁብ ፡ ተላህያ ፡ ለባሕር ፡ ወእለ ፡ ውስቴታሂ ፡ አራዊት ፡ እለ ፡ ይትዐወቁ ፡ ወእለ ፡ ኢያስተርእዩ ፡ ይወፅኡ ፡ ወይሰግዱ ፡ ላቲ ፡ ወአዕዋፍኒ ፡ እለ ፡ ውስቴታ ፡ ይጠፍሑ ፡ በክነፊሆሙ ፡ ወይጼልልዋ ፤ ወኮነ ፡ ፍሥሓ ፡ ለባሕረ ፡ ኢርትራ ፡ ወለሰብአ ፡ ኢትዮጵያ ፡ ወወፅኡ ፡ ባሕረ ፡ ወተፈሥሑ ፡ ፈድፋደ ፡ እምነ ፡ እስራኤል ፡ ሶበ ፡ ይወፅኡ ፡ እምግብጽ ፡ ወበጽሑ ፡ አንጻረ ፡ ደብረ ፡ ሲና ፡ ወኀደሩ ፡ ውስተ ፡ ቃዴስ ፡ ወበህየኒ ፡ እንዘ ፡ ይሴብሑ ፡ መላእክት ፡ ወያኀብሩ ፡ ስብሐቶሙ ፡ መንፈሳዊያን ፡ ምስለ ፡ ደቂቀ ፡ መሬታዊያን ፡ በማሕሌት ፡ ወበመዝሙር ፡ በከበሮ ፡ ወበትፍሥሕት ።

are split asunder, and it roared even as a lion roareth when he is enraged, and it thundered as loth the winter thunder of Damascus and Ethiopia when the lightning smiteth the clouds, and the sound thereof mingled with the sounds of the musical instruments. And the sea worshipped Zion. And whilst its billows were tossing about like the mountains their wagons were raised above the waves for a space of three cubits, and among the sound of the songs the [noise of the] breaking of the waves of the sea was wonderful. The breaking of the waves of the sea was exceedingly majestic and stupefying, and it was mighty and strong. And the creatures that were in the sea, those that could be recognized, and those that were invisible, came forth and worshipped Zion; and the birds that were on it flapped their pinions and overshadowed it. And there was joy to the Sea of Eritrea, and to the people of Ethiopia, who went forth to the sea and rejoiced exceedingly, and with a greater joy than did Israel when they came out of Egypt. And they arrived opposite Mount Sinai, and dwelt in Ḳâdês, and they remained there whilst the angels sang praises; and the creatures of the spirit mingled their praises with [those] of the children of earth, with songs, and psalms, and tambourines joyfully.

ወእምዝየ ፡ ጸዐኑ ፡ ሰረገላቲሆሙ ፡ ወተንሥኡ ፡ ወሖሩ ፡ ወኀለፍዋ ፡ ለብሔረ ፡ ምድያም ፡ ወበጽሑ ፡ ሀገረ ፡ ቤሎንቶስ ፡ እንተ ፡ ሀገረ ፡ ኢትዮጵያ ፤ ወተፈሥሑ ፡ በህየኒ ፡ ወአዕረፉ ፡ እስመ ፡ ደወለ ፡ ብሔሮሙ ፡ በጽሑ ፡ በክብር ፡ ወበፍሥሓ ፡ ዘእንበለ ፡ ፃማ ፡ በፍኖት ፡ በሰረገላ ፡ ነፋስ ፡ ምስለ ፡ ኀይለ ፡ ሰማይ ፡ ወሚካኤል ፡ ሊቀ ፡ መላእክት ፤ ወተፈሥሑ ፡ ኵሎሙ ፡ አድያመ ፡ ኢትዮጵያ ፡ እስመ ፡ ታበርህ ፡ ጽዮን ፡ ኀበ ፡ በጽሐት ፡ ከመ ፡ ፀሐይ ፡ በውስተ ፡ ጽልመት ።

And then they loaded their wagons, and they rose up, and departed, and journeyed onto the land of Medyâm, and they came to the country of Bêlôntôs, which is a country of Ethiopia. And they rejoiced there, and they encamped there, because they had reached the border of their country with glory and joy, without tribulation on the road, in a wagon of the spirit, by the might of heaven and of Michael the Archangel. And all the provinces of Ethiopia rejoiced, for Zion sent forth a light like that of the sun into the darkness wheresoever she came.

፶፮ : በእንተ : ግብአተ : ሳዶቅ : ካህን : ውሂበ : ሞፃ ።

56. OF THE RETURN OF ZADOK THE PRIEST, AND THE GIVING OF THE GIFT

ወሶበ : ገብአ : ሳዶቅ : ካህን : ኀበ : ሰሎሞን : ንጉሥ : ወረከቦ : እንዘ : ይቴክዝ : አውሥአ : ንጉሥ : ለሳዶቅ : ካህን : ወይቤሎ : አመ : ትመጽእ : ንግሥት : አስተርአየኒ : ከመዝ : በሌሊት : ከመ : ዘእቀውም : ውስተ : ቀመራ : ለኢየሩሳሌም : ወረደ : ፀሐይ : እምሰማይ : ውስተ : ብሔረ : ይሁዳ : ወአብርሃ : ፈድፋደ : ወጕንዲያ : ዐረበት : ወአብርሀት : ለብሔረ : ኢትዮጵያ : ወኢገብአት : ዳግመ : ውስተ : ብሔረ : ይሁዳ ፤ ወካዕበ : ወረደ : ፀሐይ : እምሰማይ : ውስተ : ብሔረ : ይሁዳ : ወአብርሃ : ፈድፋደ : እምቀዲሙ : ወተሀየይዎ : እስራኤል : ወፈቀዱ : ይድፍኑ : ብርሃኖ : ወሠረቀ : እንተ : መትሕተ : ምድር : እንተ : እምኀበ : ኢተሐዘብዎ : ወአብርሃ : ለብሔረ : ሮሜ : ወለብሔረ : ኢትዮጵያ : ወእምድኅሬሁ : ለኵሎሙ : እለ : አምኑ : ቦቱ ።

ወአውሥአ : ሳዶቅ : ካህን : ወይቤ : እግዚእየ : ለምንት : ዘኢነገርከኒ : ቀዲሙ : ዘከመዝ : አርአያ : ዘርኢከ ፤ አርዐድከኒ : ለብረክየ : አሌለነ : ደቂቅነ : ለእመ : ነሥእዋ : ለእግዝእትነ : ጽዮን : ቅድስት : ሰማያዊት : ታቦተ : ሕጉ : ለእግዚአብሔር ። ወአውሥአ : ንጉሥ : ወይቤሎ : ተረስዐ : ጥበብነ : ወተደፍነ : ኀሊናነ ፤ በአማን : አምሳሊሃ : ለፀሐይ : ጽዮን : ቅድስት : ዘአስተርአየኒ : አሜሃ : እንዘ : ሀሎኩ : ንዉምየ : ምስለ : ንግሥተ : ኢትዮጵያ ፤ ወባሕቱ : ንግረኒ : እስኩ : ትማልም : ሶበ : ትነሥእ : ልብሳ : ተውንያ : ዘቃማ : እምላዕሌሃ : ለጽዮን : ኢጠየቀኑ : ህላዌሃ ። አውሥአ : ሰዶቅ : ወይቤ : አልቦ : እግዚኦ : እስመ : ፫ : ልብስ : በኀቤሃ : ነሣእኩ : እንተ : ላዕሌሃ :

And when Zadok the priest returned to Solomon the King he found him sorrowful. And the King answered and said unto Zadok the priest, "When the Queen came there appeared to me by night this vision: It seemed as if I were standing in the chamber of Jerusalem, and the sun came down from heaven into the land of Judah, and lighted it up with great splendour. And having tarried a time it went down and lighted up the country of Ethiopia, and it did not return to the land of Judah. And again the sun came down from heaven to the country of Judah, and lighted it up more brilliantly than it did the first time; but the Israelites paid no heed to it, and they wished to extinguish its light. And it rose below the earth in a place where it was not expected, and it illumined the country of Rôm, and the country of Ethiopia, and afterwards all those who believed on it."

And Zadok the priest answered and said unto him, "O my lord, why didst thou not tell me before that thou hadst seen a vision of this kind? Thou makest my knees to tremble. Woe be unto us, if our sons have carried off our Lady, the holy, heavenly Zion, the Tabernacle of the Law of God!" And the King answered and said unto him, "Our wisdom is forgotten and our understanding is buried. Verily the sun that appeared unto me long ago when I was sleeping with the Queen of Ethiopia was the symbol of the holy Zion. But tell me: yesterday when thou didst take off the splendid covering that was lying upon Zion, didst thou not make certain that Zion was [there]?" And Zadok the priest answered and said, "I did not, lord; it had three coverings over it, and I took off the outermost, and dressed Zion in the covering which thou didst

ወአልበስክዋ ፡ እንተ ፡ ወሀብከኒ ፡ ወአምጻእኩ ፡ ኀቤከ ። ወይቤሎ ፡ ሖርኬ ፡ እፍጥን ፡ ነጽሮታ ፡ ለእግዝእትነ ፡ ወርእያ ፡ ጥዩቀ ። ወነሥአ ፡ መራኁተ ፡ ሰዶቅ ፡ ካህን ፡ ወሖረ ፡ ወፈትሐ ፡ ኆዋኅወ ፡ ቤተ ፡ መቅደስ ፡ ወአፍጠነ ፡ ነጽሮ ፡ ወኀሢሦ ፡ ወአልቦ ፡ ዘረከበ ፡ ዘእንበለ ፡ ዕፀወ ፡ ለውሕ ፡ ጥጉዓን ፡ በአረፍተ ፡ ምንባሪሃ ፡ ለጽዮን ፡ ዘአስተማሰለ ፡ አዛርያስ ※ ※ ※

give me, and I brought [the other] to thee." And the King said unto Zadok, "Go quickly and look at our Lady and examine her closely." And Zadok the priest took the keys, and went and opened the house of the sanctuary, and he examined [the place] quickly, and he found there nothing except the wooden boards which Azâryâs had fastened together and had made to resemble the sides of the pedestal of Zion.

፶፯ ፡ በእንተ ፡ ውድቀተ ፡ ሳዶቅ ፡ ካህን ።

57. CONCERNING THE FALL OF ZADOK THE PRIEST

ወርእዮ ፡ ዘንተ ፡ ወድቀ ፡ በገጹ ፡ ውስተ ፡ ምድር ፡ ወተክዕወት ፡ ነፍሱ ፡ በላዕሌሁ ፡ እስመ ፡ ደንገፀ ፡ ወኮነ ፡ ከመ ፡ በድን ፤ ወሶበ ፡ ጐንደየ ፡ ወፂአ ፡ ለአከ ፡ ሎቱ ፡ ኢዮአስ ፡ ወልደ ፡ ዮዳሔ ፡ ወረከቦ ፡ ውዱቀ ፡ ከመ ፡ በድን ፡ ወአንሥአ ፡ ርእሶ ፡ ወገሰሶ ፡ ልቦ ፡ ወአንፎ ፡ እመ ፡ ይረክብ ፡ ምዉቀ ፡ እስትንፋስ ፡ በላዕሌሁ ፡ ወነፍሖ ፡ ወአንሥአ ፡ ወነገፎ ፡ ወአፅግዖ ፡ ውስተ ፡ ጠረጴዛ ፡ ወተንሥአ ፡ ወነጸረ ፡ ውስተ ፡ ምንባሪሃ ፡ ለጽዮን ፡ ወኢረከባ ፤ ወወድቀ ፡ ወወደየ ፡ ሐመደ ፡ ውስተ ፡ ርእሱ ፡ ወተንሥአ ፡ ወሖረ ፡ ወከልሐ ፡ በአናቅጺሃ ፡ ለቤተ ፡ እግዚአብሔር ፤ ወተሰምዐ ፡ ድምፅ ፡ እስከ ፡ ቤተ ፡ ንጉሥ ። ወተንሥአ ፡ ንጉሥ ፡ ወአዘዘ ፡ ይዑዱ ፡ ዐዋዲ ፡ ወይንፍሑ ፡ ቀርነ ፡ ፀባኢት ፡ ከመ ፡ ይሖሩ ፡ ወይስድድዎ ፡ ለሰብአ ፡ ብሔረ ፡ ኢትዮጵያ ፡ ወለእመ ፡ ረከቦሙ ፡ ከመ ፡ የአኅዞ ፡ ለወልዱ ፡ ወያግብአ ፡ ምስለ ፡ ጽዮን ፡ ወይቅትሎሙ ፡ ለኵሎሙ ፡ በአፈ ፡ ኀጺን ፤ እስመ ፡ በአፉሁ ፡ ነበበ ፡ ወይቤ ፡ ሕያው ፡ እግዚአብሔር ፡ አምላከ ፡ እስራኤል ፡ ከመ ፡ ሰብአ ፡ ሞት ፡ እሙንቱ ፡ ወኢኮኑ ፡ ለሕይወት ፡ እስመ ፡ በአማን ፡ ይደልዎሙ ፡ ሞት ፡ በእንተ ፡ ዘሰረቁ ፡ ቤተ ፡ መቅደሱ ፡ ለእግዚአብሔር ፡

And when Zadok saw this he fell forward on his face flat upon the ground, and his spirit was poured out over him, for he was terrified; and he became like a dead man. And when he tarried in coming out Solomon sent to him Îyôas (Benaiah), the son of Yôdâḥê, and he found Zadok like one dead. And he lifted up the head of Zadok, and felt his heart and his nose to find out whether there was any sign of breath being in him; and he fanned him, and lifted him up, and rubbed him and laid him out upon the table. And he rose up and looked at the place where Zion had been set, and he found her not, and he fell down upon the ground. And he cast dust upon his head, and [then] rose up and went out and wailed at the doors of the house of God; and the sound of his cries was heard as far as the King's house. And the King rose up and commanded the crier to go round, and the soldiers to blow the trumpets, so that the people might go forth and pursue the men of the land of Ethiopia, and if they overtook them they were to seize his son and bring him back with Zion, and slay the [other] men with the sword. For with his mouth he spake and said, "As the Lord God of Israel liveth, they are men of death and not of life; for verily they deserve death because they have robbed the house of the sanctuary of

ወፈቀዱ ፡ ያርኵሱ ፡ ማኅደረ ፡ ስሙ ፡ ውስተ ፡ ምድር ፡ ዘአልቦ ፡ ሕገ ※ ※ ※

God, and have desired to pollute the habitation of His Name in a land wherein there is not the Law."

፶፰ ፡ ኀበ ፡ ተንሥአ ፡ ሰሎሞን ፡ ይቅትሎሙ ።

58. HOW SOLOMON ROSE UP TO SLAY THEM

ከመዝ ፡ ተናገረ ፡ ንጉሥ ፡ ሰሎሞን ፡ ወተንሥአ ፡ በመዐት ፡ ወሖረ ፡ ከመ ፡ ይኅሥሦሙ ፤ ወሶበ ፡ ተንሥኡ ፡ ንጉሥ ፡ ወመኳንንቲሁ ፡ ወኃያላኒሁ ፡ ተጋብኡ ፡ አእሩገ ፡ እስራኤል ፡ ውስተ ፡ ቤተ ፡ እግዚአብሔር ፡ ምስለ ፡ አቤራት ፡ ወደናግል ፡ ወበከዩ ፡ በእንተ ፡ ጽዮን ፡ እስመ ፡ ተነሥአት ፡ እምኔሆሙ ፡ ታቦተ ፡ ሕጉ ፡ ለእግዚአብሔር ። ወለሰዶቅኒ ፡ እስመ ፡ ገብአ ፡ ልቡ ፡ እምድኅረ ፡ ጕንዱይ ፡ ሰዐት ። ወእምዝ ፡ አዘዘ ፡ ንጉሥ ፡ ከመ ፡ ይሖሩ ፡ ይምነ ፡ ወፅግመ ፡ ከመ ፡ እመቦ ፡ ከመ ፡ ይትገሐሡ ፡ እምፍርሀተ ፡ ስርቅ ፤ ወለሊሁሰ ፡ ንጉሥ ፡ ተንሥአ ፡ በአሠረ ፡ ፍኖቶሙ ፡ ለሰብአ ፡ ኢትዮጵያ ፡ ወፈነወ ፡ መባርዲን ፤ ሰብአ ፡ አፍራስ ፤ ከመ ፡ ያእምሩ ፡ ኀበ ፡ ሀለዉ ፡ ወይግብኡ ፡ ወይንግርዎ ። ወሖሩ ፡ ወበጽሑ ፡ ሀገረ ፡ ምስር ፡ ኀበ ፡ ተዐየኑ ፡ ህየ ፡ ሰብአ ፡ ኢትዮጵያ ፡ ምስለ ፡ ንጉሦሙ ፡ ወኀበሂ ፡ ተሰለምዋ ፡ ለጽዮን ፤ ወተፈሥሑ ፡ ወሐተቱ ፡ ኪያሆሙ ፡ ሐራ ፡ ንጉሥ ፡ ወይቤልዎሙ ፡ ሰብአ ፡ ብሔረ ፡ ግብጽ ፤ እምርሑቅ ፡ መዋዕል ፡ በዝየ ፡ ኀለፉ ፡ ሰብአ ፡ ኢትዮጵያ ፡ እንዘ ፡ ይረውጹ ፡ በሰረገላ ፡ ከመ ፡ መላእክት ፡ ወይቀልሉ ፡ እምነ ፡ አንስርት ፡ በውስተ ፡ ሰማይ ፤ ወይቤልዎሙ ፡ ማእዜ ፡ ዕለት ፡ ኀለፉ ፡ እምኔክሙ ፤ ወይቤልዎሙ ፡ ዮም ፡ ተሱዕ ፡ መዋዕል ፡ በዘ ፡ ኀለፉ ፡ እምኔነ ። ወቦ ፡ እምኔሆሙ ፡ እለ ፡ ገብኡ ፡ ወነገርዎ ፡ ለንጉሥ ፡ ሰሎሞን ፡ ከመ ፡ ኀለፉ ፡ ተሱዐ ፡ መዋዕል ፡ እምዝ ፡ ኀለፉ ፡ እምስር ፤ ወአብያጺነሰ ፡ ሖሩ ፡ ከመ ፡

Thus spake King Solomon. And the King rose up in wrath and set out to pursue [the men of Ethiopia]. And when the King, and his nobles, and his mighty men of war rose up (*i.e.* had set out), the elders of Israel, and the widows, and the virgins gathered together in the house of God, and they wept for Zion, for the Tabernacle of the Law of God had been taken away from them. Now after Zadok had remained [senseless] for a season, his heart returned to him. And then the King commanded that the soldiers should go forth on the right hand and on the left, on the chance that some of the [fugitives] might turn aside through fear of the theft. And the King himself rose up and followed the track of the road of the men of Ethiopia, and he sent out mounted horsemen, so that they might [ride on before him and] find out where they were, and might return and bring him news [of them]. And the horsemen journeyed on and came to the country of Mesr (Egypt), where the men of Ethiopia had encamped with their king, and where they had made peace with Zion, and they rejoiced. And the soldiers of King Solomon questioned the people, and the men of the country of Egypt said unto them, "Some days ago certain men of Ethiopia passed here; and they travelled swiftly in wagons, like the angels, and they were swifter than the eagles of the heavens." And the King's soldiers said unto them, "How many days ago is it since they left you?" And the men of Egypt said unto them, "This day is the ninth day since they left us." And some of the King's horsemen who returned said unto King

ይኅሥሡ ፡ እስከ ፡ ባሕረ ፡ ኢርትራ ፡ ወንሕነሰ ፡ ገባእነ ፡ ከመ ፡ ንንግርከ ፡ ዘንተ ፤ እስኩ ፡ ኅሊ ፡ ለሊከ ፡ ንጉሥ ፡ በዕለተ ፡ ሰኑይ ፡ እምከመ ፡ ወፅኡ ፡ እምኀቤከ ፡ በጽሑ ፡ በሠለስ ፡ ኀበ ፡ ፈለገ ፡ ተከዚ ፡ ሀገረ ፡ ምስር ፤ ወለነኒ ፡ ሶበ ፡ ፈነውከነ ፡ እምኢየሩሳሌም ፡ በጻሕነ ፡ በዕለተ ፡ ሰንበት ፡ ወገባእነ ፡ ኀቤከ ፡ ዮም ፡ በዕለተ ፡ ራብዕ ፤ ኅሊኬ ፡ በጥበብ ፡ መጠነ ፡ ይበጽሑ ፡ እሙንቱ ፡ ሰብእ ። ወተምዐ ፡ ንጉሥ ፡ ወይቤ ፡ አኀዝዎሙ ፡ ኀምስቲሆሙ ፡ እስከ ፡ ንረክብ ፡ ጽድቀ ፡ ቃሎሙ ※

Solomon, "Nine days have passed since they left Egypt. Some of our companions have gone to seek for them at the Sea of Eritrea, but we came back that we might report this to thee. Bethink thyself, O King, I beseech thee. On the second day they went forth from thee, and they arrived on the third day at the river Takkazî [of] the land of Mesr (Egypt). And we being sent forth by thee from Jerusalem, arrived on the day of the Sabbath. And we came back to thee to-day [which is] the fourth day of the week. Consider in thy wisdom the distance which those men traversed." And the King was wroth and said, "Seize the five of them, until we find out the truth of their words."

ወአፍጠኑ ፡ ሐዊረ ፡ ንጉሥ ፡ ወሰራዊቱ ፡ ወበጽሑ ፡ ጋዛ ፡ ወተስእሎሙ ፡ ወይቤሎሙ ፡ ማእዜ ፡ ኀለፈ ፡ ወልድየ ፡ እምኔክሙ ። አውሥኡ ፡ ወይቤሉ ፡ ኀለፈ ፡ ይእቲ ፡ ሠሉስ ፡ ዕለት ፤ ወሶበ ፡ ጸዐኑ ፡ ሰረገላቲሆሙ ፡ አልቦ ፡ ዘየሐውር ፡ መልዕልተ ፡ ምድር ፡ አላ ፡ በሰረገላ ፡ ስቁላን ፡ መልዕልተ ፡ ነፋስ ፡ ወይቀልሉ ፡ እምነ ፡ አንስርት ፡ ዘውስተ ፡ ሰማይ ፡ ወኵሉ ፡ ንዋዮሙ ፡ የሐውር ፡ ምስሌሆሙ ፡ መልዕልተ ፡ ነፋስ ፡ በሰረገላ ፤ ወለነሰ ፡ መሰለነ ፡ ዘአንተ ፡ ረሰይከ ፡ ሎሙ ፡ በጥበብከ ፡ ከመ ፡ ይሖሩ ፡ በሰረገላ ፡ መልዕልተ ፡ ነፋስ ። ወይቤሎሙ ፡ ቦኑ ፡ ዘሀለወት ፡ ጽዮን ፡ ታቦተ ፡ ሕጉ ፡ ለእግዚአብሔር ፡ ምስሌሆሙ ፤ ወይቤልዎ ፡ አልቦ ፡ ዘርኢነ ※

And the King and his soldiers marched quickly, and they came to Gâzâ. And the King asked the people, saying, "When did my son leave you?" And they answered and said unto him, "He left us three days ago. And having loaded their wagons none of them travelled on the ground, but in wagons that were suspended in the air; and they were swifter than the eagles that are in the sky, and all their baggage travelled with them in wagons above the winds. As for us, we thought that thou hadst, in thy wisdom, made them to travel in wagons above the winds." And the King said unto them, "Was Zion, the Tabernacle of the Law of God, with them?" And they said unto him, "We did not see anything."

፶፱ ፡ ኀበ ፡ ሐተቶ ፡ ለግብጻዊ ፡ ገብረ ፡ ፈርዖን ።

59. HOW THE KING QUESTIONED AN EGYPTIAN, THE SERVANT OF PHARAOH

ወኀለፈ ፡ እምህየ ፡ ወረከበ ፡ ፩ ፡ መኰንነ ፡ እመኳንንተ ፡ ግብጽ ፡ ዘንጉሥ ፡ ፈርዖን ፡ ዘለአኮ ፡ ኀቤሁ ፡ ምስለ ፡ አምኃ ፡ ወምሉእ ፡

And Solomon left that place, and he met a noble of the nobles of Egypt, whom King Pharaoh had sent unto him with a gift; and

ንዋይ ፡ ምስሌሁ ፡ ወበጽሐ ፡ ወሰገደ ፡ ለንጉሥ ።
ወአፍጠኖ ፡ ሐቲተ ፡ ሰሎሞን ፡ ንጉሥ ፡
ዘእንበለ ፡ የሀብ ፡ አምኃሁ ፡ ወመልእክቶ ፡
ወይቤሎ ፡ ቦኑ ፡ ዘርኢከ ፡ ሰብአ ፡ ኢትዮጵያ ፡
እንዘ ፡ ይግዕዙ ፡ እምህየ ። ወአውሥአ ፡
ወይቤሎ ፡ መልአከ ፡ ፈርዖን ፡ ለንጉሥ ፡
ሕያው ፡ አንተ ፡ ንጉሥ ፡ ለዓለም ፤ ለአከኒ ፡
እግዚእየ ፡ ንጉሥ ፡ ፈርዖን ፡ እምእስክንድርያ ፡
ኀቤከ ፡ ወነዋ ፡ አየድዐከ ፡ ዘከመ ፡ መጻእኩ ፤
ወሶበ ፡ መጻእኩ ፡ እምእስክንድርያ ፡ ቦእኩ ፡
ቃህራ ፡ ውስተ ፡ ሀገሩ ፡ ለንጉሥ ፡
ወበብጽሐትየ ፡ በጽሑ ፡ ህየ ፡ እሉ ፡ ሰብአ ፡
ኢትዮጵያ ፡ ዘትብል ፤ በጽሑ ፡ እንተ ፡
ኀለፈት ፡ ሠሉስ ፡ ውስተ ፡ ተከዚ ፡ ፈለገ ፡
ምስር ፡ እንዘ ፡ ይነፍሑ ፡ በዕንዚራት ፡
ወይረውጹ ፡ በሰረገላት ፡ ከመ ፡ ኀይለ ፡
ሰማያዊያን ፤ ወእለ ፡ ርእይዎሙ ፡ ይቤልዎሙ ፡
እሉሰ ፡ እንዘ ፡ መሬታዊያን ፡ ኮኑ ፡ ሰማያዊያን ፡
መኑኬ ፡ ይጠብብ ፡ እምሰሎሞን ፡ ንጉሠ ፡
ይሁዳ ፡ ወውእቱኒ ፡ ኢሖረ ፡ በሰረገላ ፡ ነፋስ ፡
ከመዝ ፤ ወእለ ፡ ሀለዉ ፡ ውስተ ፡ አህጉር ፡
ወማኅፈድ ፡ ስምዐ ፡ ኮኑ ፡ ከመ ፡ ሶበ ፡ ቦኡ ፡
እሉ ፡ ውስተ ፡ ብሔረ ፡ ግብጽ ፡ ወድቁ ፡
ወተሰብሩ ፡ አማልክቲነ ፡ ወአማልክተ ፡ ንጉሥ ፡
ወማኅፈደ ፡ ጣዖታትኒ ፡ ከማሁ ፡ ተቀጥቀጡ ፤
ወሐተቱ ፡ ገነውተ ፡ አማልክት ፡ ማርያነ ፡
ግብጽ ፡ በእንተ ፡ ዘወድቁ ፡ አማልክቲነ ፡
ወይቤሉነ ፡ ታቦተ ፡ አምላከ ፡ እስራኤል ፡
እንተ ፡ ወረደት ፡ እምሰማይ ፡ ሀለወት ፡
ምስሌሆሙ ፡ ወትነብር ፡ ውስተ ፡ ሀገሮሙ ፡
እስከ ፡ ለዓለም ፤ ወበእንተዝኬ ፡ ሶበ ፡ ትበውእ ፡
ብሔረ ፡ ግብጽ ፡ ተቀጥቀጡ ፡ አማልክቲነ ፤
ወአንተሰ ፡ ኦንጉሥ ፡ አልቦ ፡ ዘይመስላ ፡
ለጥበብከ ፡ እምታሕተ ፡ ሰማይ ፡ ወለምንት ፡
ወሀብከ ፡ ታቦተ ፡ ሕጉ ፡ ለእግዚአብሔር ፡
አምላክከ ፡ ዘአንጽሑ ፡ ለከ ፡ አበዊከ ፤ እስመ ፡
ንሰምዕ ፡ ከመ ፡ ይእቲ ፡ ታድኅነክሙ ፡
እምእደ ፡ ፀርክሙ ፡ ወመንፈሰ ፡ ትንቢትኒ ፡
ባቲ ፡ ይትናገረክሙ ፡ ወአምላከ ፡ ሰማይኒአ ፡

there was an abundance of treasures with him, and he came and made obeisance to the King. And Solomon the King made haste to question him, even before he had presented his gift and embassy, and said unto him, "Hast thou seen men of Ethiopia fleeing by this road?" And the ambassador of Pharaoh answered and said unto the King, "O King, live for ever! My lord, King Pharaoh, sent me unto thee from Alexandria. And behold, I will inform thee how I have come. Having set out from Alexandria I came to Kâhĕrâ (Cairo), the city of the King, and on my arrival these men of Ethiopia of whom thou speakest arrived there also. They reached there after a passage of three days on the Takkazî, the river of Egypt, and they were blowing flutes, and they travelled on wagons like the host of the heavenly beings. And those who saw them said concerning them, 'These, having once been creatures of earth, have become beings of heaven.' Who then is wiser than Solomon the King of Judah? But he never travelled in this wise in a wagon of the winds. And those who were in the cities and towns were witnesses that, when these men came into the land of Egypt, our gods and the gods of the King fell down, and were dashed in pieces, and the towers of the idols were likewise broken into fragments. And they asked the priests of the gods, the diviners of Egypt, the reason why our gods had fallen down, and they said unto us, 'The Tabernacle of the God of Israel, which came down from heaven, is with them, and will abide in their country for ever.' And it was because of this that, when they came into the land of Egypt, our gods were broken into fragments. And thou, O King, whose wisdom hath no counterpart under the heavens, why hast thou given away the Tabernacle of the Law of the Lord thy God, which thy fathers kept pure for thee? For, according to what we hear, that Tabernacle used to deliver you out of the hand of your enemies, and the spirit of prophecy,

የጎድር ፡ ውስቴታ ፡ በመንፈሱ ፡ ቅዱስ ፡ ወትሰመዩ ፡ ሰብአ ፡ ቤቱ ፡ ለእግዚአብሔር ፤ ወለምንት ፡ ዘወሀብክሙ ፡ ክብርክሙ ፡ ለባዕድ ። አውሥአ ፡ በጥበብ ፡ ሰሎሞን ፡ ወይቤ ፡ በአይቴ ፡ ይክል ፡ ነሢአታ ፡ ለእግዝእትነ ፡ እስመ ፡ ሀለወት ፡ ኀቤነ ※ ※ ※

which was therein, used to hold converse with you, and the God of heaven used to dwell in it in His Holy Spirit, and ye are called men of the house of God. Why have ye given your glory to another?" And Solomon answered in wisdom and said, "How was he (*i.e.* David) able to carry away our Lady, for she is with us?"

፷ ፡ ኀበ ፡ ላሐዋ ፡ ሰሎሞን ፡ ለጽዮን ።

60. HOW SOLOMON LAMENTED FOR ZION

ወቦአ ፡ ውስተ ፡ ኀይመቱ ፡ ወበከየ ፡ ብካየ ፡ መሪረ ፡ እንዘ ፡ ይብል ፡ እግዚኦ ፡ በመዋዕልየኑ ፡ ትነሥኣ ፡ ለታቦተ ፡ ኪዳንከ ፡ እምኔነ ፤ ባሕቱ ፡ እምቀደምከ ፡ ነሢአ ፡ ነፍስየ ፡ እምኔሃ ፡ ዘበመዋዕልየ ፡ ትነሥኣ ፡ እስመ ፡ አንተሰ ፡ ኢትሔሱ ፡ ቃልከ ፡ ወኢትዔምፅ ፡ ኪዳነከ ፡ ዘተካየድከ ፡ ምስለ ፡ አበዊነ ፤ ምስለ ፡ ኖኅ ፡ ገብርከ ፡ ዘዐቀባ ፡ ለጽድቅ ፡ ወምስለ ፡ አብርሃም ፡ ዘኢተዐደወ ፡ ትእዛዘከ ፡ ወምስለ ፡ ይስሐቅ ፡ ቍልዔከ ፡ ዘአንጽሐ ፡ ሥጋሁ ፡ እምርስሐተ ፡ ኀጢአት ፡ ወምስለ ፡ እስራኤል ፡ ቅዱስከ ፡ ዘአስተባዛኀከ ፡ በመንፈስ ፡ ቅዱስ ፡ ወሰመይኮ ፡ አሠረ ፡ ዚአከ ፤ እስራኤል ፤ ወምስለ ፡ ሙሴ ፡ ወአሮን ፡ ካህናቲከ ፡ እለ ፡ በመዋዕሊሆሙ ፡ አውረድካ ፡ ለታቦተ ፡ ሕግ ፡ እምሰማይ ፡ ዲበ ፡ ምድር ፡ ለደቂቀ ፡ ያዕቆብ ፡ ርስትከ ፡ ምስለ ፡ ሕግከ ፡ ወትእዛዝከ ፡ በአርአያ ፡ ሥርዐተ ፡ መላእክት ፤ እስመ ፡ አቅደምከ ፡ ሳርሮታ ፡ ለጽዮን ፡ ለማኅደረ ፡ ስብሐቲከ ፡ ውስተ ፡ ደብረ ፡ መቅደስከ ፡ ወበዳግምስ ፡ ወሀብኮ ፡ ለሙሴ ፡ ከመ ፡ ያሰኒ ፡ ገቢሮታ ፡ በዲበ ፡ ምድር ፡ ወያንብራ ፡ ውስተ ፡ ደብተራ ፡ ዘስምዕ ፡ ከመ ፡ አንተኒ ፡ ትምጻእ ፡ ህየ ፡ እምደብረ ፡ መቅደስከ ፡ ወታስምዖሙ ፡ ቃልከ ፡ ከመ ፡ ይሖሩ ፡ በትእዛዝከ ።

And Solomon entered into his tent, and wept bitterly, and said, "O God, willest Thou to take away the Tabernacle of Thy Covenant from us in my days? If only Thou hadst taken away my life before this which Thou hast taken away in my days! For Thou canst not make Thy word to be a lie, and Thou canst not break Thy Covenant which Thou didst make with our fathers, with Noah Thy servant who kept righteousness, and with Abraham who did not transgress Thy commandment, and with Isaac Thy servant who kept his body pure from the pollution of sin, and with Israel, Thy holy one, whom Thou didst make many by the Holy Spirit, and didst call 'Thy trace' [*sic*], Israel, and with Moses and Aaron Thy priests, in whose days Thou didst make the Tabernacle of the Law to come down from heaven upon earth, to the children of Jacob Thine inheritance, with Thy Law and Thy Commandment, in the form of the constitution of the angels. For Thou hadst already founded Zion as the habitation of Thy glory upon the mountain of Thy sanctuary. And again Thou didst give it to Moses that he might serve it nobly upon the earth, and might make it to dwell in the 'Tent of Witness,' so that Thou Thyself mightest come there from the mountain of Thy sanctuary, and mightest make the people to hear Thy voice, so that they might walk in Thy Commandments."

አእመርኩ ፡ ይእዜ ፡ ከመ ፡ ተሀየይከ ፡ ርስተከ ፡ እምነ ፡ እስራኤል ፡ ሕዝበከ ፤ ወእስከ ፡ ይእዜ ፡ ሀለወት ፡ ምስሌነ ፡ ወኢያሠነይነ ፡ ተግባራ ፡ ወበእንተዝ ፡ ተምዕዕከነ ፡ ወሜጥከ ፡ ገጸከ ፡ እምኔነ ፤ እግዚኦ ፡ ኢትነጽር ፡ ምግባረነ ፡ እኩየ ፡ አላ ፡ ነጽር ፡ ኂሩቶሙ ፡ ለአበዊነ ፡ ቀደምት ። አቡየ ፡ ዳዊት ፡ ገብርከ ፡ ፈቀደ ፡ ይሕንጽ ፡ ቤተ ፡ ለስምከ ፡ ሰሚዖ ፡ ቃለ ፡ ነቢይከ ፡ ዘይቤ ፡ አይኑ ፡ ቤት ፡ ለማኀደርየ ፡ ወአይኑ ፡ መካን ፡ ለምዕራፍየ ፡ አኮኑ ፡ እደዊየ ፡ ዘገብራ ፡ ዘኵሎ ፡ ይቤ ፡ እግዚአብሔር ፡ ዘኵሎ ፡ ይመልክ ፤ ወዘንተ ፡ ሶበ ፡ ኀለየ ፡ ትቤሎ ፡ ኢይትከሀለከ ፡ ዘዘንተ ፡ ሐኒጽከ ፡ አላ ፡ ዘወፅአ ፡ እምሐቌከ ፡ የሐንጽ ፡ ሊተ ። ወይእዜኒ ፡ እግዚኦ ፡ ኢተሐሰወ ፡ ቃልከ ፡ ወሐነጽኩ ፡ ቤተከ ፡ እንዘ ፡ አንተ ፡ ረዳእየ ፤ ወሶበ ፡ ፈጸምኩ ፡ ሐኒጸ ፡ ቤትከ ፡ አባእክዋ ፡ ለታቦተ ፡ ኪዳን ፡ ውስቴታ ፡ ወሦዕኩ ፡ መሥዋዕተ ፡ ለሥላሴ ፡ ስምከ ፡ ቅዱስ ፡ ወሐወጽከ ፡ ውስቴታ ፤ ወመልአ ፡ ቤት ፡ ስብሐቲከ ፡ እንዘ ፡ ኵሉ ፡ ዓለም ፡ ምሉእ ፡ መለኮትከ ፡ ወተፈሣሕነ ፡ ሕዝብከ ፡ በነጽሮ ፡ ስብሐቲከ ፡ ውስቴታ ። ወእምአሚሃሰ ፡ ዮም ፡ ሣልሲት ፡ ዓመታ ፡ ወመሠጥካ ፡ ለብርሃንነ ፡ እምኔነ ፡ ከመ ፡ ታብርህ ፡ ለእለ ፡ ውስተ ፡ ጽልመት ፡ ነሠትካ ፡ ለክብርነ ፡ ከመ ፡ ታክብሮሙ ፡ ለኅሱራን ፡ አጥፋእከ ፡ ግርማነ ፡ ከመ ፡ ታግርሞ ፡ ለዘ ፡ ኢኮነ ፡ ግሩመ ፡ ነሠትካ ፡ ለሕይወትነ ፡ ከመ ፡ ትሕንጾ ፡ ለዘ ፡ ርሑቀ ፡ ሕይወቱ ፡ እምኔከ ።

"Now I know that Thou esteemest Thine inheritance more lightly than Thy people Israel. And until this present it was with us, and we did not minister unto it rightly, and for this reason Thou art angry with us, and Thou hast turned Thy face from us. O Lord, look not upon our evil deeds, but consider Thou the goodness of our forefathers. My father David, Thy servant, wished to build a house to Thy Name, for he had heard the word of Thy prophet, who said, 'Which is the house for My habitation, and which is the place for Me to rest in? Is it not My hands that have made all this, saith the Lord, [Is. 66, 1] Who ruleth everything?' And when he had meditated upon this Thou didst say unto him, 'It is impossible for thee to build this, but he who Lath gone forth from thy loins shall build a house for me.' [1 Chron. 22, 8-9] And now, O Lord, Thy word hath not been made a lie, and I have built Thy house, Thou being my helper. And when I had finished building Thy house, I brought the Tabernacle of the Covenant into it, and I offered up sacrifices to Thy thrice-holy Name, and Thou didst look on these [benevolently]. And the house was full of Thy glory, the whole world being filled with Thy Godhead, and we Thy people rejoiced at the sight of Thy glory therein. And this day it is three years since that time, and Thou hast snatched away Thy light from us that Thou mayest illumine those that are in darkness. Thou hast removed our honour that Thou mayest honour those who are unworthy; Thou hast blotted out our majesty that Thou mayest make majestic him that is not majestic; Thou hast taken away our life that Thou mayest build up him whose life is far from Thee.

አሌሊተ ፡ አሌሊተ ፡ እበኪ ፡ በእንተ ፡ ርእስየ ፡ ተንሥእ ፡ ዳዊት ፡ አቡየ ፡ ወብኪ ፡ ምስሌየ ፡ በእንተ ፡ እግዝእትነ ፡ እስመ ፡ ተሀየየነ ፡ እግዚአብሔር ፡ ወነሥአ ፡ ለእግዝእትነ ፡ እምደቂቅከ ፤ አሌሊተ ፡ አሌሊተ ፡ እስመ ፡ ተሀየየኒ ፡ ፀሐየ ፡ ጽድቅ ፤ አሌሊተ ፡ በእንተ ፡

"Woe is me! Woe is me! I weep for myself. Rise up, David, my father, and weep with me for our Lady, for God hath neglected us and hath taken away our Lady from thy son. Woe is me! Woe is me! Woe is me! For the Sun of righteousness hath neglected rue. Woe is me! For we have neglected the command of our

ዘተሀየይነ ፡ ትእዛዘ ፡ አምላክነ ፡ ኮነ ፡ ኅሱራነ ፡ በዲበ ፡ ምድር ፡ ካህናትኒ ፡ ኢያሠነይነ ፡ ወነገሥትኒ ፡ ኢያርታዕነ ፡ ፍትሐ ፡ ለእጓለ ፡ ማውታ ፤ አሌለነ ፡ አሌለነ ፡ እስመ ፡ ኀለፈት ፡ ርትዕ ፡ እምኔነ ፡ ወተገሠጽነ ፤ አሌለነ ፡ ፍሥሓነ ፡ ተመይጠት ፡ ኀበ ፡ ጸላእትነ ፡ ወሞገስነ ፡ ተረስዐት ፡ እምላዕሌነ ፤ አሌለነ ፡ አሌለነ ፡ ተመጠወ ፡ ዘባንነ ፡ ለኲናተ ፡ ፀርነ ፤ አሌለነ ፡ አሌለነ ፡ ኮኑ ፡ ሕብልያ ፡ ደቂቅነ ፡ ወፄዋ ፡ ለእለ ፡ ይእዜ ፡ ነሐበልዮሙ ፡ ወንፄውዎሙ ፤ አሌለነ ፡ አሌለነ ፡ በከያ ፡ አቤራቲነ ፡ ወላሐዋ ፡ ደናግሊነ ፤ አሌለነ ፡ አሌለነ ፡ አውየዉ ፡ ርሡአኒነ ፡ ወከልሑ ፡ ሕፃናቲነ ፤ አሌለነ ፡ አሌለነ ፡ አንብዓ ፡ አንስቲያነ ፡ ወማሰነት ፡ ሀገርነ ፤ አሌ ፡ ለነ ፡ አሌ ፡ ለነ ፡ እምዮም ፡ እስከ ፡ ተፍጻሜተ ፡ መዋዕሊነ ፡ ምስለ ፡ ደቂቅነ ፤ አሌለነ ፡ አሌለነ ፡ እስመ ፡ ተነሥተ ፡ ክብራ ፡ ለወለተ ፡ ጽዮን ፡ ክብርት ፡ ወዐብየ ፡ ክብራ ፡ ለወለተ ፡ ኢትዮጵያ ፡ ኅስርት ።

ተምዕዐ ፡ እግዚአብሔር ፡ ወመኑ ፡ ይሣሀል ፤ አስተራኰሰ ፡ እግዚአብሔር ፡ ወመኑ ፡ ያነጽሕ ፤ መከረ ፡ እግዚአብሔር ፡ ወመኑ ፡ ይትቃወማ ፡ ለምክሩ ፤ ፈቀደ ፡ እግዚአብሔር ፡ ወመኑ ፡ የአብያ ፡ ለኅሊናሁ ፤ ይቤ ፡ እግዚአብሔር ፡ ወኵሉ ፡ ይከውን ፤ አኅሰረ ፡ እግዚአብሔር ፡ ወአልቦ ፡ ዘያከብር ፤ ነሥአ ፡ እግዚአብሔር ፡ ወአልቦ ፡ ዘያገብእ ፤ ጸልአ ፡ እግዚአብሔር ፡ ወአልቦ ፡ ዘያፈቅር ። አሌለነ ፡ እንዘ ፡ ክቡር ፡ ስምነ ፡ ዮምሰ ፡ ተመነነ ፡ ስምነ ፤ አሌለነ ፡ እንዘ ፡ ሰብአ ፡ ቤት ፡ ንሕነ ፡ ኮነ ፡ ሰብአ ፡ አፍአ ፡ እንዘ ፡ ሰብአ ፡ ውስጥ ፡ ንሕነ ፡ ተሰደድነ ፡ በኀጢአትነ ። እስመ ፡ እግዚአብሔር ፡ ያፈቅር ፡ ንጽሐ ፡ ካህናትኒ ፡ አበይዋ ፡ ለንጽሕ ፡ ወአፍቀርዋ ፡ ለርኵስ ፤ ወነቢያትኒ ፡ ገሠጹነ ፡ ወኢተገሠጽነ ፡

God, and we have become rejected ones on the earth. As priests we have not acted well, and as Kings we have not done what is right in respect of judgement to the orphans. Woe be unto us! Woe be unto us! What is right hath passed from us, and we are rebuked. Woe be unto us! Our joy hath turned aside to our enemies, and the grace that was ours hath been removed from us. Woe be unto us! Woe be unto us! Our back is turned towards the spears of our enemies. Woe he unto us! Woe be unto us! Our children have become the spoil and captives of those whom we recently had spoiled and made captives. Woe be unto us! Woe be unto us! Our widows weep, and our virgins mourn. Woe be unto us! Woe be unto us! Our old men wail and our young men lament. Woe be unto us! Woe be unto us! Our women shed tears and our city is laid waste. Woe be unto us! Woe be unto us! From this day to the end of our days [we must mourn], and our children likewise. Woe be unto us! Woe be unto us! For the glory of the glorious daughter of Zion is removed, and the glory of the daughter of Ethiopia, the vile, hath increased.

"God is wroth, and who shall show compassion? God hath made unclean, and who shall purify? God hath planned, and who shall gainsay His plan? God hath willed, and who shall oppose His intention? God speaketh, and everything shall come to pass. God hath abased, and there is none that shall promote to honour. God hath taken away, and these is none who shall bring back. God hateth, and there is none who shall make Him to love. Woe be unto us! Our name was honoured, to-day it is nothing. Woe be unto us! From being men of the household we have become men of the outside, and from being men of the inner chambers we have been driven out through our sins. For God loveth the pure, but the priests would have none of the pure, and have loved the impure. And the prophets rebuked us, but we would not accept rebuke, and they [wished

ወአስምዑነ ፡ ወኢሰማዕነ ፤ አሌለነ ፡ በኀጢአትነ ፡ ተመነነ ፡ በኀሳርነ ፡ ተቀሠፍነ ። መንግሥትኒ ፡ ኢይበቊዕ ፡ ዘእንበለ ፡ ንጽሕ ፡ ወፍትሕኒ ፡ ኢይበቊዕ ፡ ዘእንበለ ፡ ርትዕ ፡ ወብዕልኒ ፡ ኢይበቊዕ ፡ ዘእንበለ ፡ ፍርሀተ ፡ እግዚአብሔር ፤ ካህናትኒ ፡ አፍቀሩ ፡ ነገረ ፡ ዘውዕ ፡ እምነገረ ፡ መጻሕፍት ፡ ወአፍቀሩ ፡ ቃለ ፡ መሰንቆ ፡ እምቃለ ፡ መዝሙር ፡ ወአፍቀሩ ፡ ግብረ ፡ ዓለም ፡ እምጸሎት ፡ ወአፍቀሩ ፡ ቅሥተ ፡ ዓለም ፡ እምቃለ ፡ መለኮት ፡ ወአፍቀሩ ፡ ሰሐቀ ፡ ወዝሙተ ፡ እምብካየ ፡ ሕይወት ፡ ወአፍቀሩ ፡ መብልዐ ፡ ኀላፊተ ፡ እምጾዊም ፡ ለእግዚአብሔር ፡ ወአፍቀሩ ፡ መስቴ ፡ ወስካረ ፡ እምሠዊዕ ፡ ለእግዚአብሔር ፡ ወአፍቀሩ ፡ ሀኬተ ፡ እምስእለት ፡ ወአፍቀሩ ፡ ንዋየ ፡ እምነ ፡ ምጽወት ፡ ወአፍቀሩ ፡ ንዋመ ፡ እምስብሐት ፡ ወአፍቀሩ ፡ ነዛህላለ ፡ እምንቃህ ።

አሌለነ ፡ አሌለነ ፡ ነገሥትኒ ፡ ተሀከይነ ፡ እምነ ፡ ትእዛዘ ፡ እግዚአብሔር ፡ ወአፍቀርነ ፡ ነገረ ፡ መስተዛውዓን ፡ እምቃለ ፡ ካህናት ፡ ወገጸ ፡ አንስቲያነ ፡ ንፈቅድ ፡ ነጽሮ ፡ እምኀሚሠ ፡ ገጸ ፡ እግዚአብሔር ፡ በንስሓ ፡ ወአፍቀርነ ፡ ነጽሮ ፡ ሕፃናቲነ ፡ እምሰሚዐ ፡ ቃለ ፡ እግዚአብሔር ፡ ወአፍቀርነ ፡ ተናዝዞ ፡ በእብነ ፡ ሰርድዮን ፡ እምአርትዖ ፡ ፍትሕ ፡ ለእጓለ ፡ ማውታ ፡ ወአፍቀርነ ፡ ነጽሮ ፡ ክብርነ ፡ እምሰሚዐ ፡ ቃለ ፡ እግዚአብሔር ፡ ወአፍቀርነ ፡ ነገረ ፡ በክ ፡ እምቃለ ፡ ማእምራን ፡ ወአፍቀርነ ፡ ነገረ ፡ እቡዳን ፡ እምነ ፡ ሰሚዐ ፡ ነገረ ፡ ነቢያት ። አሌለነ ፡ በፈቃድነ ፡ አርኰስና ፡ ለሕይወትነ ፤ አሌለነ ፡ እስመ ፡ ዘያፈቅር ፡ እግዚአብሔር ፡ ንስሓ ፡ ወምሕረተ ፡ ኢገበርነ ፤ አሌለነ ፡ ወሀበነ ፡ ክብረ ፡ ወበእበድነ ፡ ገደፍነ ፡ አጥበበነ ፡ ፈድፋደ ፡ ወበፈቃድነ ፡ አበድነ ፡ እምነ ፡ እንስሳ ፡ ወሀበነ ፡ ብዕለ ፡ ወአንደይነ ፡ ርእሰነ ፡ እምጽዋት ። ነጸርነ ፡ አፍራሲነ ፡

to] make us hear, but we would not hear. Woe be unto us! Through our sins we are rejected, and because of our defection we shall be punished. Sovereignty profiteth nothing without purity, and judgement profiteth nothing without justice, and riches profit nothing without the fear of God. The priests love the words of fables more than the words of the Scriptures; and they love the sound of the harp more than the sound of the Psalter; and they love the service of the world more than prayer; and they love the disputing of the world more than the voice of the Godhead; and they love laughter and fornication more than the weeping of life; and they love the food that passeth away more than the fasting to God; and they love wine and sweet drink more than sacrificing to God; and they love idleness more than prayer; and they love possessions more than [the giving of] alms; and they love sleeping more than praising; and they love dozing more than watching. Woe be unto us! Woe be unto us!

"O Queen, we have been negligent in respect of the Commandment of God. We have loved the words of the fablemongers more than the word of the priests. We have wished to gaze upon the face of our women rather than upon the face of God in repentance. We have loved to look upon our children rather than to hear the word of God. We have consoled ourselves more with the *sardius* stone than with the administering right judgement to the orphans. We have loved to look upon our honour rather than to hear the voice of God. We have loved the word of foolishness more than the words of the wise. We have loved the words of fools more than hearing the words of the Prophets. Woe be unto us! Of our own free will we have polluted our life. Woe be unto us! Woe be unto us! The repentance and mercy which God loveth we have not done. Woe be unto us! He gave us glory, and we have thrown it away. He made us very wise, and of our own freewill we have made ourselves more foolish than the

ወረሳዕነ ፡ ምግባኢነ ፤ አፍቀርነ ፡ ኀላፊተ ፡ ወኢያእመርና ፡ ለነባሪት ፤ ረሰይነ ፡ መዋዕሊነ ፡ ተቀጽቦ ፡ ለሕይወትነ ፡ ወአብደርነ ፡ ተድላ ፡ ሲሲትነ ፡ ዘይከውን ፡ አደፈ ፡ እመብልዐ ፡ ሕይወት ፡ ዘይነብር ፡ ለዓለም ፡ ወቀጠንተ ፡ አልባስ ፡ ዘኢይበቍዕ ፡ ለነፍስ ፡ ወአእተትነ ፡ ልብሰ ፡ ግርማ ፡ ዘለዓለም ፤ ወመኳንንቲነኒ ፡ ወእሕዛብ ፡ ይገብሩ ፡ ዘይጸልእ ፡ እግዚአብሔር ፡ ወኢያፍቀሩ ፡ ዘያፈቅር ፡ እግዚአብሔር ፡ ፍቅረ ፡ ቢጸሙ ፡ ወትሕትና ፡ ወየውሀተ ፡ ወምሒረ ፡ ነዳይ ፡ ወትዕግሥተ ፡ ወአፍቅሮ ፡ ቤተ ፡ እግዚአብሔር ፡ ወሰጊድ ፡ ለወልድ ፤ ወዘይጸልእሰ ፡ እግዚአብሔር ፡ ተጠይሮ ፡ ወአጣዕዎ ፡ ወሐቲተ ፡ ማሪት ፡ ወመቃስም ፡ ወሰገል ፡ ወጽንጽንያ ፡ ወአቀሪኖ ፡ ወብትክ ፡ ወማውታ ፡ ወስርቅ ፡ ወዐመፃ ፡ ወዝሙት ፡ ወተቃንኦ ፡ ወሐቢል ፡ ወስታይ ፡ ወስካር ፡ ወማሕላ ፡ በሐሰት ፡ ለቢጸሙ ፡ ወስምዐ ፡ ሐሰት ፡ ላዕለ ፡ ቢጸሙ ፡

ዘንተ ፡ ኵሎ ፡ ይገብሩ ፡ ዘይጸልእ ፡ እግዚአብሔር ። ወበእንተ ፡ ዝንቱኬ ፡ ዘነሥአ ፡ እግዚአብሔር ፡ ለታቦተ ፡ ኪዳኑ ፡ እምኔነ ፡ ወወሀባ ፡ ለሕዝብ ፡ እለ ፡ ይገብሩ ፡ ፈቃዶ ፡ ወሕጎ ፡ ወሥርዐቶ ፤ ሜጠ ፡ ገጾ ፡ እምኔነ ፡ ወአብርሀ ፡ ገጾ ፡ ላዕሌሆሙ ፡ ተሀየየ ፡ ኪያነ ፡ ወአፍቀረ ፡ ከያሆሙ ፡ መሐረ ፡ ኪያሆሙ ፡ ወአጥፍአ ፡ ኪያነ ፡ በእንተ ፡ ዘነሥአ ፡ ለታቦተ ፡ ኪዳኑ ፡ እምኔነ ። እስመ ፡ መሐለ ፡ ማሕላ ፡ በርእሱ ፡ ከመ ፡ ኢይከልእ ፡ ክረምተ ፡ ወሐጋየ ፡ ዘርአ ፡ ወማእረረ ፡ ፍሬ ፡ ወተግባረ ፡ ፀሐየ ፡ ወወርኀ ፡ እንዘ ፡ ሀለወት ፡ ጽዮን ፡ ዲበ ፡ ምድር ፡ ወከመ ፡ ኢይትመዐዕ ፡ ለሰማይ ፡ ወምድር ፡ ኢበአይኅ ፡ ወኢበእሳት ፡ ወከመ ፡ ኢያጠፍእ ፡ ሰብአ ፡ ወእንስሳ ፡ ወአራዊተ ፡ አላ ፡ ዳእሙ ፡ ከመ ፡ ይምሐር ፡ ተግባረ ፡ እደዊሁ ፡ ወከመ ፡ ያብዝኅ ፡

beasts. He gave us riches, and we have beggared ourselves even [to asking for] alms. We looked upon our horses, and forgot our coming back. We have loved fleeting things, and we have not recognized those that abide. We have made our days to deride our life, we have preferred the luxuriousness of food, which becometh dung, to the food of life which endureth for ever. [We have put on] the garments of apparel which benefit not the soul, and have put off the apparel of glory which is for ever. Our governors and the people do what God hateth, and they love not what God loveth, love of their neighbours, and lowliness, and graciousness, and mercy for the poor, and patient endurance, and love of the house of God, and the adoration of the Son. But what God hateth is, augury by birds, and idolatry, and enquiry of witches, and divination, and magic, and flies, and *'aḳarînô*, the animal that hath been torn, and the dead body of a beast, and theft, and oppression, and fornication, and envy, fraud, drink and drunkenness, false swearing [against] neighbours, and the bearing of false testimony [against] neighbours.

"All these things which God hateth they do. And it is because of them that God hath taken the Tabernacle of His Covenant away from us and hath given it to the people who do His Will and His Law, and His Ordinance. He hath turned His face from us and hath made His face to shine upon them. He hath despised us and hath loved them. He hath shown mercy unto them and hath blotted us out, because He hath taken away the Tabernacle of His Covenant from us. For He hath sworn an oath by Himself that He will not abrogate winter and summer, seed time and harvest, fruit and work, sun and moon, as long as Zion is on the earth, and that He will not in wrath destroy heaven and earth, either by flood or fire, and that He will not blot out man, and beast, and reptiles and creeping things, but will show mercy to the work of His hands, and will multiply His mercy on what He hath formed.

ምሕረቶ ፡ ላዕለ ፡ ልሕኵቱ ፤ ወአመ ፡ ይነሥእ ፡ እግዚአብሔር ፡ ለታቦተ ፡ ኪዳኑ ፡ አሜሃ ፡ ያጠፍኦሙ ፡ ለሰማያት ፡ ወምድር ፡ ወለኵሉ ፡ ተግባሩ ፤ ወዮምኒ ፡ እስመ ፡ ተሀየየነ ፡ እግዚአብሔር ፡ ወነሥአ ፡ እምኔነ ፡ ለታቦተ ፡ ሕጉ ※ ወዘንተ ፡ እንዘ ፡ ይብል ፡ ኢያዐርፍ ፡ ብካየ ፡ ወአንብዐ ፡ እምአዕይንቲሁ ።

And when God taketh away the Tabernacle of His Covenant He will destroy the heavens, and the earth, and all His work; and this day hath God despised us and taken from us the Tabernacle of His Law." And whilst Solomon was saying these things he ceased not to weep, and the tears ran down his cheeks continually.

ወአውሥአ ፡ መንፈሰ ፡ ትንቢት ፡ እንዘ ፡ ይብሎ ፡ ለምንት ፡ ከመዝ ፡ ተሐዝን ፡ እስመ ፡ በፈቃደ ፡ እግዚአብሔር ፡ ኮነ ፡ ዝንቱ ፡ ወይእቲኒ ፡ አኮ ፡ ለባዕድ ፡ ዘተውህበት ፡ አላ ፡ ለወልድከ ፡ ቀዳሜ ፡ በኵርከ ፡ ዘይነብር ፡ ዲበ ፡ መንበረ ፡ ዳዊት ፡ አቡከ ፤ እስመ ፡ መሐለ ፡ እግዚአብሔር ፡ ለዳዊት ፡ በጽድቅ ፡ ወኢይኔስሕ ፡ ከመ ፡ እምፍሬ ፡ ከርሡ ፡ ያነብር ፡ ዲበ ፡ መንበሩ ፡ እስከ ፡ ለዓለም ፡ በውስተ ፡ ታቦተ ፡ ኪዳኑ ፡ ጽዮን ፡ ቅድስት ፤ ወእሬስዮ ፡ ልዑለ ፡ እምነገሥተ ፡ ምድር ፡ ወመንበሮኒ ፡ ከመ ፡ መዋዕለ ፡ ሰማይ ፡ ወከመ ፡ ሥርዐተ ፡ ወርኅ ፡ እስከ ፡ ለዓለም ፤ ወበሰማያትኒ ፡ ዘይነብር ፡ ዲበ ፡ መንበረ ፡ መለኮት ፡ በሥጋ ፡ ይኴንን ፡ ሕያዋነ ፡ ወሙታነ ፡ እስከ ፡ ለዓለም ፡ ወይገንዩ ፡ ሎቱ ፡ መላእክት ፡ ወሰብእ ፡ ወይሴብሖ ፡ ኵሉ ፡ ልሳን ፡ ወይሰግዱ ፡ ሎቱ ፡ ኵሉ ፡ ብርክ ፡ በቀላያት ፡ ወበአፍላግ ፤ ወበዝንቱ ፡ ተናዘዝ ፡ ወግባእ ፡ ቤትከ ፡ ወኢታሕዝን ፡ ልብከ ፡ ፍጹመ ።

And the Spirit of Prophecy answered and said unto him, "Why art thou thus sorrowful? For this hath happened by the Will of God. And [Zion] hath not been given to an alien, but to thy firstborn son who shall sit upon the throne of David thy Father, For God swore unto David in truth, and He repenteth not, that of the fruit of his body He would make to sit upon his throne for ever, in the Tabernacle of His Covenant, the Holy Zion. And I will set him above the kings of the earth, and his throne shall be like the days of heaven and like the ordinance of the moon for ever. [Psalms 72, 11; 89, 3-4, 27-29; 132, 11–13] And He who sitteth upon the throne of the Godhead in the heavens shall rule the living and the dead in the flesh for ever. And angels and men shall serve Him, and every tongue shall praise Him, and every knee shall bow to Him in the abysses and in the rivers. Comfort thyself with this [word], and get thee back to thy house, and let not thy heart be wholly sad."

ወበዝንቱ ፡ ተናዘዘ ፡ ወይቤ ፡ ይኩን ፡ ፈቃዱ ፡ ለእግዚአብሔር ፡ ወአኮ ፡ ፈቃደ ፡ ሰብእ ። ወካዕበ ፡ አስተርአዮ ፡ መልአከ ፡ እግዚአብሔር ፡ ገሃደ ፡ ወይቤሎ ፡ ወአንተሰ ፡ ሐንጽከ ፡ ቤተ ፡ እግዚአብሔር ፡ ወትከውነከ ፡ ምክሐ ፡ ይእቲ ፡ ወምስማከ ፡ ለእመ ፡ ዐቀብከ ፡ ትእዛዞ ፡ ወኢያምለከ ፡ ባዕደ ፡ አማልክተ ፡ ትትፌቀር ፡ በኀበ ፡ እግዚአብሔር ፡ ከመ ፡ ዳዊት ፡ አቡከ ※ ※

And the King was comforted by this [word], and he said, "The Will of God be done, and not the will of man." And again the Angel of God appeared unto him openly, and said unto him, "As for thyself, thou shalt build the house of God, and it shall be glory and as a support for thee; and if thou wilt keep His Commandment and wilt not serve other gods thou shalt be beloved by God, even as David thy father."

፷፩ ፡ በእንተ ፡ ግብአተ ፡ ሰሎሞን ፡ ኢየሩሳሌም ።

61. HOW SOLOMON RETURNED TO JERUSALEM

ወእምዝ ፡ አተወ ፡ ሀገረ ፡ ኢየሩሳሌም ፡ ወበከየ ፡ በህየኒ ፡ ምስለ ፡ አእሩገ ፡ ኢየሩሳሌም ፡ ብካየ ፡ ዐቢየ ፡ በውስተ ፡ ቤተ ፡ እግዚአብሔር ፡ ወእምድኅረዝ ፡ ተአኀዙ ፡ ንጉሥ ፡ ምስለ ፡ ሳዶቅ ፡ ካህን ፡ በክሳውዲሆሙ ፡ ወበከዩ ፡ መሪረ ፡ በውስተ ፡ ምንባሪሃ ፡ ለጽዮን ፡ ወአርመሙ ፡ እምድኅረ ፡ ጕንዱይ ፡ ሰዐት ። ወተንሥኡ ፡ መላህቅት ፡ ወተናገርዎ ፡ ለንጉሥ ፡ እንዘ ፡ ይብሉ ፡ ኢትሕዝን ፡ እግዚእነ ፡ በእንተዝ ፡ ነገር ፡ እስመ ፡ ንሕነ ፡ አእመርነ ፡ ዘእንበለ ፡ ኀበ ፡ ፈቀደ ፡ እግዚአብሔር ፡ ኢትነብር ፡ ጽዮን ፡ እምቀዳሚ ፡ እስከ ፡ ደኃሪ ፡ ወአልቦ ፡ ዘይከውን ፡ ዘእንበለ ፡ በፈቃደ ፡ እግዚአብሔር ፤ ወዘበእንተ ፡ ጽዮንሂ ፡ ቀዲሙ ፡ በመዋዕለ ፡ ኤሊ ፡ ካህን ፡ ዘእንበለ ፡ ይስአሉ ፡ አበዊነ ፡ ንጉሠ ፡ ፄወውዋ ፡ ኢሎፍሊ ፡ በውስተ ፡ ትዕይንት ፡ ሶበ ፡ ተሀየዮሙ ፡ እግዚአብሔር ፡ ለእስራኤል ፡ በውስተ ፡ ፀብእ ፡ ወወድቁ ፡ ካህናቲሃ ፡ አፍኒ ፡ ወፊናሕስ ፡ በአፈ ፡ ኀጺን ፡ ወነሥእዋ ፡ ኢሎፍሊ ፡ ለታቦተ ፡ ሕጉ ፡ ለእግዚአብሔር ፡ ወአእተውዋ ፡ ውስተ ፡ ሀገሮሙ ፡ ወወደይዋ ፡ ውስተ ፡ ቤተ ፡ አምላኮሙ ፡ ዳጎን ፤ ወተሰብረ ፡ ወተሀጕለ ፡ ዳጎን ፡ ወኮነ ፡ ከመ ፡ ጸበል ፡ ወምድሮሙ ፡ ኮነት ፡ በድወ ፡ በአናጹት ፡ ወበልዐ ፡ ኵሎ ፡ ፍሬ ፡ ምድሮሙ ፡ ወነፍስቶሙኒ ፡ ኮነ ፡ ጸልዐ ፡ ወሕበጠ ፤ ወአስተጋብኡ ፡ ማርያኒሆሙ ፡ ወመሰግላኒሆሙ ፡ ወረአይተ ፡ ከዋክብቲሆሙ ፡ ወተስእልዎሙ ፡ ወይቤልዎሙ ፡ እፎ ፡ ንድኅን ፡ እምዝጸልዕ ፡ ወምንዳቤ ፡ ዘረከበነ ፡ ለነ ፡ ወለሀገርነ ፤ ኀለዩ ፡ እሙንቱ ፡ መሰግላን ፡ ተግሒሦሙ ፡ እንተ ፡ ባሕቲቶሙ ፡ ወአምጽኡ ፡ ሰገላቲሆሙ ፡ ወኀለዩ ፡ ወሐሰቡ ፡ ወመከሩ ፡ ዘከመ ፡ እፎ ፡ ይድኅኑ ፡ እምንዳቤ ፡ ሀገሮሙ ፡ ወነፍስቶሙወረከቡ ፡ ዘንተ ፡ ከመ ፡ በእንተ ፡

And then Solomon came back to the city of Jerusalem, and he wept there with the elders of Jerusalem a great weeping in the house of God. And after this the King and Zadok the priest embraced each other, and they wept bitterly in the habitation of Zion, and they remained silent for a long time. And the elders rose up and spike unto the King, saying, "Be not thou sorrowful concerning this thing, O our Lord, for we know, from first to last, that without the Will of God Zion will not dwell [in any place], and that nothing happeneth without the Will of God. And as concerning Zion in olden time, in the days of Eli the priest, before our fathers had asked for a king, the Philistines carried Zion away captive into [their] camp—God having neglected Israel in the battle, and its priests 'Afnî (Hophni) and Pînâḥas (Phinehas) having fallen by the edge of the sword. And the Philistines carried away the Tabernacle of the Law of God, and brought it into their city, and set it in the house of their god Dagon. And Dagon was broken to pieces and destroyed, and became like dust, and their land became a desert through mice, and they ate up all the fruit of their land, and their persons became sores and boils. And they gathered together their priests, and magicians, and star-gazers, and they entreated them and said unto them, 'How can we relieve ourselves of these sores and the tribulation which have come upon us, and upon our country?' And those magicians meditated and withdrew themselves to be alone, and they brought their magical instruments, and pondered, and considered, and planned how they could relieve them from tribulation of their city and their persons. And they discovered that this punishment had come upon them and their city because of

ጽዮን ፡ ዘረከቦሙ ፡ ዝንቱ ፡ መቅሠፍት ፡ ሎሙ ፡ ወለሀገሮሙ ። ወሖሩ ፡ ኀበ ፡ ነገሥቶሙ ፡ ወመኳንንቲሆሙ ፡ ወይቤልዎሙ ፡ ዝንቱ ፡ ኵሉ ፡ ዘረካበክሙ ፡ በእንተ ፡ ጽዮን ፡ ሰማያዊት ፡ ታቦተ ፡ ሕጉ ፡ ለእግዚአብሔር ፤ ወይእዜኒ ፡ አእምሩ ፡ ዘከመ ፡ ታገብእዋ ፡ ውስተ ፡ ሀገራ ፡ ወብሔራ ፡ ወቤታ ፤ ወአኮ ፡ ዕራቃ ፡ ዘንፌንዋ ፡ አላ ፡ ሀብዋ ፡ ሞጻ ፡ ከመ ፡ ትስረይ ፡ ዛቲ ፡ ኀጢአተክሙ ፡ ወትሰስል ፡ ምንዳቤክሙ ፡ ሶበ ፡ ገብአት ፡ ጽዮን ፡ ውስተ ፡ ሀገራ ፡ ወሶበሰ ፡ ኢፈነውክምዋ ፡ ውስተ ፡ ሀገራ ፡ ኢኮነ ፡ ሠናየ ፡ አንብሮታ ፡ ኀቤክሙ ፡ አላ ፡ ትትቀሠፉ ፡ ኵልክሙ ፡ እስከ ፡ ተኀልቁ ። ወይቤልዎሙ ፡ ነገሥቶሙ ፡ ወመኳንንቲሆሙ ፡ ለማርያኒሆሙ ፡ ምንተኬ ፡ ዘትብሉ ፡ ዘንሁባ ፡ ሞጻ ፡ ወከመ ፡ እፎ ፡ ንፌንዋ ፡ ጠዪቀክሙ ፡ ንግሩነ ፡ ዘከመ ፡ ንሬሲ ። ወመከሩ ፡ ካዕበ ፡ ማርያነ ፡ ኢሎፍሊ ፡ ወይቤልዎሙ ፡ ለነገሥቶሙ ፡ ወለኳንንቲሆሙ ፡ ግበሩ ፡ ላቲ ፡ በርእሰ ፡ አብያቲክሙ ፡ ወርቀ ፡ ሞጻ ፡ ፷ ፡ አምሳለ ፡ አናጹት ፡ በከመ ፡ አጥፍኡ ፡ ሀገርክሙ ፡ ወአምሳለ ፡ ነፍስተ ፡ ብእሲ ፡ ፷ ፡ በከመ ፡ ሐመምክሙ ፡ ነፍስተክሙ ፡ በጸልዕ ፡ ወሕበጥ ፡ እንተ ፡ ኀበ ፡ ቍልፈትክሙ ። ወገብሩ ፡ በከመ ፡ አዘዝዎሙ ፡ ኢሎፍሊ ፡ ፻፳ ፡ ሞጻ ፡ ዘወርቅ ፡ ወወሀብዋ ፡ ለጽዮን ፤ ወካዕበ ፡ ይቤልዎሙ ፡ ዘከመ ፡ እፎ ፡ ንፌንዋ ፡ ወመኑ ፡ ትብሉ ፡ ይሰዳ ፡ ውስተ ፡ ሀገራ ። ወይቤልዎሙ ፡ ካዕበ ፡ መሰግላነ ፡ ኢሎፍሊ ፡ ያምጽኡ ፡ ክልኤ ፡ ናቃት ፡ እለ ፡ ተበኵራ ፡ በአሐቲ ፡ ጊዜ ፡ ወይርሐኑ ፡ ሰረገላተ ፡ ዲቤሆሙ ፡ ወይክልኡ ፡ እጐላቲሆሙ ፡ ወይዕጽዉ ፡ ውስተ ፡ ቤት ፡ ወይዕምድዎን ፡ ይኀድግዎን ፡ ይሖራ ፡ ኀበ ፡ ፈቀዳ ፤ ወለእመ ፡ አርትዓ ፡ ለኢየሩሳሌም ፡ ዮጊ ፡ ናአምር ፡ ከመ ፡ ተሣሀላ ፡ እግዚአብሔር ፡ ለምድርነ ፡ ወለእመሰ ፡ አውከካ ፡ ወአንጌገያ ፡ ወፈቀዳ ፡ ገቢአ ፡ ድኅሬሆን ፡ ናአምር ፡ ከመ ፡ ተምዕዐነ ፡ እግዚአብሔር ፡ ወኢያእተተ ፡ መቅሠፍቶ ፡

Zion. And they went to their kings and their governors, and they said unto them, 'All these things have befallen you through the heavenly Zion, the Tabernacle of the Law of God. And now, know ye how ye will take her back into her city, and her country, and her house. And we must by no means send her away empty, but must give her an offering, so that she may forgive you your sins, and do away your tribulation when she hath returned to her city. And if ye will not send her to her city, no good will come of making her to live with you, but ye shall continue to be punished until ye are destroyed.'

"And their kings and governors said unto their priests, 'What gift now say ye that we ought to give her, and how shall we send her back? Find out, and tell us what we must do.' And the priests of the Philistines took counsel together again, and they said unto their kings and governors, 'Make for her according to the heads of your houses, sixty figures of mice in gold, since mice have destroyed your land, and sixty figures of the member of a man, since your own persons have suffered from sores and boils on your members.' [1 Sam. 6, 4] And the Philistines made as they commanded them one hundred and twenty offerings of gold, and gave them to Zion. And again they said unto the priests, 'How shall we send her away? And whom do ye say shall set her in her city?' And again the magicians of the Philistines said unto them, 'Let them bring two she-camels [1 Sam. 6, 7] that brought forth their firstborn at the same time, and let them attach a wagons to them—and they must keep back their young ones and shut them up in the house—and they must yoke the two she-camels together, and then set them free and let them go where they will. And if they march straight for Jerusalem we shall know that peradventure God hath had compassion on our land; but if they wander about, and go hither and thither, and wish to turn back to the

እለከ ፡ ያጠፍአነ ፡ ኪያነሂ ፡ ወሀገርነ ።

place whence they started, then we shall know that God is [still] wroth with us, and that He will not remove His punishment until He hath blotted out ourselves and our city. [1 Sam. 6, 7]

ወገብሩ ፡ በከመ ፡ አዘዝዎሙ ፡ ማርያነ ፡ ኢሎፍሊ ፡ ለመኳንንቲሆሙ ፡ ወአስተፋነውዋ ፡ ወገነዩ ፡ ላቲ ፤ ወእምዝ ፡ አርትዓ ፡ እማንቱ ፡ አግማል ፡ ለፍኖተ ፡ ብሔረ ፡ ይሁዳ ፡ ወበጽሑ ፡ ውስተ ፡ ዐውደ ፡ እክል ፡ ወተቀበልዋ ፡ ቤተ ፡ ዘመድከ ፤ ወእለሰ ፡ ኢተቀበልዋ ፡ ሰብአ ፡ ቤተ ፡ ዳን ፡ እለ ፡ ኢገነዩ ፡ ላቲ ፡ እንዘ ፡ ይሬእይዋ ፡ አኀለቆሙ ፡ እግዚአብሔር ፡ በመዐት ፤ ወለእሙንቱሰ ፡ ዕፀወ ፡ ሰረገላ ፡ ሠፀርዎን ፡ ወለእማንቱኒ ፡ አግማል ፡ ረሰይዎን ፡ መሥዋዕተ ፡ ወገብአተ ፡ ጽዮን ፡ ውስተ ፡ መካና ። ወአሜሃ ፡ እንዘ ፡ ሀለወት ፡ ውስተ ፡ ቤት ፡ ተልእካ ፡ ሳሙኤል ፡ ነቢይ ፡ ወተከሥተ ፡ ሎቱ ፡ ራእይ ፡ ወትንቢት ፡ ወኮነ ፡ ዘያሠምሮ ፡ ለእግዚአብሔር ፡ በኵሉ ፡ ግብሩ ፡ ወኰነኖሙ ፡ ለእስራኤል ፡ ፵ወ፰ ፡ ዓመተ ።

"And the Philistines did as the priests commanded their governors, and they sent away Zion, and prostrated themselves before her. And those camels made their way straight to the country of Judah, and they came to the threshing floor and the house of thy kinsfolk received them. And those who did not receive them were the men of the house of Dan, and they did not do homage to Zion, for they regarded her in anger as their destroyed (?) God. And they cut up the pieces of wood of the wagon, and they made those camels to be sacrifices, and Zion returned to her place. And whilst Zion was in [her] house Samuel the Prophet ministered unto her, and vision and prophecy were revealed unto him, and he pleased God in all his actions, and he ruled Israel for forty-eight years.

ወእምድኅሬሁ ፡ ሰአሉ ፡ ሕዝብነ ፡ ያንግሥ ፡ ሎሙ ፡ እግዚአብሔር ፡ ከመ ፡ አሕዛብ ፡ እለ ፡ አውዶሙ ፤ ወቀብአ ፡ ሳሙኤል ፡ ነቢይ ፡ ለሳኦል ፡ ንጉሥ ፡ ወውእቱኒ ፡ ነግሠ ፡ ፵ ፡ ዓመተ ፤ ወለሊሁሰ ፡ እምሕዝበ ፡ ብንያሚ ፡ እንተ ፡ ትንእስ ፡ በትር ፡ እምሕዝበ ፡ እስራኤል ፤ ወቀብአ ፡ ካዕበ ፡ ሳሙኤል ፡ ነቢይ ፡ ለአቡከ ፡ ዳዊት ። ወሶበ ፡ ተአኀዙ ፡ ቀትለ ፡ ኢሎፍሊ ፡ ምስለ ፡ ሳኦል ፡ ንጉሥ ፡ ተመውአ ፡ ሳኦል ፡ ወሞተ ፡ ምስለ ፡ ናታን ፡ ወልዱ ። ወእለ ፡ ተርፉ ፡ ደቂቁ ፡ ፈቀዱ ፡ ከመ ፡ ይንሥእዋ ፡ ለጽዮን ፡ ሶበ ፡ አእመሩ ፡ ሞተ ፡ አቡሆሙ ፡ ወእኁሆሙ ፤ ወእምዝ ፡ ሶበ ፡ ፈቀዱ ፡ ኀቢአታ ፡ ወአግዕዞታ ፡ እስከ ፡ ቈላተ ፡ ጌላቡሔ ፡ ከመ ፡ ኢይንሥአሙ ፡ አቡከ ፡ ዳዊት ፡ ወአበየቶሙ ፡ ተነሥአ ፡ እስከ ፡ ይመጽእ ፡ አቡከ ፡ ወይነሥአ ፡ እምሀገሮሙ ፡

"And after him our people entreated God to give them a king like the nations that were round about them. And Samuel the Prophet anointed Saul king, and he reigned forty years. And he was of the tribe of Benjamin, which was the youngest branch of the peoples of Israel. And Samuel the Prophet also anointed thy father David. And when the Philistines fought with Saul the King, Saul was conquered and died with [Yô]nâthân his son. And those of his sons who were left wished to carry away Zion, when they knew that their father and their brother were dead. And then when they wished to hide her and to transfer her to the Valley of Gêlâbûḥê (Gilboa) in order that thy father David might not carry them off, she would not let them carry her away until thy father came and carried her away from their city, but not with offerings, and not with incense and burnt offerings. For

ኢበመሥዋዕት ፡ ወኢበዕጣን ፡ ወአጸንሕሖ ፡ እስመ ፡ ኢይትከሀል ፡ ነሢኦታ ፡ ለጽዮን ፡ ዘእንበለ ፡ ፈቃዳ ፡ ወፈቃደ ፡ እግዚአብሔር ፤ ወካዕበ ፡ አቡከ ፡ ሶበ ፡ አርትዐ ፡ ወነግሠ ፡ ላዕለ ፡ እስራኤል ፡ ነሥአ ፡ እምሀገረ ፡ ሰማርያ ፡ ወአብአ ፡ ዝየ ፡ ኢየሩሳሌም ፡ እንዘ ፡ ያዕሕስ ፡ በእገሪሁ ፡ በቅድሜሃ ፡ ወይጠፍሕ ፡ በእደዊሁ ፡ በእንተ ፡ ፍሥሓሃ ፡ እስመ ፡ ተንሥአት ፡ ሎቱ ፡ ከመ ፡ ትምጻእ ፡ ሀገረ ፡ ዳዊት ፡ አቡከ ። ወዝንቱሰ ፡ ዘትብል ፡ በእንተ ፡ ዘሖረት ፡ ጽዮን ፡ ሀገሮሙ ፡ ለብሔረ ፡ ኢትዮጵያ ፡ ለእመ ፡ ፈቀደ ፡ እግዚአብሔር ፡ ወፈቀደት ፡ ለሊሃ ፡ ኢይክል ፡ ከሊኦታ ፡ ወኢ፩ ፡ እስመ ፡ በፈቃዳ ፡ ተሐውር ፡ ወበፈቃዳ ፡ ትገብእ ፡ ለእመ ፡ ሠምረ ፡ እግዚአብሔር ፤ ወለእመሰ ፡ ኢገብአት ፡ ይኩን ፡ ሥምረቱ ፡ ለእግዚአብሔር ፡ ወለነሰ ፡ ለእመ ፡ ፈቀደ ፡ እግዚአብሔር ፡ ሀለወት ፡ ኀቤነ ፡ ኢየሩሳሌም ፡ ዘሐነጽከ ፡ ለነ ፡ ቤተ ፡ እግዚአብሔር ። ወይእዜኒ ፡ ኢታሕዝን ፡ ልበከ ፡ ወተናዘዝ ፡ በዘ ፡ ንነግረከ ፡ ወጥበብሰ ፡ እምኀቤከ ፡ ይእቲ ፡ ሠረጸት ፡ ዘወሀበከ ፡ እግዚአብሔር ፡ አምላከ ፡ እስራኤል ፤ እስመ ፡ ነኪር ፡ ለጥበብ ፡ ከመ ፡ ማኅቶት ፡ ለፀሐይ ፡ ዘኢይበቊዕ ፡ ወከመ ፡ ብሒእ ፡ ወዕጐስታር ፡ ለመዓር ፡ ኢይበቊዕ ፡ ከማሁ ፡ ነገሮሙ ፡ ለአብዳን ፡ በላዕለ ፡ ጠቢብ ፡ ኢይበቊዕ ፡ ከመ ፡ ጢስ ፡ ለዐይን ፡ ወከመ ፡ ቆዕ ፡ ለስነን ፡ ከማሁ ፡ ኢይበቊዕ ፡ በላዕለ ፡ ጠቢብ ፡ ነገረ ፡ አብዳን ※ ※ ※

it was impossible to carry Zion away unless she wished it and God wished it. And again, when thy father reigned rightly over Israel he took her from the city of Samaria and brought her here to Jerusalem, dancing on his feet before her, and clapping his hands because of joy for her; for she was taken by him that she might come to the city of David thy father. And as for that which thou sayest concerning the going of Zion to their city, to the country of Ethiopia, if God willed it and she herself willed it, there is no one who could prevent her; for of her own will she went, and of her own will she will return if God pleaseth. And if she doth not return it will be God's good pleasure. And as for us, if God hath willed it Jerusalem shall remain to us wherein thou hast built for us a house of God. And now, let not thine heart be sad, but comfort thou thyself with what we have said unto thee. And the wisdom, which the Lord God of Israel hath given thee, hath sprouted from thee. For wisdom is a strange thing. As a lamp is not the sun, and as vinegar and aloes are neither profitable nor useful additions to honey, even so the words of fools are not beneficial to the wise man. And as smoke is to the eye, and unripe fruit to the tooth, even so the words of fools are not beneficial to the wise."

፷፪ ፡ በእንተ ፡ ዘአውሥአሙ ፡ ሰሎሞን ።

62. CONCERNING THE ANSWER WHICH SOLOMON MADE TO THEM

ወአውሥአሙ ፡ ሰሎሞን ፡ ንጉሥ ፡ ወይቤሎሙ ፡ ስምዑኒ ፡ ዘእነግረክሙ ፡ ኪያየ ፡ ሶበ ፡ ወሰደኒ ፡ እንዘ ፡ እጸውር ፡ ኪያሃ ፡ ምንት ፡ እምተስእኖ ፡ ለእግዚአብሔር ፡ ወኪያክሙኒ ፡ ሶበ ፡ ይወስደክሙ ፡ ጸዊረክሙ ፡

And Solomon the King answered and said unto them, "Hearken ye unto me and to what I shall say unto you. Supposing He had taken me away whilst I was carrying Zion—what is impossible to God? And supposing He had taken you away whilst ye were carrying her—

ኪያሃ ፡ ምንት ፡ እምተስእኖ ፡ ለእግዚአብሔር ፡ ወሶበሂ ፡ ያወርሶሙ ፡ ሀገርነ ፡ ወይሚርወነ ፡ ኪያነ ፡ ምንት ፡ እምተስእኖ ፡ ለእግዚአብሔር ፡ እስመ ፡ ኵሉ ፡ ሎቱ ፡ ወአልቦ ፡ ዘየአብያ ፡ ለፈቃዱ ፡ ወአልቦ ፡ ዘይትዐደው ፡ እምትእዛዙ ፡ በሰማይ ፡ በላዕሉ ፡ ወበምድር ፡ በታሕቱ ፡ ንጉሥ ፡ ውእቱ ፡ ዘኢይሰዐር ፡ መንግሥቱ ፡ ለዓለመ ፡ ዓለም ፡ አሜን ። ወባሕቱ ፡ ንሖር ፡ ንትጋነይ ፡ በውስተ ፡ ቤተ ፡ እግዚአብሔር ※

ወሖሩ ፡ ሊቃውንተ ፡ እስራኤል ፡ ምስለ ፡ ንጉሦሙ ፡ ውስተ ፡ ቤተ ፡ እግዚአብሔር ፡ ወቦኡ ፡ ውስተ ፡ ቅድስተ ፡ ቅዱሳን ፡ ወሰአሉ ፡ ወተጋነዩ ፡ ወበፅዑ ፡ ለእግዚአብሔር ፤ ወሰሎሞንሂ ፡ በከየ ፡ በውስተ ፡ ምንባሪሃ ፡ ለጽዮን ፡ ሰማያዊት ፡ ታቦተ ፡ ሕጉ ፡ ለእግዚአብሔር ፡ ወበከዩ ፡ ኵሎሙ ፡ ምስሌሁ ፡ ወእምድኅረ ፡ ሕቅ ፡ አርመሙ ※ አውሥአ ፡ ሰሎሞን ፡ ወይቤሎሙ ፡ ኅድጉኬ ፡ ከመ ፡ ኢይትመክሑ ፡ ቈላፋን ፡ ሕዝብ ፡ ላዕሌነ ፡ ወኢይበሉነ ፡ ተነሥተ ፡ ክብሮሙ ፡ ወኀደጎሙ ፡ እግዚአብሔር ፤ ኢትክሥቱ ፡ እምዝ ፡ ዳግመ ፡ ለባዕዳን ፡ ሕዝብ ፤ ወእሉሂ ፡ አልዋሕ ፡ እለ ፡ ስሙካን ፡ ወልጹቃን ፡ ዝየ ፡ ንሢሞን ፡ ወንልብጦን ፡ በወርቅ ፡ ወናሰርግዎን ፡ በአምሳለ ፡ እግዝእትነ ፡ ጽዮን ፡ ወመጽሐፈ ፡ ሕግሂ ፡ ናንብር ፡ ውስቴታ ፤ ወሀለወት ፡ ኀቤነ ፡ ኢየሩሳሌም ፡ አግዓዚት ፡ እንተ ፡ በሰማያት ፡ መልዕልቴነ ፡ ዘርእየ ፡ ያዕቆብ ፡ አቡነ ፡ ወእምታሕቴሃ ፡ ዛቲ ፡ ይእቲ ፡ አንቀጸ ፡ ሰማይ ፡ እንተ ፡ በምድር ፡ ኢየሩሳሌም ። ለእመ ፡ ገበርነ ፡ ፈቃዶ ፡ ለእግዚአብሔር ፡ ወሥምረቶ ፡ ይሄሉ ፡ እግዚአብሔርኒ ፡ ምስሌነ ፡ ወያነግፈነ ፡ እምእደ ፡ ፀርነ ፡ ወእምእደ ፡ ኵሎሙ ፡ እለ ፡ ይጸልኡነ ፤ ወይኩን ፡ ፈቃዶ ፡ ለእግዚአብሔር ፡ ወአኮ ፡ ፈቃደ ፡ ዚአነ ፡ ወይኩን ፡ ሥምረተ ፡ እግዚአብሔር ፡ ወአኮ ፡ ሥምረተ ፡ ዚአነ ፤ ወበይእቲሰ ፡ አሕዘነነ ፡ ወባሕቱ ፡ እምይእዜሰ ፡ ያቈርር ፡ መዐቶ ፡ እምኔነ ፡ ወኢየኀድገነ ፡ ለጸላእትነ ፡ ወኢያርሕቅ ፡ ሣህሎ ፡ እምኔነ ፤

what is impossible to God? And supposing He were to make them to inherit our city, and destroy us—what is impossible to God? For everything is His, and none can gainsay His Will, and there is none who can transgress His command in heaven above or on earth below. He is the King Whose kingdom shall never, never pass away, Amen. But now let us go and kneel in the House of God."

And the elders of Israel together with their King went into the House of God, and they entered the Holy of Holies, and they made supplication, and prostrated themselves, and ascribed blessing to God. And Solomon wept in the habitation of the heavenly Zion, the Tabernacle of the Law of God, and they all wept with him, and after a little while they held their peace. And Solomon answered and said unto them, "Cease ye, so that the uncircumcised people may not boast themselves over us, and may not say unto us, 'Their glory is taken away, and God hath forsaken them.' Reveal ye not anything else to alien folk. Let us set up these hoards, which are lying here nailed together, and let us cover them over with gold, and let us decorate them after the manner of our Lady Zion, and let us lay the Book of the Law inside it. Jerusalem the free that is in the heavens above us, which Jacob our father saw, is with us, and below it is the Gate of Heaven, this Jerusalem on the earth. If we do the Will of God and His good pleasure, God will be with us, and will deliver us out of the hand of our enemy, and out of the hand of all those who hate us; God's Will, and not our will, be done, and God's good pleasure, and not our good pleasure, be done. Through this He hath made us sorrowful. Henceforward His wrath will cool in respect of us, and He will not abandon us to our enemies, and He will not remove His mercy far from us, and He will remember the covenant with our fathers Abraham, and Isaac, and Jacob. He will not make His word to be a lie, and will not break His covenant so that our fathers' seed shall be destroyed."

63. HOW THE NOBLES OF ISRAEL AGREED [WITH THE KING]

And then the elders of Israel made answer and said unto him, "May thy good pleasure be done, and the good pleasure of the Lord God! As for us, none of us will transgress thy word, and we will not inform any other people that Zion hath been taken away from us." And they established this covenant in the House of God—the elders of Israel with their King Solomon unto this day. And Solomon lived [thus] for eleven years after the taking away of Zion from him, and then his heart turned aside from the love of God, and he forgot his wisdom, through his excessive love of women. And he loved very greatly the daughter of Pharaoh, the king of Egypt, whose name was Mâḳshârâ, and he brought her into the house which he had made; and there were figures of the sun, moon, and stars in the roof thereof, and it was illumined by night as brightly as by day. Its beams were made of brass, and its roof of silver, and its panels (?) of lead, and its walls of stone, red with black, and brown with white [and] green; and its floor was of blocks of sapphire stone and sardius. And he used to go and dwell therein through his love for his house and his wife Mâḳshârâ, the daughter of Pharaoh the king of Egypt.

Now the queen possessed certain idols which her father had given her to bow down before, and because, when Solomon saw her sacrificing to them and worshipping them, he did not rebuke her or forsake her, God was wroth with him, and made him to forget his wisdom. And she multiplied her sacrifices, and her worship, and her folly, according to the stupidity of the Egyptians, and all the people of her house worshipped the idols, and learned the foolish service of idols. And enjoying the pleasure of their foolish service they worshipped with the daughter of Pharaoh, and the children of Israel joined themselves to her, and the women and their handmaidens joined themselves unto her in the worship and foolish service of idols. And Solomon himself found pleasure in hearing their foolish service and folly. And when she saw that he loved her, and hearkened, and held his peace, and asked many questions about the foolish service of the gods of the Egyptians, she made herself exceedingly agreeable to him, and she spoke to him with honeyed words, and with the tender speech of women, and with the sweet smile that accompanieth the presentment of an evil deed, and with the turning of the face and the assumption of a look of good intent, and with the nodding of the head. With actions of this kind she caused his heart to turn away from his good intent, and she enticed him to the evil of her work, wishing to drag him down into the folly of the foolish service of idols through carelessness. And as the deep sea draweth down into its depths the man who cannot swim, until the water overwhelmeth him and destroyeth his life, even so did that woman wish to submerge Solomon the King.

64. HOW THE DAUGHTER OF PHARAOH SEDUCED SOLOMON

And then the daughter of Pharaoh appeared before Solomon, and said unto him, "It is good to worship the gods like my father and all the kings of Egypt who were before my father." And Solomon answered and said unto her, "They call gods the things which have been made by the hands of the worker in

ወበሰዓሊ ፡ በወቃሪ ፡ ወበገላፊ ፡ እለ ፡ ኢኮኑ ፡ አማልክተ ፡ ግብረ ፡ እደ ፡ ሰብእ ፡ ወርቅ ፡ ወብሩር ፡ ብርት ፡ ወዐረር ፡ ኀጺን ፡ ወልሕኵት ፡ ወእብን ፤ ወትብልዎሙ ፡ አማልክቲነ ፡ ለእለ ፡ ኢኮኑ ፡ አማልክቲክሙ ፤ ወንሕነሰ ፡ ኢንሰግድ ፡ ለባዕድ ፡ ዘእንበለ ፡ ለአምላከ ፡ ቅዱሰ ፡ እስራኤል ፡ ወለእግዝእትነ ፡ ጽዮን ፡ ቅድስት ፡ ሰማያዊት ፡ ታቦተ ፡ ሕጉ ፡ ለእግዚአብሔር ፡ ዘወሀበነ ፡ ከመ ፡ ንስግድ ፡ ላቲ ፡ ንሕነ ፡ ወዘርእነ ፡ እምድኅሬነ ።
አውሥአቶ ፡ ወትቤሎ ፡ ለእግዝእትከሰ ፡ ነሥአ ፡ ወልድከ ፡ ዘወለድኮ ፡ ዘእምነኪር ፡ ሕዝብ ፡ ዘኢአዘዘክሙ ፡ ከመ ፡ ታውስቡ ፡ ኢትዮጵያዊተ ፡ እንተ ፡ ኢኮነት ፡ ሕብርከ ፡ ወቅርብተ ፡ ሀገርከ ፡ ጸሊማን ፡ ሕዝበ ፡ ባዕድ ። አውሥአ ፡ ወይቤላ ፡ ለእመ ፡ ከመዝ ፡ ትቤሊ ፡ አንቲኒ ፡ ኢኮንኪ ፡ እምዘ ፡ አዘዘነ ፡ እግዚአብሔር ፡ ከመ ፡ ንትዋሰብ ፡ ወዘመድክሙ ፡ ምስለ ፡ ዘመደ ፡ ዚአሃ ፡ ደቂቀ ፡ ካም ፡ ኵልክሙ ፤ ወሠሪዎ ፡ ዘርአ ፡ ካም ፡ ፯ነገሥተ ፡ አውረሰነ ፡ እግዚአብሔር ፡ ዘሀገረ ፡ ኀበ ፡ ንነብር ፡ ውስቴታ ፡ ለዓለም ፡ ንሕነ ፡ ወዘርእነ ፡ እምድኅሬነ ፤ ወበእንተ ፡ ጽዮንሂ ፡ ፈቃደ ፡ እግዚአብሔር ፡ ኮነ ፡ ወወሀቦሙ ፡ ከመ ፡ ያምልኩ ፡ ኪያሃ ፤ ወእንሰ ፡ ኢይሠውዕሂ ፡ ወኢይሰግድሂ ፡ ለጣዖትኪ ፡ ወኢይገብር ፡ ፈቃደኪ ※

ወዘንተ ፡ እንዘ ፡ ትብሎ ፡ እንዘ ፡ ታስተጣዕም ፡ ሎቱ ፡ ሰርከ ፡ ወነግሀ ፡ ሌሊተ ፡ ወመዓልተ ፡ ወውእቱኒ ፡ እንዘ ፡ የአብያ ፡ አሐተ ፡ ዕለተ ፡ ተሠነየት ፡ ወተምዕዘት ፡ ሎቱ ፡ ወተከብረት ፡ ሎቱ ፡ ወተዐበየት ፡ ሎቱ ፤ ወይቤላ ፡ ምንተ ፡ እገብር ፡ እስመ ፡ አሕሠምኪ ፡ ገጽኪ ፡ ላዕሌየ ፡ ወነጽሮትኪኒ ፡ አኮ ፡ ከመ ፡ ዘትካት ፡ ወላሕይኪኒ ፡ ኢኮነ ፡ አዳም ፡ ወሰአልኒ ፡ ዘእሁበኪ ፡ ዘትፈቅዲ ፡ ወዘእገብር ፡ ለኪ ፡

metal, and the carpenter, and the potter, and the painter, and the hewer in stone, and the sculptor; these are not gods, but the work of the hand of man, in gold, and silver, in brass and lead, in iron and earthenware, and in stone, and ye call 'our gods' the things that are not your gods. But we worship none else than the Holy God of Israel and our Lady, the holy and heavenly Zion, the Tabernacle of the Law of God, whom He hath given us to worship, us and our seed after us."

And she answered and said unto him, "Thy son hath carried away thy Lady Zion, thy son whom thou hast begotten, who springeth from an alien people into which God hath not commanded you to marry, that is to say, from an Ethiopian woman, who is not of thy colour, and is not akin to thy country, and who is, moreover, black." And Solomon answered and said unto her, "Though thou speakest thus art thou not thyself of [that race] concerning which God hath not commanded us that we should take wives from it? And thy kin is her kin, for ye are all the children of Ham. And God, having destroyed of the seed of Ham seven kings, hath made us to inherit this city, that we and our seed after us may dwell therein for ever. And as concerning Zion, the will of God hath been performed, and He hath given her unto them so that they may worship her. And as for me, I will neither sacrifice to nor worship thine idols, and I will not perform thy wish."

And though she spake in this wise unto him, and though she shewed herself gracious unto him evening and morning, and night and day, he continued to refuse her [request]. And one day she beautified and scented herself for him, and she behaved herself haughtily towards him, and treated him disdainfully. And he said unto her, "What shall I do? Thou hast made thy face evil towards me, and thy regard towards me is not as it was formerly, and thy beautiful form is not as enticing as usual. Ask

ከመ ፡ ታሠንዪ ፡ ገጽኪ ፡ ኀቤየ ፡ ከመ ፡ ዘትካት ፤ ወአርመመት ፡ ወኢያውሥአቶ ፤ ወደገመ ፡ ላቲ ፡ ቃለ ፡ ከመ ፡ ይግበር ፡ ላቲ ፡ ዘፈቀደት ፡ ወትቤሎ ፡ መሐል ፡ ሊተ ፡ በአምላከ ፡ እስራኤል ፡ ከመ ፡ ኢተሐስወኒ ፡ ወመሐለ ፡ ላቲ ፡ ከመ ፡ የሀባ ፡ ዘሰአለቶ ፡ ወከመ ፡ ይግበር ፡ ላቲ ፡ ኵሎ ፡ ዘትቤሎ ። ወአሰረት ፡ ፈትለ ፡ ለይ ፡ በመንፈቀ ፡ ኆኅታ ፡ [ለቤተ ፡]አማልክቲሃ ፡ ወአምጽአት ፡ ሠለስተ ፡ አንበጣ ፡ ወነበረት ፡ ውስተ ፡ ቤተ ፡ አማልክቲሃ ፡ ወትቤሎ ፡ ባእ ፡ ኀቤየ ፡ ዘእንበለ ፡ ትብትክ ፡ ፈትለ ፡ ለይ ፡ ደኒነከ ፡ ወቅትሎሙ ፡ ለእሉአንበጣ ፡ በቅድሜየ ፡ ወክላዕ ፡ ክሳውዲሆሙ ፤ ወገብረ ፡ ከማሁ ። ወትቤሎ ፡ አነ ፡ እገብር ፡ እምይእዜሰ ፡ ፈቃድከ ፡ እስመ ፡ ሦዕከኒ ፡ ወሰገድከኒ ፡ ለአማልክትየ ። ወውእቱሰ ፡ በእንተ ፡ ማሕላሁ ፡ ገብረ ፡ ከመዝ ፡ ከመ ፡ ኢይብላዕ ፡ ማሕላሁ ፡ ዘአምሐለቶ ፡ እንዘ ፡ ያአምር ፡ ከመ ፡ ጌጋይ ፡ ውእቱ ፡ በዊእ ፡ ውስተ ፡ ቤተ ፡ አማልክቲሃ ※

me, and I will give thee whatsoever thou wishest, and I will perform it for thee, so that thou mayest make thy face (or, attitude) gracious towards me as formerly"; but she held her peace and answered him never a word. And he repeated to her the words that he would do whatsoever she wished, and she said unto him, "Swear to me by the God of Israel that thou wilt not play me false." And he swore to her that he would give her whatsoever she asked for, and that he would do for her everything that she told him. And she tied a scarlet thread on the middle of the door of [the house of] her gods, and she brought three locusts and set them in the house of her gods. And she said unto Solomon, "Come to me without breaking the scarlet thread, bend thyself and kill these locusts before me and pull out their necks"; and he did so. And she said unto him, "I will henceforward do thy will, for thou hast sacrificed to my gods and hast worshipped them." Now he had done thus because of his oath, so that he might not break his oath which she had made him to swear, even though he knew that it was an offence (or, sin) to enter into the house of her gods.

ወእግዚአብሔርኒ ፡ አዘዞሙ ፡ ለደቂቀ ፡ እስራኤል ፡ እንዘ ፡ ይብል ፡ ኢታውስቡ ፡ እምአንስተ ፡ ባዕድ ፡ ከመ ፡ ኢትስሐቱ ፡ ቦቶን ፡ በአማልክቲሆን ፡ በእከየ ፡ ምግባሪሆን ፡ ወበጣዕመ ፡ ቃሎን ፤ እስመ ፡ ያደክማ ፡ ልበ ፡ ወራዙት ፡ የዋሃን ፡ በጣዕመ ፡ ቃሎን ፡ ድኩማት ፡ ወበሥነ ፡ ላሕዮን ፡ ይዘርዋ ፡ ጥበበ ፡ ብእሲ ፡ አብድ ። መኑ ፡ ይጠብብ ፡ እምሰሎሞን ፡ ወስሕተ ፡ በብእሲት ፤ ወመኑ ፡ ይጸድቅ ፡ እምነ ፡ ዳዊት ፡ ወስሕተ ፡ በብእሲት ፤ ወመኑ ፡ ይጸንዕ ፡ እምነ ፡ ሳምሶን ፡ ወስሕተ ፡ በብእሲት ፤ ወመኑ ፡ ይሤኒ ፡ በላሕይ ፡ እምነ ፡ አምኖን ፡ ወስሕተ ፡ በእኅቱ ፡ ትዕማር ፡ ወለተ ፡ ዳዊት ፡ አቡሁ ፤ ወአዳምኒ ፡ ቀዳሜ ፡ ልሕኵቱ ፡ ለእግዚአብሔር ፡ ወስሕተ ፡ በሔዋን ፡ ብእሲቱ ፡

Now God had commanded the children of Israel, saying, "Ye shall not marry strange women that ye may not be corrupted by them through their gods, and through the wickedness of their works and the sweetness of their voices; for they make soft the hearts of simple young men by the sweetness of their gentle voices, and by the beauty of their forms they destroy the wisdom of the foolish man." Who was wiser than Solomon? yet he was seduced by a woman. Who was more righteous than David? yet he was seduced by a woman. Who was stronger than Samson? yet he was seduced by a woman. Who was handsomer than 'Amnôn? yet he was seduced by Tamar the daughter of David his father. And Adam was the first creation of God, yet he was seduced by Eve his wife. And through

ወበይእቲ ፡ ስሕተት ፡ ተፈጥረ ፡ ሞት ፡ ላዕለ ፡ ኵሉ ፡ ፍጥረት ፤ ወይእቲ ፡ ስሕተተ ፡ ተባዕት ፡ እምአንስት ፡ ተፈጥረት ፡ እምሔዋን ፡ እስመ ፡ አዋልደ ፡ ሔዋን ፡ ኵሎን ※※※

that seduction death was created for every created thing. And this seduction of men by women was caused by Eve, for we are all the children of Eve.

፷፭ ፡ በእንተ ፡ ኀጢአተ ፡ ሰሎሞን ።

65. CONCERNING THE SIN OF SOLOMON

ወለሰሎሞንሰ ፡ ኮና ፡ ጌጋየ ፡ በእንተ ፡ ሰጊድ ፡ ለጣዖት ፡ ፈድፋደ ፡ እስመ ፡ እንዘ ፡ ጠቢብ ፡ ኮነ ፡ አብደ ፡ ወተጽሕፈ ፡ ኀጢአቱ ፡ ወስተ ፡ መጽሐፈ ፡ ነቢያቲሆሙ ። ወአውሥኡ ፡ እለ ፡ ሂየ ፡ ሊቃነ ፡ ጳጳሳት ፡ ወይቤሉ ፡ ይምሕሮኑ ፡ እግዚአብሔር ፡ ለሰሎሞን ፡ በእንተዝ ፡ ጌጋይ ፡ ዘተጽሕፈ ፡ ኀጢአቱ ※ እወ ፡ መሐሮ ፡ እግዚአብሔር ፡ ወኖለቈ ፡ ስሞ ፡ ምስለ ፡ አብርሃም ፡ ይስሐቅ ፡ ወያዕቆብ ፡ ወዳዊት ፡ አቡሁ ፡ ውስተ ፡ መጽሐፈ ፡ ሕይወት ፡ በሰማያት ፡ እስመ ፡ ሰራዪ ፡ እግዚአብሔር ፡ ለእለ ፡ አበሱ ፤ ሀቡኬ ፡ አበይኑ ፡ ለአቡሁኑ ፡ የዐቢ ፡ ኀጢአቱ ፡ ወሚመ ፡ ለወልዱ ፡ ሰሎሞን ፤ ወአቅተሎ ፡ ለኦርዮን ፡ በውስተ ፡ ፀብእ ፡ በምክረ ፡ ጕሕሉት ፡ ከመ ፡ ይንሥእ ፡ ለብእሲቱ ፡ ቤርሳቤሕ ፡ እሙ ፡ ለሰሎሞን ፡ ወነስሐ ፡ ወመሐሮ ፡ እግዚአብሔር ፤ ወእንዘ ፡ ይመውትኒ ፡ አምከሮ ፡ ለወልዱ ፡ ሰሎሞን ፡ እንዘ ፡ ይብል ፡ ቅትሎ ፡ ለኢዮአብ ፡ በከመ ፡ ቀተሎ ፡ ለአሜር ፡ ወቅትሎ ፡ ለሳሚ ፡ በእንተ ፡ ዘረገመኒ ፤ ወገብረ ፡ ፈቃደ ፡ አቡሁ ፡ ወቀተሎሙ ፡ እምድኅረ ፡ ሞተ ፡ ዳዊት ፡ አቡሁ ፤ ወሰሎሞንሰ ፡ አልቦ ፡ ዘቀተለ ፡ ዘእንበለ ፡ እኁሁ ፡ ሶበ ፡ ፈቀደ ፡ ያውስብ ፡ ብእሲተ ፡ አቡሁ ፡ ዳዊት ፡ ሰሜናዊት ፡ እንተ ፡ ስማ ፡ አቢስ ። ወበእንተሰ ፡ ዘተጽሕፈ ፡ ጌጋዩ ፡ ለሰሎሞን ፡ አነ ፡ እከሥት ፡ ለክሙ ፡ በዘ ፡ ከሠተ ፡ ሊተ ፡ እግዚአብሔር ※※※

Now Solomon sinned an exceedingly great sin through the worship of idols, and from being a wise man he became a fool, and his sin is written down in the Book of the Prophets. And the Archbishops who were there answered and said, "Hath God had mercy on Solomon for this error which is written down [as] his sin?" Yea, God hath had mercy upon him, and his name is numbered with [the names of] Abraham, Isaac, and Jacob, and David his father in the Book of Life in heaven. For God is a forgiver of those who have sinned. Come now, and consider, which was the greater of the two, the sin of his father David or the sin of his son Solomon? David caused Uriah to be slain in battle by means of a plan of deceit so that he might take his wife Bêrsâbêḥ (Bathsheba), the mother of Solomon; and he repented, and God had compassion on him. And when he was dying he advised his son Solomon, saying, "Kill Joab as he killed 'Amêr (Abner), and kill Shimei because he cursed me" [1 Kings 2, 5]; and he performed the will of his father and slew them after the death of David his father. And Solomon killed no one except his brother when he wished to marry the Samênâwît,[1 Kings 1, 3] the wife of his father David whose name was 'Abîs (Abishag). And as concerning the error of Solomon which is written down I will reveal it to you, even as God hath revealed it to me.

፷፮ ፡ በእንተ ፡ ትንቢተ ፡ ክርስቶስ ።

66. CONCERNING THE PROPHECY OF CHRIST

እስመ ፡ ሰሎሞን ፡ ብሂል ፡ በስዉር ፡ ነገር ፡ በፍካሬ ፡ ትንቢት ፡ ክርስቶስ ፡ ብሂል ። ወበከመ ፡ ሰሎሞን ፡ ሐነጸ ፡ ቤተ ፡ እግዚአብሔር ፡ ከማሁ ፡ ክርስቶስኒ ፡ አንሥአ ፡ ወረሰየ ፡ ሥጋሁ ፡ ቤተ ፡ ክርስቲያን ፤ ወበከመ ፡ ይቤሎሙ ፡ ለአይሁድ ፡ ንሥትዎ ፡ ለዝንቱ ፡ ቤት ፡ ወበሠሉስ ፡ ዕለት ፡ አሐንጾ ፡ እስመ ፡ ይቤሎሙ ፡ በእንተ ፡ ቤተ ፡ ሥጋሁ ። ወበከመ ፡ ሰሎሞን ፡ አብዝኀ ፡ አንስተ ፡ እምሕዝበ ፡ ነኪር ፡ በእንተ ፡ ሥኖን ፡ ወላሕዮን ፡ ወበአምስሎ ፡ አፍቅሮ ፡ ፍትወታት ፡ ከማሁ ፡ ክርስቶስኒ ፡ አስተጋብአ ፡ እምሕዝበ ፡ ነኪር ፡ እለ ፡ አልቦሙ ፡ ሕግ ፡ እለ ፡ አምኑ ፡ ቦቱ ፡ ዘአልቦ ፡ ቈላፊ ፡ ወአልቦ ፡ አረማዊ ፡ ወአልቦ ፡ ገብረ ፡ ወአይሁዳዊ ፡ ወአልቦ ፡ ነባሬ ፡ ወአግዓዜ ፡ ኵሎሙ ፡ አስተጋብአ ፡ ውስተ ፡ መንግሥተ ፡ ሰማያት ፡ በሥጋሁ ፡ ወደሙ ። ወበመሓልየ ፡ መሓልይሂ ፡ ለሊሁ ፡ ሰሎሞን ፡ ሐለየ ፡ እንዘ ፡ ይብል ፡ ዐራቱ ፡ ለሰሎሞን ፡ ፷ ፡ ኀያላን ፡ ዐውዳ ፡ ኵሎሙ ፡ ምሁራነ ፡ ቀትል ፡ እኁዛነ ፡ አስይፍት ፡ ብእሲ ፡ ብእሲ ፡ ዲበ ፡ መንቅዕቱ ፡ ሰይፈ ፡ ያነብር ፤ ፷ ፡ ብሂል ፡ በኍልቈ ፡ አርእስተ ፡ አበው ፡ ጻድቃን ፡ ወነቢያት ፡ ወሐዋርያት ፡ ወሰማዕት ፡ ወመሀይምናን ፡ ወቅዱሳን ፡ ወመነኮሳት ፡ እለ ፡ የአብይዎ ፡ ለኀሊና ፡ እኩይ ፡ ፀብአ ፡ ሰይጣን ፤ ወሰይፍሂ ፡ ይተረጐም ፡ ቃለ ፡ መጻሕፍት ፡ ከመ ፡ መላጼ ፡ በሊኅ ፡ ዘርቱዕ ፡ ይመትር ፡ ቃለ ፡ እግዚአብሔር ፡ ከማሁ ፡ ይመትሩ ፡ እምልቦሙ ፡ ድንጋጼ ፡ ለያልይ ፡ ዘሕልመ ፡ ሐሉት ፤ ወዐራተ ፡ ሰሎሞንሰ ፡ ምስካቡ ፡ ይተረጐም ፡ በቤተ ፡ ክርስቲያኑ ፡ ለክርስቶስ ።

ወካዕበ ፡ ሐለየ ፡ እንዘ ፡ ይብል ፡ መጾረ ፡ ገብረ ፡ ለርእሱ ፡ ንጉሥ ፡ ሰሎሞን ፤ ወዝንቱሂ ፡ ተተርጐመ ፡ ከመ ፡ ክርስቶስ ፡ ለብሰ ፡ ሥጋነ ፤

Now, according to the interpretation of prophecy, the name Solomon signified in the secret speech "Christ." And as Solomon built the house of God, so Christ raised up His Body and made it into the Church. And when He said unto the Jews, "Throw down this house, and in three days I will build it up [again]," [John 2, 10] He spake to them of the house of His Body. And as Solomon multiplied wives from alien peoples because of their beauty and winsomeness, and desires [arose] in him in his feigning love [for them], so Christ gathered together from alien peoples those who had not the Law, but who believed on Him. And there was no uncircumcised man to Him, and no pagan; and there was no slave, and no Jew, and no servant and no free man [Galatians 3, 28]; but He gathered them all into His heavenly kingdom by His Flesh and Blood. And in the Song of Songs Solomon himself sang and said, "There are sixty mighty men round about the bed of Solomon, all of them trained in war and holding swords, each man with his sword upon his thigh." [Song of Solomon 3, 7] The number sixty indicated the number of the righteous Patriarchs, and the Prophets, and the Apostles, and the Martyrs, and the Believers, and the Saints, and the Monks who have resisted the evil thought and the war of Satan. And the word "sword" is, being interpreted, the word of the Scriptures. The word of the Lord cutteth like a straight sharp razor, and in like manner the Scriptures cut from men's hearts the danger caused by lying dreams by night. And the words "bed of Solomon" are, being interpreted, the Church of Christ.

And again Solomon sang, saying, "King Solomon hath made a litter for himself," [Song of Solomon 3, 9] and these words are to be

ሰሎሞን ፡ ብሂል ፡ በነገረ ፡ ዕብራዊያን ፡ ክርስቶስ ፡ ብሂል ። ወአብዳንሰ ፡ አይሁድ ፡ ያመስልዎ ፡ ለቃለ ፡ ዳዊት ፡ ዘተብህለ ፡ በእንተ ፡ ሰሎሞን ፡ ወልዱ ፡ እግዚአብሔር ፡ ይቤለኒ ፡ ወልድየ ፡ አንተ ፡ ወአነ ፡ ዮም ፡ ወለድኩከ ። እግዚኦ ፡ ኰነኔከ ፡ ሀቦ ፡ ለንጉሥ ፡ ወጽድቅከ ፡ ለወልደ ፡ ንጉሥ ፡ ከመ ፡ ይኰንኖሙ ፡ ለሕዝብከ ፡ በጽድቅ ፡ ወለነዳያኒከኒ ፡ በፍትሕ ፡ ወየሐዩ ፡ ወይሁብዎ ፡ እምወርቀ ፡ ዐረብ ፡ ወዘልፈ ፡ ይጼልዩ ፡ በእንቲአሁ ፡ ወኵሎ ፡ አሚረ ፡ ይድኅርዎ ፡ ወይከውን ፡ ምስማከ ፡ ለኵሉ ፡ ምድር ፡ ውስተ ፡ አርእስተ ፡ አድባር ፡ ወይነውኅ ፡ እምአርዝ ፡ ፍሬሁ ፡ ወይበቍል ፡ ውስተ ፡ ሀገር ፡ ከመ ፡ ሣዕረ ፡ ምድር ፡ ወይከውን ፡ ቡሩክ ፡ ስሙ ፡ ለዓለም ፡ እምቅድመ ፡ ፀሐይ ፡ ሀሎ ፡ ስሙ ፤ ወለድኩከ ፡ እምከርሥ ፡ እምቅድመ ፡ ኮከበ ፡ ጽባሕ ፡ መሐለ ፡ እግዚአብሔር ፡ ወኢይኔስሕ ፡ አንተ ፡ ካህኑ ፡ ለዓለም ፡ በከመ ፡ ሢመቱ ፡ ለመልከ ፡ ጼዴቅ ።

ወዘንተ ፡ ወዘይመስሎ ፡ ትንቢት ፡ ዘበእንተ ፡ ክርስቶስ ፡ ዘተነበየ ፡ ዳዊት ፡ ይብሉ ፡ አብዳን ፡ ዕዉራነ ፡ ልብ ፡ አይሁድ ፡ ይቤ ፡ ዳዊት ፡ ውስተ ፡ ርእሰ ፡ መጽሐፉ ፡ በእንተ ፡ ሰሎሞን ፡ ወልዱ ፡ ዘተናገረ ፤ ዘንተ ፡ ይብሉ ፡ አይሁድ ፡ ወያመስልዎ ፡ ለክርስቶስ ፡ በሰሎሞን ፡ በመኰሴ ፡ ስም ፡ በጥበብ ፡ ወበወልደ ፡ ዳዊት ፡ በሥጋ ። ወዘንተ ፡ እምድኅረ ፡ አእመሩ ፡ እለ ፡ እምድኅረ ፡ ዳዊት ፡ ወሰሎሞን ፡ ኤልያስ ፡ ወኤልሳዕ ፡ ጸሐፉ ፡ ኀጢአቶ ፡ ለሰሎሞን ፡ ውስተ ፡ መጽሐፈ ፡ ነገሥት ፡ ከመ ፡ ያስተኀፍርዎሙ ፡ ለአይሁድ ፡ ዕዉራነ ፡ ልብ ፡ ጸራ ፡ ለጽድቅ ። ወሰሎሞንሰ ፡ ንጉሥ ፡ ወልደ ፡ ዳዊት ፡ ንጉሥ ፡ ወነቢይ ፡ ወለሊሁኒ ፡ ንጉሥ ፡ ወነቢይ ፡ ውእቱ ፡ ወበጥበብ ፡ ተነበየ ፡ ዘበእንተ ፡ ክርስቶስ ፡ ብዙኀ ፡ አምሳለ ፡ ወበእንተ ፡ ቤተ ፡ ክርስቲያን ፡ ወጸሐፈ ፡ ፬ ፡

interpreted that Christ hath put on our body. The name Solomon in the language of the Hebrews is, being interpreted, "Christ." And the foolish Jews imagine that the words of David, "The Lord said unto me, 'Thou art my son and I this day have begotten thee,'" [Psalm 2] were spoken concerning Solomon his son. "O God, give Thy judgment to the king, and Thy righteousness to the son of the king, so that he may judge thy people with righteousness and thy needy ones with justice. And he shall live and they shall give him of the gold of Arabia, and shall pray for him continually, and shall follow him [with good words], and he shall be a support for the whole earth on the tops of the mountains, and his fruit shall be greater than the cedar, and he shall flourish in the city like the grass of the earth, and his name shall be blessed for ever, and his name shall be before the sun. I have brought thee forth from the belly before the Morning Star. God hath sworn, and He will not repent, thou art His priest for ever, after the appointment of Melchizedek." [Psalms 72, 1; 110, 4]

And concerning this prophecy and others like thereunto, which David prophesied concerning Christ, the foolish Jews, who are blind of heart, say that what David said in the beginning of his book was spoken concerning his son Solomon; this do the Jews say, and they make Christ to be Solomon because of the similarity of name, and the wisdom, and because He was the Son of David in the flesh. And although those who came after David and Solomon, namely Elijah and Elisha, knew this, they ascribed Solomon's sin to him in the Book of Kings in order that they might put to shame the Jews, who are blinded in heart and the enemies of righteousness. And Solomon the King, the son of David the King and Prophet, was himself also King and Prophet, and he prophesied many similitudes concerning Christ and concerning the Church, and he wrote four books of prophecy, and is

መጽሐፈ ፡ ትንቢቱ ፡ ወተኆለቈ ፡ ምስለ ፡ አብርሃም ፡ ይስሐቅ ፡ ወያዕቆብ ፡ ወዳዊት ፡ አቡሁ ፡ በመንግሥተ ፡ ሰማያት ※

numbered with Abraham, Isaac, and Jacob, and David his father in the kingdom of the heavens.

፷ወ፯ ፡ በእንተ ፡ ብካየ ፡ ሰሎሞን ።

67. CONCERNING THE LAMENTATION OF SOLOMON

ወዘከመሂ ፡ አዕረፈ ፡ እነግረክሙ ፤ ኮነ ፡ መዋዕሊሁ ፡ ፷ ፡ ወአኀዞ ፡ ሕማም ፡ ወበከመ ፡ መዋዕለ ፡ አቡሁሰ ፡ ዳዊት ፡ ኢኮነ ፡ አላ ፡ ፳ ፡ ሐጸ ፡ እምኔሁ ፡ በእንተ ፡ ዘተአዘዘ ፡ ለአንስት ፡ ወሰገደ ፡ ለጣዖታት ። ወመጽአ ፡ መልአከ ፡ ሞት ፡ ወዘበጦ ፡ እግሮ ፡ ወበከየ ፡ ወይቤ ፡ እግዚኦ ፡ አምላከ ፡ እስራኤል ፡ እስመ ፡ ሕገ ፡ መሬታዊ ፡ ተመዋእኩ ፡ እስመ ፡ አልቦ ፡ ንጹሐ ፡ እምርስሐት ፡ በቅድሜከ ፡ እግዚኦ ፡ ወአልቦ ፡ ዘይጸድቅ ፡ ወይጠብብ ፡ በቅድሜከ ፡ እግዚኦ ፡ እስመ ፡ አንተ ፡ ትሬኢ ፡ ወትፈትን ፡ ልበ ፡ ወአልቦ ፡ ዘይሴወር ፡ እምኔከ ፡ ኅቡአተ ፡ ትሬኢ ፡ በክሡታት ፡ ወልበ ፡ ተሐትት ፡ መሐረኒ ፡ እግዚኦ ፤ ልበ ፡ ሰብእ ፡ ተኀሥሥ ፡ ወኵልያተ ፡ ትፈትን ፡ መሐረኒ ፡ እግዚኦ ፤ ዘልሑሳስ ፡ ወዘረዓም ፡ ትሰምዕ ፡ መሐረኒ ፡ እግዚኦ ፤ ወእመሰ ፡ መሐርኮሙ ፡ ለጻድቃን ፡ እለ ፡ ኢተዐደዉ ፡ እምትእዛዝከ ፡ ምንት ፡ መንክር ፡ ምሕረትከ ፡ መሐረኒ ፡ እግዚኦ ፤ አላ ፡ ሶበ ፡ ትምሕር ፡ ኪያየ ፡ ኃጥአ ፡ ውእቱኬ ፡ መንክር ፡ ወአዳም ፡ ምሕረትከ ፡ መሐረኒ ፡ እግዚኦ ፤ ሶበ ፡ አነ ፡ አበስኩ ፡ ተዘከር ፡ አብርሃም ፡ ወይስሐቅ ፡ ወያዕቆብ ፡ አበዊየ ፡ እለ ፡ ኢተዐደዉ ፡ እምትእዛዝከ ፡ መሐረኒ ፡ እግዚኦ ፤ እስመ ፡ መሐሪ ፡ ወሰራዪ ፡ አንተ ፡ እግዚኦ ፡ በእንተ ፡ ዳዊት ፡ ገብርከ ፡ መሐረኒ ፡ እግዚኦ ፤ አኃዜ ፡ ዓለም ፡ ወነገሥት ፡ ወመኳንንት ፡ መሐረኒ ፡ እግዚኦ ፤ መጥበቤ ፡ አብዳን ፡ ወማእበዴ ፡ ጠቢባን ፡ መሐረኒ ፡ እግዚኦ ፤ መያጤ ፡ ኃጥአን ፡ ወዐሳዬ ፡ ጻድቃን ፡ መሐረኒ ፡ እግዚኦ ። ወዘንተ ፡ እንዘ ፡

And now I will tell you how he died. His days were sixty [years], when a sickness attacked him. And his days were not as the days of David his father, but they were twenty [years] shorter than his, because he was under the sway of women and worshipped idols. And the angel of death came and smote him [in] the foot, and he wept and said, "O Lord God of Israel, I am conquered by the terrestrial law, for there is no one free from blemish before Thee, O Lord, and there is no one righteous and wise before Thee, O Lord. For Thou dost scrutinize and try the heart. Nothing is hidden from Thee. Thou lookest upon the hidden things [as if they were] revealed, and Thou searchest out the heart. Have mercy upon me, Lord. Thou examinest the heart of man and dost try the reins. Have mercy upon me, Lord. Thou hearest both the whisper and the thunderclap. Have mercy upon me, Lord. And if Thou hast mercy upon the righteous who have not transgressed Thy commandments, what is there wonderful in Thy mercy? Have mercy upon me, Lord. But if Thou shouldest show mercy upon me, a sinner, Thy mercy would be a marvellous and gracious thing. Have mercy upon me, Lord. And although I have sinned remember Abraham, and Isaac, and Jacob, my fathers who did not transgress Thy commandment. Have mercy upon me, Lord, for Thou art merciful and forgiving; for the sake of David Thy servant have mercy upon me, Lord. O Master of the world, and of kings and governors, have mercy upon me, Lord. O Thou who makest fools to be wise, and the wise to be fools, have mercy upon me,

ይብል ፡ ይውሕዝ ፡ አንብዑ ፡ ውስተ ፡ ገጹ ፡ ወየኀሥሥ ፡ በሰበኑ ።

ወወረደ ፡ ኀቤሁ ፡ መልአከ ፡ እግዚአብሔር ፡ ወይቤሎ ፡ ስማዕ ፡ ዘእነግረከ ፡ ዘለአከኒ ፡ እግዚአብሔር ፤ እንዘ ፡ ጠቢብአ ፡ አብደ ፡ ረሰይከ ፡ ርእሰከ ፡ ወእንዘ ፡ ባዕል ፡ አንደይከ ፡ ርእሰከ ፡ ወእንዘ ፡ ንጉሥ ፡ አኅሰርከ ፡ ርእሰከ ፡ በተዐድዎ ፡ ትእዛዘ ፡ እግዚአብሔር ፤ ወርእሳ ፡ ለእከይ ፡ በእንተ ፡ ዘአብዛኅከ ፡ አንስተ ፡ ተዐዲወከ ፡ ሕጎ ፤ ወፍትሖ ፡ ወሥርዐቶ ፡ ለእግዚአብሔር ፡ ዘጸሐፈ ፡ ሙሴ ፡ ወወሀበክሙ ፡ ለእስራኤል ፡ ከመ ፡ ኢታውስቡ ፡ እምባዕደ ፡ ፍጥረት ፡ ዘእንበለ ፡ እምዘመድክሙ ፡ ወቤተ ፡ አቡክሙ ፡ ከመ ፡ ይኩኑ ፡ ንጹሓነ ፡ ወቅዱሳነ ፡ ዘርእክሙ ፡ ከመ ፡ ይኅድር ፡ እግዚአብሔር ፡ ምስሌክሙ ፤ ወአንተሰ ፡ አስተሐቀርከ ፡ ሕገ ፡ እግዚአብሔር ፡ እንዘ ፡ ይመስለከ ፡ ዘትጠበብ ፡ እምእግዚአብሔር ፡ ወትረክብ ፡ ብዙኀ ፡ ደቂቀ ፡ ተባዕተ ። ወእበዱ ፡ ለእግዚአብሔር ፡ ይጠብብ ፡ እምጥበቢሁ ፡ ለእጓለ ፡ እመሕያው ፡ ወኢወሀበከ ፡ ዘእንበለ ፡ ፫ ፡ ደቂቅ ፡ ፩ ፡ ዘነሥአ ፡ ክብርከ ፡ ለባዕድ ፡ ወረሰየ ፡ ማኅደሮ ፡ ለእግዚአብሔር ፡ ውስተ ፡ ብሔረ ፡ ኢትዮጵያ ፡ ወ፩ ፡ ፅዉሰ ፡ እግር ፡ ዘይከውን ፡ ዲበ ፡ መንበርከ ፡ ለነገደ ፡ እስራኤል ፡ ወልደ ፡ ዘመደ ፡ ዘመድከ ፡ ተርባነ ፡ እምቤተ ፡ ይሁዳ ፤ ወ፩ ፡ ወልደ ፡ ሮማዊት ፡ አመት ፡ ዘበደኃሪ ፡ መዋዕል ፡ ይሜርዎ ፡ ለዮርብዓም ፡ ወለኵሉ ፡ ዘመድከ ፡ እስራኤል ፡ ወትከውን ፡ ሎቱ ፡ ዛቲ ፡ ምድር ፡ እስመ ፡ ለሊሁ ፡ የአምን ፡ በዘ ፡ ይመጽእ ፡ መድኅን ፤ ወነገደ ፡ ዮርብዓምሰ ፡ ወእለ ፡ ተርፉ ፡ እስራኤል ፡ ይሰቅልዎ ፡ ለዘ ፡ ይመጽእ ፡ መድኅን ፡ ወይጠፍእ ፡ ዝክርክሙ ፡ እምነ ፡ ምድር ፡ እስመ ፡ ይኄልዩ ፡ ምክረ ፡ እንተ ፡ ኢይክሉ ፡ አቅሞ ፡ ወውእቱኒ ፡ ይትመዓየሙ ፡ ወያጠፍእ ፡ ዝክሮሙ ።

Lord. O Turner of sinners and Rewarder of the righteous, have mercy upon me, Lord." And as he spake these words tears streamed down his face, and he searched for his napkin.

And the Angel of God went down to him and said unto him, "Hearken thou unto what I shall say unto thee, for the sake of which God hash sent me. From being a wise man thou hast turned thyself into a fool, and from being a rich man thou hast turned thyself into a poor man, and from being a king thou hast turned thyself into a man of no account, through transgressing the commandment of God. And the beginning of thy evil was the taking of many wives by thee, for through this thou didst transgress His Law, and His decree, and the ordinance of God which Moses wrote and gave to you, to Israel, that ye should not marry wives from alien peoples but only from your kinsfolk and the house of your fathers, that your seed might be pure and holy and that God might dwell with you. But thou didst hold lightly the Law of God, thinking that thou wast wiser than God, and that thou wouldst get very many male children. But the foolishness of God is wiser than the wisdom of men, and He hash only given thee three sons: the one who carried off thy glory into an alien land, and made the habitation of God to be in Ethiopia; the one who is lame of foot, who shall sit upon thy throne for the people of Israel, the son of the kin of thy kin from Tarbâna, of the house of Judah; and the one who is the son of a Greek woman, a handmaiden, who in the last days shall destroy Rehoboam and all thy kin of Israel; and this land shall be his because he believeth in Him that shall come, the Saviour. And the tribe of Rehoboam, and those who are left of Israel, shall crucify Him that shall come, the Redeemer, and the memory of you shall be blotted out from the earth. For they shall think out a plan which they shall not be able to establish, and He will be wroth with them and blot out the memorial of them.

ወለከሰ ፡ ይኩንከ ፡ ትእምርተ ፡ ዮሴፍ ፡ ወልደ ፡ ያዕቆብ ፡ እስመ ፡ ሤጥዎ ፡ አኀዊሁ ፡ ብሔረ ፡ ግብጽ ፡ እምሶርያ ፡ ሀገረ ፡ ላባ ፡ ወበርደቱ ፡ ብሔረ ፡ ግብጽ ፡ ኮነ ፡ ረኃብ ፡ ውስተ ፡ ሶርያ ፡ ወውስተ ፡ ኵሉ ፡ ዓለም ፡ ወበርደቱ ፡ ጸውዖሙ ፡ ለአዝማዲሁ ፡ ወአድኀኖሙ ፡ እምረኃብ ፡ ወወሀቦሙ ፡ ማኀደረ ፡ በምድረ ፡ ግብጽ ፡ እንተ ፡ ስማ ፡ ጌሤን ፡ እስመ ፡ ለሊሁ ፡ ንጉሥ ፡ እምታሕተ ፡ ፈርዖን ፡ ንጉሠ ፡ ግብጽ ። ወከማሁ ፡ ዘይመጽእ ፡ መድኀን ፡ እምዘመድከ ፡ ይሰሪ ፡ ለከ ፡ በምጽአቱ ፡ ወያወፅአከ ፡ እምሲኦል ፤ ወእስከ ፡ ይመጽእ ፡ መድኀን ፡ ትሣቀይ ፡ በህየ ፡ ምስለ ፡ አበዊከ ፡ ወያወፅአከ ፤ እስመ ፡ እምዘርእከ ፡ ይመጽእ ፡ መድኀን ፡ ዘያድኀነክሙ ፡ ለከ ፡ ወለእለ ፡ እምቅድሜከ ፡ ወለእለ ፡ እምድኅሬከ ፡ እምአዳም ፡ እስከ ፡ ምጽአቱ ፡ በዘመደ ፡ ዘመድክሙ ፡ ወያወፅአክሙ ፡ እምሲኦል ፤ በከመ ፡ አውፅኦሙ ፡ ዮሴፍ ፡ ለአዝማዲሁ ፡ እምረኃብ ፡ እስመ ፡ ቀዳሚት ፡ ሲኦል ፡ በምድረ ፡ ረኃብ ፡ ወከማሁ ፡ ያወፅአክሙ ፡ መድኀን ፡ እምሲኦል ፡ ለአዝማዲሁ ፤ ወበከመ ፡ ቀነይዎሙ ፡ ድኅረ ፡ ግብጻውያን ፡ ከማሁ ፡ ቀነዩክሙ ፡ አጋንንት ፡ በስሕተተ ፡ ጣዖት ፤ ወበከመ ፡ አውፅኦሙ ፡ ሙሴ ፡ ለአዝማዲሁ ፡ እምግብርናት ፡ ከማሁ ፡ ያወፅአክሙ ፡ መድኀን ፡ እምግብርናተ ፡ ሲኦል ፤

"And as for thee, Joseph, the son of Jacob, shall be a symbol of thee. For his brethren sold him into the land of Egypt from Syria, the country of Lâbâ (Laban), and on his going down into the land of Egypt there arose a famine in Syria and in all the world. And through his going down he called his kinsfolk and delivered them from famine and gave them a habitation in the land of Egypt, the name whereof is Gêshên (Goshen). For he himself was King under Pharaoh, King of Egypt. Similarly the Saviour Who shall come from thy seed shall set thee free by His coming, and shall bring thee out of Sheôl, where until the Saviour cometh thou shalt suffer pain, together with thy fathers; and He will bring thee forth. For from thy seed shall come forth a Saviour Who shall deliver thee, thee and those who were before thee, and those who shall [come] after thee, from Adam to His coming in the kin of your kin, and He shall make thee to go forth from Sheol as Joseph brought out his kinsfolk from the famine, that is to say the first Sheôl in the land of famine, so also shall the Saviour bring out of Sheol you who are His kinsfolk. And as afterwards the Egyptians made [the kinsmen of Joseph] slaves, so also have the devils made you slaves through the error of idols.

ወበከመ ፡ ገብረ ፡ ሙሴ ፡ ዐሠርተ ፡ ተአምራተ ፡ ወመቅሠፍታተ ፡ በቅድመ ፡ ፈርዖን ፡ ንጉሥ ፡ ከማሁ ፡ ዘይመጽእ ፡ መድኀን ፡ እምዘመድከ ፡ ይገብር ፡ ፲ ፡ ተአምራተ ፡ ለሕይወት ፡ በቅድመ ፡ ሕዝብከ ፤ ወገቢሮ ፡ ትእምርታተ ፡ ሙሴ ፡ በከመ ፡ ዘበጠ ፡ ባሕረ ፡ ወአኅለፎሙ ፡ እንተ ፡ የብስ ፡ ከማሁ ፡ ዘይመጽእ ፡ መድኀን ፡ ይነሥት ፡ አረፋቲሃ ፡ ለሲኦል ፡ ወያወፅአክሙ ፤ ወበከመ ፡ አስጠሞ ፡ ሙሴ ፡ ለፈርዖን ፡ ምስለ ፡ ግብጻውያን ፡ ውስተ ፡ ባሕረ ፡ ኤርትራ ፡ ከማሁ ፡ ያሰጥሞሙ ፡ ለሰይጣን ፡ ወለአጋንንቲሁ ፡ መድኀን ፡ ውስተ ፡ ሲኦል ፡

"And as Moses brought his kinsmen out of the servitude [of Egypt], so shall the Saviour bring you out of the servitude of Sheôl. And as Moses wrought ten miracles and punishments (or, plagues) before Pharaoh the King, so the Saviour Who shall come from thy seed shall work ten miracles for life before thy people. And as Moses, after he had wrought the miracles, smote the sea and made the people to pass over as it were on dry land, so the Saviour Who shall come shall overthrow the walls of Sheôl and bring thee out. And as Moses drowned Pharaoh with the Egyptians in

እስመ ፡ ባሕር ፡ ትተረጐም ፡ በሲኦል ፡ ወፈርዖን ፡ ይተረጐም ፡ በሰይጣን ፡ ወሰራዊቱ ፡ ግብጻዊያን ፡ ይተረጐሙ ፡ በአጋንንት ፤ ወበከመ ፡ ሴሰዮሙ ፡ መና ፡ በገዳም ፡ ዘእንበለ ፡ ጻማ ፡ ከማሁ ፡ ይሴስየክሙ ፡ መድኅን ፡ መብልዐ ፡ ገነት ፡ ዘለዓለም ፡ እምድኅረ ፡ አውፅአክሙ ፡ እምሲኦል ፤ ወበከመ ፡ አንበሮሙ ፡ በገዳም ፡ ፵ ፡ ዓመተ ፡ እንዘ ፡ ኢበልየ ፡ አልባሲሆሙ ፡ ወኢነቅዐ ፡ ሰኰናሆሙ ፡ ከማሁ ፡ መድኅን ፡ ያነብረክሙ ፡ ዘእንበለ ፡ ጻማ ፡ እምድኅረ ፡ ትንሣኤ ፤ ወበከመ ፡ አብአሙ ፡ ኢየሱስ ፡ ምድረ ፡ ርስት ፡ ከማሁ ፡ ያበውአክሙ ፡ መድኅን ፡ ውስተ ፡ ገነተ ፡ ትፍሥሕት ፤ ወበከመ ፡ ቀተሎሙ ፡ ኢየሱስ ፡ ለ፯ ፡ ነገሥተ ፡ ከነአን ፡ ከማሁ ፡ ይቀትሎሙ ፡ መድኅን ፡ ለሰብዐቱ ፡ አርእስተ ፡ አብሊስ ፤ ወከመ ፡ ሠረዎሙ ፡ ኢያሱ ፡ ለሕዝበ ፡ ከነአን ፡ ከማሁ ፡ ይሤርዎሙ ፡ መድኅን ፡ ለኃጥአን ፡ ወየኀትሞሙ ፡ ውስተ ፡ ማኅተመ ፡ ሲኦል ፤ ወበከመ ፡ አንተ ፡ ሐነጽከ ፡ ቤተ ፡ እግዚአብሔር ፡ ከማሁ ፡ ይትሐነጽ ፡ አብያተ ፡ እግዚአብሔር ፡ ውስተ ፡ አርእስተ ፡ አድባር ※※※

the Sea of Eritrea, so also shall the Saviour drown Satan and his devils in Sheôl; for the sea is to be interpreted by Sheôl, and Pharaoh by Satan, and his hosts of Egyptians by devils. And as Moses fed them [with] manna in the desert without toil, so shall the Saviour feed you with the food of the Garden (*i.e.* Paradise) for ever, after He hath brought you out from Sheôl. And as Moses made them to dwell in the desert for forty years, without their apparel becoming worn out, or the soles of their feet becoming torn, so the Saviour shall make you to dwell without toil after the Resurrection. And as Joshua brought them into the Land of Promise, so shall the Saviour bring you into the Garden of Delight. And as Joshua slew the seven Kings of Canaan, so shall the Saviour slay the seven heads of 'Iblîs. And as Joshua destroyed the people of Canaan, so shall the Saviour destroy sinners and shut them up in the fortress of Sheôl. And as thou hast built the house of God, so shall churches be built upon the tops of the mountains."

፷፰ ፡ በእንተ ፡ መድኅኒትነ ፡ ማርያም ።

68. CONCERNING MARY, OUR LADY OF SALVATION

ወካዕበ ፡ ይኩንከ ፡ ትእምርተ ፡ ከመ ፡ ይመጽእ ፡ መድኅን ፡ እምዘርእከ ፡ ወከመ ፡ ያድኅንከ ፡ ምስለ ፡ አበዊከ ፡ ወዘርእከ ፡ እምድኅሬከ ፡ በምጽአቱ ። ተፈጥረት ፡ መደኅኒትክሙ ፡ ውስተ ፡ ከርሠ ፡ አዳም ፡ ከመ ፡ ዕንቈ ፡ ባሕርይ ፡ እምቅድመ ፡ ሔዋን ፤ ወሶበ ፡ ፈጠራ ፡ ለሔዋን ፡ እምዐዕመ ፡ ገቦሁ ፡ ለአዳም ፡ ወይቤሎሙ ፡ ብዝኁ ፡ እምከርሠ ፡ አዳም ፡ ኢወዕአት ፡ ኀበ ፡ ቀየን ፡ ወአቤል ፡ አላ ፡ ኀበ ፡ ሣልስ ፡ ወዕአት ፡ እምከርሠ ፡ አዳም ፡ ወገብአት ፡ ውስተ ፡ ከርሡ ፡ ለሴት ፤

"And again, there shall be unto thee a sign that the Saviour shall come from thy seed, and that He shall deliver thee with thy fathers and thy seed after thee by His coming. Your salvation was created in the belly of Adam in the form of a Pearl before Eve. And when He created Eve out of the rib He brought her to Adam, and said unto them, 'Multiply you from the belly of Adam.' The Pearl did not go out into Cain or Abel, but into the third that went forth from the belly of Adam, and it entered into the belly of Seth. And then passing from him that Pearl went into those who were the firstborn,

ወእምኔሁ ፡ እንዘ ፡ ተሐውር ፡ ይእቲ ፡ ባሕርይ ፡ ኀበ ፡ እለ ፡ ኮኑ ፡ በኵረ ፡ በጽሐት ፡ እስከ ፡ አብርሃም ፤ ወእምነ ፡ አብርሃም ፡ ኢወፅአት ፡ ውስተ ፡ በኵሩ ፡ ይስማዔል ፡ አላ ፡ ጸንሐት ፡ ወቦአት ፡ ኀበ ፡ ይስሐቅ ፡ ንጹሕ ፤ ወእምይስሐቅኒ ፡ ኢሖረት ፡ ኀበ ፡ በኵር ፡ ዕቡይ ፡ ዔሳው ፡ አላ ፡ ቦአት ፡ ኀበ ፡ ያዕቆብ ፡ ትሑት ፤ ወእምያዕቆብ ፡ ኢቦአት ፡ ኀበ ፡ ሮቤል ፡ በኵሩ ፡ ስሑት ፡ አላ ፡ ቦአት ፡ ኀበ ፡ ይሁዳ ፡ የዋህ ፤ ወእምይሁዳኒ ፡ ኢወፅአት ፡ እስከ ፡ ይትወለዱ ፡ ፬ ፡ መአብሳን ፡ አላ ፡ ቦአት ፡ ኀበ ፡ ፋሬስ ፡ መስተዐግስ ፤ ወእምኔሁ ፡ ይእቲ ፡ ባሕርይ ፡ ሖረት ፡ ኀበ ፡ በኵር ፡ እስከነ ፡ በጽሐት ፡ ውስተ ፡ ከርሠ ፡ እሴይ ፡ አበ ፡ አቡከ ፤ ወእምዝ ፡ ጸንሐት ፡ እስከ ፡ ይትወለዱ ፡ ፮ ፡ ህርቡዳን ፡ ወእምዝ ፡ ቦአት ፡ ኀበ ፡ ሳብዓይ ፡ ዳዊት ፡ አቡከ ፡ የዋህ ፡ ወትሑት ፡ እስመ ፡ እግዚአብሔር ፡ ይጸልእ ፡ ዕቡያነ ፡ ወዝኁራነ ፡ ወያፈቅር ፡ የዋሃነ ፡ ወትሑታነ ፤ ወእምዝ ፡ ጸንሐት ፡ ውስተ ፡ ሐቌ ፡ አቡከ ፡ እስከ ፡ ይትወለዱ ፡ ፭ስሑታን ፡ ወአብዳን ፡ ወቦአት ፡ ውስተ ፡ ሐቌ ፡ ዚአከ ፡ በእንተ ፡ ጥበብከ ፡ ወልቡናከ ። ወእምዝ ፡ ጸንሐት ፡ ባሕርይ ፡ ወኢሖረት ፡ ኀበ ፡ በኵርከ ፡ እስመ ፡ ሠናያን ፡ እሙንቱ ፡ ሰብአ ፡ ሀገሩ ፡ እመ ፡ ኢክሕድዎ ፡ ወእመ ፡ ኢሰቀልዎ ፡ ከመ ፡ እስራኤል ፡ ሕዝብከ ፡ ሶበ ፡ ይሬእዩ ፡ ዘይገብር ፡ ተአምረ ፡ ዘይትወለድ ፡ እምባሕርይ ፡ እሙንቱሰ ፡ የአምኑ ፡ ቦቱ ፡ በሰሚዐ ፡ ዜናሁ ፤ ወኀበ ፡ ዘይንእስኒ ፡ ወልድከ ፡ አድራሚ ፡ ኢሖረት ፡ እስመ ፡ እሙንቱ ፡ ሰናያን ፡ እመ ፡ ኢሰቀልዎ ፡ ወእመ ፡ ኢክሕዱ ፡ ሶበ ፡ ርእዩ ፡ ዘይገብር ፡ ተአምረ ፡ ወመንክረ ፡ ዘይትወለድ ፡ እምባሕርይ ፡ ወበደኃሪ ፡ የአምኑ ፡ ቦቱ ፡ በአርድእቱ ።

and came to Abraham. And it did not go from Abraham into his firstborn Ishmael, but it tarried and came into Isaac the pure. And it did not go into his firstborn, the arrogant Esau, but it went into Jacob the lowly one. And it did not enter from him into his firstborn, the erring Reuben, but into Judah, the innocent one. And it did not go forth from Judah until four sinners had been born, but it came to Fârês (Perez), the patient one. And from him this Pearl went to the firstborn until it came into the belly of Jesse, the father of thy father. And then it waited until six men of wrath had been born, and after that it came to the seventh, David, thy innocent and humble father; for God hateth the arrogant and proud, and loveth the innocent and humble. And then it waited in the loins of thy father until five erring fools had been born, when it came into thy loins because of thy wisdom and understanding. And then the Pearl waited, and it did not go forth into thy firstborn. For those good men of his country neither denied Him nor crucified Him, like Israel thy people; when they saw Him Who wrought miracles, Who was to be born from the Pearl, they believed on Him when they heard the report of Him. And the Pearl did not go forth into thy youngest son ’Adrâmî. For those good men neither crucified Him nor denied Him when they saw the working of miracles and wonders by Him that was to be born from the Pearl, and afterwards they believed in Him through His disciples.

አላ ፡ ባሕቱ ፡ ወፅአት ፡ ባሕርይ ፡ እምከርሥከ ፡ እንተ ፡ ትከውን ፡ መድኀኒተክሙ ፡ ወቦአት ፡ ውስተ ፡ ከርሠ ፡ ኢዮርብዓም ፡ ወልድከ ፡ በእንተ ፡ እከዮሙ ፡ ለእስራኤል ፡ ሕዝብከ ፡

"Now the Pearl, which is to be your salvation, went forth from thy belly and entered into the belly of ‘Îyôrbĕ‘âm (Rehoboam) thy son, because of the wickedness of Israel thy

እስመ ፡ በክሕደቶሙ ፡ ወበ ፡ እከዮሙ ፡ ይሰቅልዎ ፤ ወሶበሰ ፡ ኢተሰቅለ ፡ እመ ፡ ኢኮነ ፡ መድኀኒትክሙ ፡ እስመ ፡ ይሰቀል ፡ ዘእንበለ ፡ ኀጢአት ፡ ወይትነሣእ ፡ ዘእንበለ ፡ ሙስና ፡ ወበእንተዝ ፡ ይወርድ ፡ ኀቤክሙ ፡ ውስተ ፡ ሲኦል ፡ ወይነሥት ፡ አረፋቲሃ ፡ ከመ ፡ ደድኅንክሙ ፡ ወያውፅእክሙ ፡ ወይምሐርክሙ ፡ ለኵልክሙ ፤ እለ ፡ ተጸውረት ፡ ባሕርይ ፡ ውስተ ፡ ከርሥክሙ ፡ ትድኅኑ ፡ ምስለ ፡ አንስቲያክሙ ፡ ወአልቦ ፡ ዘይትሀጐል ፡ እምኔክሙ ፡ እምአቡከ ፡ አዳም ፡ እስከ ፡ ዘይመጽእ ፡ ዘመድከ ፡ ኤያቄም ፡ ወእምሔዋን ፡ እምከ ፡ ብእሲቱ ፡ ለአዳም ፡ እስከ ፡ ኖኅ ፡ ወብእሲቱ ፡ ተርሚዛ ፡ እስከ ፡ ታራ ፡ ወብእሲቱ ፡ አሚንያ ፡ ወእስከ ፡ አብርሃም ፡ ወብእሲቱ ፡ ሳራ ፡ ወእስከ ፡ ይስሐቅ ፡ ወብእሲቱ ፡ ርብቃ ፡ ወእስከ ፡ ያዕቆብ ፡ ወብእሲቱ ፡ ልያ ፡ ወእስከ ፡ ይሁዳ ፡ ወመርዓቱ ፡ ትዕማር ፡ ወእስከ ፡ አቡከ ፡ ወብእሲቱ ፡ ቤርሳቤሕ ፡ ወእስከ ፡ ለሊከ ፡ ወተርባና ፡ ብእሲትከ ፡ ወእስከ ፡ ኢዮርብዓም ፡ ወልድከ ፡ ወአሚሳ ፡ ብእሲቱ ፡ ወእስከ ፡ ኢዮአቄም ፡ ዘይመጽእ ፡ ዘመድከ ፡ ወብእሲቱ ፡ ሐና ፤

ኵልክሙ ፡ እለ ፡ ጾርክምዋ ፡ ለባሕርይ ፡ አልቦ ፡ ዘይትሀጐል ፡ እምኔክሙ ፡ እምተባዕትክሙ ፡ ወእስከ ፡ አንስቲያክሙ ፡ ኢትትሀጐሉ ፡ እለ ፡ ጾርክምዋ ፡ ለባሕርይ ። እስመ ፡ ትጸወር ፡ ባሕርይ ፡ በተባዕት ፡ እለ ፡ ትከውኑ ፡ ጻድቃነ ፡ ወአንስትኒ ፡ እለ ፡ ጾራ ፡ ምጽዋረ ፡ ባሕርይ ፡ ኢይትሀጐላ ፡ እስመ ፡ ንጹሓተ ፡ ይከውና ፡ በይእቲ ፡ ባሕርይ ፡ እስመ ፡ ቅድስት ፡ ወንጽሕት ፡ ይእቲ ፡ ወባቲ ፡ ትትቄደሱ ፡ ወትነጽሑ ፤ እስመ ፡ በእንቲአሃ ፡ ወበእንተ ፡ ጽዮን ፡ ፈጠሮ ፡ ለኵሉ ፡ ዓለም ። ጽዮንሰ ፡ ነበረት ፡ ኀበ ፡ በኵርከ ፡ ወትከውን ፡ ድኅኒቶሙ ፡ ለሕዝበ ፡ ኢትዮጵያ ፡ እስከ ፡ ለዓለም ፡ ወባሕርይኒ ፡ ተጸውረት ፡ ውስተ ፡ ከርሠ ፡ አዮር ፡ በዓም ፡ ወልድከ ፡ ወትከውን ፡

people, who in their denial and in their wickedness crucified Him. But if He had not been crucified He could not have been your salvation. For He was crucified without sin, and He rose [again] without corruption. And for the sake of this He went down to you into Sheôl, and tore down its walls, that He might deliver you and bring you out, and show mercy upon all of you. Ye in whose bellies the Pearl shall be carried shall be saved with your wives, and none of you shall be destroyed, from your father Adam unto him that shall come, thy kinsman ‘Êyâḳêm (Joachim), and from Eve thy mother, the wife of Adam, to Noah and his wife Tarmîzâ, to Târâ (Terah) and his wife ’Amînyâ, and to Abraham and his wife Sârâ (Sarah), and to Isaac and his wife Rĕbḳâ (Rebecca), and to Jacob and his wife Lĕyâ (Leah), and to Yahûdâ and his bride Tĕ‘emâr (Tamar), and to thy father and his wife Bêrsâbêḥ (Bathsheba), and to thyself and Tarbânâ thy wife, and to Rehoboam thy son and his wife ’Amîsâ, and to Îyô‘aḳêm (Joachim) thy kinsman, who is to come, and his wife Ḥannâ.

"None of you who shall have carried the Pearl shall be destroyed, and whether it be your men or your women, those who shall have carried the Pearl shall not be destroyed. For the Pearl shall be carried by the men who shall be righteous, and the women who have carried the Pearl shall not be destroyed, for they shall become pure through that Pearl, for it is holy and pure, and by it they shall be made holy and pure; and for its sake and for the sake of Zion He hath created the whole world. Zion hath taken up her abode with thy firstborn and she shall be the salvation of the people of Ethiopia for ever; and the Pearl shall be carried in the belly of ’Ayôrbĕ‘âm (Rehoboam) thy son, and shall be the saviour of all the world. And when the appointed time

መድኀኒት ፡ ለኵሉ ፡ ዓለም ፤ እስመ ፡ አመ ፡ በጽሐ ፡ ዕድሜሁ ፡ ትትወለድ ፡ እምዘርእከ ፡ ይእቲ ፡ ባሕርይ ፡ እስመ ፡ ንጽሕት ፡ ፈድፋደ ፡ ምስብዒተ ፡ እምነ ፡ ፀሐይ ፤ ወይመጽእ ፡ መድኅን ፡ እመንበረ ፡ መለኮቱ ፡ ወየኀድር ፡ ላዕሌሃ ፡ ወይለብስ ፡ ሥጋሃ ፤ ወአሚሃኒ ፡ ለሊከ ፡ ትዜንዋ ፡ ይቤለኒ ፡ እግዚእየ ፡ ወእግዚእከ ።

አነ ፡ ገብርኤል ፡ መልአክ ፡ ዐቃቢክሙ ፡ ለእለ ፡ ትጸውርዋ ፡ ለባሕርይ ፡ እምከርሠ ፡ አዳም ፡ ወእስከ ፡ ከርሠ ፡ ሐና ፡ ከመ ፡ እክላእክሙ ፡ እምግብርናት ፡ ወርኵስ ፡ ኀበ ፡ ተኀድር ፡ ባሕርይ ፤ ወሚካኤልኒ ፡ ተአዘዘ ፡ ኀበ ፡ ጽዮን ፡ ከመ ፡ ይመግባ ፡ በኵሉ ፡ ኀበ ፡ ሖረት ፤ ወኡርያልኒ ፡ ይሜግብ ፡ ዕፀ ፡ ሳቤቅ ፡ እንተ ፡ ትከውን ፡ መስቀሎ ፡ ለመድኅን ። ወአመ ፡ ሰቀልዎበቅንአቶሙ ፡ ሕዝብከ ፡ ሀለሙ ፡ ይድብይዎ ፡ ለመስቀሉ ፡ እምብዝኀ ፡ ተአምራት ፡ ዘይከውን ፡ ቦቱ ፡ ወየኀፍሩ ፡ ርኢዮሙ ፡ መንክራቲሁ ፡ ወበደኃሪ ፡ ይነሥእ ፡ ለዕፀ ፡ መስቀል ፡ ዘርእ ፡ አድራሚስ ፡ ወልድከ ፡ ፫መድኀኒተ ፡ ዘተፈነወ ፡ ዲበ ፡ ምድር ። ሚካኤል ፡ መልአክ ፡ ኀበ ፡ ጽዮን ፡ ምስለ ፡ ዳዊት ፡ ወልድከ ፡ በኵርከ ፡ ዘነሥአ ፡ መንበረ ፡ ዳዊት ፡ አቡከ ፤ ወአነ ፡ ኀበ ፡ ባሕርይ ፡ ንጽሕት ፡ ለዘ ፡ ይነግሥ ፡ እስከ ፡ ለዓለም ፡ ኀበ ፡ ኢዮርብዓም ፡ ወልድከ ፡ ማእከላዊ ፤ ወኡርኤል ፡ መልአክ ፡ ኀበ ፡ አድራሚ ፡ ወልድከ ፡ ዘይንእስ ። ዘንተ ፡ ነገርኩከ ፡ ወኢታሕዝን ፡ ልበከ ፡ በእንተ ፡ መድኀኒትከ ፡ ወበእንተ ፡ መድኀኒተ ፡ ደቂቅከ ※

ወዘንተ ፡ ሶበ ፡ ሰምዐ ፡ ተኀየለ ፡ በውስተ ፡ ምስካቡ ፡ ወሰገደ ፡ ለመልአክ ፡ እግዚአብሔር ፡ ወይቤ ፡ አአኵቶ ፡ ለእግዚአብሔር ፡ ለእግዚእየ ፡ ወለእግዚእከ ፡ አብርሃናዊ ፡ መንፈሳዊ ፡ ዘአስማዕከኒ ፡ ቃለ ፡ ዘያስተፈሥሐኒ ፡ ዘኢይሜቅሖሳ ፡ ለነፍስየ ፡ በእንተ ፡ አበሳየ ፡ እምርስተ ፡ አበውየ ፡ ዘተወክፈ ፡ ንስሓየ ፡ እምድኅረ ፡ ምንዳቤየ ፡ ዘነጸረ ፡ አንብዕየ ፡

hath come this Pearl shall be born of thy seed, for it is exceedingly pure, seven times purer than the sun. And the Redeemer shall come from the seat of His Godhead, and shall dwell upon her, and shall put on her flesh, and straightway thou thyself shalt announce to her what my Lord and thy Lord speaketh to me.

"I am Gabriel the Angel, the protector of those who shall carry the Pearl from the body of Adam even to the belly of Ḥannâ, so that I may keep from servitude and pollution you wherein the Pearl shall dwell. And Michael hath been commanded to direct and keep Zion wheresoever she goeth, and Uriel shall direct and keep the wood of the thicket which shall be the Cross of the Saviour. And when thy people in their envy have crucified Him, they shall rush upon His Cross because of the multitude of miracles that shall take place through it, and they shall be put to shame when they see its wonders. And in the last times a descendant of thy son 'Adrâmîs shall take the wood of the Cross, the third [means of] salvation that shall be sent upon the earth. The Angel Michael is with Zion, with David thy firstborn, who hath taken the throne of David thy father. And I am with the pure Pearl for him that shall reign for ever, with Rehoboam thy second son; and the Angel Uriel is with thy youngest son 'Adrâmî[s]. This have I told thee, and thou shalt not make thy heart to be sad because of thine own salvation and that of thy son."

And when Solomon had heard these words, his strength came [back] to him on his bed, and he prostrated himself before the Angel of God, and said, "I give thanks unto the Lord, my Lord and thy Lord, O thou radiant being of the spirit, because thou hast made me to hear a word which filleth me with gladness, and because He doth not cut off my soul from the inheritance of my father because of my sin,

ወሰምዐ ፡ ገዓርየ ፡ ዘርእየ ፡ ምንዳቤየ ፡ ወኢኀደገኒ ፡ ትኩዝየ ፡ እሞት ፡ አላ ፡ አስተፈሥሐኒ ፡ ዘእንበለ ፡ ትፃእ ፡ ነፍስየ ፡ እምሥጋየ ፤ እምይእዜሰ ፡ ኢያሐዝነኒ ፡ መዊት ፡ ወአፈቅሮ ፡ ከመ ፡ ሕይወት ፡ እምይእዜሰ ፡ እሰርቦ ፡ ለጽዋዐ ፡ ሞት ፡ መሪር ፡ ከመ ፡ መዓር ፡ እምይእዜሰ ፡ አፈቅራ ፡ ለመቃብር ፡ ከመ ፡ ማኅደር ፡ ዘበ ፡ አፍራጽ ። ወእመኒ ፡ ወረድኩ ፡ ወተወረውኩ ፡ ውስተ ፡ ሲኦል ፡ በእንተ ፡ አበሳየ ፡ ኢያሐዝነኒ ፡ እስመ ፡ ሰማዕኩ ፡ ቃለ ፡ ዘያስተፈሥሐኒ ፤ ወእመኒ ፡ ወረድኩ ፡ ውስተ ፡ መትሕተ ፡ ታሕቲት ፡ መዓምቅተ ፡ ሲኦል ፡ ዘበእንተ ፡ አበሳየ ፡ ሚላዕሌየ ፤ ወእመኒ ፡ ጠሰየኒ ፡ ውስተ ፡ እዴሁ ፡ ወዘረወኒ ፡ እስከ ፡ አጽናፈ ፡ ምድር ፡ ወውስተ ፡ ነፋሳት ፡ በእንተ ፡ አበሳየ ፡ ኢያሐዝነኒ ፡ እስመ ፡ ሰማዕኩ ፡ ቃለ ፡ ዘያስተፈሥሐኒ ፡ ዘኢመቄሳ ፡ ለነፍስየ ፡ እምርስተ ፡ አበዊየ ፤ ወትከውን ፡ ነፍስየ ፡ ምስለ ፡ ነፍሰ ፡ ዳዊት ፡ አቡየ ፡ ወምስለ ፡ ነፍሰ ፡ አብርሃም ፡ ወይስሐቅ ፡ ወያዕቆብ ፡ አበዊየ ፡ ወይመጽእ ፡ መድኅን ፡ ወያወፅአነ ፡ እምሲኦል ፡ ምስለ ፡ ኵሎሙ ፡ አበዊየ ፡ ወአዝማድየ ፡ ቀደምት ፡ ወደኅርት ፡ ወለደቂቅየኒ ፡ በዲበ ፡ ምድር ፡ ፫መላእክት ፡ ኀያላን ፡ እለ ፡ የዐቅብዎሙ ፤ ረከብኩ ፡ መንግሥተ ፡ ሰማያት ፡ ወረከብኩ ፡ መንግሥተ ፡ ምድር ። መኑ ፡ ከመ ፡ እግዚአብሔር ፡ መሓሪ ፡ ዘይምሕር ፡ ወይምሕክ ፡ ተግባሮ ፡ ዘይሰሪ ፡ አበሳ ፡ ለመአብሳን ፡ ወኢያጠፍእ ፡ ዝክረ ፡ ነሳሕያን ፤ እስመ ፡ ኵለንታሁ ፡ ስርየት ፡ ወኵለንታሁ ፡ ምሕረት ፡ ወሎቱ ፡ ይደሉ ፡ ስብሐት ፡ አሜን ※ ※ ※

and because my repentance hath been accepted after mine affliction, and because He hath regarded my tears, and hath heard my cry of grief, and hath looked upon my affliction, and hath not let me die in my grief, but hath made me to rejoice before my soul shall go forth from my body. Henceforward [the thought of] dying shall not make me sorrowful, and I will love death as I love life. Henceforward I will drink of the bitter cup of death as if it were honey, and henceforward I will love the grave as if it were an abode of costly gems. And when I have descended and have been thrust down deep into Sheôl because of my sins, I shall not suffer grief, because I have heard the word which hath made me glad. And when I have gone down into the lowest depth of the deepest deep of Sheôl, because of my sins, what will it matter to me? And if He crush me to powder in His hand and scatter me to the ends of the earth and to the winds because of my sins, it will not make me sorrowful, because I have heard the word that hath made me to rejoice, and God hath not cut my soul off from the inheritance of my fathers. And my soul shall be with the soul of David my father, and with the soul of Abraham, and Isaac, and Jacob my fathers. And the Saviour shall come and shall bring us out from Sheôl with all my fathers, and my kinsmen, old and young. And as for my children, they shall have upon earth three mighty angels to protect them. I have found the kingdom of the heavens, and the kingdom of the earth. Who is like unto God, the Merciful, Who showeth mercy to His handiwork and glorifieth it, Who forgiveth the sins of the sinners and Who doth not blot out the memorial of the penitent? For His whole Person is forgiveness, and His whole Person is mercy, and to Him belongeth praise." Amen.

፷፱ ፡ በእንተ ፡ ስእለተ ፡ ሰሎሞን ።

69. CONCERNING THE QUESTION OF SOLOMON

ወተመይጠ ፡ ወአንቃዕደወ ፡ ኀበ ፡ መልአክ ፡ ወሰፍሐ ፡ ክልኤሆን ፡ እደዊሁ ፡ ወይቤ ፡ እግዚኦ ፡ ቀርበኑ ፡ ምጽአቱ ፡ ለመድኀን ፡ ዘትቤ ፡ ወሚመ ፡ ርሑቅኑ ። አውሥአ ፡ መልአክ ፡ ወይቤሎ ፡ በ፴ወ፫ ፡ ትውልድ ፡ እምዘመድከ ፡ ወእምዘርእከ ፡ ይመጽእ ፡ ወያድኅነክሙ ፤ ወእስራኤልሰ ፡ ይጸልኡ ፡ መድኅኒቶመ ፡ ወይቀንኡ ፡ ላዕሌሁ ፡ በዘገብረ ፡ ተአምረ ፡ ወመንክረ ፡ በቅድሜሆሙ ፡ ወይሰቅልዎ ፡ ወይቀትልዎ ፡ ወይትነሣእ ፡ ወያድኅነክሙ ፤ እስመ ፡ መሓሪ ፡ ውእቱ ፡ ለነሳሕያን ፡ ወኄር ፡ ለኅሩያኒሁ ፤ ወናሁ ፡ ነገርኩክሙ ፡ ጥዩቀ ፡ ከመ ፡ ኢየኀድገክሙ ፡ ውስተ ፡ ሲኦል ፡ ለዘመዱ ፡ እስራኤል ፡ እለ ፡ ተጸውረት ፡ ባሕርይ ፡ ኀቤክሙ ።

ወዘንተ ፡ ብሂሎ ፡ መልአከ ፡ እግዚአብሔር ፡ ይቤሎ ፡ ሰላም ፡ ለከ ። ወአውሥአ ፡ ሰሎሞን ፡ ወይቤሎ ፡ ብቍዐኒ ፡ እግዚእየ ፡ አሐተ ፡ እስአለከ ፡ ወኢትትሀየየኒ ፡ ገዓርየ ። ወይቤሎ ፡ በል ፡ ተሰአለኒ ፡ ወአነ ፡ አየድዐከ ፡ ዘሰማዕኩ ፡ ወዘርኢኩ ። ወይቤሎ ፡ ሰሎሞን ፡ ባሕቱ ፡ አሐዝን ፡ በእንተ ፡ እስራኤል ፡ ሕዝቡ ፡ እለ ፡ ኀረየ ፡ እምኵሉ ፡ በትረ ፡ ርስቱ ፡ ቀዳሚ ፡ በኵሩ ፤ ትቤለኒ ፡ ይጠፍኡ ፡ እምድኅረ ፡ መጽአ ፡ መድኅን ። ወካዕበ ፡ አውሥአ ፡ መልአከ ፡ እግዚአብሔር ፡ ወይቤሎ ፡ እወ ፡ ነገርኩከ ፡ ከመ ፡ ይሰቅልዎ ፡ ለመድኅን ፡ ወሶበ ፡ ከዐዉ ፡ ደሞ ፡ በዲበ ፡ ዕፀ ፡ መስቀል ፡ ይከውኑ ፡ ዝርዋነ ፡ ውስተ ፡ ኵሉ ፡ ዓለም ። ወይቤ ፡ ሰሎሞን ፡ እበክዮሙ ፡ ለሕዝብየ ፤ አሌሎሙ ፡ ለሕዝብየ ፡ እለ ፡ ዘልፈ ፡ ያምዕዑ ፡ ፈጣሪሆሙ ፡ እምቀዳሚ ፡ ወእስከ ፡ ደኃሪ ፡ አነ ፡ ወእለ ፡ እምቅድሜየ ፡ ወኢይደሉ ፡ ከመ ፡ ይምሐሩነ ፡ በእንተ ፡ እከየ ፡ ምግባሪነ ፡ እስመ ፡ ትውልድ ፡ ዘአልብነ ፡ አሚነ ፤ አሌሎሙ ፡

And Solomon turned and looked at the Angel and stretched out both his hands, and said, "My lord, is the coming of the Saviour of which thou speakest near or far off?" And the Angel answered and said unto him, "He will come three and thirty generations from thy kin and from thy seed and will deliver you. But Israel will hate their Saviour, and will be envious of Him because He will work signs and miracles before them. And they will crucify Him, and will kill Him, and He shall rise up again and deliver them, for He is merciful to the penitent and good to those who are His chosen ones. And behold, I tell you plainly that He will not leave in Sheôl His kinsmen of Israel by whom the Pearl hath been carried."

And when the Angel of God had spoken these words unto Solomon, he said unto him, "Peace be unto thee." And Solomon answered and said unto him, "My lord, I beseech thee, I would ask thee one question; be not unheedful of my cry." And the Angel said unto him, "Speak, ask me thy question, and I will make thee to know what I have heard and seen." And Solomon said unto him, "Now I am grieved because of Israel, His people, whom He hath chosen as His firstborn from among all the ancient tribes of His inheritance; tell me, will they be blotted out after the coming of the Saviour?" And the Angel of God answered him again and said unto him, "Yea, I have told thee that they will crucify the Saviour. And when they have poured out His blood on the wood of the Cross they shall be scattered all over the world." And Solomon said, "I weep for my people. Woe to my people! who from first to last have always provoked their Creator to wrath. I and those who have been before me are unworthy to

እለ ፡ ይክዕዉ ፡ ደመ ፡ ንጹሐ ፡ ወእለ ፡ ይጠቅሉ ፡ ጻድቀ ፡ ወይትካፈሉ ፡ በርበራቲሁ ፡ ወኢየአምኑ ፡ በቃሉ ፡ ወኢየሐውሩ ፡ በትእዛዙ ፤ ጽኑሕ ፡ ደይኖሙ ፡ ወንቡር ፡ ጌጋዮሙ ፡ ዐቢይ ፡ መቅሠፍቶሙ ፡ ወጽኑሕ ፡ ኀጢአቶሙ ፡ ወኢይሰረ ፡ ሎሙ ፡ ወያዜክሩ ፡ ኀጢአተ ፡ አበዊሆሙ ፡ እስመ ፡ ምግባሮሙ ፡ ኀጢአት ፡ ወይትሀጐሉ ፡ በዘመከሩ ፡ ለሊሆሙ ፤ ወባሕቱሰ ፡ አሌላ ፡ ለነፍስየ ፡ እስመ ፡ ከበርኩ ፡ አኀስር ፡ በሞትየ ፡ ወተጠበብኩ ፡ በዲበ ፡ ምድር ፡ ወእከውን ፡ ሐመደ ። ምንት ፡ ኀይስናሁ ፡ ለንጉሥ ፡ ለእመ ፡ ኢገብረ ፡ ሠናየ ፡ በዲበ ፡ ምድር ፡ ምስለ ፡ ነዳያን ፤ አሐቲ ፡ ድቀቶሙ ፡ ውስተ ፡ መቃብር ፡ ወአሐቲ ፡ ፍኖቶሙ ፡ ውስተ ፡ መዓምቅት ፤ ምንት ፡ በቍዔትነ ፡ ለሰብእ ፡ እስመ ፡ በከ ፡ ተፈጠርነ ፡ ወእምድኅረ ፡ ንስቲት ፡ ንከውን ፡ ከመዘ ፡ ኢተፈጠርነ ፤ እስመ ፡ ጢስ ፡ እስትንፋስነ ፡ ለእመ ፡ አርመመት ፡ ሕቀ ፡ ተኀልፍ ፡ ነፍስነ ፡ ወቃለ ፡ ቀለምጽጽ ፡ ልብነ ፡ ዘይትሐወስ ፡ ውስተ ፡ ኀሊናነ ፡ እምከመ ፡ ኀለፈት ፡ ንከውን ፡ ሐመደ ፡ ወያስቆርሩነ ፡ ፍቁራኒነ ፡ ወማኅፈርነ ፤ ወአእምሮ ፡ ኀሊናነ ፡ ዘመልዕልተ ፡ ርእስነ ፡ እምከመ ፡ ተክዕወት ፡ ነፍስነ ፡ ንከውን ፡ ዕፄ ፡ ወጺአተ ፤ ወሙቀተ ፡ ሥጋነ ፡ እምከመ ፡ ኀለፈት ፡ ከመ ፡ ወኢምንትኒ ፡ ንከውን ፡ ወከመ ፡ ሳሕወ ፡ ደመና ፡ ነኀልፍ ። ምንተኬ ፡ አብዝኆ ፡ ነቢብኒ ፡ ኢይበቍዕ ፡ ወሥነ ፡ ላሕይኒ ፡ ይትሀጐል ፡ ወጽንዐ ፡ ነገሥትኒ ፡ ይጠፍእ ፡ ወኀይለ ፡ መኳንንትኒ ፡ ይትሀጐል ፡ ወኢይትረከብ ፤ ወኵልነ ፡ ከመ ፡ ጽላሎት ፡ ነኀልፍ ፡ ወእምድኅረ ፡ ኀለፍነ ፡ በሞት ፡ ይትረሳዕ ፡ ስምነ ፡ ወኢይትረከብ ፡ አሠርነ ፤ እምድኅረ ፡ ፫ ፡ ትውልደ ፡ ደቂቅነ ፡ አልቦ ፡ ዘይዜክር ፡ ስምነ ።

have mercy shown unto us because of the evil of our works, for we are a faithless generation. Woe unto those who shall pour out innocent blood, and calumniate the righteous man, and divide his spoil, and who neither believe on His word nor walk in His Commandment! Their judgement is waiting, and their error abideth; great is their punishment. And their sin is waiting, and it shall never be forgiven to them, and the sin of their fathers shall be remembered; for their work was sin, and they shall be destroyed by that which they themselves have imagined. And woe also unto my soul! for I who have been honoured shall on my death be treated with contempt; and I who have been renowned for wisdom upon the earth shall become dust. In what way is the king superior if he hath not done good upon the earth to the poor? Their falling into the grave is the same, and their path in the deep is the same. Of what benefit (or, use) are we who are men? We are created in vain, and after a little time we become as if we had never been created. As for the breath which we breathe, if it cease for a short time, our soul passeth away, and if the beat of the spark of our heart which moveth in our mind passeth away we become dust, and our friends and acquaintances hold us to be a loathsome thing. And the understanding of our mind which is above [in] our heads [is destroyed] when our soul is poured out, and we become worms and filth; and when the heat of our body hath passed away we become nothingness and we pass away like the dissolving of a cloud. What then? To multiply speech is useless, and the goodliness of the stature is destroyed, and the strength of kings is blotted out, and the might of governors is destroyed and is no more found. And we all pass away like shadows, and when we have passed away in death our name is forgotten, and the trace of us cannot be found; after three generations of our children there is none who will remember our name."

ወሶቤሃ ፡ አንጸረ ፡ ገጾ ፡ ኀበ ፡ ዮርብዓም ፡ ወልዱ ፡ ወይቤሎ ፡ ወልድየ ፡ ተዐገሣ ፡ ለእኪት ፡ ወግበራ ፡ ለሠናይት ፡ ከመ ፡ ትርከብ ፡ ብዙኀ ፡ መዋዕለ ፡ በዲበ ፡ ምድር ፤ ወኢትስግድ ፡ ለአማልክት ፡ ባዕድ ፡ ወኢታምልኮሙ ፡ አላ ፡ ባሕቱ ፡ እግዚአብሔር ፡ ፍራህ ፡ ወአክብሮ ፡ ከመ ፡ ትማእ ፡ ፀረከ ፡ ወጸላእተከ ፡ ወበሰማያትኒ ፡ ከመ ፡ ትረስ ፡ ማኅደረ ፡ አበዊከ ፡ ወትረስ ፡ ሕይወተ ፡ ዘለዓለም ። ወይቤ ፡ ጸሐፉ ፡ ሊተ ፡ ውስተ ፡ መጽሐፈ ፡ ጡማር ፡ ወአንብራ ፡ ውስተ ፡ ቀማጥር ። ወይቤሎ ፡ ለሳዶቅ ፡ ካህን ፡ ቅብእ ፡ ወአንግሦ ፡ ለወልድየ ፤ በከመ ፡ አንገሠኒ ፡ አቡየ ፡ ዳዊት ፡ እግዚእየ ፡ እንዘ ፡ ሕያው ፡ አነሂ ፡ አነግሦ ፡ ለወልድየ ፡ ኢዮርብዓም ፡ ወይኩን ፡ ዘርኡ ፡ መድኀኒትየ ፡ ሊተ ፡ ወለአበውየ ፡ እስከ ፡ ለንለም ፡ በከመ ፡ ነገረኒ ፡ መልአከ ፡ እግዚአብሔር ※ ※ ※

And straightway he turned his face to Rehoboam his son, and he said unto him, "O my son, withhold thyself from evil and do the things that are good, so that thou mayest find many days upon earth. And do not bow down to strange gods, and do not worship them, but fear and honour God only, so that thou mayest conquer thy foes and thy adversaries, and mayest inherit the habitation of thy father in the heavens, and also eternal life." And he said unto him, "Write me in the roll of the Book, and lay it in the chest." And he said unto Zadok the priest, "Anoint my son and make him king. As my father David, my lord, made me king whilst he was alive, even so do I make my son Rehoboam king. And his seed shall be the salvation of myself and of my fathers for ever, according to what the Angel of the Lord spake unto me."

፸ ፡ በእንተ ፡ ዘነግሠ ፡ ሮብዓም ።

70. HOW REHOBOAM REIGNED

ወእምዝ ፡ ነሥአ ፡ ሳዶቅ ፡ ካህን ፡ ወአንገሦ ፡ ወቀብኦ ፡ ወገብረ ፡ ሎቱ ፡ ዘበሕጉ ፡ ወአንበረ ፡ ዕፀ ፡ ዲበ ፡ ደብተራ ፡ ወረከቦ ፡ በስመ ፡ አቡሁ ፡ ሰሎሞን ፡ ወአጽዐንዎ ፡ ዲበ ፡ በቅለ ፡ ንጉሥ ፡ ወይቤልዎ ፡ ባሕ ፡ ሕያው ፡ አበ ፡ ነጋሢ ፤ ወደምፀት ፡ ሀገር ፡ ወተነፍሐ ፡ ቀርን ። ወዘእንበለ ፡ ይግባእ ፡ ኀበ ፡ አቡሁ ፡ አዕረፈ ፡ ሰሎሞን ፤ ወወሰክዎ ፡ ኀበ ፡ መቃብረ ፡ አቡሁ ፡ ዳዊት ፡ ወላሐውዎ ፡ ለሰሎሞን ፡ ዐቢየ ፡ ላሐ ፡ እስመ ፡ አልቦ ፡ ዘተረክበ ፡ ዘከማሁ ፡ በጥበብ ፡ በውእቱ ፡ መዋዕል ※

Then Zadok the priest took Rehoboam and made him king, and he anointed him and performed for him whatsoever the Law demanded. And Rehoboam laid a tablet of wood upon the Tabernacle, and he found it with the name of his father Solomon [written upon] it, and then they set him upon the king's mule, and said unto him, "All hail! Long live the royal father!" and the city resounded with cries, and the trumpet was blown. And before Rehoboam could return to his father Solomon died. And they laid Solomon in the tomb of his father David, and they mourned for him with great mourning, for there was not found his like in wisdom in those days.

ወእምድኅረ ፡ ኀለፈ ፡ ሰቡዐ ፡ መዋዕለ ፡ አንገፍዎ ፡ ላሐ ፡ አቡሁ ፡ ለዮርብዓም ፤ ወተጋብኡ ፡ ሕዝበ ፡ እስራኤል ፡ ኀበ ፡

And when seven days had passed Rehoboam made the mourning for his father to cease. And the people of Israel gathered themselves

ዮርብዓም ፡ ወይቤልዎ ፡ አቅልል ፡ ለነ ፡ ግብረ ፡ እስመ ፡ አቡከ ፡ አክበደ ፡ ለነ ፡ በሐጢበ ፡ ዕፀ ፡ ወበውቅረተ ፡ እብን ፡ ወበአቅሞ ፡ ሰረገላ ፡ ለአርውጾ ፡ ዕፀ ፡ ቄድሮስ ። ወመከረ ፡ ምስለ ፡ መማክርት ፡ ወመላህቅት ፡ ዘቤተ ፡ ንጉሥ ፡ ወይቤልዎ ፡ አውሥአሙ ፡ ሠናየ ፡ እስመ ፡ አንተ ፡ ይእዜ ፡ ከመ ፡ ሕፃን ፡ ዘኢያጽንዐ ፡ ሐቌሁ ፡ ለሐዊር ፤ ወይእዜሰ ፡ ተናገሮሙ ፡ ሠናየ ፡ ወበሎሙ ፡ እገብር ፡ ለክሙ ፡ ኵሎ ፡ ዘትፈቅዱ ፤ ወእምከመ ፡ ጸንዐት ፡ እዴከ ፡ ላዕሌሆሙ ፡ ትገብር ፡ ሕዝበከ ፡ ዘፈቀድከ ። ወአውፅአሙ ፡ ለመላህቅቲሁ ፡ ወአብአሙ ፡ ለዕደው ፡ ዕንቡዛን ፡ እለ ፡ ተሐፅኑ ፡ ምስሌሁ ፡ ወመከረ ፡ ምስሌሆሙ ፡ ወነሮሙ ፡ ዘለአኩ ፡ ሎቱ ፡ ቤተ ፡ እስራኤል ፡ ወዘከመሂ ፡ አምከርዎ ፡ መላህቅተ ፡ ቤተ ፡ ንጉሥ ። ወይቤልዎ ፡ እሙንቱ ፡ ዕንቡዛን ፡ አረጋዊ ፡ ይገብር ፡ ምክረ ፡ አእሩግ ፡ ወልሂቅ ፡ ይገብር ፡ ምክረ ፡ ልሂቃን ፡ ወርሡእሂ ፡ ይገብር ፡ ምክረ ፡ ርሡኣን ፡ ወወሬዛሰ ፡ ዘከማከ ፡ ይገብር ፡ ምክረ ፡ ወራዙት ፡ ዘከማሁ ፡ ወእሉኒ ፡ ርሡኣን ፡ ደክሙ ፡ ሐቌሆሙ ፡ ከመ ፡ ሕፃን ፡ ዘኢይክል ፡ ሐዊረ ፤ ወበዝንቱስ ፡ ነገር ፡ ዘትብል ፡ መኑ ፡ የአቢ ፡ ትእዛዘ ፡ እግዚእነ ፡ ንጉሥ ፤ ወቦ ፡ እምኔሆሙ ፡ ዘይሰርር ፡ በቅድመ ፡ ዮርብዓም ፡ ወቦእምኔሆሙ ፡ ዘይመልኆ ፡ ሰይፎ ፡ ወቦእምኔሆሙ ፡ ዘይቀልብ ፡ ረምሐ ፡ ወቦ ፡ ዘይእኅዝ ፡ ቀስቶ ፡ ወምጕንጳሁ ። ወሶበ ፡ ፈጸሙ ፡ ተውኔቶሙ ፡ አምከርዎ ፡ ወይቤልዎ ፡ እግዚእነ ፡ እንዘ ፡ ንሕነ ፡ ምስሌከ ፡ ወአንተ ፡ ምስሌነ ፤ ወአቡከኒ ፡ በጥበብ ፡ ወሀበከ ፡ ኪያነ ፡ ደቂቀ ፡ ምሁራነ ፡ ፀብእ ፡ እስራኤል ፡ ከመ ፡ ንልሀቅ ፡ ምስሌከ ፡ ከመ ፡ ትጽናዕ ፡ መንግሥትከ ፡ እምድኅሬሁ ፤ ወአንተሰ ፡ እግዚእነ ፡ ኢታርእዮሙ ፡ ገጸ ፡ ሕመቅ ፡ ለእሙንቱ ፡ ሕዝብ ፡ ከመ ፡ ኢያምስሉከ ፡ ድኩመ ፡ ወዘኢትክል ፡ ገቢረ ፡ ፀብእ ፡ ላዕሌሆሙ ፡ ወላዕለ ፡ ፀርከ ፡ ወእመሰ ፡ ርእዩ ፡ ለነ ፡ ገጸ ፡ ድካም ፡ በቃል ፡

together to Rehoboam, and they said unto him, "Lighten for us [our] labour, for thy father made it very heavy in the hewing of wood, and in the dressing of stone, and in making wagons for bringing down cedarwood." And Rehoboam took counsel with the councillors and the elders of the house of the king, and they said unto him, "Answer them graciously. For at this present thou art like a young animal and thy loins are not able to bear the yoke. And now, speak unto them graciously, and say unto them, 'I will do for you everything ye wish.' And when thy hand hath gotten power over them thou canst do with thy people what thou wishest." And Rehoboam drove out the elders and brought in the foolish young men who had been brought up with him, And he took counsel with them, and told them of the message which the house of Israel had sent to him and what the elders of the house of the king had counselled him to do. And those foolish young men said unto him, "An aged man giveth the counsel of an aged man, and the elder giveth the counsel of an elder, and a man stricken in years giveth the counsel of the man who is stricken in years, and a young man like thyself giveth the counsel which appertaineth to youth. As for these men who are stricken in years, their loins are as tender as those of a young animal that cannot walk. And as concerning this matter of which thou speakest, who can dispute the command of our Lord the King?" And one of them leaped up into the air before Rehoboam, and another drew his sword, and another brandished his spear, and another seized his bow and quiver. And when they had made an end of their playing they counselled him, saying, "O our lord, may we be with thee, and thou with us! Now thy father in wisdom gave us, the sons of men of Israel who are learned in the art of war, to grow up with thee that thy kingdom might be strong after him. O our lord, show not a timid face to those men, lest they think

ወበምግባር ፡ ንከውን ፡ ሕቁራነ ፡ እምኔሆሙ ፡ ወኢይሁቡነ ፡ አምኃ ፡ ወጋዳ ፡ ወኢገብረ ፡ ወኢጸባሕተ ፡ ወትማስን ፡ መንግሥትከ ፤ አላ ፡ በሎሙ ፡ በጽኑዕ ፡ ቃል ፡ ወበገንሕ ፡ ተናገሮሙ ፡ እንዘ ፡ ትብል ፡ አቡየሰ ፡ ትቤልዎ ፡ በዕፀ ፡ ወበእብን ፡ ወአንሰ ፡ እቀንየክሙ ፡ በጋጋት ፡ ወበዐቃርብት ፡ እስመ ፡ እምግዘፈ ፡ አቡየ ፡ ይጸንዕ ፡ ቍጠጠ ፡ ዚአየ ፡ ወእምክሩ ፡ ለአቡየ ፡ ለዘወለደኒ ፡ የዐቢ ፡ ምክረ ፡ ዚአየ ፡ አልቦ ፡ ዘአነትግ ፡ ለክሙ ፡ ግብረ ፡ ወገብጋበ ፡ ዘእንበለ ፡ ዘአፈደፍድ ፡ ለክሙ ፡ በኵሉ ፤ ወለእመኒ ፡ ኢሰማዕክሙ ፡ ቃልየ ፡ ወኢገበርክሙ ፡ ትእዛዝየ ፡ እገብር ፡ እንስሳክሙ ፡ ሕብልያ ፡ ወደቂቅክሙ ፡ ይከውኑ ፡ ፄዋ ፡ ወለክሙኒ ፡ መጥባኅትየ ፡ ትበልዐክሙ ፡ ወእነሥእ ፡ አህጉሪክሙ ፡ ወአዕጻዲክሙ ፡ ወአትክልቲክሙ ፡ ወዐዘቃቲክሙ ፡ ወገራውሂክሙ ፡ ወአዕጻዳተ ፡ ወፍርክሙ ፤ ወለክቡራኒክሙ ፡ በእደ ፡ ሰናስለ ፡ ኀጺን ፡ ወለአብዕልቲክሙኒ ፡ ሲሳየ ፡ አግብርትየ ፡ ወአንስትያክሙኒ ፡ ሰርጐ ፡ ለቤተ ፡ ክቡራንየ ፤ ወዘንተ ፡ ቃልየ ፡ ኢያፀርዓ ፡ ወኢያሐጽጻ ፡ ወኢይሜቍሳ ፡ ወኢያበጥላ ፡ ወእገብራ ፡ ፍጡነ ፡ ወእከትባ ፡ ለዓለም ፤ እስመ ፡ ኵላ ፡ ዘይእቲ ፡ ምድር ፡ ተውህበት ፡ መንግሥት ፡ ለአበ ፡ አቡየ ፡ ዳዊት ፡ ወለአቡየ ፡ ሰሎሞን ፡ እምድኅሬሁ ፡ ወሊተኒ ፡ እምድኅረ ፡ አቡየ ፡ ወሀበኒ ፡ ከማሆሙ ፡ ወእቀንየክሙ ፡ አነኒ ፡ ከማሆሙ ፡ ወይእዜኒ ፡ ምክሩ ፡ ወተአዘዙ ፡ ሊተ ፨

that thou art weak and art not able to make war against them and against thine enemies. For if they see in us an attitude of weakness in word and in deed, we shall be held in contempt by them, and they will not give us gifts, or presents, or slaves, or tribute, and thy kingdom will be destroyed. But address them with bold words, and speak unto them haughtily, saying, 'In respect of my father ye say in wood and in stone, but I will make you to serve me with chains of iron and with scorpion-whips. For my thin flank shall be stronger than the thickest part of my father's body, and my counsel is greater than the counsel of my father who begot me. None shall diminish for you the labour and the forced service, nay it shall he increased for you in every particular. And if ye will not do my command, I will make your cattle my plunder, and your children shall be captives, and my knife of slaughter shall consume you. And I will seize your cities and your fields, and your plantations, and your wells, and your gardens, and your lands, and your fruit (or, crops), and I will bind your honourable ones in chains of iron, and your riches shall [provide] food for my servants, and your women shall be for the adornment of the house of my nobles. And I will not alter this my decision, and will not diminish it, and I will neither make it to be a lie nor to have no effect; and I will carry it out quickly, and will write it down for ever. For the whole of this land was given to David my grandfather for his kingdom, and to my father Solomon after him. And [God] hath given it to me after my fathers as to them, and I will make you to serve me as we served them; and now take counsel and obey me.'"

ወነገሮሙ ፡ ከመዝ ፡ ለሊቃውንተ ፡ እስራኤል ። ወተንሥኡ ፡ ኵሎሙ ፡ ኅቡረ ፡ በምልኦሙ ፡ ወይቤሉ ፡ እቱ ፡ ቤተከ ፡ እስራኤል ፤ አልብነኑ ፡ ዘናነግሥ ፡ ዘእንበለ ፡ በቤተ ፡ ይሁዳ ፡ ወበቤተ ፡ ብንያሚ ፤ አበይናሆሙ ፡ ለቤቶሙ ፡ ወለሕዝበ ፡

And thus also did Rehoboam speak unto the elders of Israel. And the people all rose up together in their full number, and they said, "Get back to [your] house[s], O Israel. Have we none else whom we can make king save in the house of Judah and in the house of

ክልኤሆሙ ፡ ወናነግሥ ፡ ዘፈቀድነ ፡ ለርእስነ ፡ ወለዘሠምረት ፡ ነፍስነ ። ወጾሩ ፡ ንዋየ ፡ ሐቅሎሙ ፡ ወጐዩ ፡ በምልአሙ ፡ ወበጽሑ ፡ ሀገረ ፡ ሰማርያ ፡ ዘቤተ ፡ ኤፍራታ ፤ ወበህየ ፡ መከሩ ፡ ወአንገለጉ ፡ ወተዓፀዉ ፡ ቤተ ፡ እስራኤል ፡ ከመ ፡ ያንግሡ ፡ ዘኀረዩ ፡ እምኔሆሙ ፡ ለዘ ፡ ረከቦ ፡ ዕፃ ፡ በውስተ ፡ ቤተ ፡ አቡሁ ፤ ወበጽሐ ፡ ዕፃ ፡ ኀበ ፡ ቤተ ፡ ኤፍሬም ፡ ወልደ ፡ ናባጥ ፡ ወኀረዩ ፡ በውስተ ፡ ቤተ ፡ አቡሁ ፡ ወአንገሥዎ ፡ ለኢዮርብዓም ፤ ወከመዝ ፡ ተከፍለት ፡ መንግሥት ፡ እምኀበ ፡ ዮርብዓም ፡ ወልደ ፡ ሰሎሞን ፡ ወኢተርፎ ፡ ዘእንበለ ፡ ቤተ ፡ ብንያሚ ፡ ወቤተ ፡ ይሁዳ ፡ አቡሁ ※

Benjamin? We will reject their houses and the men of both of them, and we will make as our king and governor the man whom we wish for and in whom our soul delighteth." And they took up their weapons of war, and fled in a body, and came to the city of Samaria of Bêth Êfrâtâ, where they took counsel and were gathered together in a body. And the house of Israel cast lots among themselves so that they might make king the man whom they chose from the house of the father of the man wherein the lot fell. And the lot fell on the house of Ephraim, on the son of Nâbât, and they chose a man from the house of his father, and made Jeroboam king. And thus was the kingdom separated from Rehoboam, the son of Solomon, and there were left to it only the house of Benjamin and the house of Judah his father.

ወቃለ ፡ እግዚአብሔር ፡ ኢተሐሰወ ፡ ዘይቤሎ ፡ ለዳዊት ፡ ገብሩ ፡ እምፍሬ ፡ ከርሥከ ፡ አነብር ፡ ዲበ ፡ መንበርከ ፤ ወካዕበ ፡ ይቤ ፡ ሥሩዕ ፡ ከመ ፡ ወርኀ ፡ ለዓለም ፤ ወካዕበ ፡ ይቤ ፡ መሐለ ፡ እግዚአብሔር ፡ ለዳዊት ፡ በጽድቅ ፡ ወኢይኔስሕ ። ዘነግሠ ፡ ዲበ ፡ መንበረ ፡ ዳዊት ፡ አቡሁ ፡ ውእቱ ፡ ኢየሱስ ፡ ክርስቶስ ፡ ዘመዱ ፡ በሥጋ ፡ እምድንግል ፡ ዘነበረ ፡ ዲበ ፡ መንበረ ፡ መለኮቱ ፤ ወበምድርኒ ፡ ወሀቦ ፡ ዘይነግሥ ፡ ዲበ ፡ መንበሩ ፡ ንጉሠ ፡ ኢትዮጵያ ፡ በኵሩ ፡ ለሰሎሞን ፤ ወለዮርበዓምሰ ፡ ኢወሀቦ ፡ እግዚአብሔር ፡ ዘእንበለ ፡ ፪በትር ፤ ወንጉሠ ፡ ሮምሂ ፡ ወልዱ ፡ ለሰሎሞን ፡ ዘይንእስ ። ወዘንተ ፡ ዘገብረ ፡ እግዚአብሔር ፡ ከመ ፡ ኢይበሉነ ፡ አብዳን ፡ ሕዝበ ፡ አይሁድ ፡ በእንተ ፡ ሰሎሞን ፡ ወበእንተ ፡ ዮርብዓም ፡ ወልዱ ፡ እስመ ፡ ማእምረ ፡ ልብ ፡ እግዚአብሔር ፡ ከመ ፡ ኢያምስሉ ፡ ዘንተ ፡ ገብረ ። ወለዮርብዓምኒ ፡ ሰመይዎ ፡ ንጉሠ ፡ ይሁዳ ፡ ወለንጉሠ ፡ ሰማርያ ፡ ሰመይዎ ፡ ንጉሠ ፡ እስራኤል ። ወእምትውልደ ፡ ኢዮርብዓም ፡ ኮነት ፡ ትውልድ ፡ እስከ ፡

And the word which God spake unto David His servant was not made a lie, "Of the fruit of thy body I will make to sit upon thy throne" [2 Samuel 7, 12; Psalm 132, 11]; and again He said, "Ordained like the moon for ever" [Psalm 89, 37]; and again He said, "God sware unto David truly and will not repent." [Psalm 89, 35] He Who reigned on the throne of David His father was Jesus Christ, his kinsman in the flesh by a virgin, Who sat upon the throne of His Godhead; and upon earth He granted to reign upon His throne the King of Ethiopia, Solomon's firstborn. To Rehoboam God gave only two stems (or, roots); and the King of Rômê is the youngest son of Solomon. And God did this in order that foolish people might not call us Jews, because of Solomon and because of Rehoboam his son—now God knoweth the heart—and He did this that they might not imagine such a thing. They called Rehoboam "King of Judah," and they called the King of Samaria "King of Israel." And of the generations of Rehoboam, from Rehoboam to 'Îyâḳêm (Joachim) were forty-one generations. And there were born to Malkî two children, Levi

ኢያቄም ፡ ፴ወ፩ ፡ ወአሜሃ ፡ ተወልዱ ፡ ለመልኪ ፡ ክልኤ ፡ ደቂቅ ፡ ሌዊ ፡ ወሴም ፡ ወላዴ ፡ ሆናሴ ፨ ወሆናሴ ፡ ወለደ ፡ ቀላምዮስ ፡ ወቀላምዮስ ፡ ወለደ ፡ ኢየቄም ፡ ወኢያቄምኒ ፡ ወለዳ ፡ ለማርያም ፡ ወለተ ፡ ዳዊት ፨ ወካዕበ ፡ ኢሊ ፡ ወለደ ፡ መልኪ ፡ ወሜልኪ ፡ ወለዶ ፡ ለማቲ ፡ ወማቴ ፡ ወለዶሙ ፡ ለኤሊ ፡ ወለያዕቆብ ፡ ወለሐና ፡ ብእሲተ ፡ ኢያቄም ፨ ወአውሰበ ፡ ኤሊ ፡ ብእሲተ ፡ ወሞተ ፡ እንዘ ፡ አልቦ ፡ ውሉደ ፡ ወአውሰባ ፡ ያዕቆብ ፡ ለብእሲተ ፡ ኤሊ ፡ ዮሐዳ ፡ ወወለደ ፡ ላቲ ፡ ዮሴፍ ፡ ጸራቤ ፡ ዘፈኅራ ፡ ለማርያም ። ወዮሴፍሰ ፡ ወልደ ፡ ያዕቆብ ፡ በሥጋ ፡ ወወልደ ፡ ኤሊ ፡ በሕገ ፡ ኦሪት ፡ በከመ ፡ አዘዞ ፡ እግዚአብሔር ፡ ለሙሴ ፡ ከመ ፡ ይትዋሰቡ ፡ ምስለ ፡ ዘመዶሙ ፡ በበ ፡ አብያተ ፡ አበዊሆሙ ፡ ወኢይትዋሰቡ ፡ እምባዕድ ፡ ዘመድ ※※※

and Shem, the begetter of Hônâsê. And Hônâsê begat Ḳalâmyôs, and Ḳalâmyôs begat Joachim, and Joachim begat Mary, the daughter of David. And again ’Îlî begat Malkî, and Malkî begat Mâtî, and Mâtî begat ’Êlî, and Jacob, and Ḥanna, the wife of Joachim. And ’Êlî took a wife and died without children. And Jacob took to wife Yôḥadâ, the wife of ’Êlî, and he begat by her Joseph the carpenter, who was the betrothed of Mary. And Joseph was the son of Jacob in the flesh and the son of ’Êlî according to the Law; now God had commanded Moses that the Israelites were to marry their kinsfolk, each in the house of his fathers, and that they were not to marry alien women.

፸፩ ፡ በእንተ ፡ ማርያም ፡ ወለተ ፡ ዳዊት ።

71. CONCERNING MARY, THE DAUGHTER OF DAVID

ወበእንተዝኬ ፡ ተዐውቀ ፡ ከመ ፡ ማርያም ፡ ወለተ ፡ ዳዊት ፡ ይእቲ ፡ ወዮሴፍኒ ፡ ወልደ ፡ ዳዊት ፡ ውእቱ ፨ ወበእንተዝ ፡ ተፍኅረት ፡ ማርያም ፡ ለዮሴፍ ፡ ዘመዳ ፡ በከመ ፡ ተብህለ ፡ በወንጌል ፡ ኦዮሴፍ ፡ ወልደ ፡ ዳዊት ፡ ኢትፍራህ ፡ ነሢኦታ ፡ ለምርያም ፡ ፍኅርትከ ፡ እስመ ፡ ዘይትወለድ ፡ እምኔሃ ፡ እመንፈስ ፡ ቅዱስ ፡ ቃለ ፡ እግዚአብሔር ፡ ውእቱ ፨ ወተወልደ ፡ እምኔሃ ፡ እግዚአብሔር ፡ ቃል ፡ ብርሃን ፡ ዘእምብርሃን ፡ አምላክ ፡ ዘእምአምላክ ፡ ወልድ ፡ እምአብ ፡ ዘመጽአ ፡ ወአድኅነ ፡ ፍጥረቶ ፨ እምእደ ፡ ሲኦል ፡ ወእምሰይጣን ፡ ወእሞት ፡ ባልሐነ ፡ ለኵልነ ፡ እለ ፡ አመነ ፡ ቦቱ ፡ ሰሐበነ ፡ ኀበ ፡ አቡሁ ፡ ወአዕረገነ ፡ ውስተ ፡ ሰማያት ፡ መንበሩ ፡ ከመ ፡ ንኩን ፡ መዋርስቲሁ ፨ እስመ ፡ ውእቱ ፡ መፍቀሬ ፡

And from this it is evident that Mary was the daughter of David, and that Joseph was the son of David. Therefore was Mary betrothed to Joseph her kinsman, as it is said in the Gospel, "O Joseph, son of David, fear thou not to take to wife Mary thy betrothed, for that which is to be born of her is of the Holy Spirit, the Word of God." [Matthew 1, 20] And there was born of her God, the Word, Light of Light, God of God, Son of the Father, Who came and delivered His creation; from the hand of Sheôl, and from Satan, and from death He hath delivered all of us who have believed in Him, He hath drawn us to His Father and hath raised us up into heaven His throne to become His heirs; for He is a lover of man, and unto Him praise belongeth for ever. Amen.

ሰብእ ፡ ውእቱ ፡ ወሎቱ ፡ ይደሉ ፡ ስብሐት ፡ እስከ ፡ ለዓለም ፡ አሜን ※ ※ ※

፸፪ ፡ በእንተ ፡ ንጉሠ ፡ ሮምሂ ።

72. CONCERNING THE KING OF ROME. (CONSTANTINOPLE)

ወበእንተ ፡ ንጉሠ ፡ ሮምሂ ፡ ንዌጥን ፡ ንንግርክሙ ፡ ዘሰማዕነ ፡ ወዘረከብነ ፡ ጽሑፈ ፡ ዘርኢነ ። መንግሥተ ፡ ሮምሰ ፡ ለያፌት ፡ ወልደ ፡ ኖሕ ፡ ኮነት ፡ ክፍሉ ፡ ወመንግሥቱ ፤ ወእንዘ ፡ ይነብሩ ፡ ገብሩ ፡ አህጉረ ፡ ዐበይተ ፡ ዓሥሩ ፡ ወክልኤ ፡ ወእለ ፡ የዐብያ ፡ አህጉረ ፡ መንግሥቶሙ ፡ ዳርዮስ ፡ ሐነጸ ፡ አንጦክያ ፡ ወዲርስያ ፡ ወባርቶንያ ፡ ወሮምያ ፡ ወይነብሩ ፡ ህየ ፡ እለ ፡ ነግሡ ። ወቍስጥንጥንያ ፡ እምድኅረ ፡ ክርስቶስ ፡ ሐነጸ ፡ ቈስጠንጢኖስ ፡ ንጉሥ ፡ በስሙ ፡ ሶበ ፡ አስተርአዮ ፡ ትእምርተ ፡ መስቀል ፡ በውስተ ፡ ፀብእ ፡ በአምሳለ ፡ ከዋክብት ፡ ጽሑፋን ፡ ውስተ ፡ ሰማይ ፡ ወድኅነ ፡ እምእደ ፡ ፀሩ ፤ ወእምአሜሃ ፡ ረሰዩ ፡ ማኅደሮሙ ፡ ህየ ፡ ነገሥተ ፡ ሮም ። ወውእቱ ፡ ዳርዮስ ፡ ኮነ ፡ ዘርኡ ፡ ብዙኀ ፡ ወእምዳርዮስ ፡ እስከ ፡ መዋዕለ ፡ ሰሎሞን ፡ ኮኑ ፡ ፲ወ፰ ፡ ትውልድ ። ወእምዘርአ ፡ ዚአሁ ፡ ተወልደ ፡ ብእሲ ፡ ዘስሙ ፡ ዘንበሬስ ፡ ወገብረ ፡ በጥበብ ፡ መጽሐፈ ፡ አስጠሎባ ፡ ወረሰየ ፡ ከዋክብተ ፡ መዳልወ ፡ ፀሐይ ፤ ወርእየ ፡ ዘደኃሪ ፡ ከመ ፡ ኢትነብር ፡ መንግሥት ፡ ኀቤሆሙ ፡ ለደቂቀ ፡ ያፌት ፡ አላ ፡ ትፈልስ ፡ ኀበ ፡ ዘርአ ፡ ዳዊት ፡ ነገደ ፡ ሴም ። ወሶበ ፡ ርእየ ፡ ከመዝ ፡ ለአከ ፡ ኀበ ፡ ዳዊት ፡ ንጉሥ ፡ ወይቤ ፡ ንሣእ ፡ ወለትየ ፡ ለወልድከ ፤ ወነሥአ ፡ ዳዊት ፡ ንጉሥ ፡ ወወሀባ ፡ ለሰሎሞን ፡ ወልዱ ፤ ወወለደ ፡ እምኔሃ ፡ ወሰመዮ ፡ አድራሚ ። ወሞተ ፡ ውእቱ ፡ ቀዳሚ ፡ ወነግሠ ፡ ባልጠሶር ፡ ዘእምአዝማዲሁ ፡ ወኀጥአ ፡ ተባዕተ ፡ ውሉደ ፡ ዘይነግሥ ፡ ድኅሬሁ ፡ ዲበ ፡ መንበሩ ፤

And we will begin to tell you what we have heard, and what we have found written, and what we have seen concerning the King of Rômê. The kingdom of Rômê was the portion and dominion of Japhet, the son of Noah. And sitting down they made twelve great cities, and Darius built the greatest cities of their kingdoms: ’Anṭôkyâ (Antioch), Dîresyâ (Tyre?), and Bârtonyâ (Parthia?), and Râmyâ (Roma?), and those who reigned dwelt there; and King Constantine built Constantinople after his own name. Now the sign of the Cross having appeared to him during the battle in the form of stars cut in the heavens, he was delivered out of the hands of his enemy; and from that time onwards the Kings of Rômê made their habitation there. And that Darius had many descendants; and from Darius to the days of Solomon were eighteen generations. And of his seed was born a man whose name was Zanbarês, and he made in wisdom a drawing of the astrolabe, and placed stars therein, and [he made also] a balance (*i.e.*, clock) for the sun. And he [fore]saw what would come after, and that the kingdom would not remain to the children of Japhet, but would depart to the seed of David, of the tribe of Shem. And when he thus saw, he sent a message to David the King, saying, "Take my daughter for thy son"; and David the King took her and gave her to Solomon his son, and Solomon begat a son by her and called his name "’Adrâmî." And Zanbarês died before [this] and Baḷtasôr, who was of his kinsmen, became king. And he lacked male offspring to reign after him upon his throne, and he was jealous lest the children of his father should

ወይቀንእ ፡ ከመ ፡ ኢይንግሡ ፡ ድኅሬሁ ፡ ደቂቀ ፡ አቡሁ ። ወለአከ ፡ ኀበ ፡ ሰሎሞን ፡ ንጉሥ ፡ ጽሒፎ ፡ እንዘ ፡ ይብል ፡ ሰላምአ ፡ ለዕበየ ፡ መንግሥትከ ፡ ወለጥበብከ ፡ ክብርት ፤ ወይእዜኒአ ፡ ሀበኒአ ፡ ወልድከአ ፡ ዘአነግሦአ ፡ ላዕለ ፡ ሀገረ ፡ ሮምያአ ፤ እስመ ፡ አንሰ ፡ ስእንኩአ ፡ ወሊደ ፡ ተባዕት ፡ ዘእንበለ ፡ ፫ ፡ አዋልድ ፡ ወእሁቦ ፡ እምአዋልድየ ፡ ዘፈቀደ ፡ ወእሁቦ ፡ መንበርየ ፡ ወይከውን ፡ ንጉሠ ፡ ውእቱ ፡ ወዘርኡ ፡ እምድኅሬሁ ፡ ውስተ ፡ ሀገረ ፡ ሮምያ ፡ እስከ ፡ ለዓለም ።

reign after him. And he sent a written message to Solomon the King, saying, "Hail to the greatness of thy kingdom, and to thine honourable wisdom! And now, give me thy son, whom I will make king over the city of Rômê. For I have not been able to beget male children, but only three daughters. And I will give him whichever of my daughters he pleaseth, and I will give him my throne, and he shall be king, he and his seed after him in the city of Rômê for ever."

ወሶበ ፡ አንበባ ፡ ለይእቲ ፡ ክርታስ ፡ ንጉሥ ፡ ሰሎሞን ፡ ኀለየ ፡ እንዘ ፡ ይብል ፡ ለእመ ፡ ከላእክዎ ፡ ወልድየ ፡ ይልእክ ፡ ኀበ ፡ ንጉሠ ፡ ሠረቅ ፡ ወይሁቦ ፡ ወልዶ ፡ ወትበጥል ፡ እንተ ፡ መከርኩ ፤ ወይእዜሰ ፡ እሁቦ ። ወመከረ ፡ ምስለ ፡ መማክርቲሁ ፡ ዘቤተ ፡ እስራኤል ፡ ወይቤሎሙ ፡ እስመ ፡ ወሀብነ ፡ ወልደነ ፡ ወደቂቀነ ፡ ለብሔረ ፡ ኢትዮጵያ ፡ ወኮነ ፡ በህየ ፡ መንግሥት ፡ ለእስራኤል ፤ ወይእዜኒ ፡ ከመ ፡ ይኩን ፡ ለነ ፡ ሣልስ ፡ መንግሥት ፤ ለሀገረ ፡ ሮሜ ፡ ወአነሂ ፡ እፌንዎ ፡ ለአርዳሚስ ፡ ወልድየ ፡ ዘይንእስ ፤ ወአንትሙኒ ፡ ኢታስተአክዩኒ ፡ በእንተ ፡ ዘቀዲሙ ፡ ዘነሣእክዎሙ ፡ ለደቂቅክሙ ፡ እስመ ፡ ይከውን ፡ ብፅዐ ፡ ለእግዚአብሔር ፡ በእንተ ፡ ዘአእመሩ ፡ ስሞ ፡ ሰብአ ፡ ኢትዮጵያ ፡ ወኮንዎ ፡ ሕዝበ ፤ ወከማሁ ፡ ሰብአ ፡ ሮምኒ ፡ ለእመ ፡ ወሀብናሙ ፡ ደቂቅነ ፡ ይከውኑ ፡ ሕዝበ ፡ እግዚአብሔር ፡ ወለነኒ ፡ ይትወሀብ ፡ ለነ ፡ ስም ፡ በተብህሎ ፡ ወበተሰምዮ ፡ ሕዝበ ፡ እግዚአብሔር ፤ ነሥኡ ፡ መንግሥተ ፡ ኢትዮጵያ ፡ ወመንግሥተ ፡ ሮምያ ፡ ሕዝበ ፡ እስራኤል ፤ ወሀቡ ፡ ከመ ፡ ቀዳሚ ፡ ደቂቅክሙ ፡ መንእሳነ ፤ ወማእከላውያንሰ ፡ ይቁሙ ፡ ውስተ ፡ ሀገርነ ።

And when King Solomon had read this letter, he meditated, saying, "If I keep back my son he will send to the King of the East, who will give him his son, and that which I have planned will be made void; therefore I will give him my son." And he took counsel with his counsellors of the house of Israel, and he said unto them, "We have already given our son and our children to the country of Ethiopia, and Israel hath a kingdom there. And now, so that we may have a third kingdom, the country of Rômê, I will send thither ’Ardâmîs my youngest son. Hold ye not it against me as an evil thing that formerly I took away your sons, for it is a pleasing thing to God that the men of Ethiopia have learned His Name, and have become His people. In like manner, the men of Rômê, if we give them our children, will become the people of God, and unto us moreover shall be given the name of 'People of God,' being spoken of thus and called thus: The people of Israel have taken the kingdom of Ethiopia and the kingdom of Rômê. Give ye your youngest sons as before [ye gave the eldest], and let those of middle age stay in our city."

ወተንሥኡ ፡ ወመከሩ ፡ ወገብኡ ፡ ወይቤልዎ ፡ ንንግሮ ፡ ለእግዚእነ ፡ ንጉሥ ፡ ዘንተ ፡ ነገረ ፡ ወይግበር ፡ ፈቃዶ ። ወይቤሎሙ ፡ አስምዑኒ ፡

And they rose up, and took counsel, and returned, and said unto him, "We will speak this matter unto the King, and he shall do his

ዘትብሉ ። ወይቤልዎ ፡ ነሣእከ ፡ መላህቅተ ፡ ቤትነ ፡ ወይእዜኒ ፡ ንሣእ ፡ እምእለ ፡ ይቴሐቱ ፡ ደቂቆሙ ፡ መንእሳነ ፤ ወሠምረ ፡ በዝንቱ ፡ ምክር ፡ ወገብረ ፡ ሎሙ ፡ በከመ ፡ ፈቀዱ ፡ ወሤሞ ፡ ለአድራሚ ፡ ወልዱ ፡ ወነሥአ ፡ እምእለ ፡ ይቴሐቱ ፡ መኳንንተ ፡ ቤተ ፡ እስራኤል ፡ ወረከቦ ፡ ዕፀ ፡ በስመ ፡ አቡሁ ፡ ሰሎሞን ፡ ወወሀብዎ ፡ ካህነ ፡ እምነገደ ፡ ሌዋዊያን ፡ ዘስሙ ፡ አኪሚሔል ፡ ወአጽዐንዎ ፡ ዲበ ፡ በቅለ ፡ ንጉሥ ፡ ወይቤልዎ ፡ ባሕ ፡ ሕያው ፡ አበ ፡ ነጋሢ ፤ ወይቤሉ ፡ ኵሉ ፡ ሕዝብ ፡ ርቱዕ ፡ ይደልዎ ። ወቀብእዎ ፡ ቅብአ ፡ መንግሥት ፡ ዕፍረተ ፡ ወአዘዝዎ ፡ ይዕቀብ ፡ ኵሎ ፡ ሕገ ፡ መንግሥት ፡ ወአምሐልዎ ፡ ከመ ፡ ኢያምልክ ፡ ባዕደ ፡ አማልክተ ፡ ዘእንበለ ፡ አምላከ ፡ እስራኤል ፤ ወባረክዎ ፡ በከመ ፡ ባረክዎ ፡ ለዳዊት ፡ እኁሁ ፡ ወትእዛዘኒ ፡ በከመ ፡ አዘዝዎ ፡ ከማሁ ፡ አዘዝዎ ፡ ለአድራሚ ፡ ወአስተፋነውዎ ፡ እስከ ፡ ሐይቀ ፡ ባሕር ※

ወጸሐፈ ፡ ወለአከ ፡ እንዘ ፡ ይብል ፡ ንጉሥ ፡ ሰሎሞን ፡ ሰላምአ ፡ ለበልጠሶር ፡ ንጉሠ ፡ ሮሜ ፤ ንሣእአ ፡ ወልድየ ፡ አድራሚ ፡ ወሀቦ ፡ ወለተከ ፡ ወአንግሦ ፡ ውስተ ፡ ሀገረ ፡ ሮምያ ፤ እስመ ፡ አፍቀርከ ፡ ንጉሠ ፡ እምዘርአ ፡ ዳዊት ፡ አቡየ ፡ ወአነኒ ፡ ገበርኩ ፡ ፈቃደከ ፡ ወለአኩ ፡ ለከ ፡ ፲ወ፬ ፡ መኳንንቲሁ ፡ በየማኑ ፡ ወበፀጋሙ ፡ እለ ፡ የዐቅቡ ፡ ሕገ ፡ ምስሌሁ ፡ ወይትኤዘዙ ፡ ለከ ፡ በከመ ፡ ፈቀድከ ※

ወበጽሑ ፡ ህየ ፡ ምስለ ፡ ልኡካነ ፡ ንጉሠ ፡ ሮሜ ፡ ምስለ ፡ ብዙኅ ፡ ክብር ፡ ወኵሉ ፡ ንዋይ ፡ ዘይትፈቀድ ፡ ለብሔረ ፡ ሮሜ ። ወበጽሑ ፡ ሀገረ ፡ ሮሜ ፡ ኀበ ፡ በልጣሶር ፡ ንጉሥ ፡ ወነገርዎ ፡ ኵሎ ፡ ዘለአኮሙ ፡ ወአወፈይዎ ፡ ለወልዱ ። ወተፈሥሐ ፡ ፈድፋደ ፡ በልጣሶር ፡ ወወሀቦ ፡ ወለቶ ፡ እንተ ፡ ትልህቅ ፡ እንተ ፡ ስማ ፡ አድሎንያ ፡ ወገብረ ፡ ዐቢየ ፡ ከብካበ ፡ በከመ ፡ ዕበየ ፡ መንግሥቱ ፡ ወሤሞ ፡

will." And he said unto them, "Make me hear what ye would say." And they said unto him, "Thou hast already taken the eldest of our houses, and now take the youngest of their children." And he was pleased with this counsel, and he did for them as they wished. And he set forward ’Adrâmî his son, who took some of the nobles of the lower grades of the house of Israel, and the lot fell upon him in the name of his father Solomon; and they gave him a priest of the tribe of the Levites whose name was ’Akîmîḥêl, and they set ’Adrâmî upon the king's mule, and cried out to him, "Hail! [Long] live the royal father!" And all the people said, "It is right and proper." And they anointed him with the oil of kingship, and commanded him to keep all the laws of the kingdom, and they made him to swear that he would worship no other god except the God of Israel. And they blessed him as they had blessed David his brother, and admonished ’Adrâmî even as they had admonished David, and they accompanied him on his way as far as the sea coast.

And Solomon the King wrote and sent a letter, saying, "Peace be to Balṭasôr, the King of Rômê! Take my son ’Adrâmî, and give him thy daughter, and make him king in the city of Rômê. Thou didst wish for a king of the seed of David my father, and I have done thy will. And I have sent unto thee his nobles, fourteen on his right hand and fourteen on his left, who shall keep the Law with him and be subject unto thee according to thy will."

And they arrived there with the ambassadors of the King of Rômê, together with much splendour and all the equipment that was requisite for the country of Rômê. And they came to the city of Rômê, to Balṭâsâr the King, and they repeated all that Solomon had sent them to say, and delivered over to him his son. And Balṭâsâr rejoiced exceedingly, and gave him his eldest daughter, whose name was ’Adlônyâ; and he made a great marriage

ውስተ ፡ ኵሉ ፡ ሀገረ ፡ ሮምያ ፤ ወባረኮ ፡ ላዕሌሁ ፡ ወተፈሥሐ ፡ ቦቱ ፡ እስመ ፡ ሠናይ ፡ ላሕዩ ፡ ወመንክር ፡ ጥበቢሁ ፡ ወጽኑዕ ፡ ፈድፋደ ፡ በኀይሉ ※

ወእምዝ ፡ አሐተ ፡ ዕለተ ፡ ፈቀደ ፡ ያመክሮ ፡ በውስተ ፡ ፍትሕ ፡ ሶበ ፡ መጽአ ፡ ኀቤሁ ፡ ባዕለ ፡ ዐጸደ ፡ ወይን ፡ ወከልሐ ፡ ሎቱ ፡ እንዘ ፡ ይብል ፡ እግዚእየ ፡ ተዐደወኒ ፡ ቃልከ ፡ ወአኀለቀ ፡ ዐጸደ ፡ ወይንየ ፡ አርሳኒ ፡ ወልደ ፡ ዮዳድ ፡ በአባግዒሁ ፤ ወነዋ ፡ ውስተ ፡ ቤትየ ፡ አኀዝኩ ፡ አባግዒሁ ፤ ምንተ ፡ ትፈትሕ ፡ ላዕሌየ ። ወመጽአ ፡ ባዕለ ፡ አባግዕኒ ፡ ኀበ ፡ ንጉሥ ፡ ወከልሐ ፡ እንዘ ፡ ይብል ፡ አግብእ ፡ ሊተ ፡ አባግዕየ ፤ እስመ ፡ ይነሥኦን ፡ በእንተ ፡ ዘቦአ ፡ ውስተ ፡ ዐጸደ ፡ ወይኑ ። ወይቤሎሙ ፡ ንጉሥ ፡ ሑሩ ፡ ተዋቀሱ ፡ በኀበ ፡ ንጉሥክሙ ፡ አድራሚ ፡ ወዘይቤለክሙ ፡ ግበሩ ። ወሖሩ ፡ ወተዋቀሱ ፡ በቅድሜሁ ፤ ሐተቶ ፡ ለቀዳማዊ ፡ እንዘ ፡ ይብል ፡ እፎ ፡ በልዐ ፡ አባግዕ ፡ ዐጸደ ፡ ወይን ፤ ቈጽለኑ ፡ ወሚመ ፡ አዕጹቀ ፡ ወሚመ ፡ ቆዐ ፡ ወሚመ ፡ ሥርወ ፡ እምጒንዱ ። አውሥአ ፡ ወይቤሎ ፡ ባዕለ ፡ ዐጸደ ፡ ወይን ፡ በልዐ ፡ አዕጹቂሁ ፡ ምስለ ፡ አዕጹቀ ፡ ቆዑ ፡ ወኢያትረፈ ፡ ዘእንበለ ፡ አሕሩጊሁ ፡ ምስለ ፡ ጒንዱ ። ወካዕበ ፡ ሐተቶ ፡ ለባዕለ ፡ አባግዕ ፡ ወይቤሎ ፡ አማንኑ ፡ ከመዝ ። ወአውሥአ ፡ ወይቤሎ ፡ ባዕለ ፡ አባግዕ ፡ እግዚእየ ፡ በልዐ ፡ አዕጹቀ ፡ ምስለ ፡ ቍጻሊሁ ። ወአውሥአ ፡ አድራሚ ፡ ወይቤ ፡ ወዝንቱሰ ፡ ይብል ፡ በልዓ ፡ ቆዐ ፤ አማንኑ ፡ ከመዝ ። አውሥአ ፡ ወይቤ ፡ ባዕለ ፡ አባግዕ ፡ አልቦ ፡ እግዚእየ ፡ ዘእንበለ ፡ ይኩን ፡ ቆዐ ፡ ሠርጸ ፡ ጽጌ ፡ በልዐ ※ ※ ※

feast according to the greatness of his kingdom, and established him over all his city of Rômê. And he blessed him, for he was noble in stature, and his wisdom was marvellous, and he was exceedingly mighty in his strength.

And one day Balṭâsâr wished to test his knowledge in the trying of cases, a man, the possessor of a vineyard, having come to him and appealed to him, saving, "My lord, ’Arsânî, the son of Yôdâd, hath transgressed thy word, and hath laid waste my vineyard with his sheep. And behold, I have seized his sheep and they are in my house; what decision wilt thou come to in respect of me?" And the owner of the sheep came to the King and made an appeal to him, saying, "Give me back my sheep, for he hath carried them off because they went into his vineyard." And the King said unto them, "Go ye and argue your case before your King ’Adrâmî, and whatsoever he shall say unto you that do." And they went and argued their case before him. And ’Adrâmî asked him, saving, "How much of the vineyard have the sheep eaten? The leaves, or the tendrils, or the young grapes, or the shoots by the roots?" And the owner of the vineyard answered and said unto him, "They have eaten the tendrils and the branches that had grapes upon them, and there is nothing left of the vines except the twigs by the root." And ’Adrâmî asked the owner of the sheep, saying, "Is this true?" And the owner of the sheep answered and said unto him, "My lord, they ate [only] the tendrils with leaves on them." And ’Adrâmî answered and said, "This man saith that they ate the grapes: is this true?" And the owner of the sheep answered and said, "No, my lord, but they ate the blossoms before they had formed into grapes."

፸፫ ፡ በእንተ ፡ ቀዳሚ ፡ ፍትሑ ፡ ለአድራሚ ፡ ንጉሠ ፡ ሮም ።

73. CONCERNING THE FIRST JUDGMENT OF ’ADRÂMÎ KING OF RÔMÊ

ወይቤሎሙ ፡ ስምዑኒ ፡ ዘእፈትሕ ፡ ለክሙ ፤ ለእመ ፡ ሠረዋ ፡ አሕሩገ ፡ ጕንዱ ፡ ሥረዎን ፡ ወኵሎን ፡ ለከ ፡ ወለእመ ፡ በልዓ ፡ ቈጽለ ፡ አዕጹቅ ፡ ወጽጌ ፡ ቆዕ ፡ ንሣእ ፡ ቅርፅ ፡ ፀምሮን ፡ ወደቂቆን ፡ እለ ፡ ኢተበኵራ ፤ ወእለሰ ፡ ተበኵራ ፡ ወወለዳ ፡ ኅድግ ፡ ሎቱ ፡ ለባዕለ ፡ አባግዕ ። ወአንከርዎ ፡ ኵሎሙ ፡ እለ ፡ ሰምዑ ፡ አውሥአተ ፡ ፍትሑ ። ወይቤ ፡ በልጣሶር ፡ በአማን ፡ ዝንቱ ፡ ፍትሕ ፡ ፍትሐ ፡ ሕዝበ ፡ አምላከ ፡ እስራኤል ፡ ወእምይእዜሰ ፡ ለዘሂ ፡ ይትዋቀሥ ፡ ፍታሕ ፡ ወለዘሂ ፡ ይፀብእ ፡ ፅባእ ፡ ወለዘሂ ፡ ይትኴነን ፡ ኰንን ፡ ወለዘሂ ፡ የሐዩ ፡ አሕዩ ፡ ወለኵሉ ፡ በከመ ፡ ፍትሑ ፡ ፍታሕ ፡ ወንሥእ ፡ ለዛቲ ፡ ሀገር ፡ ለከ ፡ ወለዘርእከ ፡ እምድኅሬከ ። ወሠምሩ ፡ ኵሎሙ ፡ ሰብአ ፡ ሀገረ ፡ ሮሜ ፡ ወአንገሥዎ ፡ ላዕሌሆሙ ፡ ወተፈሥሑ ፡ ቦቱ ፡ ዐቢየ ፡ ፍሥሓ ፤ እስመ ፡ በፈቃዶሙ ፡ ወበፈቃደ ፡ እግዚአብሔር ፡ ኮነ ፡ ከመዝ ። ወአኀዞ ፡ ፈፀንት ፡ ለበልጣሶር ፡ ወእምአሚሃ ፡ ይልእኮ ፡ ኀበ ፡ ፀብእ ፡ ወውስተ ፡ ኵሉ ፡ ዘፈቀደ ፡ ወውእቱሰ ፡ ይነብር ፡ ሀገረ ። ወእምድኅረዝ ፡ ሞተ ፡ በልጣሶር ፡ ወአርትዐ ፡ መንግሥተ ፤ ወኮነት ፡ ሀገረ ፡ ሮሜ ፡ ለአድራሚ ፡ ለትውልደ ፡ ትውልዱ ፡ እስመ ፡ በፈቃደ ፡ እግዚአብሔር ፡ ተውህበ ፡ ኵሉ ፡ መንግሥተ ፡ ዓለም ፡ ለዘርአ ፡ ሴም ፡ ወግብርናት ፡ ለዘርአ ፡ ካም ፡ ወጕዕትያ ፡ ለዘርአ ፡ ያፌት ※ ※ ※

And ’Adrâmî said unto them, "Hearken ye to the judgment which I will declare unto you. If the sheep have destroyed all the shoots from the root of the vine, then they all belong to thee. And if they have eaten the leaves of the branches, and the blossoms of the grapes, take the sheep, shear their wool, and [take also] the young of those which have not yet brought forth. But the sheep which have already brought forth young for the first time leave to the owner of the sheep." And all those who heard the judgment which he pronounced marvelled, and Balṭâsâr said, "Verily, this judgment is a judgment of the people of the God of Israel. Henceforward judge him that hath a case at law, wage war with him that would wage war, rule him that would be ruled, keep alive him that should be kept alive, and pass the judgment that ought to be passed according as men would be judged, and take this city to thyself and to thy seed after thee." And all the men of the city of Rômê were well pleased, and they made ’Adrâmî king over them, and they rejoiced in him with a great joy; for it happened thus by their will and by the Will of God. And [then] a fever seized Balṭâsâr, and thereupon he sent ’Adrâmî to the war, and into everything that he wished, whilst he himself remained in the city; and after this Balṭâsâr died, and ’Adrâmî directed the kingdom. And the city of Rômê became the possession of ’Adrâmî and of his generations after him, for by the Will of God the whole of the kingdom of the world was given to the seed of Shem, and slavery to the seed of Ham, and the handicrafts to the seed of Japhet.

፸፬ ፡ በእንተ ፡ ንጉሠ ፡ ምድያም ።

74. CONCERNING THE KING OF MEDYÂM

ንጉሠ ፡ ምድያምሂ ፡ ዘርአ ፡ ሴም ፡ ውእቱ ፤ እስመ ፡ ዘርአ ፡ ይስሐቅ ፡ ዔሳው ፡ ውእቱ ፡ ዘወፅአ ፡ እምከርሠ ፡ እሙ ፡ እንዘ ፡ ይእኅዞ ፡ ያዕቆብ ፡ በሰኰናሁ ፡ ወሄደ ፡ ብኵርናቱ ፡ ለዔሳው ፡ በእንተ ፡ ተብሲለ ፡ ብርስን ። ወበስመ ፡ ጽዕለቱ ፡ ተሰምየ ፡ ስመ ፡ መንግሥቱ ፡ እስመ ፡ ኤዶም ፡ ትርጕምናሁ ፡ ብርስን ፡ ብሂል ፤ ወበእንተዝኬ ፡ ተሰምዩ ፡ ዘርአ ፡ ዔሳው ፡ ኤዶማውያነ ። እስመ ፡ በስጥመተ ፡ ከርሡ ፡ ኀደገ ፡ ወተስዕረ ፡ እምብኵርናተ ፡ ዘርአ ፡ ሴም ። እስመ ፡ ለእመ ፡ ኢተአስረት ፡ ነፍስ ፡ በትዕግሥት ፡ ያወርዶ ፡ ለኵሉ ፡ ዘሥጋ ፡ ፍትወተ ፡ ከርሥ ፡ ውስተ ፡ መሥገርት ፤ እስመ ፡ ሥጋሰ ፡ ሥሥዕት ፡ ወነፍስሰ ፡ እስርት ፡ በትዕግሥት ፤ ወበእንተዝ ፡ ይቤ ፡ ጳውሎስ ፡ ዘኢትፈቱ ፡ ነፍስ ፡ ትፈቱ ፡ ሥጋ ፡ ወዘኢትፈቱ ፡ ሥጋ ፡ ትፈቱ ፡ ነፍስ ፡ ወክልኤሆን ፡ ይትኣበያ ፡ በበይናቲሆን ። ለእመ ፡ አጥብዐ ፡ ብእሲ ፡ ወኀብረት ፡ ነፍሱ ፡ ምስለ ፡ ፍትወተ ፡ ሥጋሁ ፡ ይከውን ፡ ከመ ፡ ዲያብሎስ ፤ ወለእመሰ ፡ አሰረ ፡ ሥጋሁ ፡ ወኀብረ ፡ ምስለ ፡ ፍትወተ ፡ ነፍሱ ፡ ይከውን ፡ ከመ ፡ ክርስቶስ ፤ እስመ ፡ ኵሉ ፡ ብእሲ ፡ ዘየሐውር ፡ በፍኖት ፡ ርትዕት ፡ ርእሱ ፡ ክርስቶስ ፡ ይቤሉ ፡ ሐዋርያት ። ወእግዚእነሂ ፡ ይቤሎሙ ፡ ለአርዳኢሁ ፡ በመንፈስ ፡ ሑሩ ፡ ወፍትወተ ፡ ሥጋክሙ ፡ ኢትግበሩ ፤ ወዘንተ ፡ ሰሚያሙ ፡ ኀደጉ ፡ ኵሎ ፡ ፍትወተ ፡ ሥጋ ፡ ወይቤልዎ ፡ ለእግዚእነ ፡ ናሁኬ ፡ ኀደግነ ፡ ኵሎ ፡ ወተለውናከ ፡ ምንት ፡ ዐስብነ ። ወይቤሎሙ ፡ መድኀኒነ ፡ እስመ ፡ ተመሰልክሙ ፡ በሥጋ ፡ ከመ ፡ መላእክት ፡ ወትገብሩ ፡ ኀይለ ፡ ከማየ ፤ ወናሁ ፡ አባሕኩክሙ ፡ ታንሥኡ ፡ ምዉታነ ፡ ወወሀብኩክሙ ፡ ስልጣነ ፡ ትፈውሱ ፡ ድውያነ ፡

The king of Medyâm was of the seed of Shem. For of the seed of Isaac was Esau, who went forth from his mother's womb with Jacob clinging to the sole of his foot; and Jacob carried away the right of the firstborn from Esau for the sake of a mess of pottage. And the name of Esau's kingdom was called, according to his name of contempt, "Edom," for the interpretation of "Edom" is "lentiles"; and because of this the seed of Esau were called "Edomites." For through the greed of his belly he forsook and lost the right of the firstborn of the seed of Shem. For unless the soul be restrained by temperance, it will bring down into a net the whole of the lust of the belly which is of the body. For the body is greedy, but temperance restraineth the soul, and therefore Paul said, "That which the soul doth not wish the body wisheth; and that which the body doth not wish the soul wisheth, and each contendeth against the other." [Galatians 5, 17] If a man willeth a thing, and his soul bandeth itself with the desire of his body he becometh like the Devil; but if he restraineth his body, and his soul bandeth itself with his desire he becometh like Christ. For the Apostles say that Christ is the Head of every man who travelleth upon the straight road. And our Lord said unto His disciples, "Walk in the Spirit, and perform ye not the lust of your bodies." [Galatians 5, 16] And when they heard this they forsook all the lust of the flesh, and they said unto our Lord, "Behold now, we have forsaken everything and followed Thee; what is our reward?" And our Saviour said unto them, "Ye have made your bodies like unto those of the angels, and ye shall do mighty deeds even as do I. And behold, I have given you authority to raise the dead, and I have given you power to heal the

ወትኪዱ ፡ ኵሎ ፡ ኀይለ ፡ ጸላኢ ፤ ወበዳግም ፡ ምጽአትየ ፡ ትኴንንዎሙ ፡ ወታስተኀፍርዎሙ ፡ ለ፲ወ፪ ፡ ነገደ ፡ እስራኤል ፡ በእንተ ፡ ዘኢአምኑ ፡ ኪያየ ፡ ወአስተሐቀሩ ፡ ስብሐትየ ፤ ወለእለሰ ፡ የአምኑ ፡ ብየ ፡ ታዐብይዎሙ ፡ ወታስተፌሥሕዎሙ ፡ ምስሌክሙ ፡ በመንግሥትየ ※ ※ ※

sick, and ye shall trample upon all the power of the Enemy. And at My second coming ye shall judge and shall put to shame the Twelve Tribes of Israel, because they have not believed on Me, and have treated My glory with contempt. And as for those who believe in Me, ye shall magnify them and shall make them to rejoice with you in My kingdom." [Matthew 10, 8; 19, 28; Luke 10, 19]

፸፭ ፡ በእንተ ፡ ንጉሠ ፡ ባቢሎን ።

75. CONCERNING THE KING OF BABYLON

ወንጉሠ ፡ ባቢሎንሂ ፡ ዘርአ ፡ ሴም ፡ ውእቱ ፤ ወንነግረክሙ ፡ ጥዩቀ ፡ ከመ ፡ ዘርአ ፡ ሴም ፡ ንጉሠ ፡ ባቢሎን ። ወሀሎ ፡ በውእቱ ፡ መዋዕል ፡ በመንግሥተ ፡ ምናሴ ፡ ንጉሠ ፡ እስራኤል ፡ ወሀሎ ፡ ፩ ፡ ብእሲ ፡ ዘስሙ ፡ ከርሚን ፡ ፈራሄ ፡ እግዚአብሔር ፡ ወይገብር ፡ ብዙኀ ፡ ምጽዋተ ፡ ለነዳያነ ፡ እስራኤል ፤ ወሶበሂ ፡ ይሠውዕ ፡ ለቤተ ፡ እግዚአብሔር ፡ ይገብር ፡ በንጹሕ ፡ ወዓሥራተሂ ፡ ይሁብ ፡ አመክዒበ ፡ ወበኵሉ ፡ ፍኖቱ ፡ ሠናይ ፡ ወአልቦ ፡ ወኢምንተኒ ፡ እኩየ ፡ በቅድሜሁ ፤ ወሰይጣንሰ ፡ ጸላኤ ፡ ሠናያት ፡ ይቀንእ ፡ ላዕሌሁ ፡ በዘ ፡ ርእየ ፡ ሠናየ ፡ ፍኖቶ ። ወውእቱሰ ፡ ብእሲ ፡ ባዕል ፡ ጥቀ ፡ አግማለ ፡ ወአፍራሰ ፡ ወመራዕየ ፡ እንስሳ ፡ ወአልህምተ ፡ ወርቀ ፡ ወብሩረ ፡ ወአልባሰ ፡ ክቡረ ፤ ወይሴሲ ፡ በቅለ ፡ ንጉሥ ፡ በአርማቴም ፡ ሀገረ ፡ እስራኤል ። እስመ ፡ ደወሉሰ ፡ ብሔረ ፡ ይሁዳ ፡ ክፍለ ፡ አበዊሁ ፤ ወበእንተ ፡ ፍቅረ ፡ ንዋይ ፡ ሖረ ፡ ውስተ ፡ አርማቴም ፡ ከመ ፡ ይንበር ፡ ወአንበርዎ ፡ እስራኤል ፡ በእንተ ፡ ብዕሉ ፡ እስመ ፡ ቦ ፡ ብዙኀ ፡ ንዋየ ፡ ወይፈርህ ፡ መኳንንት ※ ※ ※

Now the King of Babylon is of the seed of Shem, and we will show you clearly that the King of Babylon is of the seed of Shem. It came to pass in days of old that there lived in the kingdom of Manasseh, the King of Israel, a certain man whose name was Karmîn, and he was a fearer of God, and he gave many alms and oblations to the poor of Israel. And when he made offerings to the house of God, he did so with sincerity, and his tithe he gave twofold; and he was good in all his ways, and there was no evil whatsoever before him. And Satan, the enemy of all good, became envious of him, for he saw that his course of life was good. And that man was exceedingly rich in camels and horses, and flocks of sheep, and herds of cattle, and gold and silver, and fine apparel, and he used to feed the mule of the king in ’Armâtêm, a city of Israel. Now his native place was the country of Judah, his fathers’ portion, but because of this love for wealth he departed into ’Armâtêm to dwell there, and Israel allowed him to settle there because of his riches; for he was exceedingly rich and had many possessions, and the governors [of Judah] were afraid of him.

፸፮ ፡ በእንተ ፡ ሰማዕተ ፡ ሐሰት ።

76. CONCERNING LYING WITNESSES

ወሀሎ ፡ ፩ ፡ ፀዋግ ፡ እምዘርአ ፡ ብንያም ፡ ዘስሙ ፡ ብንያስ ፡ ዘይስሕብ ፡ በቅለ ፡ ንጉሠ ፡ እስራኤል ፡ ወይሴስዮ ፡ ከርሚን ፡ ምስለ ፡ በቅለ ፡ ንጉሥ ፡ ምናሴ ። ወእምጎሩ ፡ ለከርሚን ፡ ሀለዉ ፡ እለ ፡ ይቀንኡ ፡ ላዕሌሁ ፡ በእንተ ፡ ማዕር ፡ ወዐዘቅት ፡ ወበእንተ ፡ ብዝኀ ፡ እንስሳ ፡ ወአግብርት ፧ እስመ ፡ ይእቲ ፡ ምድር ፡ ርስተ ፡ አበዊሆሙ ፡ ይእቲ ፡ ወበእንተ ፡ ዝንቱ ፡ ይፈቅዱ ፡ ያርሕቅዎ ፡ እምሀገሮሙ ። ወይዋሕይዎ ፡ በእኪት ፡ ለብንያስ ፡ ሰሓቤ ፡ በቅለ ፡ ንጉሥ ፡ ወሐመይዎ ፡ ወይቤልዎ ፡ ይፀርፍ ፡ ዝንቱ ፡ ከርሚን ፡ ፀረፈ ፡ ላዕለ ፡ ንጉሠ ፡ እስራኤል ፡ መሲሑ ፡ ለእግዚአብሔር ፡ እንዘ ፡ ይብል ፡ ዝንቱ ፡ ንጉሥ ፡ ኢኮነ ፡ ወልደ ፡ አግዓዚት ፡ አላ ፡ ወልደ ፡ አመት ፡ አረጋዊት ፡ እንተ ፡ ተሣየጥዋ ፡ በክልኤ ፡ መስፈርተ ፡ ቆሮስ ፡ ለግብረ ፡ ማኅረጽ ፡ ወግንፋል ፧ ወአንተ ፡ ተዋቀሦ ፡ በኀበ ፡ ንጉሥ ፡ ወዝልፎ ፡ እስመ ፡ ንከውነከ ፡ ስምዐ ፡ በቅድመ ፡ ንጉሥ ፡ ወኢናኀፍረከ ። ወአቀሙ ፡ ኪዳነ ፡ ወመሐሉ ፡ ሎቱ ፡ ከመ ፡ ይኩኑ ፡ ስምዐ ፡ ላዕሌሁ ፡ ለከርሚን ፡ በሐሰት ፡ ዘኢተናገረ ፡ በልሳኑ ፡ ወውስተ ፡ ኀሊናሁኒ ፡ ጥቀ ፡ ኢዐርገ ፡ ውእቱ ፡ ነገር ※

And there was a certain depraved man of the seed of Benjamin, whose name was Benyâs, who used to lead the mule of the King of Israel, and Karmîn used to feed him, together with the mule of King Manasseh. And among the neighbours of Karmîn there were certain men who were envious of him because of [his] pastures and wells, and because of the multitude of his flocks and herds and servants, for the region [where he had settled] was the inheritance of their fathers, and for this reason they wished to drive him away from their country. And they kept watch upon Benyâs, the leader of the king's mule, with evil intent, and they abused Karmîn, and said unto Benyâs, "This Karmîn blasphemeth, and he hath blasphemed the King of Israel, the anointed of God, saying, 'This king is not the son of a free woman, but the son of an old woman servant whom [a certain man] bought for two Ḳôr-measures [of grain] to work at the mill and brick-making.' Do thou take thy case against him to the king and accuse him, for we will be thy witnesses before the king, and we will not let thee be put to shame." And they made a covenant together, and they swore to him that they would bear false witness against Karmîn, by whose tongue such a word had never been uttered, and into whose mind such a thought had never entered.

ወሖረ ፡ ብንያስ ፡ ኀበ ፡ እግዚኡ ፡ ንጉሥ ፡ ወነገሮ ፡ ዘንተ ፡ ኵሎ ። ወይቤሎ ፡ ቦኑ ፡ ዘሰምዐ ፡ ምስሌከ ። ወአውሥአ ፡ ወይቤ ፡ እወ ፡ ሀለዉ ፡ እለ ፡ ሰምዑ ፡ ፪ ፡ ዐበይተ ፡ እስራኤል ፡ ዘእምአርማተም ። ወይቤ ፡ ንጉሥ ፡ ሖርኬ ፡ አምጽኦሙ ፡ በኅቡእ ፡ ከመ ፡ ንጠይቆሙ ፡ ለእመ ፡ የኀብሩ ፡ ምስለ ፡ ቃልከ ፡ ወንምትሮ ፡ ርእሶ ። ወሖረ ፡ ወአምጽኦሙ ፡ ለዘርዮስ ፡ ወካርሚሎስ ፡ ነገደ ፡ ምናሴ ፡ እስመ ፡

And Benyâs went to his lord, the King, and told him all this matter. And the King said unto him, "Is there any man who hath heard this with thee?" And Benyâs answered and said unto him, "Yea, there are some who have heard—two of the nobles of Israel who belong to ’Armâtêm." And the King said unto him, "Go now and bring them hither secretly so that we may find out whether they agree with thy words; [and if they do] we will cut off the

ምስሌሆሙ ፡ ተካየደ ፡ ከመ ፡ ኢያኅፍርዎ ፡ በቅድመ ፡ ንጉሥ ፡ በእንተ ፡ ስምዐ ፡ ሐሰቶሙ ። ወበባሕቲቶሙ ፡ መከሩ ፡ በፍኖት ፡ እንዘ ፡ ይብሉ ፡ ሶበ ፡ ነገርናሁ ፡ ለንጉሥ ፡ ለእመ ፡ ተጠየቀነ ፡ በበ ፡ ባሕቲትነ ፡ ከመ ፡ ያእምር ፡ ጽድቀ ፡ ቃልነ ፡ ወይብለነ ፡ በአይቴ ፡ ሰማዕክሙ ፡ ዘንተ ፡ ቃለ ፡ ንበሎ ፡ በባሕቲትነ ፡ እንዘ ፡ ንሰቲ ፡ ወይነ ፡ ምስሌሁ ፤ ወሶበ ፡ ይቤለነ ፡ ምንት ፡ ዕለቱ ፡ ንበሎ ፡ አመ ፡ ሠረቀ ፡ ወርኅ ፡ እንተ ፡ ኀለፈት ፡ ኀሙስ ፤ ወሶበ ፡ ይቤለነ ፡ አየ ፡ ጊዜ ፡ ንበሎ ፡ በ፱ ፡ ሰዐት ፡ እንዘ ፡ ይነብር ፡ ማእከሌነ ፡ ወንሰቲ ፡ ወይነ ፡ ኅቡረ ፤ ወሶበ ፡ ተስእለነ ፡ እንዘ ፡ ይብል ፡ በምንት ፡ ሰተይክምዎ ፡ ወአይቴ ፡ ነበርክሙ ፡ ንበሎ ፡ በቀናዲል ፡ ዘወርቅ ፡ ወምንባሪነሂ ፡ ውስተ ፡ ጽርሐ ፡ ኅቡረ ፡ ውስተ ፡ ምዕንጋዕ ። ወበዛቲ ፡ እኪት ፡ ምክር ፡ ኅብሩ ፡ በውስተ ፡ ፍኖት ።

head of Karmîn." And Benyâs departed and brought Zaryôs and Kârmêlôs, of the tribe of Manasseh, for it had been agreed between them that they would not put him to shame before the King in the matter of their lying testimony. And these two men agreed together and planned when they were on [their] way, saying, "When we have spoken to the King if he shall ask us afterwards separately (so that he may find out the truth of our words), saying, 'Where did you hear these words?' we will each of us answer and say unto him, 'When we were drinking wine with him.' And when he shall say unto us, 'What day [was this]?' we will say, 'Five days after the new moon.' And when he saith unto us, 'What time [of the day]?' we will say unto him, 'At the ninth hour, when he was sitting with us, and we were drinking wine together.' And when he shall ask us, saying, 'What did ye drink out of? and where were ye sitting?' we will say unto him, 'Out of cups of gold, and our seats were in the hall of his house where the cushions for reclining upon were placed.'" And they agreed together on this evil plot [whilst they were] on their way.

ወሶበ ፡ በጽሑ ፡ ኀበ ፡ ንጉሥ ፡ አብጽሖሙ ፡ ብንያስ ፡ ወሐተቶሙ ፡ ንጉሥ ፡ ወነገርዎ ፡ ኵሎ ፡ ምክረ ፡ ሐሰቶሙ ፡ ወተስእሎሙ ፡ በከመ ፡ መከሩ ፡ በፍኖት ፡ ጊዜሁ ፡ ወዕለቶ ፡ ወሰዐቶ ፡ ወመስቴሆሙ ፡ ወመናብርቲሆሙ ፡ ወነገርዎ ። በከመ ፡ አዘዘ ፡ እግዚአብሔር ፡ ይጠይቁ ፡ ፍትሐ ፡ ነገሥት ፡ ወመኳንንት ፡ ወኵሎሙ ፡ እለ ፡ ይነብሩ ፡ በልዑል ፡ መንበር ፡ በከመ ፡ አዘዞ ፡ እግዚአብሔር ፡ ለሙሴ ።

And when they arrived in the presence of the King Benyâs brought them forward, and the King questioned them, and they repeated to him all their lying counsel. And he asked them—according as they had surmised on the road—the occasion, and the day, and the hour of their drinking [wine] and their sitting [in the hall], and they told him. Now, God hath commanded that kings, and governors, and all those who occupy a high position shall investigate an accusation, even as God commanded Moses.

ወዘንተ ፡ ሶበ ፡ ተጠየቀ ፡ ንጉሥ ፡ ጸውዖ ፡ ለሊቀ ፡ ሐራሁ ፡ ዘይቀውም ፡ ቅድሜሁ ፡ ወይቤሎ ፡ ሑር ፡ ነግሀ ፡ በጽባሕ ፡ ወዕግታ ፡ ለቤተ ፡ ካርሚን ፡ ወኢያምሥጥከ ፡ ፩ ፡ እምእሊአሁ ፡ ኢተባዕት ፡ ወኢአንስት ፤ ቅትል ፡ በአፈ ፡ ኀጺን ፤ ወለሊሁኒ ፡ ምትር ፡ ርእሶ ፡

And when the King had enquired into all this matter, he called the captain of his host who stood before him, and said unto him, "Go at dawn of day to-morrow and surround the house of Karmîn and let not anyone of his people escape thee, neither man nor woman, and slay [them all] with the sword. And as for

ወአምጽእ ፡ ኵሎ ፡ ንዋዮ ፡ ወበርበሮ ፡ ወእንስሳሁ ፡ ወወርቆ ፡ ወብሩሮ ።

ወተፈሥሑ ፡ ወገብኡ ፡ እሙንቱ ፡ ሐሳውያን ፡ ውስተ ፡ ሀገሮሙ ፡ ወሖሩ ፡ ውስተ ፡ ቤተ ፡ ካርሚን ፡ ወተናገርዎ ፡ በነገረ ፡ ሰላም ፡ ወይዌድስዎ ፡ ወይስሕቁ ፡ በቅድሜሁ ፡ እንዘ ፡ ውስተ ፡ ልቦሙ ፡ እኪት ፤ አሜሃኬ ፡ ተፈጸመ ፡ ላዕሌሆሙ ፡ ትንቢተ ፡ ዳዊት ፡ ዘይቤ ፡ እለ ፡ ይትናገሩ ፡ ሰላመ ፡ ምስለ ፡ ቢጾሙ ፡ ወእኩይ ፡ ውስተ ፡ ልቦሙ ፡ ሀቦሙ ፡ በከመ ፡ እከየ ፡ ምግባሮሙ ፡ ወበከመ ፡ እከየ ፡ ኅሊናሆሙ ። ወእሙንቱሰ ፡ ሰክሩ ፡ በውስተ ፡ ቤተ ፡ ከርሚን ፡ ወኖሙ ፡ ኅቡረ ፡ ምስሌሁ ። ወሶበ ፡ ኖሙ ፡ ናሁ ፡ ተፈነወ ፡ መልአከ ፡ እግዚአብሔር ፡ ኅበ ፡ ካርሚን ፡ ወአንቅሆ ፡ ወይቤሎ ፡ ኅድግ ፡ ኵሎ ፡ ንዋየከ ፡ ወአድኅን ፡ ርእሰከ ፡ እስመ ፡ ተአዘዘ ፡ እምኅበ ፡ ምናሴ ፡ ንጉሥ ፡ ከመ ፡ ይምትሩ ፡ ርእሰከ ፤ ወንሣእ ፡ እምንዋይከ ፡ መጠነ ፡ ትክል ፡ ዘፈቀድከ ፡ ወጒይ ፡ ውስተ ፡ ብሔረ ፡ ባዕድ ፡ እስመ ፡ ቀታሌ ፡ ነቢያት ፡ ወኅሣሤ ፡ ደመ ፡ ንጹሓን ፡ ውእቱ ፡ ምናሴ ።

ወእምዝ ፡ ተንሥአ ፡ ሶቤሃ ፡ ወኅሠሠ ፡ ወርቀ ፡ አስከሬን ፡ ወነሥአ ፡ ወአንቅሃ ፡ ለብእሲቱ ፡ ምስለ ፡ ክልኤ ፡ ደቂቁ ፡ ወካዕበ ፡ አንቅሀ ፡ አግብርቲሁ ፡ እለ ፡ ኅረየ ፡ ወአጾሮሙ ፡ ንዋየ ፡ ክብር ፤ ወወፅአ ፡ በሌሊት ፡ ወፈነዎሙ ፡ ለብእሲቱ ፡ ወለደቂቁ ፡ ምስለ ፡ ክልኤ ፡ አግብርቲሁ ፡ ይባኡ ፡ ኢየሩሳሌም ፤ ወውእቱሰ ፡ ሖረ ፡ ምስለ ፡ ክልኤ ፡ አግብርቲሁ ፡ ርሑቀ ፡ ብሔረ ፡ መጠነ ፡ ምሕዋረ ፡ ፫ ፡ አውራኅ ፡ ወበጽሐ ፡ ብሔረ ፡ ባቢሎን ፡ ወቦአ ፡ ኅበ ፡ በላዖን ፡ ንጉሠ ፡ ባቢሎን ፡ ወአብአ ፡ አምኃ ፡ ሎቱ ፡ ወነገሮ ፡ ዘከመ ፡ መጽአ ፡ ኅቤሁ ፤ ወአፍቀሮ ፡ ለባኦን ፡ ለካርሚን ፡ ወወሀቦ ፡ ማኅደረ ፡ በአግዋረ ፡ ቤተ ፡ ነጋዲሁ ፤ ወነጋዲሁሰ ፡ ሖረ ፡ ርሑቀ ፡ ብሔረ ፡ መጠነ ፡ ፫ ፡ ዓመት ።

Karmîn, cut off his head, and bring hither all his possessions, and his goods, and all his flocks and herds, and his gold and silver."

And those liars rejoiced and returned to their district, and they went into the house of Karmîn and held converse with him with words of peace, and they paid him compliments, and they made jests before his face, evil being in their hearts. And then was fulfilled on them the prophecy of David, who said, "Those who speak words of peace with their neighbour, and [have] evil in their hearts, reward them according to the evil of their works and according to the evil of their thoughts." [Psalm 28, 3-4] And they drank themselves drunk in the house of Karmîn, and they slept together with him. And when they had fallen asleep, behold, the Angel of God was sent to Karmîn, and he awoke him and said unto him, "Leave all thy possessions and save thyself, for men have been commanded by Manasseh the King to cut off thy head. Take as much of thy riches as thou canst carry, and flee into another country, for this Manasseh is a slayer of the prophets, and a seeker after the blood of innocent men."

Then Karmîn rose up straightway, and sought out his treasure in gold and took it, and he awoke his wife and his two sons, and he also awoke his chosen servants, and loaded them with possessions of great value, and went forth by night. And he sent off his wife and his sons with two servants to go to Jerusalem, and departed with two of his servants to a remote country—a distance of three months' journey—and he arrived at Babylon. And he came to Balâʻôn, the King of Babylon, and gave him a gift, and related unto him what had happened to him. And Balâʻôn loved Karmîn, and gave him a habitation near the house of his merchant, who had departed to a far country for a period of three years.

ወለእሉሰ ፡ እለ ፡ ሐሰዉ ፡ ስምዐ ፡ ቀተልዎሙ ፡ በውስተ ፡ ምስካብ ፡ በቤት ※

And those men who had borne lying testimony they killed in bed in Karmîn's house.

ወአፍቀረቶ ፡ ለከርሚን ፡ ብእሲተ ፡ ነጋዲ ፡ ወተስሕተት ፡ ቦቱ ፡ ወፀንሰት ፤ እስመ ፡ እኩይ ፡ ምግባሪሆን ፡ ለአንስት ። እስመ ፡ ኀደጋ ፡ ብእሲሃ ፡ እንዘ ፡ ፅንስት ፡ ይእቲ ፡ ወወለደት ፡ ወወሀበት ፡ ለሐፃኒት ፡ ወአልሀቀት ፤ ወበካልእ ፡ ዓመት ፡ ተስሕተት ፡ ወፀንሰት ፡ እምኀበ ፡ ከርሚን ፡ እስመ ፡ ሠናይ ፡ ላሕዩ ፡ ለከርሚን ፡ ፈድፋደ ፡ በውስተ ፡ እስራኤል ። ወይእቲሰ ፡ ፈቀደት ፡ ለዘፀንሰቶ ፡ ወሊዳ ፡ ትግድፎ ፡ ውስተ ፡ ባሕር ፡ ወትጽንሖ ፡ ለነጋዲ ፡ ብእሲሃ ፡ ከመ ፡ ዘኢተስሕተት ፡ ወኢገብረት ፡ ምንተኒ ፤ በከመ ፡ ይቤ ፡ ሰሎሞን ፡ ጠቢብ ፡ ፫ ፡ የዐጽበኒ ፡ በኀሊናየ ፡ ወራብዖሙሰ ፡ ስእንኩ ፡ ጠይቆቶ ፡ አሠረ ፡ ንስር ፡ በውስተ ፡ ሰማይ ፡ ወፍኖተ ፡ አርዌ ፡ ምድር ፡ በዲበ ፡ ኰኵሕ ፡ ወፍኖተ ፡ ሐመር ፡ በዲበ ፡ ባሕር ፤ ወራብዖሙሰ ፡ ስእንኩ ፡ ጠይቆ ፡ ዘይቤ ፡ በእንተ ፡ ብእሲት ፡ እኪት ፡ እንተ ፡ ትጌምዕ ፡ ምታ ፡ ወተኀፂባ ፡ ትነብር ፡ ከመ ፡ ዘኢገብረት ፡ ወትምሕል ፡ እንዘ ፡ ትሔሱ ※

And the wife of the merchant loved Karmîn, and she was seduced by him, and became with child; now the behaviour of women is bad. And the husband of the woman had left her when she was with child, and she brought forth and gave the child to a nurse who brought it up. And in the second year she went astray and became with child by Karmîn, for the person of Karmîn was exceeding goodly in Israel. And the woman wished to throw the child whom she had conceived into the river when he was born and to wait for the merchant her husband as if she had not gone astray, and had not done anything [wrong]. Even as Solomon the wise man saith, "There are three things which are difficult to me in my mind, and the fourth of these I cannot comprehend:—The track of the eagle in the heavens, the path of the serpent on the rock, the track of a ship on the sea." [Proverbs 30, 18] Now the fourth of them of which he speaks concerneth the wicked woman, who, having wronged her husband, and washed herself, sitteth down like a woman who hath done nothing, and she sweareth an oath falsely.

ወአሜሃ ፡ ብእሲተ ፡ በላዖን ፡ ንጉሠ ፡ ባቢሎን ፡ ፀንሰት ፡ ወወለደት ፡ አምሳለ ፡ ንስር ፡ ዘአልቦ ፡ ክንፈ ፡ ኵለንታሁ ፡ ዖፍ ፡ ፍጹም ፤ ወጸውዐታ ፡ ለአመታ ፡ እንተ ፡ ኀርየት ፡ ወፈነወቶ ፡ ውስተ ፡ ምቅላደ ፡ መሶብ ፡ ወአዘዘታ ፡ ዘእንበለ ፡ ያእምር ፡ ፩ ፡ ትገሮ ፡ ውስተ ፡ ባሕር ። ወይእቲኒ ፡ ብእሲተ ፡ ነጋዲ ፡ በጽሐ ፡ ወሊዶታ ፡ ወወለደት ፡ ሕፃነ ፡ ተባዕተ ፡ መምሕረ ፡ ዘሠናይ ፡ ላሕዩ ፤ ወዘእንበለ ፡ ታጥብዎ ፡ ጸውዐታ ፡ ለአመታ ፡ እንተ ፡ ኀረየት ፡ ወፈነወቶ ፡ ውስተ ፡ ቀማጥረ ፡ ሳጥን ፡ ወአዘዘታ ፡ ዘእንበለ ፡ ያእምር ፡ ፩ ፡ ትውግሮ ፡ ውስተ ፡ ባሕር ፤ እስመ ፡ ፈርሀት ፡ ብእሴሃ ። ወበአሐቲ ፡ ሌሊት ፡ ወለዳ ፡ ምስለ ፡ ብእሲተ ፡

And at that time the wife of Balâ'ôn, the King of Babylon, conceived and brought forth something which was like unto an eagle, a perfect bird but altogether without wings. And she called a handmaiden who was a favourite, and sent the thing away in a wicker-basket and commanded her to cast it into the sea (*i.e.* river), without letting anyone know about it. And the time for the bringing forth of the wife of the merchant arrived, and she brought forth a man-child, comely in form [and worthy of] compassion. And without suckling it she called to a handmaiden who was a favourite, and put it into the inner part of a box and commanded her to throw him into the sea (*i.e.* river), without anyone knowing about it; for

ንጉሥ ፡ ወበአፈ ፡ ጽባሕ ፡ ፈነዋ ፡ አእማቲሆን ፡ ከመ ፡ ይውግራሆሙ ፡ ውስተ ፡ ባሕር ፡ ለደቂቆን ።

she was afraid of her husband. And in the same night two women brought forth, [the merchant's wife] and the wife of the King, and at daybreak the two women sent their handmaidens to cast their children into the river.

ወበፈቃደ ፡ እግዚአብሔር ፡ ተራከባ ፡ እላ ፡ አእማት ፡ ዘእንበለ ፡ ይውግራሆሙ ፡ ውስተ ፡ ባሕር ፡ ወተናገራ ፡ በበይናቲሆን ፡ ወሐተተታ ፡ አመተ ፡ ንጉሥ ፡ ለአመተ ፡ ነጋዲ ፡ ወትቤላ ፡ ምንት ፡ ዘውስተ ፡ ማጹንኪ ፧ ወአርአየታ ፡ ሕፃነ ፡ ሠናየ ፧ ወትቤላ ፡ ለምንት ፡ አምጻእኪዮ ፡ ዝየ ፧ ወትቤላ ፡ እስመ ፡ ብእሲተ ፡ እግዚእየ ፡ ስሕተት ፡ በኀበ ፡ ፩ ፡ እስራኤላዊ ፡ ወፀንሰት ፡ ወወለደት ፡ ወልደ ፡ ወአዘዘተኒ ፡ ከመ ፡ እውግሮ ፡ ውስተ ፡ ባሕር ፧ ወትቤላ ፡ አመተ ፡ ንጉሥ ፡ ለምንት ፡ ኢያልሀቀት ፡ ዘመጠነዝ ፡ ሠናይ ፡ ሕፃነ ፧ ወትቤላ ፡ እንዘ ፡ ፅንስት ፡ ይእቲ ፡ ኀደጋ ፡ ብእሲሃ ፡ ወወለደት ፡ ወአልሀቀት ፡ ወዝንቱ ፡ በአይቴ ፡ ተሐፅን ፡ ዘባዕድ ፡ ነኪር ፡ ዘርእ ። ወይእቲኒ ፡ ሐተተታ ፡ ወትቤላ ፡ ምንት ፡ ውእቱ ፡ ዘውስተ ፡ መሶብ ፧ ወትቤላ ፡ ዘንተ ፡ እግዝእትየ ፡ ወለደት ፡ ዘአልቦ ፡ አርአያ ፡ ሰብእ ፡ ላዕሌሁ ፡ አላ ፡ ይመስል ፡ ንስረ ፡ ዘአልቦ ፡ ክንፈ ፡ ወአዘዘተኒ ፡ ከመ ፡ እውግሮ ፡ ውስተ ፡ ባሕር ፧ ወይእዜኒ ፡ ሀብንዮ ፡ ለዝንቱ ፡ ወልድኪ ፡ ከመ ፡ እስዶ ፡ ኀበ ፡ እግዝእትየ ፡ ወአንቲኒ ፡ ንሥኢ ፡ ውግርዮ ፡ ለዝንቱ ፡ ዖፍ ፡ ውስተ ፡ ባሕር ፧ ወገብራ ፡ ከማሁ ። ወወሰደት ፡ አመተ ፡ ንጉሥ ፡ ውእተ ፡ ሕፃነ ፡ ኀበ ፡ እግዝእታ ፡ ወተፈሥሐት ፡ ንግሥት ፧ ወአርድእዎ ፡ ለንጉሥ ፡ ከመ ፡ ወለደት ፡ ይእቲ ፡ ንግሥት ፡ ወልደ ፧ ወወሀብዎ ፡ ለሐፃንያን ፡ ወልህቀ ፡ በቤተ ፡ ንጉሥ ፧ ወሰመየቶ ፡ ስሞ ፡ ናቡክድናጸር ፡ በገደ ፡ ዖፍ ፡ ብሂል ※

And by the Will of God these two handmaidens met each other before they had thrown the children into the river, and they talked together. And the handmaiden of the King asked the handmaiden of the merchant, saying, "What is in thy box?" and she showed her the beautiful child. And the King's handmaiden said unto her, "Why hast thou brought him here?" And the merchant's handmaiden said unto her, "Because the wife of my lord hath gone astray with a certain Israelite, and she conceived and brought forth a child, and she hash commanded me to throw him into the river." And the King's handmaiden said unto her, "Why doth she not bring up a child who is so beautiful?" And the merchant's handmaiden said unto her, "Her husband left her with child, and she brought forth a child, and is rearing him; how then can she rear this child who is of strange and alien seed?" And the merchant's handmaiden asked the King's handmaiden, saving, "What hast thou in thy box?" And the King's handmaiden said unto her, "My lady hath brought forth a child that hath not the appearance of a man but of a wingless eagle, and she hath commanded me to throw it into the river. And now, give me this child of thine that I may give it to my mistress, and do thou take this bird, and cast it into the river"; and they did so. And the handmaiden of the King took the child [of Karmîn] to her mistress, and the Queen rejoiced, and it was reported to the King that the Queen had borne a son. And the Queen gave the boy to the nurses, and he grew up in the house of the King, and she called his name "Nâbûkĕdnâṣar" (Nebuchadnezzar), which is, being interpreted, "By the luck of the bird."

And through this it is well known that the King of Babylon is the seed of Shem. And he came and overthrew Jerusalem by the Will of God, and he carried away captive the children of Israel, and he made them to wander in the town of Babylon with the grandchildren of Manasseh. And he was so very rich that he set up a pillar of gold on the plain of Babylon sixty cubits high, and he was very arrogant, and he used to say, "I make the sun to shine in the heavens"; and he worshipped idols. And God abased him so that he might know Him, and He set his portion with the beasts of the field. And when he knew the Name of the Lord after seven years He had compassion upon him, and brought him back in repentance. And the kingdom of Babylon was his, and it belonged to those who were of his seed for ever.

77. CONCERNING THE KING OF PERSIA

And the King of Persia is likewise of the seed of Shem, and we will inform you concerning the matters that relate to him. Judah begot two sons, and he brought in Tĕ'mâr (Tamar) for his eldest son, and he died. And Judah sent his younger son to her that he might raise up seed to his brother by his brother's wife. And he did that which God hated, and he did not wish to raise up seed to his brother as his father Judah had commanded him. Now when he lay with Tamar he made his seed to go into the ground, so that it might not germinate in her womb and be called the seed of his brother, but he wished to raise up seed by his own wife in his own name. And when God saw his evil act He turned His face away from him and slew him. And Judah, the father-in-law of Tamar, brought her back, and set her in the house of her father, and said unto her kinsfolk, "Keep carefully this Israelitish woman, and let her

አቡሃ ፡ ወይቤሎሙ ፡ ለአዝማዲሃ ፡ ዕቀብዋ ፡ ለዛቲ ፡ እስራኤላዊት ፡ ወኢታርኵስዋ ፡ ኀበ ፡ በዕድ ፡ እስመ ፡ ብየ ፡ ንኡሰ ፡ ሕፃነ ፡ ለእመ ፡ አልሀቆ ፡ እግዚአብሔር ፡ እሁቦ ፡ ኪያሃ ። ወእንዘ ፡ ትነብር ፡ ምዕስብት ፡ ውስተ ፡ ቤተ ፡ አቡሃ ፡ ናሁ ፡ መጽአ ፡ ይሁዳ ፡ ሐሙሃ ፡ ውስተ ፡ መራዕየ ፡ አዕጻዳተ ፡ አባግዒሁ ፡ ከመ ፡ ይቅርጽ ፡ ፀምረ ፡ ምስለ ፡ ብዙኅ ፡ ፍግዓ ፡ ወተድላ ፤ ወትዕማርሰ ፡ ሶበ ፡ ሰምዐት ፡ ከመ ፡ መጽአ ፡ ሐሙሃ ፡ ገደፈት ፡ እምላዕሌሃ ፡ አልባሰ ፡ ምዕስብና ፡ ወተረሰየት ፡ በአልባሰ ፡ ክብር ፡ ወተገልበበት ፡ በአምሳለ ፡ ዘማት ፡ ወሖረት ፡ እንተ ፡ ድኅሬሁ ፡ ወነበረት ። ወለአከ ፡ ኀቤሃ ፡ እንዘ ፡ ይብል ፡ እፈቅድ ፡ እባእ ፡ ኀቤኪ ፤ ወትቤሎ ፡ ምንተ ፡ ትሁበኒ ፡ ዐስብየ ፤ ወይቤላ ፡ እፌኑ ፡ ለኪ ፡ ነግሀ ፡ በጽባሕ ፡ ማሕስአ ፡ ጠሊ ፤ ወትቤሎ ፡ ሀበኒ ፡ አኅዘ ፡ እስከ ፡ ትሁበኒ ፡ ጠሊተ ፤ ወወሀባ ፡ በትረ ፡ ወሕልቀተ ፡ ወቆብዐ ፡ እንተ ፡ መትሕተ ፡ አክሊሉ ። ወቦአ ፡ ኀቤሃ ፡ ወነሥአት ፡ ወሖረት ፡ ውስተ ፡ ቤታ ፡ ወፈነወ ፡ ላቲ ፡ በጽባሕ ፡ ጠሌ ፤ ወተስእሉ ፡ አግብርቲሁ ፡ ወይቤሉ ፡ አይቴ ፡ ውእቱ ፡ ቤተ ፡ ዘማት ፡ ወይቤልዎሙ ፡ አልቦ ፡ ውስተ ፡ ሀገርነ ፡ ዘማት ፤ ወገብኡ ፡ ውስተ ፡ ሀገሮሙ ፡ ወነገርዎ ፡ ከመ ፡ አልቦ ፡ ውስተ ፡ ሀገሮሙ ፡ ዘማት ፤ ወይቤ ፡ ይሁዳ ፡ ኅድጉአ ፡ ፈቃደ ፡ እግዚአብሔር ፡ ለይኩን ።

ወእምዝ ፡ ፀንሰት ፡ ትዕማር ፡ ወነገርዎ ፡ ለሐሙሃ ፡ ከመ ፡ ፀንሰት ፤ ወሖረ ፡ ወነሥአ ፡ መላህቅተ ፡ እስራኤል ፡ ኀበ ፡ አቡሃ ፡ ለትዕማር ፡ ወይቤሎ ፡ አቅርብ ፡ ሊተ ፡ ወለትከ ፡ ፅንስተ ፡ ከመ ፡ ንውግራ ፡ በአእባን ፡ በከመ ፡ አዘዘ ፡ ሙሴ ፡ እስመ ፡ አኅሰረት ፡ ቤተ ፡ እስራኤል ። ወነገርዋ ፡ ለትዕማር ፡ አቡሃ ፡ ወአዝማዲሃ ፡ ከመ ፡ ከመዝ ፡ ይቤ ፡ ሐሙሃ ፤ ወአውፅአት ፡ ሕልቀተ ፡ ወበትረ ፡ ወቆብዐ ፡ ወወሀበት ፡ ለአቡሃ ፡ ወለአዝማዲሃ ፡ ወትቤሎሙ ፡ ባዕለ ፡ ዝንቱአ ፡ ዘአስሐተኒ ፡

not defile herself with an alien. For I have a little son, and if God will let him grow up I will give him to her." And whilst Tamar was living as a widow in her father's house, behold, Judah her father-in-law came to the place where his sheepfolds were to shear wool with great satisfaction and pleasure. And when Tamar heard that her father-in-law had come, she cast away from her the apparel of widowhood, and she put herself in splendid apparel, and she veiled herself after the manner of a harlot, and she followed him and sat down. And he sent a message to her, saying, "I wish to company with thee." And she said unto him, "What wilt thou give me for my hire?" And he said unto her, "I will send to thee in the morning early a sucking lamb"; and she said unto him, "Give me a pledge until thou givest me the lamb." And he gave her [his] staff, and ring, and the close-fitting cap that was under his headdress. And he companied with her, and she took [the things] and departed unto her house. And he sent the lamb unto her early in the morning. And his servants enquired and said, "Where is the house of the harlot?" And they said unto him, "There is no harlot in our town"; and they returned into their city and told him that there was no harlot in their town. And Judah said, "Leave ye [it]; the Will of God be done."

Then Tamar conceived and they told her father-in-law that she had conceived. And he went and took the elders of Israel to the father of Tamar, and he said unto him, "Bring to me thy daughter who hath conceived that we may stone her with stones even as Moses commanded, for she hath brought reproach upon the house of Israel." And the father and kinsfolk of Tamar told her that her father-in-law spake thus. And she brought out the ring, and the staff, and the cap, and gave [them] to her father and her kinsfolk, and she said unto them, "The owner of these things hath seduced me; let them stone me with him with stones." And when Judah saw his possessions he recognized [them], and he said, "Tamar is more righteous than I"; and he left her and came to his house. And Tamar brought forth twins, two nations, Fârês (Perez) and Lira. And Fârs (Persia) was founded in the name of Fârês, and he ruled over it and his seed after him, and they were called "Farasâwîyân" (Persians). Behold now, it is proved that the King of Persia is of the seed of Shem.

78. CONCERNING THE KING OF MOAB

And the King of Moab is of the seed of Shem, and we will inform you how this hath come to pass. When God made Abraham to depart from his father's country into the land of Kirin (Harran), He made Lot to pass over into the land of Sodom and Gomorrah. And when God wished to blot out the people of Sodom and Gomorrah, He sent His Angels Michael and Gabriel to bring out Lot and to burn up the cities of Sodom and Gomorrah; and they destroyed them and brought out Lot with his children. And his wife turned round so that she might see the city of her father and her mother. Now the wrath of God came down on the city of Sodom [in the form of] a rain of fire from heaven, which burned up mountains, and hills, and stones, and earth. And lightnings, and forked lightnings, and peals of thunder came down mingled with the crashing of the wrath of God, and a cloud of fire which made the heat to emit smoke. And when all this uproar was being heard the Angels said unto Lot, "Turn not round after ye have gone forth from the city, turn not round that ye die not the death." But when 'Aḵmâbâ, the wife of Lot, heard this, she turned round, and she became a pillar of salt, and she existeth to this day, to

ድኅሬክሙ ፡ ከመ ፡ ሞተ ፡ ኢትሙቱ ፤ ወሶበ ፡ ሰምዐት ፡ ይእቲ ፡ ብእሲተ ፡ ሎጥ ፡ አቅማባ ፡ ተመይጠት ፡ ድኅሬሃ ፡ ወኮነት ፡ ሐውልተ ፡ ፄው ፡ ወሀለወት ፡ እስከ ፡ ዮም ፡ ወእስከ ፡ ዛቲ ፡ ዕለት ። ወለሎጥሰ ፡ እኅሁ ፡ ለአብርሃም ፡ አንበሮ ፡ እግዚአብሔር ፡ ውስተ ፡ አድባረ ፡ አራራት ። ወተከለ ፡ ወይነ ፡ ሐዲሰ ፤ ወአስተያሁ ፡ ወይነ ፡ ለአቡሆን ፡ አዋልዲሁ ፡ እስመ ፡ መከራ ፡ ምክረ ፡ እኪተ ፡ ወይቤላ ፡ ዝንቱ ፡ ንዋየ ፡ አቡነ ፡ በአይቴ ፡ ይጠፍእ ፤ እምነኬ ፡ ተሀጕለት ፡ በፍኖት ፡ ወለነኒ ፡ አልቦ ፡ ዘያወስበነ ፡ በዝየ ። ወአስከራሁ ፡ ለአቡሆን ፡ ወሰከበት ፡ እንተ ፡ ትልህቅ ፡ ወለቱ ፡ ምስሌሁ ፡ ኀበ ፡ ጸልመ ፡ ልቡ ፡ በወይን ፤ ወሎጥሰ ፡ ጻድቅ ፡ ኢያእመረ ፡ በሰኪቦታ ፡ ለወለተ ፡ ወኢያእመረ ፡ በተንሥኦታ ፡ ለወለቱ ፡ እስመ ፡ ስካር ፡ ያጸልም ፡ ልቦ ። ወኖኀኒ ፡ በስካር ፡ ኮነ ፡ ዕሩቀ ፡ እምብእሲቱ ፡ ወደቂቁ ፡ እስከ ፡ ይረግም ፡ ውሉዶ ፡ ለዘ ፡ ሰሐቆ ፤ ወለሎጥሰ ፡ ኢተኈለቀ ፡ ኀጢአተ ፡ እስመ ፡ በኢያእምሮ ፡ ገብረ ። ወፀንሰት ፡ ወወለደት ፡ እንተ ፡ ትልህቅ ፡ ወሰመየቶ ፡ ስሞ ፡ ሞአብ ፡ እምኀበ ፡ አቡየ ፡ በብርክየ ፡ ብሂል ፤ ወውእቱኬ ፡ አቡሆሙ ፡ ለሞአባውያን ፡ ወለአጋራዊያን ። ናሁኬ ፡ ተዐውቀ ፡ ንጉሠ ፡ ሞአብሂ ፡ ከመ ፡ ዘርአ ፡ ሴም ፡ ውእቱ ※ ※ ※

this very day. And as for Lot, God made him to dwell in the mountains of Ararat. And he planted a new vineyard, and his daughters made their father to drink wine, and they plotted a wicked plot, and they said, "How (*i.e.* why) shall the possession of our father be wasted (or, blotted out)? Our mother hath been destroyed on the road, and there is no one to marry, us here." And they made their father drunk, and his elder daughter lay with him whilst his mind was clouded with wine, and Lot the righteous man did not know when his daughter lay with him and when she rose up from him, for his mind was clouded with strong drink. And Noah was drunk and naked before his wife and children, and he cursed his son who laughed at him; and [the act of lying with his daughter]] was not reckoned against Lot as sin, for he did it unknowingly. And his elder daughter conceived and brought forth a child, and she called him "Moab," which is, being interpreted, "From my father on my knee." And he was the father of the Moabites and the Agarenes. Behold now, it is clear that the King of Moab is of the seed of Shem.

፸፱ ፡ በእንተ ፡ ንጉሠ ፡ ዓማሌቅ ።

79. CONCERNING THE KING OF AMALEK

ወሶበ ፡ ወለደት ፡ እንተ ፡ ትልህቅ ፡ ትቤላ ፡ ለእንተ ፡ ትንእስ ፡ ሀቢኬ ፡ ናስትዮ ፡ ወይነ ፡ ለአቡነ ፡ ወአንቲኒ ፡ ከመ ፡ ትባኢ ፡ ኀቤሁ ፡ እመ ፡ ትረክቢ ፡ ውሉደ ። ወካዕበ ፡ ገብራ ፡ ወይነ ፡ ወደገማ ፡ ቃለ ፡ እበድ ፡ እንዘ ፡ ይብላ ፡ ስተይ ፡ ወይነ ፡ ኦአቡነ ፡ ከመ ፡ ይትናዘዝ ፡ ልብከ ፤ ወውእቱሰ ፡ የዋህ ፡ ሰተየ ፡ ወሰከረ ። ወካዕበ ፡ ሶበ ፡ ሰትየ ፡ ወጸልመ ፡ ልቡ ፡

And it came to pass that when the elder daughter of Lot had brought forth her son, she said unto the younger daughter, "Come now, let us make our father drink wine, so that thou also mayest company with him that, peradventure, thou mayest get offspring." And again they prepared wine, and again they spoke to him the words of foolishness, and said unto him, "Drink wine, O our father, so

ቦአት ፡ እንተ ፡ ትንእስ ፡ ወሰከበት ፡ ምስሌሁ ፡ ወውእቱሰ ፡ ካዕበ ፡ ኢያእመረ ፡ በሰኪቦታ ፡ ወበተንሥኦታ ። ወካዕበ ፡ ይእቲኒ ፡ ፀንሰት ፡ ወወለደት ፡ ወልደ ፡ ወሰመየቶ ፡ ስሞ ፡ ዓሞን ፤ ወውእቱ ፡ ንጉሦሙ ፡ ለዓማሌቃውያን ። ወናሁኬ ፡ ተዐውቀ ፡ ከመ ፡ ንጉሠ ፡ ዓማሌቅ ፡ ከመ ፡ ዘርአ ፡ ሤም ፡ ውእቱ ※ ※ ※

that thy heart may be comforted"; and he, the simple man, drank and became drunk. And again, when he had drunk and his mind was clouded with wine, the younger daughter came and lay with him, and again he did not know of her lying with him, or of her rising up from him. And she also conceived and gave birth to a son, and she called his name "Ammon," and he is the father of the Amalekites. Behold now, it is clear that the King of Amalek is of the seed of Shem.

፹ ፡ በእንተ ፡ ንጉሠ ፡ ኢሎፍሊ ።

80. CONCERNING THE KING OF THE PHILISTINES

ወናሁ ፡ ኢሎፍሊ ፡ ዘርአ ፡ ሳምሶን ፡ ይነግሡ ፡ ላዕሌሆሙ ። ወሰምሶንሰ ፡ እም፲ወ፪ ፡ ደቂቀ ፡ ያዕቆብ ፡ ዘርአ ፡ ዳን ፡ ውእቱ ፡ ወልደ ፡ አመት ፡ እምያዕቆብ ፤ ውእቱሰ ፡ ሳምሶን ፡ ናየድዐክሙ ፡ ዘከመ ፡ ኮነ ። አስተርአየ ፡ መልአከ ፡ እግዚአብሔር ፡ ለእሙ ፡ ለሰምሶን ፡ ወይቤላ ፡ ተዐቀቢ ፡ እምኵሉ ፡ ርኩስ ፡ ወኢትቅረቢ ፡ ዘእንበለ ፡ ኀበ ፡ ምትኪ ፡ እስመ ፡ ዘይትወለድ ፡ እምኔኪ ፡ ናዝራዊ ፡ ቅዱሱ ፡ ለእግዚአብሔር ፡ ወይከውን ፡ መድኀኒቶሙለእስራኤል ፡ እምእደ ፡ ኢሎፍሊ ። ወእምዝ ፡ ወለደቶ ፡ ወካዕበ ፡ አስተርአየ ፡ ወይቤላ ፡ ኢታዕርጊ ፡ መላጼ ፡ ዲበ ፡ ርእሱ ፡ ወኢይብላዕ ፡ ሥጋ ፡ ወኢወይነ ፡ ወኢያውስብ ፡ እምባዕድ ፡ ፈጥረት ፡ ዘእንበለ ፡ እምዘመዱ ፡ ወቤተ ፡ አቡሁ ። ወዘከመ ፡ ወሀቦ ፡ እግዚአብሔር ፡ ኀይለ ፡ ሰማዕክሙ ፡ በውስተ ፡ መጽሐፈ ፡ መሳፍንት ። ወተዐደወ ፡ ትእዛዘ ፡ እግዚአብሔር ፡ ወቦአ ፡ ወአውሰበ ፡ ውስተ ፡ አዋልደ ፡ ኢሎፍሊ ፡ ቈላፋን ፡ ወበእንተዝ ፡ ተምዕዖ ፡ እግዚአብሔር ፡ ወመጠዎ ፡ ውስተ ፡ እደዊሆሙ ፡ ለሰብአ ፡ ኢሎፍሊ ፡ ቈላፋን ፡ ወአዖርዎ ፡ አዕይንቲሁ ፡ ወረሰይዎ ፡ መስተዛውዐ ፡ በውስተ ፡ ቤተ ፡ ንጉሦሙ ፤

And behold, the seed of Samson reigned over the Philistines. And Samson was of the seed of Dan, [one] of the twelve sons of Jacob, and he was the son of a handmaiden of Jacob; and we will inform you how this Samson came into being. The Angel of the Lord appeared to the mother of Samson and said unto her, "Keep thyself from all pollution, and company with no man except thy husband, for he who shall be born of thee shall be a Nazarite, holy to the Lord, and he shall be the deliverer of Israel from the hand of the Philistines." And then she brought forth Samson. And again the Angel appeared unto her and said unto her, "Thou shalt not let a razor go upon his head, and he shall neither eat flesh nor [drink] wine, and he shall marry no strange woman but only a woman of his own kin and from the house of his father." And how God gave him strength ye have heard in the Book of Judges. But he transgressed the commandment of God, and came and married a daughter of the uncircumcised Philistines. And because of this God was wroth, and He delivered him into the hands of men of the uncircumcised Philistines, and they blinded his eyes, and they made him act the buffoon in the house of their king. And he pulled the roof down upon them, and slew

ወአፍረሰ ፡ መልዕልቶሙ ፡ ወቀተሎሙ ፡ ፸፼ ፡ ወበሕይወቱሰ ፡ ቀተሎሙ ፡ ፸፼ ፡ ወ፸፼ ፡ በኀጺን ፡ ወበእብን ፡ ወበበትር ፡ ወበመንከሰ ፡ አድግ ፤ እስመ ፡ ብዝኆሙ ፡ ከመ ፡ አንበጣ ፡ እስከ ፡ አኀደኆሙ ፡ ለእስራኤል ፡ እምግብርናተ ፡ ኢሎፍሊ ።

ወእምዝ ፡ ፀንሰት ፡ ደሊላ ፡ እምሳምሶን ፡ ወእንዘ ፡ ፅንስት ፡ ይእቲ ፡ ሞተ ፡ ሳምሶን ፡ ምስለ ፡ ሰብአ ፡ ኢሎፍሊ ፤ ወወለደት ፡ ወልደ ፡ ደሊላ ፡ ወሰየቶ ፡ ምናሔም ፡ ዘርአ ፡ ኀያል ፡ ብሂል ※ ወደሊላሰ ፡ እኅታ ፡ ይእቲ ፡ ለመክሳባ ፡ ብእሲተ ፡ ንጉሠ ፡ ኢሎፍሊ ። ወሶበ ፡ ቀተሎ ፡ ሰምሶን ፡ ለንጉሠ ፡ ኢሎፍሊ ፡ በውስተ ፡ ቤት ፡ ምስለ ፡ ሕዝቡ ፡ ወለሊሁኒ ፡ ሞተ ፡ ምስሌሁ ፡ ወገብአት ፡ ደሊላ ፡ ኀበ ፡ እኅታ ፡ ንግሥተ ፡ ኢሎፍሊ ፡ መክሳባ ፤ እስመ ፡ ክልኤሆን ፡ ላሕያት ፡ እማንቱ ፡ ወአልቦን ፡ ውሉደ ፡ ወባሕቱ ፡ ፅኑሳት ፡ ህየ ፡ ስድስቱ ፡ አውራኀ ፡ መክሳባ ፡ እምዘ ፡ ፀንሰት ፡ እምኀበ ፡ ቈላሶን ፡ ንጉሠ ፡ ኢሎፍሊ ፡ ወደሊላ ፡ ፬ ፡ አውራኀ ፡ እሙንቱ ፡ እምዘ ፡ ፀንሰት ፡ እምሳምሶን ፡ ወሞቱ ፡ አምታቲሆን ። ወይትፋቀራ ፡ ፈድፋደ ፡ ወፍቅሮንሂ ፡ አኮ ፡ ከመ ፡ አኃት ፡ አላ ፡ ከመ ፡ እም ፡ ለሕፃና ፡ ወከመ ፡ ሕፃን ፡ ለእም ፡ ከማሁ ፡ ፍቅሮን ፤ ወነበራ ፡ ክልኤሆን ፡ ኅቡረ ፡ ወመንግሥትሰ ፡ ውስተ ፡ እዴሃ ፡ ለመክሳባ ፡ እምእለ ፡ ተርፉ ፡ እምቀትለ ፡ ሰምሶን ፡ በውስተ ፡ ቤተ ፡ ንጉሥ ። እስመ ፡ አልቦ ፡ ዘተርፈ ፡ እምደቂቀ ፡ ኀይለ ፡ መንግሥተ ፡ ኢሎፍሊ ፡ ወበእንተዝ ፡ ነግሠት ፡ ላዕለ ፡ እለ ፡ ተርፉ ፡ መክሳባ ፤ ወይብልዋ ፡ ነግሀ ፡ ወሰርከ ፡ አልብነ ፡ ንጉሠ ፡ ዘእንበሌኪ ፡ ካልአ ፡ ወዘእንበለ ፡ ዘወፅአ ፡ እምከርሥኪ ፤ ለእመ ፡ አሠነየ ፡ ለነ ፡ እግዚእነ ፡ ዳጎን ፡ ይከውን ፡ ወልደ ፡ ዘውስተ ፡ ከርሥኪ ፡ ዘያነሥእ ፡ ለአምላክነ ፡ ዳጎን ፡ ወዘይነግሥ ፡ ላዕሌነ ፤ ወእመሂ ፡ ኮነት ፡ ወለተ ፡ ናነግሣ ፡ ላዕሌነ ፡ ከመ ፡ ይኩን ፡ ስምኪ ፡ ወስመ ፡ ቈላሶን ፡ እግዚእነ ፡ ላዕሌነ ፡ ዝክርክሙ ።

seven hundred thousand of them, and during his life he slew seven hundred thousand of them with iron, and stone, and [his] staff, and the jaw-bone of an ass. For their number was as that of the locusts, until he released Israel from the service of the Philistines.

And then Dalîlâ (Delilah) conceived by Samson, and whilst she was with child Samson died with the Philistines; and Delilah brought forth a son and she called his name "Menahem," which is, being interpreted, "Seed of the strong man." Now Delilah was the sister of Maksâbâ, the wife of the King of the Philistines, and when Samson slew the King of the Philistines in the house with his people and his household, and he died with him, Delilah went to her sister Maksâbâ, the Queen of the Philistines. Now both women were beautiful, and they had no children, but both had conceived; Maksâbâ had been with child six months by Ḳwôlâsôn, the King of the Philistines, and Delilah had been with child four months by Samson; and the husbands of both were dead. And the two women loved each other exceedingly. And their love for each other was not like the love of sisters, but like that of the mother for the child, and of the child for the mother; even so was their love. And they lived together. And the dominion over those who were left of the slaughter [made] by Samson in the house of the king was in the hands of Maksâbâ, for none of the mighty men of war of the kingdom of the Philistines were left, and therefore Maksâbâ ruled over those that were left. And they spake unto her morning and evening, saying, "We have no other king except thyself, and except that one that shall go forth from thy belly. If our Lord Dâgôn will do a favour unto us that which is in thy belly shall be a son, who shall reverence our god Dâgôn and shall reign over us. And if it be a daughter we will make her to reign over us, so that thy name and the name of

Ḳwôlâsôn our lord shall be your memorial over us."

ወእምዝ ፡ ወለደት ፡ ተባዕተ ፡ ወተፈሥሑ ፡ ኵሎሙ ፡ ሰብአ ፡ ኢሎፍሊ ፡ ወገነዩ ፡ ላቲ ፡ ወሐለዩ ፡ እንዘ ፡ ይብሉ ፡ ዳጎን ፡ ወቤል ፡ አክበርዋ ፡ ወአፍቀርዋ ፡ ለመክሳባ ፡ ወተረክበ ፡ ዘርአ ፡ ቈላሶን ፡ እምኔሃ ፡ ለመክሳባ ፤ ወደሊላኒ ፡ ወለደት ፡ ወልደ ፡ ወሐፀናሆሙ ፡ በብዙኅ ፡ ክብር ፡ ለደቂቆን ። ወሶበ ፡ ኮነ ፡ ሎሙ ፡ ፭ ፡ ዓመተ ፡ ይበልዑ ፡ ወይትዋነዩ ፡ በቅድሜሆን ፤ ወገብራ ፡ ሎሙ ፡ ዐስቀ ፡ ዘዲባጋት ፡ ወሰዋትለ ፡ ውስተ ፡ ሐቌያቲሆሙ ፡ ወአዕኑገ ፡ ውስተ ፡ ክሳውዲሆሙ ። ወረሰይዎ ፡ ንጉሠ ፡ ለወልደ ፡ መክሳባ ፡ ውስተ ፡ መንበረ ፡ አቡሁ ፡ ላዕለ ፡ ኢሎፍሊ ※ ※ ※

And then Maksâbâ brought forth a man-child and all the men of the Philistines rejoiced, and they did homage to her and sang, saying, "Dâgôn and Bêl have honoured her and loved Maksâbâ, and the seed of Ḳwôlâsôn is found again from Maksâbâ." And Delilah also bore a son, and the two women brought up the children in great state and dignity. And when the children were five years old they ate and played together before them, and the mothers made garments of costly stuff for them, and [set] daggers above their loins, and chains on their necks. And the people seated the son of Maksâbâ on the throne of his father, and made him king over the Philistines.

፹፩ ፡ ዘከመ ፡ ቀተሎ ፡ ወልደ ፡ ሳምሶን ፡ ለወልደ ፡ ንጉሠ ፡ ኢሎፍሊ ።

81. HOW THE SON OF SAMSON SLEW THE SON OF THE KING OF THE PHILISTINES

ወውእቱሰ ፡ ወልድ ፡ አከምሔል ፡ ወልደ ፡ ሳምሶን ፡ ወይቤላ ፡ ለእሙ ፡ ደሊላ ፡ ለምንት ፡ አነ ፡ ኢይነግሥ ፡ ወኢይነብር ፡ ላዕለ ፡ ዝንቱ ፡ መንበር ። ወትቤሎ ፡ እሙኅድግ ፡ ወልድየ ፡ ኢኮነት ፡ ዛቲ ፡ መንበር ፡ ዘአቡከ ፡ ወኢኮነ ፡ ዝየ ፡ ሀገሩ ፡ ለአቡከ ፤ ወአንተሰ ፡ ለእመ ፡ አልሀቀከ ፡ አምላከ ፡ አበዊከ ፡ ተሐውር ፡ ኀበ ፡ መንበረ ፡ አቡከ ። ወይቤላ ፡ ወልዳ ፡ አልቦ ፡ ኢየኀድግ ፡ ኪያኪ ፡ እምየ ፡ ወመክሳባ ፡ እምየ ፡ ወእነግሥ ፡ በዝየ ※

Now that other son Akamḥêl, the son of Samson, spake unto his mother Delilah, saying, "Why am I not reigning and sitting upon this throne?" And his mother said unto him, "Cease, my son. This throne did not belong to thy father, and this city was not thy father's city; when the God of thy father hath let thee grow up thou shalt go to thy father's throne." And her son said unto her, "Nay, I will neither forsake thee, my mother, nor Maksâbâ my mother, and I will be king here."

ወአሐተ ፡ ዕለተ ፡ ሰክሩ ፡ ክልኤሆሙ ፡ እምድኅረ ፡ ኀለፈ ፡ ምሳሕ ፡ ወተዐጽወ ፡ ኆዋኅው ። ወሀለዋ ፡ ይነብራ ፡ ክልኤሆን ፡ ከመ ፡ ይብልዓ ፡ ሥጋ ፡ ወእሙንቱኒ ፡ ደቂቅ ፡ ይትዋነዩ ፡ ቅድሜሆን ፡ ወይበልዑ ፡ ምስሌሆን ፡ ወአሐቲ ፡ እመት ፡ ትእኅዝ ፡ መጽብኀ ፡ በማእከሌሆን ። ወነሥአ ፡ አኬሜሔል ፡ ወልደ ፡ ደሊላ ፡ ሥጋ ፡ ምልአ ፡ ክልኤሆን ፡ እደዊሁ ፡

And one day the two youths were drunk after [their] meal was ended, and the doors were shut. And the two women were sitting together about to eat flesh, and the two youths were playing before them, and they ate with them, and a maidservant held the dish between them. And 'Akêmêḥêl, the son of Delilah, took from the dish [a piece of] flesh, which would fill both his hands, and put it to his mouth, and

እምነ ፡ መጽብኅ ፡ ወተፍእመ ፤ ወዘአትረፈ ፡ እምአፉሁ ፡ ጠለፎ ፡ ወልደ ፡ መክሳባ ፡ ጥብሬሌስ ፡ ንጉሠ ፡ ኢሎፍሊ ። ወአውፅአ ፡ ሰይፎ ፡ አኬሜሔል ፡ ወአውቀዮ ፡ ርእሶ ፡ ወወድቀት ፡ ውስተ ፡ መጽብኅ ፡ ዘእንበለ ፡ የኅጥ ፡ እንተ ፡ ሄደ ፤ ወሥጋሁኒ ፡ ወድቀ ፡ ውስተ ፡ ጸፍጸፈ ፡ ቤት ፡ ወአንቀጥቀጠ ፡ እዴሁ ፡ ወእገሪሁ ፡ ወተፈጸመ ፡ ሶቤሃ ። ወእማንቱሰ ፡ እማቲሆሙ ፡ አኀዞን ፡ ፍርሀት ፡ ወድንጋፄ ፡ ወኢነገራ ፡ ወኢለመኑሂ ፡ እስመ ፡ ፈርሃ ፡ ወውኅጣ ፡ ዘውስተ ፡ አፉሆን ፡ ወተናጸራ ፡ እስመ ፡ ኢያእመራ ፡ ዘይገብራ ፤ ወይእቲሰ ፡ አመት ፡ ተንሥአት ፡ እምኔሆን ፡ ወነሥአት ፡ ርእሶ ፡ እምነ ፡ መጽብኅ ፡ ወአስተጣግዐት ፡ ዲበ ፡ ክሳዱ ፡ ወከደነቶ ፡ ልብሳ ። ወተንሥአት ፡ ደሊላ ፡ ወመልኀት ፡ ሰይፈ ፡ ምውት ፡ ወልደ ፡ እኅታ ፡ ወሖረት ፡ ከመ ፡ ትቅትሎ ፡ ለአኬሜሔል ፤ ወውእቱሰ ፡ ተጸወነ ፡ ኀበ ፡ ምስዋረ ፡ ዐምድ ፡ ወተደለወ ፡ ለቀትለ ፡ እሙ ። ወተንሥአት ፡ እኅታ ፡ ወአኀዘታ ፡ እንዘ ፡ ትብል ፡ ለምንት ፡ ተሀጐልነ ፡ እምካልአኒሆሙ ፤ ወዝንቱሰ ፡ ዘጕንዱ ፡ እኩይ ፡ ኢይክል ፡ ፈሪየ ፡ ሠናየ ፡ ንዒ ፡ እኅትየ ፡ ኪያኪኒ ፡ ኢያህጕልኪ ። ወነሥአት ፡ እምእዴሃ ፡ ሰይፈ ፡ ወአንሥአት ፡ እምትርኣሲሃ ፡ ልብሰ ፡ ሠናየ ፡ ዘሜላት ፡ ዘይለብሱ ፡ ነገሥት ፡ ወወሀበቶ ፡ ወየውሀቶ ፡ በጥዑም ፡ ቃል ፡ እንዘ ፡ ትብል ፡ ንሣእ ፡ ወልድየ ፡ ልብሰ ፡ ወትነብር ፡ አንተ ፡ ዲበ ፡ መንበረ ፡ መንግሥተ ፡ ኢሎፍሊ ። ወውእቱሰ ፡ ኮነ ፡ ፀዋገ ፡ ከመ ፡ ድብ ፡ እስመ ፡ ፈቀደ ፡ ይቅትሎን ፡ ለክልኤሆን ፡ እስከ ፡ የኀድጋ ፡ ቤተ ፡ ወወፅአ ፤

ወእምዝ ፡ ሶበ ፡ የኀድጋ ፡ ነሥእ ፡ ወለብሰ ፡ ሜላተ ፡ ወወፅአ ፡ አፍአ ፤ ወእማንቱኒ ፡ ቦኣ ፡ ወገነዛ ፡ በድኖ ፡ ወቀበራሁ ፡ በጽምሚት ። ወሶበ ፡ ኮነ ፡ ጊዜ ፡ ድራር ፡ ኀሠሥዎ ፡

Ṭebrêlês, the son of Maksâbâ, the King of the Philistines, snatched away that part of the flesh that was outside his mouth. And 'Akêmêḥêl drew his sword and cut off his head, and it fell into the dish before he could swallow what he had seized; and his body fell upon the paving of the house; and his hands and his feet twitched convulsively, and he died straightway. And fear and dismay laid hold upon their two mothers, and they spake never a word to anyone because they were afraid, but they swallowed the food which was in their mouths, and they looked at each other, not knowing what to do. And that handmaiden rose up from them, and she took the head of Ṭebrêlês out of the dish, and put it back on its neck and covered it over with her garment. And Delilah rose up and seized the sword of the dead son of her sister, and went to kill 'Akêmêḥêl, but he saved himself by hiding behind a pillar. And he made ready to kill his mother. And her sister rose up and seized her, saying, "Why should we be destroyed through their [quarrel?]. This [youth] is [sprung] from a bad root, and cannot [bear] good fruit; come, my sister, let him not destroy thee also." And she took the sword from her hand, and drew up from her pillow (?) rich purple clothing which kings wear, and she gave it to him, and she spake kindly words unto him, saying, "Take the apparel, my son, and thou thyself shalt sit upon the throne of the kingdom of the Philistines." And 'Akêmêḥêl raged like a savage bear, for he wished to slay both women until he made them to leave the house. And they went out, and when he had made them leave the house he took the purple apparel, and went out. And the two women came back, and made the dead body ready for burial, and they buried it secretly.

And when the time for the evening meal had come, the young men and the stewards sought for [their king] and found him not, and they asked about him, and his mother said unto them, "Your king is sick, and this man will sit

ወኢረከብዎ ፡ ወተስእልዎ ፡ መሐዛት ፡ ወመገብት ፤ ወትቤሎሙ ፡ እሙ ፡ እስመ ፡ ሐመ ፡ ውእቱ ፡ ንጉሥክሙ ፡ ወዝንቱ ፡ ይነብር ፡ ህየንቴሁ ። ወነሥእዎ ፡ ወአንበርዎ ፡ ወሠርዑ ፡ ማእደ ፡ ወተፈሥሑ ፤ ወእምአሜሃ ፡ ነግሠ ፡ ወልደ ፡ ሳምሶን ፡ ላዕሌሆሙ ፡ ወአልቦ ፡ ዘተዐደወ ፡ እምትእዛዙ ፤ እምዘ ፡ ፲፭ ፡ ክረምት ፡ ዘተወልደ ፡ ዘንተ ፡ ገብረ ፤ ወኮነት ፡ መንግሥተ ፡ ኢሎፍሊ ፡ ሎቱ ፡ ወለዘርኡ ፡ እምድኅሬሁ ። ናሁኬ ፡ ተዐውቀ ፡ ከመ ፡ መንግሥተ ፡ ኢሎፍሊጊ ፡ ከመ ፡ ዘኮነ ፡ ለዘርአ ፡ ሴም ፡ ውእቱ ※ ※ ※

in place of him." And they took him and set him on the throne, and they prepared a feast, and rejoiced. And from that time onward the son of Samson reigned over them, and there was none who transgressed his commandment—now he committed this act [of murder] fif[teen] winters after he was born—and the kingdom of the Philistines became his and his seed's after him. Therefore, beloved, it is well known that the kingdom of the Philistines belongeth to the seed of Shem.

፹፪ ፡ በእንተ ፡ ርደተ ፡ አብርሃም ፡ ግብጽ ።

82. CONCERNING THE GOING DOWN OF ABRAHAM INTO EGYPT

ወካዕበ ፡ ናየድዐክሙ ፡ ከመ ፡ ሶበ ፡ ወሀበ ፡ እግዚአብሔር ፡ ለአብርሃም ፡ ክብረ ፡ ወብዕለ ፡ ኀጥአ ፡ ውሉደ ። በውስተ ፡ ምስካቢሆሙ ፡ ይትናገሩ ፡ ሳራ ፡ ወአብርሃም ፡ ወይቤላ ፡ ኮንኪ ፡ መካነ ፡ ወይእቲኒ ፡ ትቤሎ ፡ አኮ ፡ አነ ፡ መካን ፡ አላ ፡ አንተ ፤ ወበእንተዝ ፡ ነበሩ ፡ ይትማከሩ ፡ ይትገአዙ ፡ በበይናቲሆሙ ። ወቦአ ፡ ረኃብ ፡ ውስተ ፡ ምድረ ፡ ከናአን ፡ ወሰምዐ ፡ አብርሃም ፡ ከመ ፡ ቦ ፡ እክል ፡ በብሔረ ፡ ግብጽ ፡ ሀገረ ፡ ፈርዖን ፤ ወሶበ ፡ አኅለቀ ፡ ኵሎ ፡ ንዋዮ ፡ በምሕረ ፡ ነዳይ ፡ በመዋዕለ ፡ ረኃብ ፡ እንዘ ፡ ኢይናፍቅ ፡ ለጌሠም ፡ ወጸንዐ ፡ ረኃብ ፡ ብሔረ ፡ ከናአን ፡ ወኀጥአ ፡ ዘይሴሰይ ፡ ወይቤ ፡ ኣአኵቶ ፡ ለእግዚአብሔር ፡ ዘወሀበኒ ፡ አኅለቁ ፡ ምስለ ፡ አግብርትየ ፤ ወባሕቱ ፡ አንቲ ፡ እኅትየ ፡ ሰራ ፡ ንዒ ፡ ንሖር ፡ ውስተ ፡ ብሔረ ፡ ግብጽ ፡ ከመ ፡ ናድኅን ፡ ርእስነ ፡ እሞተ ፡ ረኃብ ። ወትቤሎ ፡ ይኩን ፡ ሥምረትከ ፡ እግዚእየ ፡ ወእመኒ ፡ ሞትከ ፡ እመውት ፡ ምስሌከ ፡ ወእመኒ ፡ ሐየውከ ፡ አሐዩ ፡ ምስሌከ ፡ ወአልብየ ፡ ዘእትዐደው ፡ እምቃልከ ፡ እስከ ፡ ለዓለም ※

And we could also inform you that when God had given unto Abraham glory and riches, he lacked a son. And Sârâh and Abraham talked together on their bed, and he said unto her, "Thou art barren," and she said unto him, "It is not I who am barren but thyself"; and they continued to discuss the matter and to dispute together about it. And there came a famine in the land of Canaan, and Abraham heard that there was some food in the land of Egypt, the country of Pharaoh. And when he had spent all his possessions in charity to the poor during the days of the famine, without providing for the morrow, the famine waxed strong in the land of Canaan, and he lacked food to eat. And he said, "I give thanks unto God that what He hath given unto me I have expended on my servants. But as for thee, my sister Sârâh, come, let us go into the land of Egypt in order to save ourselves from death by famine." And she said unto him, "Thy will be done, O my lord, and if thou die I will die with thee, and if thou live I will live with thee; it is not for me to gainsay thy word for ever." And then they rose up and set out on their journey.

ወእምዝ ፡ ተንሥኡ ፡ ወአኀዙ ፡ ይሖሩ ፤ ወሶበ ፡ ቀርቡ ፡ ይቤላ ፡ አብርሃም ፡ ለሰራ ፡ አሐተ ፡ እሴአለኪ ፡ ወግበሪ ፡ ዘእቤለኪ ፤ ወትቤ ፡ ሰራ ፡ በል ፡ እግዚእየ ። ወይቤላ ፡ አነ ፡ ሰማዕኩ ፡ ዘእንበለ ፡ ሕግ ፡ ንብረቶሙ ፡ በጣዖት ፡ ወበዝሙት ፤ ወሶበ ፡ ርእዩኪ ፡ ላዕሌየ ፡ ይመክሩ ፡ እኩየ ፡ ይቅትሉኒ ፡ በእንተ ፡ ሥነ ፡ ላሕይኪ ፡ እስመ ፡ አልቦ ፡ ዘይትማሰለኪ ፡ በኀቤሆሙ ፤ ወይእዜኒ ፡ ከመ ፡ ታሕይዊ ፡ ነፍስየ ፡ በሊ ፡ አንቲ ፡ ለእመ ፡ ተስእሉኪ ፡ በእንቲአየ ፡ በሊ ፡ እኅቱ ፡ አነ ፡ ከመ ፡ ታድኅንያ ፡ ለነፍስየ ፡ እሞት ፡ በእደ ፡ ነኪራን ። ወትቤ ፡ ሳራ ፡ ይኩን ፡ ፈቃድከ ፡ በሊ ፡ ዘትቤለኒ ፡ እብል ፡ ወግበሪ ፡ ዘትቤለኒ ፡ እገብር ። ወበከዩ ፡ ወሰገዱ ፡ ለእግዚአብሔር ፡ ወቦኡ ፡ ውስተ ፡ ዐባይ ፡ ሀገረ ፡ ንጉሠ ፡ ምስር ፤

ወሶበ ፡ ርእይዎሙ ፡ ግብጽ ፡ ለአብርሃም ፡ ወለሳራ ፡ አንከሩ ፡ በእንተ ፡ ሥነ ፡ ራእዮሙ ፡ እስመ ፡ ይመስሉ ፡ ከመ ፡ ዘተወልዱ ፡ እምአሐቲ ፡ እም ፤ ወይቤልዎ ፡ ለአብርሃም ፡ ምንትከ ፡ ይእቲ ፡ ዛቲ ፤ ወይቤሎሙ ፡ እኅትየ ፤ ወካዕበ ፡ ተስእልዋ ፡ ለሳራ ፡ ወይቤልዋ ፡ ምንትኪ ፡ ውእቱዝ ፤ ወትቤሎሙ ፡ እኁየ ፡ ውእቱ ። ወበእንተዝ ፡ አርድእዎ ፡ ለፈርዖን ፡ ከመ ፡ መጽኡ ፡ ፪ ፡ አኀው ፡ ሠናያነ ፡ ላሕይ ፡ አሐቲ ፡ ብእሲት ፡ ወ፩ ፡ ወሬዛ ፡ ወአልቦ ፡ ዘይመስሎሙ ፡ በውስተ ፡ ኵሉ ፡ ምድር ። ወተፈሥሐ ፡ ፈርዖን ፡ ወለአከ ፡ ሎቱ ፡ ለአብርሃም ፡ እንዘ ፡ ይብል ፡ ሀበኒአ ፡ እኅተከ ፡ ከመ ፡ እሕፅያ ፡ ወኀለየ ፡ አብርሃም ፡ እንዘ ፡ ይብል ፡ ለእመ ፡ ከላእኩ ፡ ይቀትለኒ ፡ ወይነሥአ ፤ ወይቤሎ ፡ ግበርአ ፡ ለእመ ፡ አሥመርከኒ ። ወወሀቦ ፡ ጠፋልሐ ፡ ብሩር ፡ ፻ ፡ ወነሥአ ፡ ለሳራ ፡ ከመ ፡ ይረስያ ፡ ብእሲቶ ፡ ወአእተዋ ፡ ውስተ ፡ ቤቱ ፡ ወአንበራ ፡ ውስተ ፡ ዐራቱ ፡ ወቦአ ፡ ኀቤሃ ፡ ፈርዖን ፡ ንጉሠ ፡ ግብጽ ። ወአስተርአዮ ፡ መልአከ ፡

And when they drew nigh [to Egypt] Abraham said unto Sârâh, "One thing I must ask of thee, and do thou what I ask of thee"; and Sârâh said, "Speak, my lord." And he said unto her, "I have heard that the habits of the Egyptians are lawless, and that they live in idolatry and fornication. And when they have seen thee they will plot evil against me, and slay me because of the goodliness of thy beautiful form; for there is among them no one that can be compared unto thee. And now, in order that thou mayest save my life, do thou say, if they happen to ask thee questions about me, 'I am his sister,' so that thou mayest save my soul from death by the hand of the strangers." And Sârâh said, "Thy will shall be done. The word which thou tellest me I will speak, and what thou tellest me to do I will do." And they wept and worshipped God, and they came into the great city of the King of Egypt.

And when the Egyptians saw Abraham and Sârâh they marvelled at the beauty of their appearance, for they imagined that they had been brought forth by the same mother. And they said unto Abraham, "What is this woman to thee?" And Abraham said unto them, "She is my sister." And they also asked Sârâh "What is this man to thee?" And she said unto them, "He is my brother." Therefore did the people make a report to Pharaoh that a pair of goodly form had arrived, one a woman and the other a young man, and that there was no one like unto them in all the land. And Pharaoh rejoiced, and he sent a message to Abraham, saying, "Give me thy sister that I may betroth her to myself." And Abraham pondered in his mind, saying, "If I keep her back he will kill me and take her"; and he said, "Do so, provided that thou dost make me well content." And Pharaoh gave him one thousand silver *ṭaflâḥet*, and took Sârâh to make her his wife. And he brought her into his house, and set her upon his bed and Pharaoh the King of Egypt would have companied with her. But the Angel of the Lord appeared unto him by

እግዚአብሔር ፡ በሌሊት ፡ እንዘ ፡ ይጸውር ፡ ሰይፈ ፡ እሳት ፡ ወቀርበ ፡ ኀቤሁ ፡ ወአብርሀ ፡ ቤተ ፡ እምነበልባሉ ፡ ወፈቀደ ፡ ይቅትሎ ፤ ወጐየ ፡ ፈርዖን ፡ እምአረፍተ ፡ ቤት ፡ እስከ ፡ አረፍተ ፡ ቤት ፡ ወእማእዝንተ ፡ ቤት ፡ እስከ ፡ ማእዝንተ ፡ ቤት ፡ ወኀበ ፡ ሖረ ፡ ይተልዎ ፡ ወኀጥአ ፡ ኀበ ፡ ይትገመር ፡ ወኀበ ፡ ይትኀባእ ። ወእምዝ ፡ ሰፍሐ ፡ እደዊሁ ፡ ወይቤሎ ፡ ለመልአክ ፡ ኅድግ ፡ ሊተ ፡ ዛተ ፡ አበሳየ ፡ እግዚኦ ። ወይቤሎ ፡ ለምንት ፡ ትገፍዕ ፡ ብእሲቶ ፡ ለብእሲ ። ወይቤሎ ፡ እግዚኦ ፡ ኢትቅትል ፡ ደመ ፡ ንጹሐ ፤ እስመ ፡ ይቤለኒ ፡ እኅትየ ፡ ወበእንተዝ ፡ አነ ፡ ሐፀይክዋ ፡ በንጹሕ ፤ ወምንተ ፡ እግበር ፡ ከመ ፡ እድኅን ፡ እምእዴከ ። ወይቤሎ ፡ አግብእ ፡ ሎቱ ፡ ለአብርሃም ፡ ብእሲቶ ፡ ወሀቦ ፡ ዐስበ ፡ ወፈንዎ ፡ በሰላም ፡ ይእቱ ፡ ብሔሮ ። ወሶቤሃ ፡ ጸውዖ ፡ ለአብርሃም ፡ ወወሀቦ ፡ ሳራ ፡ ብእሲቶ ፡ ምስለ ፡ አመት ፡ እንተ ፡ ስማ ፡ አጋር ፡ ወወሀቦ ፡ ወርቀ ፡ ወብሩረ ፡ ወአልባሰ ፡ ክቡረ ፡ ለአብርሃም ፡ ወፈነዎ ፡ በሰላም ※

ወገብኡ ፡ ውስተ ፡ ሀገሮሙ ። ወትቤሎ ፡ ሳራ ፡ ለአብርሃም ፡ አእመርኩ ፡ አነ ፡ ከመ ፡ መካን ፡ አነ ፡ ወባሕቱ ፡ ባእ ፡ ኀበ ፡ ዛቲ ፡ አመትየ ፡ እንተ ፡ ወሀበኒ ፡ ፈርዖን ፡ እመ ፡ ይሁበከ ፡ እግዚአብሔር ፡ ዘርአ ፡ በውስቴታ ፤ ወአንሰ ፡ ቀበጽኩ ፡ ርእስየ ፡ ወተነግፈ ፡ ወየብሰ ፡ ጽጌ ፡ ከርሥየ ። ወወሀበቶ ፡ አጋር ፡ ወቦአ ፡ ኀቤሃ ፡ ወፀንሰት ፡ ሎቱ ፡ ወወለደት ፡ ወሰመየቶ ፡ ስሞ ፡ እስማዔል ፤ ሰምዐኒ ፡ እግዚአብሔር ፡ ብሂል ። ወእምድኅሬሁ ፡ ወሀቦ ፡ ዘርአ ፡ እግዚአብሔር ፡ እምነ ፡ ሳራ ፡ ብእሲቱ ፡ ወወለደ ፡ ይስሐቅ ። ወእምድኅሬሁ ፡ ቀንአት ፡ ሳራ ፡ በእንተ ፡ ይስማዔል ፡ ወልደ ፡ አመታ ፡ እስመ ፡ ልህቀ ፡ እቅድመ ፡ ወልዳ ፤ ትቤ ፡ ዮጊ ፡ ይቀትሎ ፡ ለወልድየ ፡ ወይወርስ ፡ ቤተ ፡ አቡሁ ። ወሦዐ ፡ መሥዋዕተ ፡ አብርሃም ፡ ለእግዚአብሔር ፡ ወይቤ ፡ እግዚኦ ፡ ምንተ ፡ እግበር ፡ በእንተ ፡

night carrying a sword of fire, and he drew nigh unto him, and he lighted up the whole chamber with his fiery flame, and he wished to slay Pharaoh. And Pharaoh fled from one wall of the chamber to the other, and from one corner of the chamber to the other; wheresoever he went the Angel followed him; and there was no place left whereto he could flee and hide himself. Then Pharaoh stretched out his hands and said unto the Angel, "O lord, forgive me this my sin." And the Angel said unto him, "Why dost thou attack the wife of [another] man?" And Pharaoh said unto him, "O lord, slay thou not innocent blood. For he said unto me 'She is my sister,' and therefore I took her to myself innocently. What shall I do to deliver myself from thy hands?" And the Angel said unto him, "Give Abraham's wife back to him, and give him a gift, and send him away to his own country." And straightway Pharaoh called Abraham, and gave unto him his wife Sârâh, together with a handmaiden whose name was ’Agâr (Hagar), and he gave unto him gold, and silver, and costly apparel, and sent him away in peace.

And Abraham and his wife returned to their country in peace. And Sârâh said unto Abraham, "I know that I am barren. Go thou in to this my handmaiden whom Pharaoh gave unto me; peradventure God will give thee seed in her. As for me, my person is shrunk and withered, and the flower of my body hath dried up." And she gave ’Agâr unto him. And Abraham went in to ’Agâr, and she conceived by him, and she brought forth a son and called his name Ishmael, which is, being interpreted, "God hath heard me." And afterwards God gave Abraham seed from his wife Sârâh and he begat Isaac. And afterwards Sârâh became jealous of Ishmael, the son of her handmaiden, because he would reach manhood before her son, and she said, "Peradventure he will slay my son and inherit his father's house." And Abraham offered up offerings to God and said, "Lord, what shall I do in respect of Ishmael,

ይስማዔል ፡ ወልድየ ፡ ቀዳሚ ፡ በኵርየ ፤ አነ ፡ እፈቅድ ፡ ይሕየወኒ ፡ ቅድሜከ ፡ ወሳራ ፡ እኅትየ ፡ ትቀንእ ፡ በእንተ ፡ ዘወሀብከኒ ፡ ዘርአ ፡ በርሥእኒ ፡ እስመ ፡ ኮኖ ፡ ለይስማዔል ፡ ፲፬ ፡ ዓመት ፡ ዘእንበለ ፡ ይትወለድ ፡ ይስሐቅ ። ወይቤሎ ፡ እግዚአብሔር ፡ ለአብርሃም ፡ አማን ፡ ዘትቤ ፡ ሳራ ፤ ስድዳ ፡ ለአመት ፡ ምስለ ፡ ወልዳ ፡ ይስማዔል ፤ ወለይስማዔልሰ ፡ ኅድጎ ፡ ይሕየው ፡ ቅድሜየ ፡ ወአነ ፡ እሬስዮ ፡ ሕዝበ ፡ ዐቢየ ፡ ወይወልድ ፡ ፲፪ ፡ ሕዝበ ፡ ወይነግሥ ፡ ላዕሌሆሙ ፤ ወኪዳንየሰ ፡ አቀውም ፡ ምስለ ፡ ይስሐቅ ፡ ገብርየ ፡ ወልደ ፡ ሳራ ፡ ወእባርክ ፡ በዘርኡ ፡ ኵሎሙ ፡ አሕዛበ ፡ ምድር ፡ ወእገብሮ ፡ ዐበይተ ፡ ነገሥተ ፡ ላዕለ ፡ ኵሉ ፡ አሕዛበ ፡ ምድር ፡ ወበሰማያትኒ ፡ እሬስዮ ፡ ንጉሠ ※ ※ ※

my son, my firstborn? I wish him to live for me before Thee, but Sârâh, my sister, is jealous because Thou hast given me seed in her old age." Now Ishmael was fourteen years old before Isaac was born. And God said unto Abraham, "What Sârâh saith is true; cast Out the handmaiden with her son Ishmael. Let Ishmael live before Me, and I will make him a great nation, and he shall beget twelve nations and shall reign over them. And I will establish My covenant with Isaac My servant, the son of Sârâh, and in him I will bless all the nations of the earth, and I will make for him a great kingdom over all the nations of the earth, and in the heavens also I will make him king." [Genesis 12]

፹፫ ፡ በእንተ ፡ ንጉሠ ፡ እስማኤላውያን ።

83. CONCERNING THE KING OF THE ISHMAELITES

ወበእንተዝ ፡ ኮኑ ፡ ነገሥተ ፡ ደቂቀ ፡ ይስማዔል ፡ ላዕለ ፡ ትርብ ፡ ወላዕለ ፡ ቅብጥ ፡ ወላዕለ ፡ ኖባ ፡ ወሶበ ፡ ወኵርጕ ፡ ወሪፊ ፡ ወማካ ፡ ወሞርና ፡ ወፊንቃና ፡ ወአርሲባና ፡ ወሊባ ፡ ወመስዕ ፤ እስመ ፡ ዘርአ ፡ ሴም ፡ ውእቱ ። ወዘርአ ፡ ይስሐቅኒ ፡ ነግሠ ፡ ላዕለ ፡ ይሁዳ ፡ ወላዕለ ፡ አሞሬዎን ፡ ወላዕለ ፡ ኬጤዎን ፡ ወኢያቡሴዎን ፡ ወፌርዜዎን ፡ ወኤዌዎን ፡ ወኬልቄዴዎን ፡ ወሮምያ ፡ ወአንጾክያ ፡ ወሶርያ ፡ ወአርማንያ ፡ ወፍልስጥኤም ፡ ወኢትዮጵያ ፡ ወኤዶም ፡ ወኢሎፍሊ ፡ ወኢዮአብ ፡ ወዓማሌቅ ፡ ወአፍራግያ ፡ ወባቢሎን ፡ ወዮናንስጥ ፡ ወዕብራይስጥ ። እስመ ፡ ኵላ ፡ መንግሥተ ፡ በከመ ፡ መሐለ ፡ እግዚአብሔር ፡ ወሀቦሙ ፡ ለዘርአ ፡ ሴም ፤ ልዑል ፡ መንበር ፡ ወምኵናን ፡ ለዘርአ ፡ ሴም ፡ በከመ ፡ ባረኮ ፡ አቡሁ ፡ ኖኅ ፡ በቃለ ፡ እግዚአብሔር ፡ ለሴም ፡ ወልዱ ፡

And therefore the children of Ishmael became kings over Tereb, and over Ḳebeṭ, and over Nôbâ, and Sôba, and Kuergue, and Kîfî, and Mâkâ, and Môrnâ, and Fînḳânâ, and ’Arsîbânâ, and Lîbâ, and Mase‘a, for they were the seed of Shem. And Isaac reigned over Judah and over ’Amôrêwôn, and over Kêṭêwôn, and ’Îyâbûsêwôn, and Fêrzêwôn, and ’Eêwêwôn, and Kêḳêdêwôn, and Rômyâ, and ’Anṣôkyâ (Antiochia), and Sôryâ (Syria), and Armenia, and Felesṭeêm (Palestine), and Ethiopia, and Edom, and Philistia, and Îyôâb, and Amalek, and Phrygia, and Babylon, and Yônânesṭ, and ’Ebrâyast. For as God sware He gave all kingdoms to the seed of Shem, and an exalted throne and dominion to the seed of Shem, even as his father Noah, by the word of God, blessed his son Shem, saying, "Be lord to thy brethren and reign over them." And this that he said had reference to the Redeemer, the King of us all, Jesus Christ the King of heaven

እንዘ ፡ ይብል ፡ ኵን ፡ እግዚአ ፡ ለአኀዊከ ፡ ወንግሥ ፡ ላዕሌሆሙ ፤ ወዘንተ ፡ ዘይቤ ፡ በእንተ ፡ መድኀን ፡ ዘለኵልነ ፡ ንጉሥ ፡ ኢየሱስ ፡ ክርስቶስ ፡ ንጉሠ ፡ ሰማያት ፡ ወምድር ፡ ዘውእቱ ፡ ያዐቢ ፡ ነገሥተ ፡ ወለእለ ፡ ፈቀደ ፡ ካዕበ ፡ ይስዕር ፡ ስልጣኖሙ ፤ እስመ ፡ ሎቱ ፡ ክሂል ፡ ወስልጣን ፡ ላዕለ ፡ ኵሉ ፡ ፍጥረት ፡ ለዓለመ ፡ ዓለም ፡ አሜን ※※※

and earth, Who magnifieth kings, and Who when He pleaseth abrogateth their power; for unto Him belong power and dominion over all created things for ever and ever. Amen.

፹፬ ፡ በእንተ ፡ ንጉሠ ፡ ኢትዮጵያ ፡ ዘከመ ፡ ገብአ ፡ ሀገሩ ።

84. CONCERNING THE KING OF ETHIOPIA AND HOW HE RETURNED TO HIS COUNTRY

ወንጉሠ ፡ ኢትዮጵያሰ ፡ ቦአ ፡ ውስተ ፡ ሀገሩ ፡ በዐቢይ ፡ ፍሥሓ ፡ ወተድላ ፡ ምስለ ፡ ኵሉ ፡ ቃለ ፡ ማሕሌቶሙ ፡ ወዕንዚራቲሆሙ ፡ ወሰረገላቲሆሙ ፡ ከመ ፡ ኀይለ ፡ ሰማያዊያን ፡ እንዘ ፡ ይረውጹ ፡ በጽሑ ፡ ደወሎሙ ፡ እምኢየሩሳሌም ፡ በዕለት ፡ ሀገረ ፡ ወቄሮም ። ወለአኩ ፡ ላቲ ፡ በአሕማር ፡ ከመ ፡ ይንግርዋ ፡ ለማክዳ ፡ ንግሥተ ፡ ኢትዮጵያ ፡ ወአርድእዋ ፡ ዘከመ ፡ ረከቡ ፡ ኵሎ ፡ ሠናያተ ፡ ወዘከመ ፡ ነግሠ ፡ ወልዳ ፡ ወዘከመ ፡ አምጽእዋ ፡ ለጽዮን ፡ ሰማያዊት ። ተዜነወት ፡ ዘንተ ፡ ኵሎ ፡ ክብረ ፡ ወአያደት ፡ ዐዋዴ ፡ ውስተ ፡ ኵሉ ፡ መንግሥት ፡ ዘእምታሕቴሃ ፡ ከመ ፡ ትትቀበሎ ፡ ለወልዳ ፡ ወፈድፋደሰ ፡ ዘበእንተ ፡ ጽዮን ፡ ሰማያዊት ፡ ታቦተ ፡ አምላከ ፡ እስራኤል ፤ ወነፍኁ ፡ ቀርነ ፡ በቅድሜሃ ፡ ወተፈሥሑ ፡ ኵሎሙ ፡ ሰብአ ፡ ኢትዮጵያ ፡ እምንኡስ ፡ እስከ ፡ ዐቢይ ፡ ወእምተባዕት ፡ እስከ ፡ አንስት ፤ ወተንሥኡ ፡ ፀብአ ፡ ምስሌሃ ፡ ከመ ፡ ይትቀበልዎ ፡ ለንጉሦሙ ። ወበጽሐት ፡ ሀገረ ፡ ምስፍና ፡ እንተ ፡ ይእቲ ፡ ርእሰ ፡ መንግሥተ ፡ ኢትዮጵያ ፡ ዘበደኃሪ ፡ መዋዕል ፡ ኮነ ፡ ርእሰ ፡ ክርስትያነ ፡ ኢትዮጵያ ፤ ወውስቴታ ፡ አስተዳለወት ፡ ዕፍረተ ፡ ዘአልቦ ፡ ኍልቈ ፡ እምነ ፡ ህንድ ፡ ወእምነ ፡ ባልቴ ፡ እስከ ፡

And the King of Ethiopia returned to his country with great joy and gladness; and marching along with their songs, and their pipes, and their wagons, like an army of heavenly beings, the Ethiopians arrived from Jerusalem at the city of Waḳêrôm in a single day. And they sent messengers in ships to announce [their arrival] to Mâkĕdâ, the Queen of Ethiopia, and to report to her how they had found every good thing, and how her son had become king, and how they had brought the heavenly Zion. And she caused all this glorious news to be spread abroad, and she made a herald to go round about in all the country that was subject unto her, ordering the people to meet her son and more particularly the heavenly Zion, the Tabernacle of the God of Israel. And they blew horns before her, and all the people of Ethiopia rejoiced, from the least to the greatest, men as well as women; and the soldiers rose up with her to meet their King. And she came to the city of the Government, which is the chief city of the kingdom of Ethiopia; now in later times this [city] became the chief city of the Christians of Ethiopia. And in it she caused to be prepared perfumes innumerable from India, and from Bâltê to Gâltêt, and from 'Alsâfu to 'Azazat, and had them brought together there. And her son came by the 'Azyâbâ road to Waḳêrôm, and he came forth to Masas, and ascended to Bûr, and arrived at the city of the Government, the capital [city] of Ethiopia, which the Queen herself had built and called "Dabra Mâkĕdâ," after her own name.

85. CONCERNING THE REJOICING OF QUEEN MÂKEDÂ

And David the King came with great pomp unto his mother's city, and then he saw in the height the heavenly Zion sending forth light like the sun. And when the Queen saw this she gave thanks unto the God of Israel, and praised Him. And she bowed low, and smote her breast, and [then] threw up her head and gazed into the heavens, and thanked her Creator; and she clapped her hands together, and sent forth shouts of laughter from her mouth, and danced on the ground with her feet; and she adorned her whole body with joy and gladness with the fullest will of her inward mind. And what shall I say of the rejoicing which took place then in the country of Ethiopia, and of the joy of the people, both of man and beast, from the least to the greatest, and of both women and men? And pavilions and tents were placed at the foot of Dabra Mâkĕdâ on the flat plain by the side of good water, and they slaughtered thirty-two thousand stalled oxen and bulls. And they set Zion upon the fortress of Dabra Mâkĕdâ, and made ready for her three hundred guards who wielded swords to watch over the pavilion of Zion, together with her own men and her nobles, the mighty men of Israel. And her own guards were three hundred men who bore swords, and in addition to these her son David had seven hundred [guards]. And they rejoiced exceedingly with great glory and pleasure

እስመ ፡ አርትዐት ፡ መንግሥተ ፡ እምነ ፡ ባሕረ ፡ አሌባ ፡ እስከ ፡ ባሕረ ፡ ኣሴካ ፡ ወኵሉ ፡ ይትኤዘዝ ፡ በቃላ ፡ ወባቲ ፡ ክብረ ፡ ወብዕለ ፡ ፈድፋደ ፡ ዘአልቦ ፡ ዘኮነ ፡ እምቅድሜሃ ፡ ወኢይከውንዊ ፡ እምድኅሬሃ ። እስመ ፡ በውእቱ ፡ መዋዕል ፡ በኢየሩሳሌም ፡ ሰሎሞን ፡ ንጉሥ ፡ ወበኢትዮጵያ ፡ መክዳ ፡ ንግሥት ፡ ለክልኤሆሙ ፡ ተውህበ ፡ ጥበብ ፡ ወክብር ፡ ወብዕል ፡ ወሞገስ ፡ ወአእምሮ ፡ ወሥነ ፡ ቃል ፡ ወልቡና ፤ ወወርቅ ፡ ወብሩር ፡ ኀስረ ፡ ከመ ፡ ብርት ፡ ወዲባጋት ፡ ዘወርቅ ፡ ኮነ ፡ ከመ ፡ ዐግያት ፡ ዘፈትል ፡ ወእንስሳ ፡ ወአፍራስ ፡ ዘአልቦ ፡ ኆልቈ ※ ※ ※

[being arrayed] in fine apparel, for the kingdom was directed by her from the Sea of ’Alêbâ to the Sea of ’Osêkâ, and everyone obeyed her command. And she had exceedingly great honour and riches; none before her ever had the like, and none after her shall ever have the like. In those days Solomon was King in Jerusalem, and Mâkĕdâ was Queen in Ethiopia. Unto both of them were given wisdom, and glory, and riches, and graciousness, and understanding, and beauty of voice (or, eloquence of speech), and intelligence. And gold and silver were held as cheaply as brass, and rich stuffs wherein gold was woven were as common as linen garments, and the cattle and the horses were innumerable.

፹፮ ፡ ኀበ ፡ አንገሠቶ ፡ ማክዳ ፡ ለወልዳ ።

86. HOW QUEEN MÂKĔDÂ MADE HER SON KING

ወአመ ፡ ሣልስት ፡ ዕለት ፡ አወፈየቶ ፡ ለወልዳ ፡ አፍራሰ ፡ ኅሩያነ ፡ እለ ፡ የዐቅቡ ፡ ተዓይነ ፡ ፀር ፡ ወያመዘብሩ ፡ ካዕበ ፡ አህጉረ ፡ ፀር ፡ ፲፯ ፡ ፻ወ ፡ ወ፯፻ ፡ ወጋኘተ ፡ አፍራስ ፡ እለ ፡ ይወልዳ ፡ ፸ወ፯፻ ፡ ወበቅለ ፡ አንስት ፡ ፲፻ ፡ ወበቅለ ፡ ተባዕት ፡ ኅሩያነ ፡ ፯፻ ፡ ወአልባሰ ፡ ክብር ፡ ወርቀ ፡ ወብሩረ ፡ ስፉረ ፡ በጎሞር ፡ ወመጠነ ፡ መስፈርተ ፡ ቆሮስ ፡ በበ ፡ ሳድስ ፡ ወሳብዕ ፡ ወአወፈየቶ ፡ ኵሎ ፡ ዘበሕጉ ፡ ወመንበረ ፡ መንግሥታኒ ፤ ኵሎ ፡ አወፈየቶ ፡ ለወልዳ ※ ※ ※

And on the third day Mâkĕdâ delivered over to her son seventeen thousand and seven hundred chosen horses, which were to watch the army of the enemy, and would again plunder the cities of the enemy, and seven thousand and seven hundred mares that had borne foals, and one thousand female mules, and seven hundred chosen mules, and apparel of honour, gold and silver measured by the *gômôr*, and measured by the *ḳôr*, some six and some seven, and she delivered over to her son everything that was his by law, and all the throne of her kingdom.

፹፯ ፡ ኀበ ፡ መሐሉ ፡ መኳንንተ ፡ ኢትዮጵያ ።

87. HOW THE NOBLES (OR GOVERNORS) OF ETHIOPIA TOOK THE OATH

ወትቤሎሙ ፡ ለመኳንንቲሃ ፡ በሉኬ ፡ መሐሉ ፡ በጽዮን ፡ ሰማያዊት ፡ ከመ ፡ ኢታንግሡ ፡

And the Queen said unto her nobles: "Speak ye now, and swear ye by the heavenly Zion that ye will not make women queens or set

አንስተ ፡ ውስተ ፡ መንበረ ፡ መንግሥተ ፡ ኢትዮጵያ ፡ ዘእንበለ ፡ ዘርኡ ፡ ለዳዊት ፡ ወልደ ፡ ሰሎሞን ፡ ንጉሥ ፡ ተባዕተ ፡ እስከ ፡ ለዓለም ፤ ወኢታንግሡ ፡ አንስተ ፡ እስከ ፡ ለዓለመ ፡ ዓለም ። ወመሐሉ ፡ ኵሎሙ ፡ ዐበይተ ፡ ቤተ ፡ ንጉሥ ፡ ወመኳንንት ፡ ወመማክርት ፡ ወገብት ፤

ወአምሐልዎሙ ፡ ኤልምያስ ፡ ወአዛርያስ ፡ ሊቀ ፡ ካህናት ፡ ወሊቀ ፡ ዲያቆናት ፡ ወሐደሱ ፡ መንግሥት ፡ ወገብሩ ፡ ሕገ ፡ ደቂቀ ፡ ኀይለ ፡ እስራኤል ፡ ምስለ ፡ ንጉሦሙ ፡ ዳዊት ፡ በውስተ ፡ ደብተራ ፡ ስምዕ ፡ ወተሐደሰት ፡ መንግሥት ። ወበርሀ ፡ አልባበ ፡ ሰብእ ፡ በርእየ ፡ ጽዮን ፡ ታቦተ ፡ ሕጉ ፡ ለእግዚአብሔር ፡ ወገደፉ ፡ ጣዖቶሙ ፡ ሕዝበ ፡ ኢተዮጵያ ፡ ወአምለኩ ፡ ፈጣሪሆሙ ፡ ለዘ ፡ ገብሮሙ ፡ እግዚአብሔር ፤ ኀደጉ ፡ ምግባራቲሆሙ ፡ ሰብአ ፡ ኢትዮጵያ ፡ ወአፍቀሩ ፡ ጽድቀ ፡ ወርትዐ ፡ ዘያፈቅር ፡ እግዚአብሔር ፡ ኀደጉ ፡ ዝሙቶሙ ፡ ዘትካት ፡ ወአፍቀሩ ፡ ንጽሐ ፡ በውስተ ፡ ትዕይንት ፡ ዘርእዮተ ፡ ጽዮን ፡ ሰማያዊት ፤ ኀደጉ ፡ ማሪተ ፡ ወሰገለ ፡ ወአፍቀሩ ፡ ንስሓ ፡ ወአንብዐ ፡ ለአግዚአብሔር ፤ ኀደጉ ፡ ተጠይሮ ፡ ወአጣዕዎ ፡ ወገብኡ ፡ ለሰሚዕ ፡ ወለሠዊዕ ፡ ለአግዚአብሔር ፤ ኀደጉ ፡ ተውኔተ ፡ አማልክት ፡ ዘአጋንንት ፡ ወአፍቀሩ ፡ ተቀንዮ ፡ ወሰብሖ ፡ ለእግዚአብሔር ። ኀስራ ፡ አዋልደ ፡ ኢየሩሳሌም ፡ ወከብራ ፡ አዋልደ ፡ ኢትዮጵያ ፤ ተከዘት ፡ ወለተ ፡ ይሁዳ ፡ ወተፈሥሐት ፡ ወለተ ፡ ኢትዮጵያ ፤ ተፈሥሐ ፡ አድባረ ፡ ኢትዮጵያ ፡ ወተከዛ ፡ አድባረ ፡ ሊባኖስ ። በጣዖት ፡ ወግልፈዋት ፡ ተኀርዩ ፡ ሕዝበ ፡ ኢትዮጵያ ፡ ወተመነኑ ፡ ሕዝበ ፡ እስራኤል ፤ ተመነና ፡ አዋልደ ፡ ጽዮን ፡ ወከብራ ፡ አዋልደ ፡ ኢትዮጵያ ፤ ኀስሩ ፡ አእሩገ ፡ እስራኤል ፡ ወከብሩ ፡ አእሩገ ፡ ኢትዮጵያ ። እስመ ፡ እግዚአብሔር ፡ ተወክፎሙ ፡ ለግዱፋን ፡ ሕዝብ ፡ ወመነኖሙ ፡ ለእስራኤል ፡ በእንተ ፡ ዘተንሥአት ፡ ጽዮን ፡

them upon the throne of the kingdom of Ethiopia, and that no one except the male seed of David, the son of Solomon the King, shall ever reign over Ethiopia, and that ye will never make women queens." And all the nobles of the king's house swore, and the governors, and the councillors, and the administrators.

And she made Êlmĕyâs and ’Azâryâs (Azariah) the chief of the priests and the chief of the deacons, and they made the kingdom anew, and the sons of the mighty men of Israel performed the Law, together with their King David, in the Tabernacle of Witness, and the kingdom was made anew. And the hearts of the people shone at the sight of Zion, the Tabernacle of the Law of God, and the people of Ethiopia cast aside their idols, and they worshipped their Creator, the God Who had made them. And the men of Ethiopia forsook their works, and loved the righteousness and justice that God loveth. They forsook their former fornications, and chose purity in the camp that was in the sight of the heavenly Zion. They forsook divination and magic, and chose repentance and tears for God's sake. They forsook augury by means of birds and the use of omens, and they returned to hearken unto God and to make sacrifice unto Him. They forsook the pleasures of the gods who were devils, and chose the service and praise of God. The daughters of Jerusalem suffered disgrace, and the daughters of Ethiopia were held in honour; the daughter of Judah was sad, whilst the daughter of Ethiopia rejoiced; the mountains of Ethiopia rejoiced, and the mountains of Lebanon mourned. The people of Ethiopia were chosen [from] among idols and graven images, and the people of Israel were rejected. The daughters of Zion were rejected, and the daughters of Ethiopia were honoured; the old men of Israel became objects of contempt, and the old men of Ethiopia were honoured. For God accepted the

እምኔሆሙ ፡ ወመጽአት ፡ ውስተ ፡ ብሔረ ፡ ኢትዮጵያ ፤ እስመ ፡ ኀበ ፡ ሠምረ ፡ እግዚአብሔር ፡ ተኀድር ፡ ጽዮን ፡ ማኅደራ ፡ ወኀበሰ ፡ ኢሠምረ ፡ ኢተኀድር ፤ እስመ ፡ ለሊሁ ፡ ኬንያዊ ፡ ገባሪሃ ፡ ወሐናጺሃ ፡ እግዚአብሔር ፡ ኄር ፡ በውስተ ፡ ጽርሐ ፡ መቅደሱ ፡ ለማኅደረ ፡ ስብሐቲሁ ፡ ምስለ ፡ ወልዱ ፡ ወመንፈሱ ፡ ቅዱስ ፡ እስከ ፡ ለዓለመ ፡ ዓለም ፡ አሜን ※

ወወሀበት ፡ ንግሥተ ፡ ኢትዮጵያ ፡ መከዳ ፡ መንግሥተ ፡ ለወልዳ ፡ ዳዊት ፡ ወልደ ፡ ሰሎሞን ፡ ንጉሠ ፡ እስራኤል ፤ ወትቤሎ ፡ ንሣእ ፡ ወሀብኩከ ፡ ወአንገሥኩ ፡ ዘእግዚአብሔር ፡ አንገሠ ፡ ወኀረይኩ ፡ ዘእግዚአብሔር ፡ ኀረየ ፡ ቀዋሚሃ ፡ ለደብተራሁ ፡ ወሠመርኩ ፡ ዘእግዚአብሔር ፡ ሠምረ ፡ ላእከ ፡ ታቦተ ፡ ኪዳኑ ፡ ወሕጉ ፡ ወአዕበይኩ ፡ ዘእግዚአብሔር ፡ አዕበየ ፡ መጋቤ ፡ ለአቤራቲሁ ፡ ወአክበርኩ ፡ ዘእግዚአብሔር ፡ አክበረ ፡ ወሃቤ ፡ ሲሳይ ፡ ለእጓለ ፡ ማውታ ※

ወተንሥአ ፡ ንጉሥ ፡ ወቀነተ ፡ ዘይትዐጸፍ ፡ ወሰገደ ፡ ለእሙ ፡ ወይቤላ ፡ ንግሥትሰ ፡ አንቲ ፡ እግዝእትየ ፡ ወአነ ፡ እትለአክ ፡ በኀበ ፡ ኵሉ ፡ ዘአዘዝክኒ ፡ እመሂ ፡ ለሞት ፡ ወእመሂ ፡ ለሕይወት ፡ ኀበ ፡ ፈነውክኒ ፡ እትፌነው ፡ ወኀበ ፡ ለአክኒ ፡ እትለአክ ፡ ወኵሎ ፡ ዘአዘዝክኒ ፡ እገብር ፤ እስመ ፡ አንቲ ፡ ርእስ ፡ ወአነ ፡ እግር ፡ ወአንቲ ፡ እግዝእት ፡ ወአነ ፡ ገብር ፡ ለኪ ፡ ወኵሉ ፡ ይትገበር ፡ በቃልኪ ፡ ወአልቦ ፡ ዘይትዐደው ፡ እምትእዛዝኪ ፡ ወእገብር ፡ ኵሎ ፡ ዘፈቀድኪ ። ወባሕቱ ፡ ጸልዩ ፡ ላዕሌየ ፡ ከመ ፡ ያድኅነኒ ፡ እመዐቱ ፡ አምላከ ፡ እስራኤል ፤ እስመ ፡ ይትመዐዕ ፡ ይቤሉነ ፡ ለእመ ፡ ኢያርታዕነ ፡ ልበነ ፡ ለገቢረ ፡ ፈቃዱ ፡ ወኢያሠነይነ ፡ በኵሉ ፡ ትእዛዙ ፡ ለጽዮን ፡ ማኅደረ ፡ ስብሐቲሁ ፡ ለእግዚአብሔር ፤ እስመ ፡ መልአከ ፡ ኀይሉ ፡

peoples who had been cast away and rejected Israel, for Zion was taken away from them and she came into the country of Ethiopia. For wheresoever God is pleased for her to dwell, there is her habitation, and where He is not pleased that she should dwell she dwelleth not; He is her founder, and Maker, and Builder, the Good God in the temple of His holiness, the habitation of His glory, with His Son and the Holy Spirit, for ever and ever. Amen.

And Mâkĕdâ, the Queen of Ethiopia, gave the kingdom to her son David, the son of Solomon, the King of Israel, and she said unto him, "Take [the kingdom]. I have given [it] unto thee. I have made King him whom God hath made King, and I have chosen him whom God hath chosen as the keeper of His Pavilion. I am well pleased with him whom God hath been pleased to make the envoy of the Tabernacle of His Covenant and His Law. I have magnified him whom God hath magnified [as] the director of His widows, and I have honoured him whom God hath honoured [as] the giver of food to orphans."

And the King rose up and girded up his apparel, and he bowed low before his mother, and said unto her, "Thou art the Queen, O my Lady, and I will serve thee in every thing which thou commandest me, whether it be to death or whether it be to life. Wheresoever thou sendest me I will be sent, and wheresoever thou orderest me to be there will I be, and whatsoever thou commandest me to do that will I do. For thou are the head and I am the foot, and thou art the Lady and I am thy slave; everything shall be performed according to thy order, and none shall transgress thy commandment, and I will do everything that thou wishest. But pray for me that the God of Israel may deliver me from His wrath. For He will be wroth—according to what they tell us—if we do not make our hearts right to do His Will, and if we do not readily observe all His commands in respect to

ምስሌነ ፡ ዘመገበነ ፡ ወአብጽሐነ ፡ ዝየ ፡ ወኢይትፈለጥ ፡ ወኢይትአተት ፡ እምኔነ ።

Zion, the habitation of the glory of God. For the Angel of His host is with us, who directed us and brought us hither, and he shall neither depart from us nor forsake us.

ወይእዜኒ ፡ ስምዒ ፡ ኦእግዝእትየ ፡ ለእመ ፡ አሠነይነ ፡ ወገበርነ ፡ ፈቃዶ ፡ አነ ፡ ወእለ ፡ እምድኅሬየ ፡ ይነብር ፡ እግዚአብሔር ፡ ምስሌነ ፡ ወየዐቅበነ ፡ እምነ ፡ ኵሉ ፡ እኩይ ፡ ወእምእደ ፡ ፀርነ ፡ ወእመሰ ፡ ኢያርታዕነ ፡ ልበነ ፡ ኀቤሁ ፡ ይትመዐዐነ ፡ ወይመይጥ ፡ ገጾ ፡ እምኔነ ፡ ወይቀሥፈነ ፡ ወይትሐበለዩነ ፡ ጸላእትነ ፡ ወይመጽአነ ፡ ፍርሀት ፡ ወረዓድ ፡ እምኀበ ፡ ኢተሐዘብነ ፡ ወይትነሥኡ ፡ ላዕሌነ ፡ ወይጸብዑነ ፡ አጽባአ ፡ ወያጠፍኡነ ። ወለእመሰ ፡ ገበርነ ፡ ፈቃደ ፡ እግዚአብሔር ፡ ወአሠነይነ ፡ ግብራ ፡ ለጽዮን ፡ ንከውን ፡ ኄራን ፡ ወአልቦ ፡ ዘይክል ፡ አሕሥሞ ፡ ላዕሌነ ፡ በደብረ ፡ መቅደሱ ፡ እንዘ ፡ ሀለወት ፡ ማኅደሩ ፡ ምስሌነ ።

"And now, hearken unto me, O my Lady. If I and those who are after me behave rightly and do His Will, God shall dwell with us, and shall preserve us from all evil and from the hand of our enemy. But if we do not keep our hearts right with Him He will be wroth with us, and will turn away His face from us, and will punish us, and our enemies will plunder us, and fear and trembling shall come to us from the place whence we expect them not, and they will rise up against us, and will overcome us in war, and will destroy us. On the other hand, if we do the Will of God, and do what is right in respect of Zion, we shall become chosen men, and no one shall have the power to treat us evilly in the mountain of His holiness whilst His habitation is with us.

ወነዋ ፡ ዘአምጻእነ ፡ ጽሑፍ ፡ ምስሌነ ፡ ኵሉ ፡ ሕገ ፡ መንግሥት ፡ ወትእዛዘ ፡ እግዚአብሔር ፡ ዘነገረነ ፡ ሰዶቅ ፡ ሊቀ ፡ ካህናት ፡ አመ ፡ ይቀብአኒ ፡ ቅብአ ፡ መንግሥት ፡ በውስተ ፡ ቤተ ፡ መቅደሱ ፡ ለእግዚአብሔር ፡ እንዘ ፡ ውስተ ፡ እዴሁ ፡ ቀርነ ፡ ቅብአ ፡ ዕፍረት ፡ ዘክህነት ፡ ወዘመንግሥት ፤

"And behold, we have brought with us the whole Law of the kingdom and the commandment of God, which Zadok the high priest declared unto us when he anointed me with the oil of sovereignty in the house of the sanctuary of God, the horn of oil, which is the unguent of priesthood and royalty, being in his hand.

ወገብሩ ፡ ለነ ፡ ዘበሕጉ ፡ ወተቀባእነ ፡ አዛርያስ ፡ ለክህነት ፡ ወአነ ፡ ለመንግሥት ፡ ወአልምያስ ፡ አፈ ፡ እግዚአብሔር ፡ ዐቃቤ ፡ ሕግ ፡ ዘውእቱ ፡ ዐቃቢሃ ፡ ለጽዮን ፡ ወእዘኒሁ ፡ ለንጉሥ ፡ በኵሉ ፡ ፍኖተ ፡ ጽድቅ ። ወአዘዙኒ ፡ ከመ ፡ አልቦ ፡ ዘእገብር ፡ ዘእንበለ ፡ በምክሮሙ ፡ ወአቀሙነ ፡ ቅድመ ፡ ንጉሥ ፡ ወቅድመ ፡ ሊቃውንተ ፡ እስራኤል ፡ ወኵሉ ፡ ሕዝብ ፡ ይሰምዕ ፡ እንዘ ፡ ይኤዝዘነ ፡ ሰዶቅ ፡ ካህን ። ወተነፍኀ ፡ ኢዮብልዮስ ፡ ወአርጋኖን ፡ ወቃለ ፡ ዕንዚራቲሆሙ ፡ ወብዕዛቲሆሙ ፡ ወድምፀ ፡ ጽራኃቲሆሙ ፡ ዘተገብረ ፡ አሜሃ ፡ በአናቅጺሃ ፡ ለኢየሩሳሌም ። ምንተ ፡ እነግረክሙ ፡ ለእለ ፡

And he did unto us that which was written in the Law, and we were anointed; Azariah to the priesthood and I to the kingdom, and ’Alměyâs, the mouth of God, keeper of the Law, that is to say, keeper of Zion, and the Ear of the King in every path of righteousness. And they commanded me that I should do nothing except under their advice, and they set us before the King and before the elders of Israel, and all the people heard whilst Zadok the priest was giving us the commands. And the horns and the organs were blown, and the sounds of their harps and musical instruments, and the noise of their outcries which were made at that time were in the gates of

ሀለውክሙ ፡ ዝየ ፤ እስመ ፡ መሰለነ ፡ ምድር ፡ ዘታድለቀልቅ ፡ እስከ ፡ መሠረታቲሃ ፡ ወሰማይኒ ፡ ዘያንጐደጕድ ፡ በመልዕልቴነ ፤ ወልብኒ ፡ ትርዕድ ፡ ምስለ ፡ ብረኪሃ ※※※

Jerusalem. But what shall I tell unto you, O ye who were present there? It seemed to us that the earth quaked from her very foundations, and that the heavens above our heads thundered, and the heart trembled with the knees."

፹፰ ፡ ኀበ ፡ ዜነዌ ፡ ለእሙ ፡ ዘከመ ፡ አንገሥዎ ።

88. HOW HE HIMSELF RELATED TO HIS MOTHER HOW THEY MADE HIM KING

ወሶበ ፡ አርመሙ ፡ እሉ ፡ ተንሥአ ፡ ካህን ፡ ዘይኤዝዘነ ፡ ዘምስለ ፡ ፍርሀተ ፡ እግዚአብሔር ፡ ወአንብዐ ፡ እንዘ ፡ ትርዕድ ፡ ከርሥነ ፡ ወትውኅዝ ፡ አንብዕነ ፤ ውስተ ፡ ልብነ ፡ በአማንኬ ፡ ወኢኮነ ፡ ሐሰተ ፡ ህልው ፡ እግዚአብሔር ፡ ወይነብር ፡ ውስተ ፡ ትእዛዙ ፡ ወነጊረ ፡ ትእዛዙ ፡ ኢያአትት ፡ እምእለ ፡ ያፈቅርዎ ፡ ወየዐቅቡ ፡ ትእዛዞ ፡ ይሄሉ ፡ ወትረ ፡ ምስሌሆሙ ። ወይእዜኒአ ፡ ስምዕዮሙአ ፡ እሉ ፡ መላህቅት ፡ ወደቂቀ ፡ ኀያላነ ፡ እስራኤል ፡ ዘአምጽኡ ፡ ኵነኔ ፡ ወፍትሐ ፡ ዘጸሐፉ ፡ በቅድመ ፡ ንጉሥ ፡ ሰሎሞን ፡ ወወሀቡነ ፡ ከመ ፡ ኢንትገሐሥ ፡ ኢለየማን ፡ ወኢለፀጋም ፡ እምዘ ፡ አዘዙነ ፤ ወካዕበ ፡ ይቤሉነ ፡ ወአለበዉነ ፡ ከመ ፡ ነሣእነ ፡ ሞተ ፡ ወሕይወተ ፡ ወከመ ፡ ብእሲ ፡ ዘቦቱ ፡ ውስተ ፡ ፀጋሙ ፡ እሳት ፡ ወውስተ ፡ የማኑ ፡ ማይ ፡ ውኀበ ፡ ይፈቅድ ፡ ይወዲ ፡ እዴሁ ፤ እስመ ፡ መቅሠፍት ፡ ወሕይወት ፡ ጽሑፍ ፡ ውስቴቱ ፡ ለእለ ፡ ገብርዋ ፡ ለእኪት ፡ መቅሠፍት ፡ ወለእለ ፡ ገብርዋ ፡ ለሠናይት ፡ ሕይወት ※

"And when these had become silent there rose up the priest who gave us the Commandments, with the fear of God, and he shed tears whilst our bodies quaked and our tears flowed down. God is indeed, without falsehood, in our hearts, and He dwelleth in His commandment. And His commandment is uttered, and it removeth itself not from those who love Him and who keep His commandment, and He is with them continually. And now, hearken to the judgment and laws which the elders and the sons of the mighty men of Israel brought, which they wrote before King Solomon and have given unto us, so that we may not turn aside either to the right hand or to the left from what they have commanded us. And also they told us and made us to understand that we bear death and life, and that we are like unto a man who hath fire in his left hand and water in his right, and who can put his hand into whichever he pleaseth. For punishment and life are written therein; for those who have done evil, punishment, and for those who have done good, life."

ወአውፅኡ ፡ ኤልምያስ ፡ ወአዛርያስ ፡ ይእቲ ፡ መጽሐፈ ፡ እንተ ፡ ተጽሕፈት ፡ በቅድመ ፡ እግዚአብሔር ፡ ወበቅድመ ፡ ንጉሠ ፡ እስራኤል ፡ ወአንበብዋ ፡ በቅድመ ፡ መክዳ ፡ ወበቅድመ ፡ ዐበይተ ፡ እስራኤል ። ወሶበ ፡ ሰምዑ ፡ ዘንተ ፡ ቃላተ ፡ ሰገዱ ፡ ለእግዚአብሔር ፡ ኵሎሙ ፡ እለ ፡ ውስተ ፡ ዐውድ ፡ ንኡሶሙ ፡ ወዐቢዮሙ ፡

And ’Êlmĕyâs and Azariah brought forth that writing which was written before God and before the King of Israel, and they read it before Mâkĕdâ and before the great men of Israel. And when they heard these words all those who were round about, both small and great, bowed down and made obeisance, and they glorified God Who had made them hear these words and had given them this commandment, so that they might perform the justice and judgment of God. And moreover, He made them members of His house, for Zion was among them, and she is the habitation of the glory of God, and she delivered them from all evil, and blessed the fruit of their lands, and multiplied their sheep and cattle, and blessed their wells of water, and blessed their labours, and the fruit of their gardens, and made their children to grow up, and protected their aged men, and became the foreguard and rearguard wheresoever they dwelt, and vanquished their enemies wheresoever they went. And all the people of Ethiopia rejoiced.

And the Queen said unto her son, "My son, God hath given unto thee the right, walk thou therein and withdraw not thyself from it, neither to the right hand nor the left. And love thou the Lord thy God, for He is merciful unto the simple-minded. For His way is known from His commandment, and His goodness is comprehended through the guidance of His word."

Then she turned towards ʾÊlmĕyâs and Azariah and all the mighty men of Israel [saying], "Do ye protect him and teach him the path of the kingdom of God, and the honour of our Lady Zion. And whatsoever our Lady loveth not let us not do. Tell us [this] truly and carefully for ever and from generation to generation, so that she may not be wroth with us, if we do not perform her service well, so that God may dwell with us. And thou, my son, hearken unto the word of thy fathers, and walk in their counsel. And let not drink make thee foolish, nor women, nor pride of apparel, nor the bridles and trappings of horses, nor the sight of the weapons of war of those who are at the head or at the rear. But let thy confidence be in God and in Zion, the Tabernacle of the Law of God, thy Creator, so

ለእግዚአብሔር ፡ ፈጣሪከ ፡ ከመ ፡ ትማዕ ፡ ፀርከ ፡ ወይብዛኅ ፡ ዘርእከ ፡ በዲበ ፡ ምድር ፡ ወይግረሩ ፡ ጸላእትከ ፡ ወፀርከ ፡ ዘቅሩብ ፡ ወዘርሑቅ ※

that thou mayest vanquish thine enemy, and so that thy seed upon the earth may multiply, and so that thy foes and adversaries, near and far, may be overthrown."

ወእሙንቱኒ ፡ ደቂቀ ፡ ኀይል ፡ አውሥኡ ፡ በአሐዱ ፡ ቃል ፡ ወይቤሉ ፡ ንሕነሰ ፡ እግዝእትነ ፡ ምስሌክሙ ፡ ኵሎ ፡ ጊዜ ፡ ወንዜከሮ ፡ ለእግዚእ ፡ ንጉሥ ፡ ናሁ ፡ ዘጽሑፍ ፡ ወገቢርሰ ፡ እንዘ ፡ አምላከ ፡ እስራኤል ፡ ይከውኖ ፡ ረዳኤ ፡ ወነገረ ፡ እሙ ፡ ይሰምዕ ፡ ወንንግሮ ፡ ፍኖታ ፡ ለምግባረ ፡ ሠናይ ፤ እስመ ፡ አልቦ ፡ ዘይትረከብ ፡ በዝ ፡ መዋዕል ፡ በጥበብ ፡ ዘእንበለ ፡ እግዚእነ ፡ ንጉሥ ፡ ዘከማኪ ፡ ሰሐብክነ ፡ ዝየ ፡ ከመ ፡ አግብርትኪ ፡ ምስለ ፡ እግዝእትነ ፡ ጽዮን ፡ ሰማያዊት ፡ ታቦተ ፡ ሕጉ ፡ ለእግዚአብሔር ፡ አምላክነ ፡ በከመ ፡ ይስሕብዎ ፡ ለገመል ፡ ዘጽዑን ፡ ንዋየ ፡ ክብር ፡ በንስቲት ፡ ቀጢን ፡ ፈትለ ፡ ኢዊጥ ፡ እንተ ፡ ኢትትበተክ ፡ ዲበ ፡ አንፉ ፡ ዝማማት ፤ ወይእዜኒ ፡ ኢትትሀየዩነ ፡ ወኢትረስዩነ ፡ ከመ ፡ ነግድ ፡ ባዕድ ፡ አላ ፡ ረስዩነ ፡ ከመ ፡ አግብርቲክሙ ፡ እለ ፡ የኀፅቡ ፡ እገሪክሙ ፡ እስመ ፡ ንሕነሰ ፡ እመኒ ፡ ሞትነ ፡ ወእመኒ ፡ ሐየውነ ፡ ምስሌክሙ ፡ ወአልብነ ፡ ተስፋ ፡ ውስተ ፡ ብሔረ ፡ ሙላድነ ፡ ዘእንበለ ፡ ኀቤክሙ ፡ ወእግዝእትነ ፡ ጽዮን ፡ ቅድስት ፡ ሰማያዊት ፡ ማኅደረ ፡ ስብሐቲሁ ፡ ለእግዚአብሔር ※ ※ ※

And those sons of mighty men answered and said with one voice, "O our Lady, we are with you always, and we will remember the lord, the King. Behold, what is written and the performance thereof shall take place if the God of Israel shall be unto him a helper, and if he hearkeneth to the word of his mother; and we will inform him about the path of doing good works. For there is no one to be found in these days as wise as thyself, except our lord the King. Thou hast drawn us hither as thy servants with our Lady, the heavenly Zion, the Tabernacle of the Law of the Lord our God, just as a man draweth a camel that is loaded with valuable possessions with a little piece of thin, tough cord fastened over his nose. And now, reject us not and treat us not as strange people, but make us like unto thy slaves who wash thy feet, for whether we die or whether we live we are with thee; we have no longer any hope in the country of our birth, but only in thee and in our Lady, the heavenly Zion, the habitation of the glory of God."

፹፱ ፡ ኀበ ፡ ነገረቶሙ ፡ ንግሥት ፡ ለደቂቀ ፡ እስራኤል ።

89. HOW THE QUEEN TALKED TO THE CHILDREN OF ISRAEL

ወአውሥአት ፡ ንግሥት ፡ ወትቤሎሙ ፡ አኮ ፡ ከመ ፡ አግብርት ፡ ዘትብሉ ፡ አላ ፡ ንሬስየክሙ ፡ ከመ ፡ አብ ፡ ወከመ ፡ መምህር ፤ እስመ ፡ አንትሙ ፡ ዐቃብያነ ፡ ሕጉ ፡ ለእግዚአብሔር ፡ ወመራሕያነ ፡ ትእዛዙ ፡ ለአምላከ ፡ እስራኤል ፡ ወሰብአ ፡ ቤቱ ፡ ለእግዚአብሔር ፡ ወዐቃብያኒሃ ፡

And the Queen answered and said unto them, "Not as servants as ye say, but as a father and a teacher will we treat you. For ye are the guardians of the Law of God, and the guides of the commandment of the God of Israel, and the men of the house of God, and the guardians of Zion, the Tabernacle of the Law

ለጽዮን ፡ ታቦተ ፡ ሕጉ ፡ ለእግዚአብሔር ፡ ወአልቦ ፡ ዘንትዐደው ፡ እምትእዛዝክሙ ፡ እስመ ፡ አንትሙ ፡ ትከውኑነ ፡ መርሐ ፡ በኀበ ፡ ፍኖተ ፡ እግዚአብሔር ፡ እምኵሉ ፡ እኩይ ፤ ንትገሐሥ ፡ በቃልክሙ ፡ እምዘ ፡ ኢይሠምር ፡ እግዚአብሔር ፡ ወንቅረብ ፡ ኀበ ፡ ኵሉ ፡ ሠናይ ፡ ዘሠምረ ፡ እግዚአብሔር ፡ በትእዛዘ ፡ ዚአክሙ ፤ ወባሕቱ ፡ አይድዑ ፡ ለዝንቱ ፡ ኵሉ ፡ ሕዝብ ፡ ወመሀርዎሙ ፡ ቃላተ ፡ አእምሮ ፡ እስመ ፡ አልቦ ፡ አመ ፡ ሰምዑ ፡ ዘእንበለ ፡ ዮም ፡ ዘከመዝ ፤ ወባሕቱ ፡ ጥበብሰ ፡ ወአእምሮ ፡ ታበርህ ፡ ከመ ፡ ብርሃነ ፡ ፀሐይ ፡ ለእለ ፡ ቦሙ ፡ አእምሮ ። ወአንሰ ፡ እስከ ፡ ይእዜሂ ፡ ኢረወይክዎ ፡ ለማየ ፡ አእምሮ ፡ እስመ ፡ ይጥዕም ፡ እምነ ፡ መዓር ፡ ወያረዊ ፡ እምነ ፡ ወይን ፡ ወያጸግብ ፡ ወያጐሥዕ ፡ ጥበበ ፡ ወያስዖዝዝ ፡ ልቡና ፡ ወያልሕስ ፡ ከመ ፡ ዘሰክረ ፡ ወያለጸልጽ ፡ ከመ ፡ ዘጐየ ፡ ወያሀፋ ፡ ከመ ፡ ዘጾረ ፡ ክቡደ ፡ በፍኖተ ፡ ዐቀብ ፡ በብሔረ ፡ ሐሩር ፡ ወላህበ ፡ ፀሐይ ፤ ሶበ ፡ ተከሥተ ፡ አልባቢሆሙ ፡ ለጠቢባን ፡ ለትንቢት ፡ ወለምህሮ ፡ ኢይፈርህዎ ፡ ለንጉሥ ፡ በእንተ ፡ ዕበየ ፡ ክብሩ ፡ ለእመ ፡ ተግሕሠ ፡ እምፍኖተ ፡ እግዚአብሔር ። ነዋኬዝ ፡ ዘተነግረ ፡ ቃለ ፡ ሕግ ፡ ዘበአማን ፡ አእምሮ ፡ ለእለ ፡ ይፈቅድዎ ፡ ወይሰትይዎ ፡ ወይረውይዎ ፤ አንሰ ፡ እጼሊ ፡ እግዚኦ ፡ አምላከ ፡ እስራኤል ፡ ቅዱሰ ፡ ቅዱሳን ፡ ሀበኒ ፡ ከመ ፡ እትልዋ ፡ ለጥበብ ፡ ወኢይትገደፍ ፡ ሀበኒ ፡ ከመ ፡ እጠቀም ፡ ባቲ ፡ ወኢይንኅል ፡ ሀበኒ ፡ ከመ ፡ እሣረር ፡ ባቲ ፡ ወኢያንቀልቅል ፡ ሀበኒ ፡ ከመ ፡ እትዐመድ ፡ ባቲ ፡ ወኢይጽነን ፡ ሀበኒ ፡ ከመ ፡ እሰወር ፡ ባቲ ፡ ወኢይትቀላዕ ፡ ሀበኒ ፡ ከመ ፡ እትሐነጽ ፡ ባቲ ፡ ወኢይንሐድ ፡ ሀበኒ ፡ ከመ ፡ እትወርዘው ፡ ባቲ ፡ ወኢይድክም ፡ ሀበኒ ፡ ከመ ፡ እቁም ፡ ባቲ ፡ ወኢይደቅ ፡ ሀበኒ ፡ ከመ ፡ እትመርጐዝ ፡ ባቲ ፡ ወኢይተንትን ፡ ሀበኒ ፡ ከመ ፡ እሠአን ፡ ባቲ ፡ ወኢይድኀፅ ፡ ሀበኒ ፡ ከመ ፡ እትአኀዝ ፡ ባቲ ፡ ወኢይሰጠም ፡

of God, and we do not wish to transgress your commandments, for ye shall be unto us a guide to the path of God away from all evil. At your words we will withdraw from that wherewith God is not well-pleased, and we will draw nigh unto every good thing wherewith God is well-pleased at your commandment. Only do ye instruct all this people, and teach them the words of knowledge, for never before have they heard such things as they have heard this day. It is only those who have understanding in them that wisdom and understanding illumine like the light of the sun. As for me, up to this, present I have not drunk deeply of the water of knowledge. Now it is sweeter than honey, and quencheth the thirst more than wine, and it satisfieth and maketh wisdom to bubble up, and it stimulateth the understanding, and maketh a man to pour forth words like a drunken man, and maketh the unsteady man like one who flieth, and maketh a man as hot as he that carrieth a heavy load on a difficult road in a parched land that is burnt up by a blazing sun. When the hearts of the wise are open to prophecy and to knowledge, they do not fear the king because of the greatness of his glory if he turneth himself aside from the way of God. And mark this: The word of the Law, which hath been uttered, is indeed understanding unto those who wish for it, and who drink it in and soak themselves therein. I pray Thee, O Lord God of Israel, Thou Holiest of the Holy, grant unto me that I may follow wisdom, and may not become a castaway; grant unto me that I may make her a wall unto myself, and may never fall down; grant that I may make her a foundation for me, and may never be overthrown; grant that I may stand upon her as [firmly as] a pillar, and may never shake; grant that I may hide in her, and never have her stripped from me; grant that I may build myself upon her, and may not topple over; grant that I may become vigorous through her, and not suffer from exhaustion;

ሀበኒ ፡ ከመ ፡ እጽናዕ ፡ ባቲ ፡ ወኢይሠረም ፡ ሀበኒ ፡ ከመ ፡ እንበር ፡ ባቲ ፡ በስንአሃ ፡ እጽገብ ፡ በማእዳ ፡ ወኢይሜጽራ ፡ እስትያ ፡ ወኢይረውያ ፡ እጽገባ ፡ ወኢይተፍአ ፤ ሰከርኩ ፡ ባቲ ፡ ወኢተንተንኩ ፡ ተንተንኩ ፡ በእንቲአሃ ፡ ወኢወደቁ ፡ ወደቁ ፡ በእንቲአሃ ፡ ወኢተሀጕልኩ ፡ ባቲ ።

ተሰጠምኩ ፡ በእንቲአሃ ፡ ውስተ ፡ ዐቢይ ፡ ባሕር ፡ ወአኀዝኩ ፡ ባሕርየ ፡ በውስተ ፡ ልጐተ ፡ መዓምቅቲሃ ፡ በዘባቲ ፡ እብዕል ፤ ወረድኩ ፡ ከመ ፡ ዐቢይ ፡ መልሕቀ ፡ ኀጺን ፡ በዘ ፡ ይበይታ ፡ አሕማር ፡ ውስተ ፡ ዕመቀ ፡ ባሕር ፡ ወነሣእኩ ፡ ማኅቶተ ፡ እንተ ፡ ታበርህ ፡ ሊተ ፡ ወዐረጉ ፡ በአሕባለ ፡ ራግናቲሃ ፡ ለልቡና ፤ ኖምኩ ፡ ውስተ ፡ መዓምቅቲሃ ፡ ለባሕር ፡ ወዘእንበለ ፡ እትዐዘዝ ፡ በማይ ፡ ሐለምኩ ፡ ባቲ ፡ እንዘ ፡ ኮከብ ፡ ውስተ ፡ ሕፅንየ ፡ ወአንከርኩ ፡ ባቲ ፡ በእኂዞታ ፡ ወአጽናዕክዋ ፡ ምስለ ፡ ጸዳለ ፡ ፀሐይ ፡ አኀዝክዋ ፡ ወኢየኀድጋ ፡ እስከ ፡ ለዓለም ፤ ቦእኩ ፡ ውስተ ፡ አናቅጸ ፡ መዛግብቲሃ ፡ ለጥበብ ፡ ወሔብኩ ፡ ሊተ ፡ ማየ ፡ አእምሮ ፤ ቦእኩ ፡ ውስተ ፡ ዋዕየ ፡ ነበልባለ ፡ ፀሐይ ፡ ወአብርሀተኒ ፡ በጸዳላ ፡ ወተወልተውኩ ፡ ባቲ ፡ ወድኅንኩ ፡ በተወክሎታ ፤ አኮ ፡ ሊተ ፡ ባሕቲትየ ፡ አላ ፡ ለኵሎሙ ፡ እለ ፡ ሖሩ ፡ በአሠራ ፡ ለጥበብ ፡ አኮ ፡ ሊተ ፡ ለባሕቲትየ ፡ አላ ፡ ለኵሎሙ ፡ ሰብአ ፡ ሀገርየ ፡ መንግሥተ ፡ ኢትዮጵያ ፡ ወአኮ ፡ ሎሙ ፡ ለባሕቲቶሙ ፡ አላ ፡ ለእለ ፡ የሐውሩ ፡ በፍኖቶሙ ፡ አሕዛብ ፡ እለ ፡ ዐውዶሙ ። እስመ ፡ እግዚአብሔር ፡ ወሀበነ ፡ ዘርአ ፡ በጽዮን ፡ ወማኅደረ ፡ በኢየሩሳሌም ፡ ወዓዲ ፡ ኮነ ፡ ክፍለ ፡ ምስለ ፡ እለ ፡ ኀረየ ፡ ዘርአ ፡ ያዕቆብ ፡ እስመ ፡ ረሰያ ፡ ለማኅደሩ ፡ ትኅድር ፡ ምስሌነ ፤ እሙንቱሰ ፡ እምይእዜ ፡ ተዐቅጹ ፡ ወንሕነሰ ፡ እምይእዜ ፡ ረታዕነ ፡ እሙንቱሰ ፡ እምይእዜ ፡ ኅሰሩ ፡ ወተመነኑ ፡ ወንሕነሰ ፡ እምይእዜ ፡ ከበርነ ፡ ወተፈቀርነ ፡ እስከ ፡ ለዓለመ ፡ ዓለም ፡

grant that I may stand through her, and may not fall; grant that I may lay hold upon her, and may not slip away; grant that I may grasp her firmly, and may not slide; grant that I may dwell in her in her peace; [grant that] I may be satisfied at her table, and may not vomit, and drink her and not get drunk upon her, and may be satisfied with her and not spit her out."

"I have drunk of her, but have not tottered; I have tottered through her, but have not fallen; I have fallen because of her but have not been destroyed. Through her I have dived down into the great sea and have seized in the place of her depths a pearl whereby I am rich. I went down like the great iron anchor whereby men anchor ships for the night on the high seas, and I received a lamp which lighteth me, and I came up by the ropes of the boat of understanding. I went to sleep in the depths of the sea, and not being overwhelmed with the water I dreamed a dream. And it seemed to me that there was a star in my womb, and I marvelled thereat, and I laid hold upon it and made it strong in the splendour of the sun; I laid hold upon it, and I will never let it go. I went in through the doors of the treasury of wisdom and I drew for myself the waters of understanding. I went into the blaze of the flame of the sun, and it lighted me with the splendour thereof, and I made of it a shield for myself, and I saved myself by confidence therein, and not myself only but all those who travel in the footprints of wisdom, and not myself only but all the men of my country, the kingdom of Ethiopia, and not those only but those who travel in their ways, the nations that are round about. For the Lord hath given us seed in Zion and a habitation in Jerusalem. And moreover, there hath come to us a portion with those whom He hath chosen, the seed of Jacob, for He hath set His habitation to abide with us. From this time forth they are set down, and from this time forth we are set upright. From this time forth they are despised

ወለትውልደ ፡ ትውልድ ፡ ዘይመጽእ ።

and rejected, and from this time forth we shall be honoured and loved for ever and ever, and throughout all the generations that are to come.

ወአንትሙኒ ፡ መኳንንት ፡ ስምዑኒ ፡ ወጠይቅዋ ፡ ለመክሥተ ፡ አፉየ ፡ ወቃልየ ፤ አፍቅርዋ ፡ ለርትዕ ፡ ወጽልእዋ ፡ ለሐሰት ፡ ርትዕስ ፡ ጽድቅ ፡ ወሐሰትሰ ፡ ርእሰ ፡ ዐመፃ ፡ ወኢትትዓመፁ ፡ በበይናቲክሙ ፤ እስመ ፡ እግዚአብሔር ፡ የኀድር ፡ ምስሌክሙ ፡ ወማኅደረ ፡ ስብሐቲሁ ፡ ማእከሌክሙ ፡ እስመ ፡ ሰብአ ፡ ቤቱ ፡ ኮንክሙ ። ወኅድጉ ፡ እምይእዜ ፡ ዘትካት ፡ ልማድክሙ ፡ ተጠይሮ ፡ ወአጣዕዎ ፡ ሰገለ ፡ ወሥራየ ፡ ወቀስመ ፡ ወሐረሰ ፤ ወለእመቦ ፡ ዘተረክበ ፡ እምዮም ፡ በውስተ ፡ ዘትካት ፡ ልማድ ፡ ይትበርበር ፡ ቤቱ ፡ ወይትኰነን ፡ ብእሲቱ ፡ ወውሉዱ ፡ ወንዋዩ ※

"And ye, O noble ones, hearken unto me, and learn well what cometh forth from my mouth and my words. Love ye what is right and hate falsehood, for what is right is righteousness and falsehood is the head of iniquity. And ye shall not use fraud and oppression among yourselves, for God dwelleth with you, and the habitation of His glory is among you; for ye have become members of His household. And from this time onward cease ye to observe your former customs, [namely] making auguries from birds, and from signs, and the use of charms, and incantations, and portents, and magic. And if after this day there he found any man who observeth all his former customs, his house shall be plundered, and he and his wife and his children shall be condemned."

ወትቤሎ ፡ ለአዛርያስ ፡ በል ፡ ንግር ፡ ዘከመ ፡ ታፈቅር ፡ እግዝእትነ ፡ ምስለ ፡ ንጉሣ ፡ ሰማያዊ ※ ※ ※

And the Queen said unto Azariah, "Speak and declare how much thou lovest our Lady with her Heavenly King."

፺ ፡ ኀበ ፡ ወደሳ ፡ አዛርያስ ፡ ለንግሥት ፡ ወለሀገራ ።

90. HOW AZARIAH PRAISED THE QUEEN AND HER CITY

ወተንሥአ ፡ አዛርያስ ፡ ወይቤላ ፡ ለንግሥት ፡ ኦእግዝእትነ ፡ በአማን ፡ አልቦ ፡ ዘይትማሰለኪ ፡ በጥበብ ፡ ወበአእምሮ ፡ ወተውህበ ፡ ለኪ ፡ እምኀበ ፡ እግዚአብሔር ፡ ዘእንበለ ፡ እግዚእየ ፡ ንጉሥ ፡ ዘአብጽሐነ ፡ ውስተ ፡ ዛቲ ፡ ምድር ፡ ምስለ ፡ እግዝእትነ ፡ ጽዮን ፡ ቅድስት ፡ ሰማያዊት ፡ ታቦተ ፡ ሕጉ ፡ ለእግዚአብሔር ። ንሕነሰ ፡ ወአበዊነ ፡ ቀደምት ፡ ንቤ ፡ አልቦ ፡ ዘኀረየ ፡ እግዚአብሔር ፡ ዘእንበለ ፡ ቤተ ፡ ያዕቆብ ፡ ኪያነ ፡ ኀረየ ፡ ወኪያነ ፡ አብዝኀ ፡ ወኪያነ ፡ ሠምረ ፡ ወአንገሠነ ፡ ወረሰየነ ፡ ሰብአ ፡ ቤቱ ፡ ወመማክርቲሁ ፡ ለስብሐቲሁ ፡

And Azariah rose up and said unto the Queen, "O our Lady, verily there is no one like unto thee in wisdom and understanding—the which have been given unto thee by God—except my lord the King, who hath brought us unto this land with our Lady Zion, the holy and heavenly Tabernacle of the Law of God. Now we and our fathers of olden time have said, God hath chosen none except the House of Jacob, us hath He chosen, us hath He multiplied, us hath He held to please Him, and He hath made us kings and made us members of His household, and councillors of His glory and of the Tabernacle of His covenant. And as

ወለታቦተ ፡ ኪዳኑ ፡ ወሀገርኒ ፡ ንብል ፡ አልቦ ፡ ዘኀረየ ፡ ዘእንበለ ፡ ሀገርነ ፤ ወይእዜሰ ፡ ርኢነ ፡ እንተ ፡ ትኄይስ ፡ ሀገረ ፡ ኢትዮጵያ ፡ እምብሔረ ፡ ይሁዳ ፤ ወእምከመ ፡ በጻሕነ ፡ ውስተ ፡ ብሔርክሙ ፡ ሠነየነ ፡ ኵሉ ፡ ዘርኢነ ፡ ማይክሙኒ ፡ ሠናይ ፡ ወትሁቡ ፡ ዘእንበለ ፡ ሤጥ ፡ ወነፋስ ፡ ዘእንበለ ፡ መረዋሕት ፡ ወጸቃውዕ ፡ ከመ ፡ ጽንጕነ ፡ መርሕብ ፡ ወእንስሳ ፡ ከመ ፡ ኆጻ ፡ ባሕር ፡ ወእምዘ ፡ ርኢነ ፡ አልቦ ፡ ሕሱመ ፡ ወአልቦ ፡ ፀዋገ ፡ እምዘ ፡ ንሰምዕ ፡ ወእምዘ ፡ ንከይድ ፡ ወእምዘ ፡ ንገስስ ፡ ወእምዘ ፡ ንጥዕም ፡ በአፉነ ፤ ወባሕቱ ፡ እምእንተ ፡ ትኄጽር ፡ አሐቲ ፡ ሀለወት ፡ ኮንክሙ ፡ ጸሊማነ ፡ በገጽ ፡ ወዘንተ ፡ ዘእቤ ፡ በዘ ፡ ርኢኩ ፡ ወባሕቱ ፡ ለእመ ፡ አብርሀ ፡ እግዚአብሔር ፡ አልባቢክሙ ፡ አልቦ ፡ ዘይነኪየክሙ ።

ወባሕቱ ፡ ተገሐሡ ፡ እማውታ ፡ ወደም ፡ ወብትክ ፡ ወዝሙት ፡ ወእምኵሉ ፡ ዘይጸልእ ፡ እግዚአብሔር ፡ ከመ ፡ ንትፌሣሕ ፡ ብክሙ ፡ ሶበ ፡ ንሬኢየክሙ ፡ እንዘ ፡ ትፈርሁ ፡ እግዚአብሔር ፡ ወእንዘ ፡ ትርዕዱ ፡ እምቃሉ ፤ በከመ ፡ አዘዞሙ ፡ እግዚአብሔር ፡ ለአበዊነ ፡ ወይቤሎ ፡ ለሙሴ ፡ አዝዞሙ ፡ በኵሉ ፡ ወንግሮሙ ፡ ከመ ፡ ይዕቀቡ ፡ ሕግየ ፡ ወሥርዐትየ ፤ ወኢትትገሐሡ ፡ ኢለየማን ፡ ወኢለፀጋም ፡ እምዘ ፡ ንኤዝዘክሙ ፡ ዮም ፡ ወይእዜኒ ፡ ከመ ፡ ታምልክዎ ፡ ለእግዚአብሔር ፡ ቅዱስ ፡ እስራኤል ፡ ወትግበሩ ፡ ሥምረቶ ፡ እስመ ፡ መነኖሙ ፡ ለሕዝብነ ፡ በከመ ፡ ተነበዩ ፡ ነቢያቲነ ፡ ወኀረየ ፡ ኪያክሙ ፤ አኮኑ ፡ ለኵልክሙ ፡ እግዚአብሔር ፡ ፈጣሪክሙ ፡ ምንተ ፡ ይሰአኖ ፡ ለእግዚአብሔር ፡ ለእመ ፡ አፍቀረ ፡ ኪያነ ፡ ወጸልአ ፡ ኪያሆሙ ፡ እስመ ፡ ኵሉ ፡ ሎቱ ፡ ወኵሉ ፡ ተግባሩ ፡ ወአልቦ ፡ ዘይሰአኖ ፡ ለእግዚአብሔር ፡ አምላከ ፡ እስራኤል ። ወስምዑ ፡ እንግርክሙ ፡ ትእዛዞ ፤ ፩ ፡ ኢይትኀየል ፡ ካልአ ፡ ወኢትሂዱ ፡ ንዋየ ፡ ቢጽክሙ ፡ ወኢትትሓመዩ ፡ ወኢትትዓመፁ ፡

for a country, we say that He hath chosen no country except ours, but now we see that the country of Ethiopia is better than the country of Judah. And from the time that we arrived in your country everything that we have seen hath appeared good to us. Your waters are good and they are given without price (or, payment), and [we have] air without fans, and wild honey is as [plentiful as] the dust of the market place, and cattle as the sand of the sea. And as for what we have seen there is nothing detestable, and there is nothing malign in what we hear, and in what we walk upon, and in what we touch, and in what we taste with our mouths. But there is one matter that we would mention: ye are black of face, and I only mention this because I have seen it, and if God lighteth up your hearts there is nothing that can do you harm."

"And withdraw ye yourselves from meat that dieth of itself, and from blood, and from bodies torn by wild animals, and from fornication, and from everything that God hateth, so that we may rejoice in you when we see you fearing God and trembling at His word; even as God commanded our fathers and said unto Moses, 'Give them commands about everything, and tell them to keep My Law and My Ordinance.' [Deuteronomy 4, 1] And turn ye not aside, neither to the right hand nor to the left, from that which we command you this day; and now [we command] you that ye worship God, the Holy One of Israel, and do His good pleasure; for He hath rejected our nation even as our prophets prophesied, and hath chosen you. Doth not God your Creator belong to all of you? In what will God find it difficult if He loveth us and hateth them? For everything belongeth to Him, and everything is His handiwork, and there is nothing impossible for the Lord God of Israel. "And hearken ye unto His command, which I will declare unto you. Let not one overcome his fellow by violence. Plunder not the

ወኢትትላኰዩ ። ወለእመቦ ፡ ዘአተወ ፡ እንስሳ ፡ ምስለ ፡ ንዋይክሙ ፡ እምንዋየ ፡ ቢጽክሙ ፡ ኢትትዐወርዎ ፡ አላ ፡ አግብኡ ፡ ሎቱ ፡ ወለእመሰ ፡ ኢያእመርክሙ ፡ ባዕለ ፡ ንዋዩ ፡ አጽንዑ ፡ ሎቱ ፡ ወእምከመ ፡ ረከበ ፡ አግብኡ ፡ ሎቱ ፡ ንዋዮ ። ወእመቦ ፡ ዘወድቀ ፡ ንዋየ ፡ ቢጽክሙ ፡ ውስተ ፡ ግብ ፡ አው ፡ ውስተ ፡ ዐዘቅት ፡ አው ፡ ውስተ ፡ ቀላይ ፡ አው ፡ ውስተ ፡ ጸድፍ ፡ ኢትትዐደዉ ፡ ወኢትትኀለፉ ፡ እስከ ፡ ትነግርዎ ፡ ወታስተላዕልዎ ። ወእመኒቦ ዘከረየ ፡ ዐዘቅተ ፡ ወዘሐነጸ ፡ ማኅፈደ ፡ ኢይኅድግ ፡ ዘእንበለ ፡ መክደን ፡ ወተድባብ ። ወለእመኒቦ ፡ ዘጾረ ፡ ጾረ ፡ ክቡደ ፡ አው ፡ ለእመኒ ፡ ቦዘጸዓነ ፡ ዘወድቆ ፡ ኢትኅልፉ ፡ ዘእንበለ ፡ ታስተላዕልዎ ፡ ወታቅልሉ ፡ ሎቱ ፡ እስመ ፡ እኁክሙ ፡ ውእቱ ። ወኢታብስሉ ፡ እጕልተ ፡ በሐሊበ ፡ እሙ ። ወኢትግምጹ ፡ ፍትሐ ፡ ምስኪን ፡ ወእጓለ ፡ ማውታ ። ወኢታድልዉ ፡ ለገጽ ፡ ወኢትንሥኡ ፡ ሕልያነ ፡ ለገሚጸ ፡ ፍትሕ ፡ ወለስምዐ ፡ ሐሰት ።

possessions of your neighbours. Ye shall not revile each other, and ye shall not oppress each other, and ye shall not quarrel with each other. And if by chance an animal belonging to your neighbour come among your property, be not blind to the fact but make it go back to him. And if ye do not know who is the owner of the property, take care of it for him, and as soon as one hath found out to whom it belongeth return his property to him. And if the property of your neighbour hath fallen into a pit, or into a well, or into a hollow or into a ravine, do not pass on and go not by it until ye have told him and helped him to drag out the animal. And if a man hath dug a well or hath built a tower (or, shelter), he shall not leave the well without a cover nor the tower without a roof. And if there is a man who is carrying a heavy load, or if the load hath slipped from the man who is carrying it, ye shall not pass on your way until ye have helped him to lift it up or to lighten it for him; for he is your brother. Ye shall not cook a young animal in the milk of his mother. Ye shall not turn aside the right of the poor and the orphans. Ye shall not accept the person, and ye shall not take bribes to turn aside the right and bear false witness.

ወሶበ ፡ ትረክቡ ፡ ዖፈ ፡ በውስተ ፡ ምድርክሙ ፡ ምስለ ፡ አፍኅርቲሃ ፡ ታሕይዉ ፡ ኪያሃ ፡ ወኢትንሥኡ ፡ ደቂቃ ፡ ከመ ፡ ይኑኅ ፡ መዋዕሊክሙ ፡ በዲበ ፡ ምድር ፡ ወይትባረኩ ፡ ዘርእክሙ ፡ ለነዋኅ ፡ መዋዕል ። ወሶበ ፡ ተዐጽዱ ፡ ማእረረ ፡ እክልክሙ ፡ ኢትጠናቀቁ ፡ ዐጺደ ፡ ወዘወድቀሂ ፡ ኢትእርዩ ፡ ወዘረሳዕክሙ ፡ ክልስስተ ፡ ኀድጉ ፡ ተመዪጠክሙ ፡ ኢትንሥኡ ፡ አላ ፡ ኀድጉ ፡ ለግዩረ ፡ ሀገርክሙ ፡ ከመ ፡ ይባርክ ፡ እግዚአብሔር ፡ ፍሬ ፡ ምድርክሙ ። ወኢትግበሩ ፡ ርኩሰ ፡ ወኢትፍትሑ ፡ በአድልዎ ፡ ወኢትግበሩ ፡ ዐመፃ ፡ በኵሉ ፡ ዘትትናገሩ ፡ ከመ ፡ ትትባረኩ ፡ ወከመ ፡ ይብዛኅ ፡ ፍሬ ፡ ምድርክሙ ፡ ወከመ ፡ ትድኅኑ ፡ እመርገመ ፡ ሕግ ፡ ዘአዘዘ ፡

"And when ye find a bird in your land with her young ones, ye shall spare her life and shall not take away her young, so that your days may be long upon the earth, and your seed may be blessed with (or, for) length of days. And when ye reap the harvest of your food, ye shall not be careful to reap all of it. Gather not up what falleth from it, and the sheaves which ye have forgotten leave when ye go back, and take them not up, but leave them for the stranger in your city, so that God may bless the fruit of your land. And ye shall not work impurity, and ye shall not judge with partiality, and ye shall not deal oppressively with one another in anything, so that ye may be blessed, and so that the fruit of your land may increase, and so that ye may be saved from the curse of the Law which God hath

እግዚአብሔር ፡ ከመ ፡ ይርግምዎ ፡ ለገባሬ ፡ እኪት ። ወጸሐፈ ፡ እንዘ ፡ ይብል ፡ ዘያስሕቶ ፡ ፍኖቶ ፡ ለዕዉር ፡ ርጉም ፡ ውእቱ ፤ ወዘይነግሮ ፡ ሕሡመ ፡ ለጽሙም ፡ ርጉም ፡ ውእቱ ፤ ወዘአርኰሰ ፡ ምስካበ ፡ አቡሁ ፡ ርጉም ፡ ውእቱ ፤ ወዘይዘብጥ ፡ ቢጾ ፡ በጕሕሉት ፡ ርጉም ፡ ውእቱ ፤ ወዘይገምጽ ፡ ፍትሐ ፡ ግዩር ፡ ከመ ፡ ይቅትል ፡ ደመ ፡ ንጹሕ ፡ ርጉም ፡ ውእቱ ፤ ዘያስተአኪ ፡ አቡሁ ፡ ወእሞ ፡ ርጉም ፡ ውእቱ ፤ ወኵሉ ፡ ዘይገብር ፡ ግልፎ ፡ ወስብኮ ፡ ዘርኩስ ፡ ግብረ ፡ እደ ፡ ሰብእ ፡ ወይሠይሞ ፡ ወየኀብኦ ፡ ውስተ ፡ ቤቱ ፡ ወይሰግድ ፡ ሎቱ ፡ ከመ ፡ አምላክ ፡ ኢአሚኖ ፡ ከመ ፡ እግዚአብሔር ፡ ፈጣሬ ፡ ሰማያት ፡ ወምድር ፡ ዘገብሮ ፡ ለአዳም ፡ በዘ ፡ ዚአሁ ፡ አርአያ ፡ ወአምሳል ፡ ወሤሞ ፡ ላዕለ ፡ ኵሉ ፡ ዘፈጠረ ፡ ወኵልነ ፡ ተግባሩ ፡ ንሕነ ፡ ዘንተ ፡ ዘኢየአምን ፡ ርጉመ ፡ ለይኩን ፡ አሜን ፤ ወዘይሰክብ ፡ ምስለ ፡ እንስሳ ፡ ርጉመ ፡ ለይኩን ፤ ወዘይሰክብ ፡ ምስለ ፡ ተባዕት ፡ ከመ ፡ ዘምስለ ፡ አንስት ፡ ርጉመ ፡ ለይኩን ፤ ዘይቀትል ፡ ነፍሰ ፡ ደመ ፡ ንጹሐ ፡ በዐመፃ ፡ ወበጕሕሉት ፡ ርጉመ ፡ ለይኩን ።

ወእምኵሉሰ ፡ ኢታምልኩ ፡ ባዕደ ፡ አማልክተ ፡ እስመ ፡ ቀናኢ ፡ እግዚአብሔር ፡ ለእለ ፡ ይትዔወርዎ ፡ ወይገብሩ ፡ ከመዝ ፡ ወያቀውም ፡ ገጾ ፡ ላዕሌሆሙ ፡ እስከ ፡ ይሤርዎሙ ፡ እምድር ፡ ሕይወቶሙ ፡ ወያጠፍእ ፡ ዝክሮሙ ፡ እስከ ፡ ለዓለም ፤ ብፁዓን ፡ እለ ፡ ይሰምዑ ፡ ቃለ ፡ እግዚአብሔር ፡ ወይገብሩ ፡ ወየዐቅቡ ፡ ወብፁዓን ፡ እለ ፡ ይትገሐሡ ፡ እምእለ ፡ ይገብሩ ፡ እኩየ ፡ ከመ ፡ ኢትርክቦሙ ፡ እምእንተ ፡ ትመጽእ ፡ መቅሠፍት ፡ ለኃጥኣን ፤ ወለእመሰ ፡ ኮንከ ፡ ዘተዐቅብ ፡ ቃለ ፡ እግዚአብሔር ፡ ተገሐሥ ፡ እምፍኖተ ፡ ኃጥኣን ፡ ከመ ፡ ኢትዘበጥ ፡ በእንተ ፡ ተዘብጡ ፡ በበትር ፤ በከመ ፡ ይቤ ፡ ዳዊት ፡ አበ ፡ አቡሁ ፡ ለእግዚእነ ፡ ዳዊት ፡ እስመ ፡ ኢየኀድግ ፡ እግዚአብሔር ፡ በትረ ፡ ኃጥኣን ፡ ዲበ ፡

commanded, saying, 'They shall curse the worker of evil.' And He wrote, saying, 'He who leadeth the blind man out of his path is accursed. And he who addresseth vile words to the deaf (or, dumb) man is accursed. And he who defileth his father's bed is accursed. And he who treateth his neighbour with fraud is accursed. And he who perverteth justice for the alien so that he may slay innocent blood is accursed. And he who treateth his father and his mother lightly is accursed. And he who maketh a filthy graven image of stone or smelted metal, the work of a man's hand, and setteth it up and hideth it in his house, and worshippeth it as a god, not believing that God is the Creator of the heavens and the earth, Who made Adam in His own image and likeness, and set him over everything which He had created, we all being His work—the man who doth not believe [this] accursed let him be! Amen. And he who lieth with a beast, let him be accursed. And he who lieth with a man as with a woman, let him be accursed. And he who slayeth a life, innocent blood, with fraud and violence, let him be accursed.' [Deuteronomy 27, 15]

And over and above all these things ye shall worship no other gods, for God is jealous concerning those who despise Him and do thus, and He setteth His face upon them until He rooteth out their lives from the earth, and blotteth out their memory for ever. Blessed are those who hearken to the voice of God, and perform and keep [His commandments]. And blessed are those who turn aside from those who do evil, so that none of the punishments which shall come upon sinners shall fall upon them. And if it be that thou wilt keep the word of God, withdraw thyself from the way of sinners, so that thou mayest not be beaten with the rod wherewith they shall be beaten. Even as David the grandfather of our lord David saith, 'God will not let the rod of sinners [fall] upon the portion of the righteous,' so that the

መክፈልተ ፡ ጻድቃን ፡ ከመ ፡ ኢያንሥኡ ፡ እደዊሆሙ ፡ ጻድቃን ፡ በዐመፃ ፤ ለእመ ፡ ተክህሎ ፡ ለብእሲ ፡ ይግበር ፡ ሠናየ ፡ ለሊሁኒ ፡ ይዕቀብ ፡ ወለቢጹኒ ፡ ይንግር ፡ ከመ ፡ ይኩን ፡ ባዕለ ፡ ክልኤ ፡ መካልይ ፡ ወይትወሰኮ ፡ ክልኤ ፡ መካልይ ፡ ወይከውን ፡ ትርብዕተ ፡ ዐስቡ ፡ በኀበ ፡ እግዚአብሔር ፡ እስመ ፡ ገብረ ፡ ለሊሁ ፡ ወመሀረ ፡ ለቢጹ ፡ ወበእንተዝ ፡ ይፈደፍድ ፡ ዐስቡ ፤ ወካዕበ ፡ ብፁዓን ፡ ትከውኑ ፡ ለእመ ፡ ወሀብክሙ ፡ ንዋይክሙ ፡ ዘእንበለ ፡ ርዴ ፡ ወልቃሕ ※ ※ ※

righteous may not lift up their hands in violence (or, oppression). When a man hath the power to do that which is good, and he watcheth himself and telleth his neighbour, he becometh as it were the owner of two talents, [Matthew 25, 22] and yet other two talents are added to him, and he getteth abundant reward from God. For he hath done it himself and taught his neighbour to do it, and because of this his reward shall he exceedingly great. And again, blessed shall ye he if ye give your possessions, without usury and not as loans."

፺፩ ፡ ዘንተ ፡ ዘይበልዑ ፡ ንጹሕ ፡ ወርኩስ ።

91. THIS IS WHAT YE SHALL EAT: THE CLEAN AND THE UNCLEAN

ወዝንቱ ፡ ዘትበልዑ ፡ ንጹሕ ፡ ወዘኢኮነ ፡ ንጹሕ ፤ ላህም ፡ በግዕ ፡ ወጠሊ ፡ ሐርጌ ፡ ሀየል ፡ ወይጠል ፡ ቶራ ፡ ድስክነ ፡ ወውዕላ ፡ ዓርጋ ፡ ወዝራት ፡ ወኵሉ ፡ እንስሳ ፡ ዘንፉቅ ፡ ሰኰናሁ ፡ ወጽፈሪሁ ፡ ብልዑ ፡ ወዘይትመሰኳዕ ፡ ብልዑ ፤ ወዝንቱሰ ፡ ዘኢትበልዑ ፡ እምውስተ ፡ ዘይትመሰኳዕ ፡ ወዘንፉቅ ፡ ሰኰናሁ ፡ ገመል ፡ ወዳሲጻዳ ፡ ወካርግልዮን ፡ እስመ ፡ ይትመሰኰው ፡ ወኢኮነ ፡ ንፉቅ ፡ ጽፈሪሆሙ ፤ ወዝእብ ፡ ወሐራዊያ ፡ ኢትብልዑ ፡ እስመ ፡ ንፉቅ ፡ ሰኰናሆሙ ፡ ወኢይትመሰኰው ፡ ርኩሳን ፡ ኢትብልዑ ፤ በውስተ ፡ ማይ ፡ ዘቦ ፡ ክንፈ ፡ ወቅሣረ ፡ ብልዑ ፡ ወእምኔሁ ፡ ርኩሰ ፡ ኢትብልዑ ፤ ወእምነ ፡ ውስተ ፡ አዕዋፍ ፡ ኵሉ ፡ ዘንጹሕ ፡ ብልዑ ፡ ወዘኢትበልዑ ፡ ዝንቱ ፡ ንስር ፡ ጊጻ ፡ ኤልያጣን ፡ ግሪጳ ፡ ሆባይ ፡ ወዘአምሳሊሁ ፡ ቋዕ ፡ ሰገኖ ፡ ግላውቃ ፡ ለሮን ፡ አሮድዮን ፡ ቃቃኖን ፡ ኢብን ፡ ቀጣራቃጤን ፡ ጕዛ ፡ ሂጳጳ ፡ ጕጓ ፡ ወአባጕንባሕ ፡ ወክራድዮን ፡ ጳርፋርዮና ፡ ጽግንት ፡ ዝንቱ ፡ ዘርኩስ ፤ ወዘኢትበልዑ ፡ ደገብያ ፡ ወዘአምሳሉ ፡ አቃጣን ፡ ወዘአምሳሉ ፡ አፍዮማክን ፡ ወዘአምሳሉ ፡ አንበጣ ፡ ወዘአምሳሉ ፤ እምነ ፡

"And this is what ye shall eat: the clean and that which is not clean. The ox, the sheep, the goat, the ram, the stag, the gazelle, the buffalo, the *deskĕna* antelope, the *we'elâ* antelope, the oryx, the *zĕrât* gazelle, and every creature with a cleft hoof and nails eat ye, and the creatures that chew the cud. And these which ye shall not eat among those that chew the cud and have a cleft hoof are the camels and the hare and the *kârgĕlyôn* (coney?), for they chew the cud but their hoofs are not cleft. The wolf and the pig ye shall not eat, for their hoofs are cleft but they do not chew the cud: ye shall not eat what is unclean. Whatsoever is in the waters with fins and scales eat ye; whatsoever is unclean therein eat ye not. Among birds everything that is clean eat ye, but ye shall not eat the following: the *'êlyâṭân* eagle, the vulture, the eagle, the osprey, the hawk, and the like, the raven, ostrich, the owl, the seagull, the heron, the swan, the ibis, the pelican, the hawk, the hoopoe, the night raven, the hornbill, the water-piper, the water-hen, and the bat; these are unclean. And ye shall not eat the locust nor anything of his kind, nor the *'akâṭân* nor anything of his kind, nor the

ዘይሰርር ፡ በበ፪ ፡ በበ፬ ፡ ወበበ፮ ፡ እግሩ ፡ ውእቱ ፡ ርኩስ ፡ ሥጋሆሙ ፡ ኢትብልዑ ፡ ወበድኖሙ ፡ ኢትግስሱ ፡ ወዘገሰሰ ፡ በድኖሙ ፡ እስከ ፡ ሰርክ ፡ ርኩስ ፡ ውእቱ ።

grasshopper nor anything of his kind, nor the field locust nor anything of his kind. Of the things that fly (or, spring) and have two or four or six feet, their flesh is unclean, ye shall not eat thereof. And ye shall not touch their dead bodies, and whosoever toucheth them shall be unclean until the evening.

ዘንተኬ ፡ ነገርናክሙ ፡ ከመ ፡ ትዕቀቡ ፡ ወትግበሩ ፡ ፍርሀተ ፡ እግዚአብሔር ፡ ከመ ፡ ትትባረኩ ፡ በዛቲ ፡ ምድርክሙ ፡ እንተ ፡ ወሀበክሙ ፡ እግዚአብሔር ፡ በእንተ ፡ ጽዮን ፡ ሰማያዊት ፡ ታቦተ ፡ ሕጉ ፡ ለእግዚአብሔር ፡ እስመ ፡ ተኀረይክሙ ፡ በእንቲአሃ ፤ ወአበዊነሰ ፡ ተመነኑ ፡ በእንተ ፡ ዘነሥአሙ ፡ እግዚአብሔር ፡ ጽዮን ፡ ታቦተ ፡ ሕጉ ፡ ለእግዚአብሔር ፡ ትዕቀብክሙ ፡ ለክሙ ፡ ወለዘርእክሙ ፡ እስከ ፡ ለዓለም ፤ ወይባርክ ፡ ፍሬ ፡ ምድርክሙ ፡ ወያብዝኀ ፡ እንስሳክሙ ፡ ወይዕቀብ ፡ ደቂቅክሙ ፡ በኵሉ ፡ ዘትትመሐፀኑ ።

"Now these things we have declared unto you in order that ye may keep and perform the fear of God so that ye may be blessed in this your country, which God hath given unto you because of the heavenly Zion, the Tabernacle of the Law of God, for because of her have ye been chosen. And our fathers have been rejected, because God took from them Zion, the Tabernacle of the Law of God, to keep you and your seed for ever. And He will bless the fruit of your land, and He will multiply your cattle, and will protect them in everything wherein they are to be protected.

ወአንቲኒ ፡ እግዝእትየ ፡ ጥበብኪ ፡ ሠናይ ፡ ዘተዐደወ ፡ እምጥበበ ፡ ሰብእ ፡ ዘከማኪ ፡ አልቦ ፡ ዘይትማሰላ ፡ ለኀሊናኪ ፡ አኮ ፡ ምክረ ፡ አንስት ፡ ባሕቱ ፡ ዘተፈጥረ ፡ እስከ ፡ ይእዜ ፡ አላ ፡ እምክረ ፡ ተባዕትኒ ፡ ፈድፈደ ፡ አእምሮ ፡ ልብኪ ፡ ወአልቦ ፡ ዘይትማሰለኪ ፡ በብዝኀ ፡ አእምሮትኪ ፡ ዘእንበለ ፡ ሰሎሞን ፡ እግዚእየ ፤ ወእምሰሎሞንኒ ፡ ተዐደወ ፡ ጥበብኪ ፡ እስከ ፡ ትስሕቢ ፡ ደቂቀ ፡ ኀይለ ፡ እስራኤል ፡ ወታቦተ ፡ ሕጉ ፡ ለእግዚአብሔር ፡ በአሕባለ ፡ አእምሮትኪ ፡ ወነሠትኪ ፡ ቤተ ፡ ጣዖቶሙ ፡ ወደምሰስኪ ፡ አምሳሊሆሙ ፡ ወአንጻሕኪ ፡ ርኵሰ ፡ እምሕዝብኪ ፡ እስመ ፡ አሰሰልኪ ፡ ዘጸልአ ፡ እግዚአብሔር ፡ እምላዕሌሆሙ ።

"And as for thee, O my Lady, thy wisdom is good, and it surpasseth the wisdom of men. There is none that can be compared with thee in respect of thy intelligence, not only in the matter of the intuition of the women who have been created up to this present, but the understanding of thine heart is deeper than that of men, and there is none who can be compared with thee in the abundance of thine understanding, except my lord Solomon. And thy wisdom so far exceedeth that of Solomon that thou hast been able to draw hither the mighty men of Israel, and the Tabernacle of the Law of God, with the ropes of thine understanding, and thou hast overthrown the house of their idols, and destroyed their images, and thou hast cleansed what was unclean among thy people, for thou hast driven away from them that which God hateth.

ወለስምኪኒ ፡ እግዚአብሔር ፡ አስተዳለዎ ፡ ዘሰመየኪ ፡ ማክዳ ፡ ወትርጉምናሁ ፡ አኮ ፡ ከመዝ ፡ ብሂል ፤ ነጸርኪ ፡ በውስተ ፡ ሕዝብኪ ፡ ዘኢይሠምር ፡ እግዚአብሔር ፡ ወትቤሊ ፡ አኮ ፡

And as concerning thy name, God hath prepared it [especially], for He hath called thee 'Mâkĕdâ,' whereof the interpretation is 'Not thus.' Consider thou [the people] of thy nation with whom God was not well pleased,

ከመዝ ፡ ሠናይ ፡ አላ ፡ ይረትዕ ፡ ንስግድ ፡ ለእግዚአብሔር ፤ አኮ ፡ ከመዝ ፡ ሠናይ ፡ ሰጊድ ፡ ለፀሐይ ፡ አላ ፡ ሰጊድ ፡ ለእግዚአብሔር ፡ ይረትዕ ፡ ትቤሊ ፤ አኮ ፡ ከመዝ ፡ ሠናይ ፡ ሐቲተ ፡ ማሪት ፡ አላ ፡ ተወክሎ ፡ በእግዚአብሔር ፡ ይኄይስ ፡ ትቤሊ ፤ አኮ ፡ ከመዝ ፡ ሠናይ ፡ አስተቃስሞ ፡ ሰገል ፡ አላ ፡ አስምኮ ፡ በቅዱስ ፡ እስራኤል ፡ ይኄይስ ፡ ትቤሊ ፤ አኮ ፡ ከመዝ ፡ ሠናይ ፡ ሠዊዕ ፡ ለአእባን ፡ ወለአዕዋም ፡ አላ ፡ ሠዊዕ ፡ ለእግዚአብሔር ፡ ይረትዕ ፡ ትቤሊ ፤ አኮ ፡ ከመዝ ፡ ሠናይ ፡ ተጠይሮ ፡ በአዕዋፍ ፡ አላ ፡ ተአምኖ ፡ በፈጣሪ ፡ ይረትዕ ፡ ትቤሊ ።

and thou wilt say 'Not thus [is it] good, but it is right that we should worship God'; 'Not thus is it good to worship the sun, but it is right to worship God,' thou wilt say. 'Not thus is it good to enquire of the diviner, but it is better to trust in God,' thou wilt say. 'Not thus is it good to resort to the working of magic, but it is better to lean upon the Holy One of Israel,' thou wilt say. 'Not thus is it good to offer up sacrifices to stones and trees, but it is right to offer up sacrifices to God,' thou wilt say. 'Not thus is it good to seek augury from birds, but it is right to put confidence in the Creator,' thou wilt say.

ወእምዝ ፡ ኀረይኪያ ፡ ለጥበብ ፡ ወኮነተኪ ፡ እመ ፤ ኀሠሥኪያ ፡ ወኮነተኪ ፡ መዝገበ ፤ ተጸወንኪያ ፡ ወኮነተኪ ፡ ጥቅመ ፤ ጸሀቂያ ፡ ወአፍቀረተኪ ፡ እምኵሉ ፤ ተወከልኪያ ፡ ወሐቀፈተኪ ፡ ከመ ፡ ሕፃን ፤ አፍቀርኪያ ፡ ወኮነተኪ ፡ በከመ ፡ ፈቀድኪ ፤ አኀዝኪያ ፡ ወኢተኀድገኪ ፡ እስከ ፡ ዕለተ ፡ ሞትኪ ፤ አንቲ ፡ ሐዘንኪ ፡ በእንቲአሃ ፡ ወአስተፍሥሐተኪ ፡ እስከ ፡ ለዓለም ፤ ጸመውኪ ፡ በእንቲአሃ ፡ ወአጥዐየተኪ ፡ እስከ ፡ ለዓለም ፤ ረኀብኪ ፡ በእንቲአሃ ፡ ወአጽገበተኪ ፡ እስከ ፡ ለዓለም ፤ ጸማእኪ ፡ ለጥበብ ፡ ወአርወየተኪ ፡ እስከ ፡ ለዓለም ፤ ተመንደብኪ ፡ በእንቲአሃ ፡ ለጥበብ ፡ ወኮነተኪ ፡ ፈውሰ ፡ እስከ ፡ ለዓለም ፤ ጸመምኪ ፡ በእንቲአሃ ፡ ለጥበብ ፡ ወአስምዐተኪ ፡ እስከ ፡ ለዓለም ፤ ዖርኪ ፡ በእንቲአሃ ፡ ለጥበብ ፡ ወአብርሀተኪ ፡ ፈድፋደ ፡ እምነ ፡ ፀሐይ ፡ እስከ ፡ ለዓለም ። ወዝንቱ ፡ ኵሉ ፡ ዘኮነ ፡ እምኀበ ፡ እግዚአብሔር ፡ በእንተ ፡ ዘአፍቀርኪያ ፡ ለጥበብ ፤ እስመ ፡ ጥበብ ፡ ወአእምሮ ፡ ወልቡና ፡ እምኀበ ፡ እግዚአብሔር ፡ ውእቱ ፤ ልቡና ፡ ወአእምሮ ፡ ወቀዳሚ ፡ ጥበብሰ ፡ ፈሪሀ ፡ እግዚአብሔር ፡ ወአእምሮ ፡ ወመኪረ ፡ ሠናይኒ ፡ ምጽዋት ፡ ወምሕረት ፡ እስከ ፡

"And besides, inasmuch as thou hast chosen wisdom she hath become to thee a mother; thou didst seek her, and she hath become unto thee a treasure. Thou hast made her a place of refuge for thyself, and she hath become to thee a wall. Thou hast desired her eagerly, and she hath loved thee above everything. Thou hast placed thy confidence in her, and she hath taken thee to her bosom like a child. Thou hast loved her, and she hath become unto thee as thou didst desire. Thou hast laid hold upon her, and she will not let thee go until the day of thy death. Thou hast been sorrowful on her account, and she hath made thee to rejoice for ever. Thou hast toiled for her sake, and she hath made thee vigorous for ever. Thou hast hungered for her sake, and she hath filled thee with food for ever. Thou hast thirsted for wisdom, and she hath given thee drink in abundance for ever. Thou hast suffered tribulation for the sake of wisdom, and she hath become unto thee a healing for ever. Thou hast made thyself deaf for the sake of wisdom, and she hath made thee to hear for ever. Thou hast made thyself blind for the sake of wisdom, and she hath illumined thee more than the sun for ever. And all this hath happened from God because thou hast loved wisdom for ever. For wisdom, and knowledge, and understanding are from the Lord. Understanding and knowledge, and the beginning of wisdom, and the fear of the Lord, and knowledge, and the perception of good, and sympathy, and compassion that existeth for ever, all these things thou hast found, O my Lady, with the God of Israel, the Holy of the holiest, the Knower of hearts, Who searcheth out what is in the heart of man; from Him everything is. And it came to pass by the Will of God, that Zion hath come unto this country of Ethiopia, and it shall be a guide to our King David, the lover of God, the guardian of her pavilion, and the director of the habitation of His glory."

92. HOW THEY RENEWED THE KINGDOM OF DAVID

And Azariah said, "Bring hither the jubilee trumpets, and let us go to Zion, and there we will make new the kingdom of our lord David." And he took the oil of sovereignty and filled the horn [therewith], and he anointed David with the unguent, that is to say, with the oil of sovereignty. And they blew horns and pipes and trumpets, and beat drums, and sounded all kinds musical instruments, and there were singing and dancing and games, and [displays] with horses and shield [-men], and all the men and women of the people of the country of Ethiopia were present, small and great, and the little Blacks, six thousand in number, and virgin women whom Azariah had chosen for the women of Zion by the law, whom David the King had destined for [the service of] the table and banquets in the royal fortress when he should go up thereto [clad in] raiment of fine gold. And in this wise was renewed the kingdom of David, the son of Solomon the king of Israel, in the capital city, in Mount Mâkĕdâ, in the House of Zion, when the Law was established for the first time by

ወእምዝ ፡ ሶበ ፡ ፈጸመ ፡ ዘተገብረ ፡ ሕግ ፡ ወበከመ ፡ ርእዩ ፡ በኢየሩሳሌም ፡ ገብሩ ፡ በቤተ ፡ ጽዮን ፡ ሕገ ፡ ለኀሩያነ ፡ መንግሥት ፡ ወለእለ ፡ ውስጥ ፡ ወለእለ ፡ አፍአ ፡ ወለሕዝብ ፡ ወለአላዳስ ፡ ወለአህጉር ፡ ወለበሓውርት ፡ ወለኵሉ ፡ ሕዘቢሆሙ ፡ ወአንጋዳሆሙ ፡ ከመዝ ፡ ሠርዑ ። ወከመዝ ፡ ሞጻእተ ፡ ሀገረ ፡ መንግሥቱ ፡ ለንጉሠ ፡ ኢትዮጵያ ፡ ሠረቃዊ ፡ ጥንተ ፡ ሀገረ ፡ ጋዛ ፡ በምድረ ፡ ይሁዳ ፡ ዘውእቱ ፡ ኢየሩሳሌም ፡ ወሞጻእቱ ፡ ባሕረ ፡ ኢያሪኮ ፡ ወትትኃለፍ ፡ በሐይቀ ፡ ባሕሩ ፡ እስከ ፡ ሊባ ፡ ወሳባ ፡ ወትወርድ ፡ ሞጻእቱ ፡ እስከ ፡ ቢሲስ ፡ ወአስኔት ፡ ወሞጻእቱ ፡ ብሔረ ፡ ጸሊማን ፡ ወዕሩቃን ፡ ወተዐርግ ፡ ደብረ ፡ ኬቤሬኔዮን ፡ ውስተ ፡ ባሕረ ፡ ጽልመት ፡ ዝውእቱ ፡ ምዕራበ ፡ ፀሐይ ፡ ወተዑዱ ፡ ሞጻእቱ ፡ እስከ ፡ ፌኔኤል ፡ ወለሲፋላ ፡ ወሞጻእቱ ፡ አግዋረ ፡ ገነት ፡ መስመረ ፡ እክል ፡ ወብዝኀተ ፡ እንስሳ ፡ ወፌኔቄንሃ ፡ ወሞጻእቱ ፡ እስከ ፡ ዛውል ፡ ወትትኃለፍ ፡ ባሕረ ፡ ህንድ ፡ ወሞጻእቱ ፡ እስከ ፡ ባሕረ ፡ ተርሲስ ፡ ወበቅሥፈቱ ፡ ብሔረ ፡ ምድያም ፡ እስከ ፡ ይበጽሕ ፡ ብሔረ ፡ ጋዛ ፡ ወሞጻእቱ ፡ ኀበ ፡ ቀዳሚ ፡ ተወጠነ ፤ ወከመዝ ፡ ሢመቱ ፡ ለንጉሠ ፡ ኢትዮጵያ ፡ ሎቱ ፡ ወለዘርኡ ፡ እስከ ፡ ለዓለም ※ ※ ※

the King of Ethiopia.
And then when he had completed the stablishing of the Law, they made, according to what they had seen in Jerusalem, the Law in the House of Zion for the nobles of the kingdom, and for those who were inside, and for those that were outside, and for the people, and for the islands, and for the cities, and for the provinces; and for all the inhabitants and for all their tribal kinsfolk they made ordinances in the same manner. And thus the eastern boundary of the kingdom of the King of Ethiopia is the beginning of the city of Gâzâ in the land of Judah, that is, Jerusalem; and its boundary is the Lake of Jericho, and it passeth on by the coast of its sea to Lêbâ and Sâbâ; and its boundary goeth down to Bîsîs and ’Asnêt; and its boundary is the Sea of the Blacks and Naked Men, and goeth up Mount Kêbêrênêyôn into the Sea of Darkness, that is to say, the place where the sun setteth; and its boundary extendeth to Fênê’êl and Lasîfâlâ; and its borders are the lands [near] the Garden (*i.e.* Paradise), where there is food in plenty and abundance of cattle, and [near] Fênêḳên and its boundary reacheth as far as Zâwêl and passeth on to the Sea of India; and its boundary is as far as the Sea of Tarsîs, and in its remote (?) part lieth the Sea of Medyâm, until it cometh to the country of Gâzâ; and its boundary is the place where [our enumeration] began. And moreover, the dominion of the King of Ethiopia belongeth to him and to his seed for ever.

፺፫ ፡ በእንተ ፡ ዘአማሰኑ ፡ ሃይማኖተ ፡ ሮም ።

93. HOW THE MEN OF RÔMÊ DESTROYED THE FAITH

ወእምድኅረ ፡ ነበሩ ፡ ፫አውራኀ ፡ እስመ ፡ መጽአት ፡ ጽዮን ፡ ውስተ ፡ ብሔረ ፡ ኢትዮጵያ ፡ አመ ፡ ሠረቀ ፡ ቀዳሚ ፡ ወርኅ ፡ በነገረ ፡ ዕብራዊያን ፡ ወበጽርእ ፡ ታርሞን ፡

And after they had waited for three months—now Zion came into the country of Ethiopia at the beginning of the first month in the language of the Hebrews, and in Greek Târmôn and in Gĕ’ĕz (Ethiopic) Mîyâzyâ, on

ወበግዕዝ ፡ ሚያዝያ ፡ አመ ፡ ፯ ፡ ወጸሐፍዎን ፡ ለእሉ ፡ ሕግ ፡ ወአስማት ፡ ወአንበርዎን ፡ ለተዝካር ፡ ለደኃሪ ፡ መዋዕል ፡ በዘ ፡ ይትገበር ፡ ሕግ ፡ ለደብተራ ፡ ወበዘ ፡ ይትዐወቅ ፡ ክብረ ፡ ነገሥተ ፡ ኢትዮጵያ ፡ ወክብረ ፡ ነገሥተ ፡ ሮምያ ፤ እስመ ፡ አኀው ፡ እሙንቱ ፡ ወበአሚን ፡ ክርስቶስኒ ፤ ቀዳሚሰ ፡ ርቱዐ ፡ አምነ ፡ በስብከተ ፡ ሐዋርያት ፡ እስከ ፡ ቈስጠንጢኖስ ፡ ወእሌኒ ፡ ንግሥት ፡ ዘአውፅአት ፡ ዕፀ ፡ መስቀል ፤ ወነበሩ ፡ ፻ወ፴ ፡ ዓመት ፡፡

the sixth (or, seventh) day—they wrote down the Law and the names, and they deposited [the writing] for a memorial for the later days, so that what was right should be done for the pavilion [of Zion] thereby, and so that the glory of the kings of Ethiopia and the glory of the kings of Rômê might be well known. For the kings of Ethiopia and the kings of Rômê were brethren and held the Christian Faith. Now first of all they believed in an orthodox manner in the preaching of the Apostles up to [the time of] Constantine, and 'Ĕlênî (Helena) the Queen, who brought forth the wood of the Cross, and they (*i.e.* the kings of Rômê) continued [to believe for] one hundred and thirty years.

ወእምድኅሬሁ ፡ ተንሥአ ፡ ሰይጣን ፡ ዘእምትካት ፡ ዕድዉ ፡ ለሰብእ ፡ ወአስሐቶሙ ፡ ለሰብአ ፡ ብሔረ ፡ ሮሜ ፡ ወአሕሠምዋ ፡ ለሃይማኖተ ፡ ክርስቶስ ፡ ወአምጽኡ ፡ ኑፋቄ ፡ ላዕለ ፡ ቤተ ፡ ክርስቲያን ፡ ዘእግዚአብሔር ፡ በአፈ ፡ ንስጥሮስ ፤ ወንስጥሮስ ፡ ወአርዮስ ፡ ወይባሶ ፡ እለ ፡ ወደየ ፡ ውስተ ፡ ልቦሙ ፡ ዘወደየ ፡ ቅንአተ ፡ ውስተ ፡ ልቡ ፡ ለቀየን ፡ ከመ ፡ ይቅትል ፡ እኁሁ ፡ አቤልሃ ፤ ወከማሁ ፡ ወደየ ፡ ውስተ ፡ ልቦሙ ፡ አቡሆሙ ፡ ዲያብሎስ ፡ ጸራ ፡ ለጽድቅ ፡ ወጸላኤ ፡ ሠናያት ፤ በከመ ፡ ይቤ ፡ ዳዊት ፡ ወነበቡ ፡ ዐመፃ ፡ ውስተ ፡ አርያም ፡ ወአንበሩ ፡ ውስተ ፡ ሰማይ ፡ አፉሆሙ ፡ ወአንሶሰወ ፡ ውስተ ፡ ምድር ፡ ልሳኖሙ ፡ ዘለሊሆሙ ፡ ኢያእመሩ ፡ እምኀበ ፡ መጽኡ ፡ ወኢያእመሩ ፡ ኀበ ፡ የሐውሩ ፡ ለፈጣሪሆሙ ፡ በልሳኖሙ ፡ ይውሕኩ ፡ ወይፀርፉ ፡ ላዕለ ፡ ስብሐቲሁ ፡ እንዘ ፡ አምላክ ፡ ውእቱ ፡ ቃለ ፡ እግዚአብሔር ፤ ወረደ ፡ እመንበረ ፡ መለኮቱ ፡ ወለብሰ ፡ ሥጋ ፡ አዳም ፡ ወእግዚአብሔር ፡ ውእቱ ፡ ቃል ፡ ወበይእቲ ፡ ሥጋ ፡ ተሰቅለ ፡ ከመ ፡ ይቤዝዎ ፡ ለአዳም ፡ በዕልወቱ ፡ ወዐርገ ፡ ውስተ ፡ ሰማይ ፡ ወነበረ ፡ ዲበ ፡ መንበረ ፡ መለኮቱ ፡ በይእቲ ፡ ሥጋ ፡ እንተ ፡ ነሥአ ፡

And afterwards, Satan, who hath been the enemy of man from of old, rose up, and seduced the people of the country of Rômê, and they corrupted the Faith of Christ, and they introduced heresy into the Church of God by the mouth of Nestorius. And Nestorius, and Arius, and Yabâsô (?) were those into whose hearts he cast the same jealousy as he had cast into the heart of Cain to slay his brother Abel. In like manner did their father the Devil, the enemy of righteousness and the hater of good, cast jealousy, even as David saith, "They speak violence in the heights of heaven, and set their mouths in the heavens, and their tongue waggeth on the earth." [Psalm 73, 8-9] And those same men who know not whence they came, and know not whither they are going, revile their Creator with their tongues, and blaspheme His glory, while He is God, the Word of the Lord. He came down from the throne of His Godhead, and put on the body of Adam, and He is God the Word. And in that body He was crucified so that He might redeem Adam in his iniquity, and He went up into the heavens, and sat upon the throne of His Godhead in that body, which He had taken. And He shall come again in glory to judge the living and the dead, and shall reward every man according to his work, for ever and ever. Amen.

And we believe thus and we adore the Holy Trinity. And those who do not believe thus are excommunicated by the Word of God, the King of heaven and earth both in this world and in that world which is to come. And we are strong in the Orthodox Faith which the Fathers the Apostles have delivered unto us, the Faith of the Church. And thus Ethiopia continued to abide in her Faith until the coming of our Lord Jesus Christ, to Whom be glory for ever and ever. Amen.

94. THE FIRST WAR OF THE KING OF ETHIOPIA

And after three months they (*i.e.* David and his soldiers) rose up to wage war from the city of the Government, with Mâkĕdâ his mother and Zion his Lady. And the Levites carried the Tabernacle of the Law, together with the things that appertained to their office, and they marched along with great majesty, and as in times of old when God on Mount Sinai made Zion to come down in holiness to Moses and Aaron, even so did Azariah and 'Êlmîyâs bear along the Tabernacle of the Law. And the other mighty men of war of Israel marched on the right side of it and on the left, and close to it, and before it and behind it, and although they were beings made of dust they sang psalms and songs of the spirit like the heavenly hosts. And God gave them beautiful voices and marvellous songs, for He was well pleased to be praised by them.

ወበጽሑ ፡ እምሀገረ ፡ ምስፍና ፡ ተዐየኑ ፡ በማየ ፡ አበው ፡ ወበነግህ ፡ አጥፍእዋ ፡ ለብሔረ ፡ ዛዉ ፡ ምስለ ፡ ሐድያ ፤ እስመ ፡ ጋእዘ ፡ ባ ፡ ምስሌሆሙ ፡ እምቀዳሚ ፡ ወእምዝ ፡ አጥፍእዎሙ ፡ ወቀተልዎሙ ፡ በአፈ ፡ ኀጺን ። ወተኃለፉ ፡ እምህየ ፡ ወተዐየኑ ፡ ጌርሳ ፤ ወካዕበ ፡ አጥፍኡ ፡ ሀገረ ፡ ሰባድዕት ፡ እለ ፡ ገጾሙ ፡ ሰብእ ፡ ወዘነበ ፡ አድግ ፡ ውስተ ፡ ሐቌሆሙ ።

ወገብአት ፡ ወተዐየነት ፡ ውስተ ፡ ሀገረ ፡ ጽዮን ፡ ወነበሩ ፡ ባቲ ፡ እስከ ፡ ፫ ፡ አውራኅ ፡ ወአንሥኡ ፡ ሰረገላቲሆሙ ፡ ወበጽሑ ፡ ሀገረ ፡ ምስፍና ፤ ወእምህየ ፡ በአሐቲ ፡ ዕለት ፡ በጽሑ ፡ ሀገረ ፡ ሳባ ፡ ወአጥፍእዋ ፡ ለኖባ ፡ ወእምህየ ፡ ተዐየኑ ፡ ሳባ ፡ ወአጥፍኡ ፡ እስከ ፡ ደወለ ፡ ግብጽ ። ወኮነ ፡ ግርማ ፡ ዐቢይ ፡ ለንጉሠ ፡ ኢትዮጵያ ፡ እስከ ፡ ያመጽኡ ፡ አምኃ ፡ ንጉሠ ፡ ምድያም ፡ ወንጉሠ ፡ ግብጽ ። ወበጽሑ ፡ ውስተ ፡ ሀገረ ፡ ምስፍና ፡ ወእምህየ ፡ ተዐየኑ ፡ አብዓት ፡ ወፀብኡ ፡ ውስተ ፡ ባሕረ ፡ ህንደኬ ፤ ወአብአ ፡ ንጉሠ ፡ ህንደኬ ፡ አምኃ ፡ ወጋዳ ፡ ወሰገደ ፡ ለሊሁ ፡ ለንጉሠ ፡ ኢትዮጵያ ። ወኀበ ፡ ኵሉ ፡ ዘፈቀደ ፡ ወፀብአ ፡ አልቦ ፡ ዘይመውኦ ፡ ዘእንበለ ፡ ዘይመውእ ፡ ለሊሁ ፤ ወእለ ፡ ያስተሓይጽዎ ፡ በውስተ ፡ ትዕይንቱ ፡ ከመ ፡ ይስምዑ ፡ ዜና ፡ ወይንግሩ ፡ ለሀገሮሙ ፡ ወኢይክሉ ፡ ረዊጸ ፡ በሰረገላ ፡ እስመ ፡ ለሊሃ ፡ ጽዮን ፡ ታደክም ፡ ኀይሎሙ ፡ ለፀር ። ወንጉሥሰ ፡ ዳዊት ፡ ምስለ ፡ ሰራዊቱ ፡ ወሰራዊተ ፡ ሰራዊቱ ፡ ወኵሎሙ ፡ እለ ፡ ይትኤዘዙ ፡ በቃሉ ፡ ይረውጹ ፡ በሰረገላ ፡ ዘእንበለ ፡ ደዌ ፡ ወሕማም ፡ ዘእንበለ ፡ ረኃብ ፡ ወጽምእ ፡ ዘእንበለ ፡ ሃፍ ፡ ወድካም ፡ ይበጽሑ ፡ በአሐቲ ፡ ዕለት ፡ መጠነ ፡ ምሕዋረ ፡ ፫ ፡ አውራኅ ፤ ወአልቦ ፡ ወኢምንተኒ ፡ ዘየኀጥኡ ፡ እምዘ ፡ ሰአሉ ፡ በኀበ ፡ እግዚአብሔር ፡ በውስተ ፡ ጽዮን ፡ ታቦተ ፡ ሕጉ ፡ ለእግዚአብሔር ፡ እስመ ፡ ለሊሁ ፡ ይነብር ፡

And they came from the city of the Government, and encamped at Mâya ’Abaw, and on the following morning they laid waste the district of Zâwâ with Ḥadĕyâ, for enmity had existed between them from olden time; and they blotted out the people and slew them with he edge of the sword. And they passed on from that place and encamped at Gêrrâ, and here also they laid waste the city of vipers that had the faces of men, and the tails of asses attached to their loins.

And [the Queen] returned and encamped in the city of Zion, and they remained therein three months, then their wagons moved on and came to the city of the Government. And in one day they came to the city of Sâbâ, and they laid waste Nôbâ; and from there they camped round about Sâbâ, and they laid it waste as far as the border of Egypt. And the majesty (or, awe) of the King of Ethiopia was so great that the King of Mĕdyâm and the King of Egypt caused gifts to be brought unto him, and they came into the city of the Government, and from there they encamped in ’Ab‘ât, and they waged war on the country of India, and the King of India brought a gift and a present (or, tribute), and himself did homage to the King of Ethiopia. He (*i.e.* David) waged war wheresoever he pleased; no man conquered him, on the contrary, whosoever attacked him was conquered. And as for those who would have played the spy in his camp, in order to hear some story and relate it in their city, they were unable to run by the wagons, for Zion herself made the strength of the enemy to be exhausted. But King David, with his soldiers, and the armies of his soldiers, and all those who obeyed his word, ran by the wagons without pain or suffering, and without hunger or thirst, and without sweat or exhaustion, and travelled in one day a distance which [usually] took three months to traverse. And they lacked nothing whatsoever of the things which they asked God through Zion the Tabernacle of the Law of God to give them, for He dwelt with her, and His Angel directed her, and she was His habitation. And as for the king who ministered to His pavilion——if he were travelling on any journey, and wished something to be done, everything that he wished for and thought about in his heart, and indicated with his finger, everything [I say] was performed at his word; and everyone feared him. But he feared no one, for the hand of God was with him, and it protected him by day and by night. And he did His Will, and God worked for him and protected him from all evil for ever and ever. Amen.

This I found among the manuscripts of the Church of Sophia in Constantinople. And the Archbishops who were there said unto him [Domitius?], "This is what is written from the days of Solomon the King." And Domitius of Antioch said, Yea, that which is written up to the day of the death of Solomon is to be accepted, and that which hath been written by other prophets after his death is to be accepted likewise."

95. HOW THE HONOURABLE ESTATE OF THE KING OF ETHIOPIA WAS UNIVERSALLY ACCEPTED

Now through the Kebra Nagast we know and have learned that of a surety the King of Ethiopia is honourable, and that he is the King of Zion, and the firstborn of the seed of Shem, and that the habitation of God is in Zion, and that He there breaketh the might and power of all his enemies and foes. And after him the King of Rômê was the anointed of the Lord because of the wood of the Cross. And as concerning the kingdom of Israel—when the Pearl was born of them, and of the Pearl again was born the Sun of Righteousness, Who hid Himself in her body—now had He not hidden Himself in the body of a man He could not have been seen by mortal eyes—and having

ለአዕይንተ ፡ መዋቲ ፤ ለቢሶ ፡ ሥጋነ ፡ ተመሰለ ፡ ኪያነ ፡ ወአንሶሰወ ፡ ምስሌሆሙ ፡ ወገብረ ፡ ተአምረ ፡ ወመንክረ ፡ በማእከሌሆሙ ፤ አንሥአ ፡ ሙታኒሆሙ ፡ ወፈወሰ ፡ ድዉያኒሆሙ ፡ ወአብርሀ ፡ አዕይንተ ፡ ዕዉራኒሆሙ ፡ ወከሠተ ፡ እዝነ ፡ ጽሙማኒሆሙ ፡ ወእለ ፡ ለምጽ ፡ አንጽሐ ፡ ወርኁባነ ፡ አጽገበ ፡ ወብዙኀ ፡ ተአምረ ፡ ወመንክረ ፡ ገብረ ፡ ዘተጽሕፈ ፡ ወዘኢተጽሕፈ ፤ በከመ ፡ ይቤ ፡ ዮሐንስ ፡ ወንጌላዊ ፡ ወልደ ፡ ዘብዴስ ፡ ሶበሰ ፡ ተጽሕፈ ፡ ኵሉ ፡ ዘገብረ ፡ ኢየሱስ ፡ እመ ፡ ኢያገምሮ ፡ ዓለም ፡ ጥቀ ፡ መጻሕፍቲሁ ፡ ዘእምተጽሕፈ ።

ወዘንተ ፡ ኵሎ ፡ ሶበ ፡ ርእዩ ፡ ደቂቀ ፡ እስራኤል ፡ ዐላውያን ፡ አምሰልዎ ፡ ከመ ፡ ሰብእ ፡ ወቀንኡ ፡ ላዕሌሁ ፡ በዘ ፡ ርእዩ ፡ ወሰምዑ ፡ ወሰቀልዎ ፡ ዲበ ፡ ዕፀ ፡ መስቀል ፡ ወቀተልዎ ፤ ወተንሥአ ፡ እሙታን ፡ በሣልስት ፡ ዕለት ፡ ወዐርገ ፡ ሰማያተ ፡ በስብሐት ፡ ዲበ ፡ መንበረ ፡ መለኮት ፡ ወተወፈየ ፡ እምኀበ ፡ እብ ፡ መንግሥተ ፡ ዘኢየኀልቅ ፡ ለዓለመ ፡ ዓለም ፡ ላዕለ ፡ መንፈሳውያን ፡ ወመሬታውያን ፡ ወላዕለ ፡ ኵሉ ፡ ፍጥረት ፡ ከመ ፡ ለስሙ ፡ ይግነይ ፡ ኵሉ ፡ ልሳን ፡ ወይስግድ ፡ ኵሉ ፡ ብርክ ፡ ወይኴንን ፡ ሕያዋነ ፡ ወሙታነ ፡ ወይፈድዮ ፡ ለኵሉ ፡ በከመ ፡ ምግባሩ ። አሜሃኬ ፡ ሀለዎሙ ፡ ለአይሁድ ፡ ይርአይዎ ፡ ወይትኀፈሩ ፡ ወይትኴነኑ ፡ በእሳት ፡ ዘለዓለም ፤ ወንሕነሰ ፡ እለ ፡ አመነ ፡ በርትዕት ፡ ሃይማኖት ፡ ዲበ ፡ መንበርነ ፡ ንሄሉ ፡ ወንትፌሣሕ ፡ ምስለ ፡ መምህራን ፡ ሐዋርያት ፡ ለእመ ፡ ሖርነ ፡ በፍኖተ ፡ ክርስቶስ ፡ ወበትእዛዛቲሁ ፤ ወሶበ ፡ ሰቀሉ ፡ መድኀኔ ፡ ዓለም ፡ ኮኑ ፡ ዝርዋነ ፡ ወመንግሥቶሙ ፡ ኮነት ፡ ብዱተ ፡ ወኀልቁ ፡ ወተሠረዉ ፡ እስከ ፡ ለዓለመ ፡ ዓለም ※

ወይቤሉ ፡ ኵሎሙ ፡ ማኅበረ ፡ ቅዱሳን ፡ ጥዩቀ ፡ በአማን ፡ የዐቢ ፡ ወይተሌዐል ፡

put on our body He became like unto us, and He walked about with [men]. And He wrought signs and wonders in their midst. He raised their dead, and He healed their sick folk, and He made the eyes of their blind to see, and He opened the ears of their deaf folk, and He cleansed the lepers, and He satisfied the hungry with food, and He performed many miracles, some of which are written down and some of which are not, even as saith John the Evangelist, the son of Zebedee, "If everything which Jesus did were written down, the whole world would not be able to hold all the writings that would have to be written." [John 21, 25]

And when the wicked children of Israel saw all this they thought that He was a man, and they were envious of Him because of what they saw and heard, and they crucified Him upon the wood of the Cross, and they killed Him. And He rose from the dead on the third day, and went up into heaven in glory, [and sat] on the throne of the Godhead. And He received from the Father a kingdom incorruptible for ever and ever over the beings of the spirit, and the beings of earth, and over every created being, so that every tongue shall adore His Name, and every knee bow to Him; and He shall judge the living and the dead and reward every man according to his work. So therefore when the Jews shall see Him they shall be put to shame, and shall be condemned to the fire which is everlasting. But we who believe in the Orthodox Faith shall be upon our throne, and we shall rejoice with our teachers the Apostles, provided that we have walked in the way of Christ and in His commandments. And after the Jews crucified the Saviour of the world, they were scattered abroad, and their kingdom was destroyed, and they were made an end of and rooted out for ever and ever.

And all the saints who were gathered together said, "Assuredly, in very truth the King of Ethiopia is more exalted, and more honourable than any other king upon the earth, because of the glory and greatness of the heavenly Zion. And God loveth the people of Ethiopia, for without knowing about His Law, they destroyed their idols, whereas those unto whom the Law of God had been given made idols and worshipped the gods which God hateth. And in the later times when He was born to redeem Adam He wrought signs and wonders before them, but they did not believe in Him, neither in His preaching nor in the preaching of His fathers. But the people of Ethiopia believed in one trustworthy disciple, and for this reason God hath loved exceedingly the people of Ethiopia."

And the Bishops answered and said unto him (Gregory), "Well hast thou spoken, and thy word is true, and what thou hast expounded and interpreted to us is clear. Even as Paul saith, 'Hath not the seed of Abraham exalted the seed of Shem?' They are all kings of the earth, but the chosen ones of the Lord are the people of Ethiopia. For there is the habitation of God, the heavenly Zion, the Tabernacle of His Law and the Tabernacle of His Covenant, which He hath made into a mercy-seat through [His] mercy for the children of men; for the rains and the waters from the sky, for the planted things (or, vegetation) and the fruits, for the peoples and the countries, for the kings and nobles, for men and beasts, for birds and creeping things."

And Gregory the Bishop, the worker of wonders, answered and said unto them, "Verily, salvation hath been given unto all of us Christian people, unto those who have believed in our Lady Mary, the likeness of the heavenly Zion. For the Lord dwelt in the womb of the Virgin, and was brought forth by her without carnal union. And the Ten Words (Decalogue) of the Law were written by the Finger of God, and made (*i.e.* placed) in Zion, the Tabernacle of the Law of God. And now,

ለእግዚአብሔር ። ወይእዜኒ ፡ ሀቡ ፡ ንንግር ፡ ትንቢቶሙ ፡ ለነቢያት ፡ አበዊነ ፡ ቀደምት ፡ ቅዱሳን ፡ እምአሪተ ፡ ሙሴ ፡ ወነቢያት ፡ በእንተ ፡ ክርስቶስ ፡ መድኅኒነ ፡ ከመ ፡ ይስምዑ ፡ ደኃሪ ፡ ትውልድ ፡ ፍካሬ ፡ ዜና ፡ ዘንዜንዎሙ ፡ በእንተ ፡ ተርጕሞ ፡ መጻሕፍት ። ነአኀዝኬ ፡ እምርእሰ ፡ መጽሐፍ ፡ ወንለቡ ፡ በመንፈስ ፡ በከመ ፡ ይቤ ፡ ዳዊት ፡ በመንፈስ ፡ ቅዱስ ፡ ውስተ ፡ ርእሰ ፡ መጽሐፍ ፡ ተጽሕፈ ፡ በእንቲአየ ※

come ye, and we will declare from the Law of Moses the prophecies of the Prophets our Fathers, the holy men of olden time, and the prophecies concerning Christ our Redeemer, so that the generations of posterity may hear the interpretation (or, explanation) of the story, and we will relate unto them the narrative of the interpretation of the Scriptures. We will begin then with the beginning of the Book, and we will make [you] to understand in the Spirit, as David saith, through the Holy Spirit, 'In the beginning the Book was written because of me.'" [Psalm 60, 7]

አውሥአ ፡ ወይቤ ፡ ምንት ፡ ውእቱ ፡ ርእሰ ፡ መጽሐፍ ። አውሥኡ ፡ ወይቤልዎ ፡ ዝውእቱ ፡ ኦሪት ፡ ዘተጽሕፈ ፡ በእንተ ፡ ክርስቶስ ፡ ወልደ ፡ እግዚአብሔር ፤ ወይቤ ፡ በቀዳሚ ፡ ገብረ ፡ እግዚአብሔር ፡ ሰማየ ፡ ወምድረ ፡ ወህልው ፡ እምትካት ፤ ወምድርሰ ፡ ኢኮነት ፡ ድሉተ ፡ አላ ፡ ድሙራን ፡ ጽልመት ፡ ወነፋስ ፡ ወማይ ፡ ወጊሜ ፡ ወመሬት ፡ ኵሎሙ ፡ ድሙራን ፡ ወመንፈሰ ፡ እግዚአብሔር ፡ ይጼልል ፡ መልዕልተ ፡ ማይ ፤ ዘንተሰ ፡ ዘይቤ ፡ በቃለ ፡ እግዚአብሔር ፡ ተፈጥሩ ፡ ሰማያት ፡ ወምድር ፡ ወመንፈሰ ፡ እግዚአብሔር ፡ ኀደረ ፡ ላዕለ ፡ ኵሉ ፡ ፍጥረት ፡ ብሂል ※ ※ ※

And one answered and said, "What is the beginning of the Book?" And they answered and said unto him, "It is the Law which was written concerning Christ, the Son of God. And it saith, 'In the beginning God made the heavens and the earth' [Genesis 1, 1]; and they existed from olden time. Now the earth was formless, but there were mixed together darkness, and winds, and water, and mist, and dust; all of these were mixed together. And the Spirit of God hovered above the waters. This meaneth that by the Word of God the heavens and the earth were created; and these words mean that the Spirit of God dwelt over all creation."

፺፮ ፡ በእንተ ፡ ትንቢት ፡ ዘክርስቶስ ።

96. CONCERNING THE PROPHECY ABOUT CHRIST

ወካዕበ ፡ ሰበከ ፡ ሙሴ ፡ በኦሪት ፡ ወይቤ ፡ ነቢየ ፡ ያነሥእ ፡ ለክሙ ፡ ዘከማየ ፡ እምአኀዊክሙ ፡ ወስምዕዎ ፡ ለውእቱ ፡ ነቢይ ፡ ወኵሉ ፡ ነፍስ ፡ እንተ ፡ ኢትሰምዖ ፡ ለውእቱ ፡ ነቢይ ፡ ይእቲ ፡ ነፍስ ፡ ለትሠሮ ፡ እምሕዝባ ፤ ወዘንተ ፡ ይቤ ፡ በእንተ ፡ ክርስቶስ ፡ ወልደ ፡ እግዚአብሔር ። ወካዕበ ፡ ተነበየ ፡ በእንተ ፡ ስቅለቱ ፡ ወይቤ ፡ ሶበ ፡ አመንደብዎሙ ፡ አክይስት ፡ ለደቂቀ ፡ እስራኤል ፡ አውየዉ ፡ ኀበ ፡ ሙሴ ፡ ወሙሴሂ ፡ አውየወ ፡ ኀበ ፡

Moreover Moses proclaimed in the Law and said, "A prophet like myself shall rise up for you from your brethren, and hearken ye unto him; and every soul that will not hearken unto that prophet ye shall root out from among the people." [Deuteronomy 18, 15] And this he said concerning Christ the Son of God. And he also prophesied concerning His Crucifixion, and said, "When the serpents afflicted the children of Israel they cried out to Moses, and Moses cried out to God to deliver them from

እግዚአብሔር ፡ ከመ ፡ ያድኅኖሙ ፡ እምአርዌ ፡ ምድር ፡ ወይቤሎ ፡ ግበር ፡ ሥዕለ ፡ ከይሲ ፡ ዘብርት ፡ ወስቅሎ ፡ ኀበ ፡ ይትኤመርዎ ፡ ወኵሉ ፡ ዘነሰኮ ፡ ከይሲ ፡ ይነጽሮ ፡ ለውእቱ ፡ ሥዕለ ፡ ብርት ፡ ወይሕየው ፡ ወሶበ ፡ ተሀከዩ ፡ ነጽሮ ፡ ይመውቱ ፡ ወእለሰ ፡ ነጸርዎ ፡ ወአምኑ ፡ የሐይዉ ፤ ወከማሁ ፡ ክርስቶስ ፡ ለእለ ፡ ተሀከዩ ፡ ወኢአምኑ ፡ ቦቱ ፡ የኀልቁ ፡ በሲኦል ፡ ወእለሰ ፡ አምኑ ፡ ወሰምዑ ፡ ይወርሱ ፡ ምድረ ፡ ሕይወት ፡ ዘለዓለም ፡ ኀበ ፡ አልቦ ፡ ደዌ ፡ ወሕማም ፡ ዘለዓለም ።

ወዘከመሂ ፡ ተሀየይዎ ፡ ለክርስቶስ ፡ ቃለ ፡ እግዚአብሔር ፡ ንሕነ ፡ ናየድዐክሙ ፤ ሶበ ፡ ሐመይዎ ፡ ለሙሴ ፡ ደቂቀ ፡ እስራኤል ፡ እንዘ ፡ ይብሉ ፡ ለባሕቲቱኑ ፡ ለሙሴ ፡ ዘተናገሮ ፡ እግዚአብሔር ፡ ወንሕነሰ ፡ እፎ ፡ ዘኢንሰምዕ ፡ ቃለ ፡ እግዚአብሔር ፡ ከመ ፡ ንእመን ፡ ቦቱ ፡ ወሰምዐ ፡ እግዚአብሔር ፡ ማእመሬ ፡ አልባብ ፡ ሐሜቶሙ ፡ ለደቂቀ ፡ እስራኤል ፡ ወይቤሎ ፡ ለሙሴ ፡ ወአንተሰ ፡ በዝየ ፡ ትስእል ፡ ስርየተ ፡ ለሕዝብከ ፡ ወእሙንቱሰ ፡ ሐመዩከ ፡ እንዘ ፡ ይብሉ ፡ ለነሰ ፡ እፎ ፡ ዘኢይትናገረነ ፡ እግዚአብሔር ፤ ወይእዜኒ ፡ ለእመ ፡ አምኑኒ ፡ ይምጽኡ ፡ ኀቤየ ፡ ምስሌከ ፡ ዝየ ፡ ወበሎሙ ፡ ከመ ፡ ያንጽሑ ፡ ርእሶሙ ፡ ወይኅፅቡ ፡ አልባሲሆሙ ፡ ወይዕርጉ ፡ ዐበይተ ፡ እስራኤል ፡ ከመ ፡ ይስምዑ ፡ ዘአነ ፡ እኤዝዞሙ ፡ ወይስምዑ ፡ ቃልየ ፡ ወይግበሩ ፡ ትእዛዝየ ፡ ዘአነ ፡ አዘዝኩ ፤ ወተአዚዞ ፡ ሙሴ ፡ ነገሮሙ ፡ ለደቂቀ ፡ እስራኤል ፡ ወሰገዱ ፡ ሕዝብ ፡ ለእግዚአብሔር ፡ ወአንጽሑ ፡ ርእሶሙ ፡ በሣልስት ፡ ዕለት ፡ ወዐርጉ ፡ ውስተ ፡ ደብረ ፡ ሲና ፡ ፸ ፡ አእሩግ ፡ እስራኤል ፡ ወወፅኡ ፡ እምትዕይንት ፡ ወዐርጉ ፡ ውስተ ፡ ደብረ ፡ ሲና ፡ እንዘ ፡ ይትራሐቁ ፡ መጠነ ፡ ምንዳፈ ፡ ሐጽ ፡ ቆሙ ፡ በበ፩ ፡ በአንጻረ ፡ ቢጹ ፡ ወእሙንቱሰ ፡ መጠነ ፡ ቦሙ ፡ ፈተኑ ፡ ምግባሮሙ ፡ ወኢክህሉ ፡ ዐሪገ ፡

the serpents. And God said unto him, Make an image of brass of a serpent and suspend it in a place where it can be known as a sign, and let every one whom a serpent hath bitten look upon that image of brass, and he shall live. And when they failed to look at it they died, and those who looked on it and believed lived." [Numbers 21, 7] And in like manner was it with Christ; those who paid no heed to Him and did not believe in Him perished in Sheôl, and those who believed and hearkened unto Him inherited the land of everlasting life, where there will never be pain or suffering.

And now we will make known unto you how they paid no heed to Christ, the Word of God. When the children of Israel spake against Moses, saying, "Is it that God hath spoken to Moses only? How is it that we also do not hear the Word of God that we may believe on Him?" [Numbers 12, 2] And God, Who knoweth the hearts of men, heard the murmuring of the children of Israel, and He said unto Moses, "Thou dost ask forgiveness for thy people, and yet they murmur against thee, saying, Why Both not God speak with us? And now, if they believe in Me, let them come hither to Me with thee. And tell them to purify themselves, and to wash their apparel, and let the great men of Israel go up to hear what commands I will give them, and let them hear My voice and perform the commandments which I shall give them." And Moses told the children of Israel what he had been commanded, and the people bowed low before God, and they purified themselves on the third day. And the seventy elders of Israel [Numbers 11, 16–24; Exodus 19] went up into Mount Sinai, and they departed from the encampment and ascended Mount Sinai. And they were distant from each other the space of the flight of an arrow, and they stood still, each facing his neighbour. Now, though there were many of them and they used their endeavours, they were not able to ascend into the cloud with Moses, and fear and trembling seized

ውስተ ፡ ቆባር ፡ ምስለ ፡ ሙሴ ፡ ወአኀዞሙ ፡ ረዓድ ፡ ወድንጋፄ ፡ ወደፈኖሙ ፡ ጽላሎተ ፡ ሞት ፡ ወሰምዑ ፡ ቃለ ፡ ቀርን ፡ ወዕንዚራ ፡ ወጽልመት ፡ ወነፋስ ፤ ወቦአ ፡ ሙሴ ፡ ውስተ ፡ ቆባር ፡ ወተናገረ ፡ ምስለ ፡ እግዚአብሔር ፡ ወሰምዑ ፡ ኵሎሙ ፡ ዐበይተ ፡ እስራኤል ፡ ውእቱ ፡ ቃለ ፡ እግዚአብሔር ፡ ፈርሁ ፡ ወርዕዱ ፡ ወኢክህሉ ፡ ቀዊመ ፡ እምብዝኀ ፡ ፍርሀት ፡ ዘውስተ ፡ ልቦሙ ፤ ወሶበ ፡ ወፅአ ፡ ሙሴ ፡ ይቤልዎ ፡ ኢንሰምዓ ፡ ለዛቲ ፡ ቃለ ፡ እግዚአብሔር ፡ ከመ ፡ ኢንሙት ፡ በድንጋፄ ፡ ወናሁ ፡ አእመርነ ፡ ከመ ፡ ተናገረከ ፡ እግዚአብሔር ፡ ወለእመቦ ፡ ዘይነግረነኬ ፡ አንተ ፡ ስማዕ ፡ ወንግረነ ፡ ወኩነነ ፡ አፈ ፡ በኀበ ፡ እግዚአብሔር ፡ ወንከውኖ ፡ ሕዝበ ፡ ዚአሁ ። ትሬእዩኑ ፡ ዘከመ ፡ ክሕድዎ ፡ ለክርስቶስ ፡ ወይቤሉ ፡ ኢንሰምዖ ፡ ለውእቱ ፡ ቃል ፡ ከመ ፡ ኢንሙት ፡ በድንጋፄ ፤ ወቃልሰ ፡ ዘእግዚአብሔር ፡ ክርስቶስ ፡ ውእቱ ፤ ወአሜሃ ፡ ዘይቤሉ ፡ ኢንሰምዖ ፡ ለውእቱ ፡ ቃል ፡ ኢነአምኖ ፡ ለክርስቶስ ፡ ብሂል ※

upon them, and the shadow of death enveloped them; and they heard the sound of the horn and pipes, and (they felt] the darkness and the winds. And Moses went into the cloud and held converse with God, and all the great men of Israel heard that Voice of God, and they were afraid and quaked with terror, and because of the overwhelming terror which was in their hearts they were unable to stand up. And when Moses came forth they said unto him, "We will not hear this word of God so that we may not die of terror. And behold, we know that God holdeth converse with thee. And if there be anything that He would say unto us, do thou hearken thereto and declare it unto us. Be thou unto us a mouth in respect of God, and we will be unto Him His own people." Do ye not see that they denied Christ and said, "We will not hearken to that Voice so that we may not die in terror"? Now Christ was the Word of God, and therefore when they said, "We will not hearken to that Voice," they meant, "We do not believe in Christ."

ወካዕበ ፡ ሰአለ ፡ ሙሴ ፡ ኀበ ፡ እግዚአብሔር ፡ ወይቤ ፡ አርእየኒ ፡ ገጽከ ፤ ወይቤሎ ፡ እግዚአብሔር ፡ ለሙሴ ፡ እስመ ፡ አልቦ ፡ ዘይክል ፡ ርኢየ ፡ ገጽየ ፡ ወየሐዩ ፡ ወባሕቱ ፡ ከመ ፡ መጽሔት ፡ ሚጥ ፡ ገጽከ ፡ ለምዕራብ ፡ ወትሬኢ ፡ በውስተ ፡ ኰኵሕ ፡ መጽሔተ ፡ ገጽየ ፤ ወሶበ ፡ ርእየ ፡ ሙሴ ፡ ጽላሎተ ፡ ገጹ ፡ ለእግዚአብሔር ፡ በርሀ ፡ ገጹ ፡ ምስብዒተ ፡ እምነ ፡ ፀሐይ ፡ እስከ ፡ ኢይክሉ ፡ ደቂቀ ፡ እስራኤል ፡ ነጽሮተ ፡ ገጹ ፡ ዘእንበለ ፡ በግላ ፤ ወርእየ ፡ አሜሃኒ ፡ ከመ ፡ ኢፈተዉ ፡ ይርአዩ ፡ ገጸ ፡ እግዚአብሔር ፡ አላ ፡ ይቤልዎ ፡ ግበር ፡ ለነ ፡ ግላ ፡ ከመ ፡ ኢንርአይ ፡ ገጽከ ፤ ወዘንተ ፡ ሶበ ፡ ይቤሉ ፡ ይትዐወቅ ፡ ከመ ፡ ጸልእዎ ፡ ለክርስቶስ ፡ ሰሚዐ ፡ ቃሉ ፡ ወርኢየ ፡ ገጹ ።

And again Moses spake unto God and said, "Shew me Thy Face." [Exodus 33, 18–23] And God said unto Moses, "No one can look upon My Face and live, but only as in a mirror. Turn thy face to the west and thou shalt see in the rock the mirroring of My Face." And when Moses saw the shadow of the Face of God, his own face shone with a brightness which was seven times brighter than the sun, and the light was so strong that the children of Israel could not look upon his face except through a veil. And thereupon he saw that they did not desire to look upon the Face of God, for they said unto him, "Make unto us a veil so that we may not see thy face." [Exodus 34, 33] And having said these words it is evident that they hated the hearing of His words and the sight of His Face.

ዓዲ ፡ ሶበ ፡ አዕረጎ ፡ አብርሃም ፡ ለይስሐቅ ፡ ወልዱ ፡ ውስተ ፡ ደብረ ፡ ቀርሜሌስ ፡

And moreover, when Abraham took his son Isaac up into Mount Ḳarmĕlĕwôs (Carmel),

አውረደ ፡ እምሰማያት ፡ ቤዛ ፡ ይስሐቅ ፡ በግዐ ፡ ወይስሐቅሰ ፡ ኢተጠብሐ ፡ አላ ፡ ተጠብሐ ፡ በግዕ ፡ ዘወረደ ፡ እምሰማያት ፤ እስመ ፡ አብርሃም ፡ ይተረጐም ፡ በእግዚአብሔር ፡ አብ ፡ ወይስሐቅኒ ፡ ይተረጐም ፡ አምሳሊሁ ፡ ለክርስቶስ ፡ ወልድ ፤ ወአመ ፡ ይወርድ ፡ እምሰማያት ፡ ለመድኀኒተ ፡ አዳም ፡ ወደቂቁ ፡ ኢተጠብሐ ፡ መለኮት ፡ ዘወረደ ፡ እምሰማያት ፡ አላ ፡ ተጠብሐት ፡ ሥጋሁ ፡ እንተ ፡ ለብሰ ፡ በእንቲአነ ፡ ይእቲ ፡ ምድራዊት ፡ እንተ ፡ ለብሰ ፡ እማርያም ፤ ትሌብዉኑ ፡ ወትጤይቁ ፡ ዘንተ ፡ አርአያ ፡ ወአምሳለ ፡ ለምድራዊ ፡ ይስሐቅ ፡ ወልደ ፡ አብርሃም ፡ ዘኮነ ፡ መሥዋዕተ ፡ ለፈቃደ ፡ አቡሁ ፤ ኮነ ፡ ሎቱ ፡ ቤዛሁ ፡ በግዕ ፡ ሰማያዊ ፡ ወተቤዘወ ፡ ወልደ ፡ አብርሃም ፡ ወለዘሰ ፡ ወረደ ፡ ወልደ ፡ እግዚአብሔር ፡ ኮነ ፡ ቤዛሁ ፡ ለመለኮት ፡ ሥጋሁ ፡ ለምድራዊ ፡ ወሞተ ፡ በሥጋሁ ፡ እንዘ ፡ ኢየሐምም ፡ መለኮቱ ፡ ወተውላጠ ፡ ኮነ ፤ መዋቲት ፡ ኮነት ፡ ሕይወተ ፡ በትንሣኤሃ ፡ ምስለ ፡ መለኮት ። ወገሃደ ፡ ተዐውቀ ፡ ዕበይነ ፡ ለሰብእ ፡ በእንተ ፡ ዘቤዘወነ ፡ ክርስቶስ ፡ ወልደ ፡ እግዚአብሔር ፤ ወፈድፋደ ፡ ናክብራ ፡ በምድርኒ ፡ ወበሰማይኒ ፡ ለዛቲ ፡ እግዝእትነ ፡ ወላዲተ ፡ አምላክ ፡ ማርያም ፡ ድንግል ።

ወስምዑ ፡ ዘኒ ፡ ፍካሬ ፡ ቀዳማዊ ፡ ብእሲ ፡ ዘውእቱ ፡ አቡነ ፡ አዳም ፤ ዘእንበለ ፡ ትድምርት ፡ ወሩካቤ ፡ እምዐፅመ ፡ ገቦሁ ፡ ተፈጥረት ፡ ሔዋን ፡ እምብእሲ ፡ ወይእቲ ፡ ኮነቶ ፡ ቢጸ ፤ ወሰሚዓ ፡ ቃለ ፡ ሕብል ፡ እምዕድዉ ፡ ለአዳም ፡ ኮነቶ ፡ ቀታሊተ ፡ በአዕልዎ ፡ ትእዛዝ ፤ ወበምሕረቱ ፡ እግዚአብሔር ፡ አብ ፡ ፈጠራ ፡ ለባሕርይ ፡ በውስተ ፡ ከርሡ ፡ ለአዳም ፤ አንጺሖ ፡ ሥጋሃ ፡ ወቀዲሶ ፡ አኀደራ ፡ ላዕሌሃ ፡ ለመድኀኒቱ ፤ ተወልደት ፡ ዘእንበለ ፡ ጥልቀት ፡ እስመ ፡ ገብራ ፡ ለንጽሕት ፡ ዘእንበለ ፡ ርስሐት ፡ ወይእቲ ፡ ፈደየት ፡ ዕዳሁ ፡ ዘእንበለ ፡

God sent down from heaven a ram for the redemption of Isaac. And Isaac was not slaughtered, but the ram which had come down from heaven was slaughtered. Now Abraham is to be interpreted God the Father, and Isaac is to be interpreted as a symbol of Christ the Son. And when He came down from heaven for the salvation of Adam and his sons, the Godhead which had come down from heaven was not slain, but His body which He had put on for our sakes, that earthly body which He had put on from Mary, was slain. Can ye understand and know that likeness and similitude for the earthly being Isaac, the son of Abraham, who was an offering of the will of his father? The heavenly ram became a redemption (or, substitute), and the son of Abraham was redeemed. And as for Him Who came down, the Son of God, He became the redemption of the Godhead, His body for the earthly, and He died in His body, the Godhead suffering in no wise and remaining unchanged; and the mortal became living in the Resurrection with the Godhead. And it is clearly manifest: in that Christ, the Son of God, hath redeemed us, He hath magnified us men. And we must honour especially, both upon the earth and in heaven, this our Lady Mary the Virgin, the Mother of God.

And hearken ye to this explanation concerning the first man, who is our father Adam. Eve was created from a man, from a bone in his side, without carnal embrace and union, and she became his companion. And having heard the word of guile, from being the helpmeet of Adam she became a murderess by making him to transgress the command. And in His mercy God the Father created the Pearl in the body of Adam. He cleansed Eve's body and sanctified it and made for it a dwelling in her for Adam's salvation. She [*i.e.* Mary] was born without blemish, for He made her pure without pollution, and she redeemed his debt without carnal union and embrace. She brought forth in heavenly flesh a King, and He was born of her,

ትድምርት ፡ ወዘእንበለ ፡ ሩካቤ ፤ ወለደት ፡ በሥጋ ፡ ሰማያዊ ፡ ንጉሠ ፡ ወውእቱ ፡ ተወልደ ፡ እምኔሃ ፡ ወሐደሳ ፡ ለሕይወት ፡ በንጽሐ ፡ ሥጋሁ ፡ ወቀተሎ ፡ ለሞት ፡ በሥጋሁ ፡ ንጹሕት ፡ ወተንሥአ ፡ ዘእንበለ ፡ ሙስና ፡ ወአንሥአነ ፡ ምስሌሁ ፡ ኀበ ፡ ኢመዋቲት ፡ መንበረ ፡ መለኮት ፡ ወአዕረገነ ፡ ኀቤሁ ፡ ወተወለጥነ ፡ ሕይወተ ፡ በሥጋነ ፡ መዋቲት ፡ ወረከብነ ፡ ሕይወተ ፡ እንተ ፡ ኢትመውት ፤ በስሕታተ ፡ አዳም ፡ ተመንደብነ ፡ ወበትዕግሥተ ፡ ክርስቶስ ፡ ተፈወስነ ፡ በዕልወተ ፡ ሔዋን ፡ ሞትነ ፡ ወተቀበርነ ፡ ወበንጽሓ ፡ ለማርያም ፡ ከበርነ ፡ ወተላዐልነ ፡ እስከ ፡ አርያም ።

and He renewed his life in the purity of His body. And He slew death with His pure body, and He rose without corruption, and He hath raised us up with Him to immortality, the throne of divinity, and He hath raised us up to Him, and we have exchanged life in our mortal body and found the life which is immortal. Through the seduction of Adam we suffered affliction, and by the patient endurance of Christ we are healed. Through the transgression of Eve we died and were buried, and by the purity of Mary we receive honour, and are exalted to the heights.

ተነበየ ፡ ካዕበ ፡ ሕዝቅኤል ፡ በእንተ ፡ ማርያም ፡ ወይቤ ፡ ርኢኩ ፡ ኆኅተ ፡ በምሥራቅ ፡ ኅቱም ፡ በዐቢይ ፡ መንክር ፡ ማኅተም ፡ ወአልቦ ፡ ዘቦአ ፡ ውስቴታ ፡ ዘእንበለ ፡ እግዚአ ፡ ኃያላን ፡ ቦአ ፡ ውስቴታ ፡ ወወፅአ ፤ ዘኒ ፡ ፍካሬሁ ፡ ስምዑ ፤ ዘይቤ ፡ ርኢኩ ፡ ኆኅተ ፡ በአማን ፡ ኆኅተ ፡ አንቀጸ ፡ ሰማይ ፡ ሙባአሙ ፡ ለቅዱሳን ፡ ውስተ ፡ መንግሥተ ፡ ሰማያት ፤ ወበምሥራቅ ፡ ሶበ ፡ ይብል ፡ በእንተ ፡ ንጽሐ ፡ ወአዳም ፡ ሥና ፤ ይብልዋ ፡ አንቀጸ ፡ አድኅኖ ፡ ወይብልዋ ፡ ምሥራቅ ፡ ዘይኔጽርዎ ፡ ቅዱሳን ፡ በፍሥሓ ፡ ወበሐሤት ፤ ወዕጹታ ፡ ዘይቤ ፡ በእንተ ፡ ንጽሐ ፡ ድንግልናሃ ፡ ወሥጋሃ ፤ ወበእንተ ፡ ዘይቤ ፡ በዐቢይ ፡ መንክር ፡ ማኅተም ፡ ዝኒ ፡ ያርኢ ፡ ገሃደ ፡ በእግዚአብሔር ፡ ዐቢይ ፡ መንክር ፡ በመንፈስ ፡ ቅዱስ ፡ ተኀትመት ፤ ወዘይቤሂ ፡ አልቦ ፡ ዘቦአ ፡ ውስቴታ ፡ ዘእንበለ ፡ እግዚአ ፡ ኃያላን ፡ ቦአ ፡ ወወፅአ ፡ ውእቱኬ ፡ ፈጣሬ ፡ ሰማያት ፡ ወምድር ፡ ፈጣሬ ፡ መላእክት ፡ ወሰብእ ፡ ወእጋእዝት ፡ እግዚአ ፡ ኃያላን ፡ ውእቱ ፡ ፍሬ ፡ መለኮት ፡ ዘለብሰ ፡ ሥጋነ ፡ እምኔሃ ፡ ክርስቶስ ፡ ቦአ ፡ ወወፅአ ፡ እንተ ፡ ኀቤሃ ፡ ዘእንበለ ፡ ሙስና ።

And Ezekiel also prophesied concerning Mary and said, "I saw a door in the east which was sealed with a great and marvellous seal, and there was none who went into it except the Lord of hosts; He went in through it and came forth therefrom." Hear ye now this explanation: When he saith, "I saw a door," it was the door of the gate of heaven, the entrance of the saints into the kingdom of the heavens. And when he saith that it was "in the east" he referreth to her purity and her beauty. Men call her the "Gate of Salvation," and also "the East" whereunto the saints look with joy and gladness. And the "closedness" of which he speaketh referreth to her virginity and her body. And when he saith that she was sealed with "a great, wonderful seal," this showeth plainly that she was sealed by God, the Great and Wonderful, through the Holy Ghost. And when he saith, "None goeth through it except the Lord of hosts, He goeth in and cometh out," [he meaneth] the Creator of the heavens and the earth, the Creator of the angels and men and the lords. The Lord of hosts is the fruit of the Godhead, Who put on our body from her, Christ. He went into and came forth from her without polluting her.

ወካዕበ ፡ ተነበየ ፡ ሙሴ ፡ በእንተ ፡ ማርያም ፡

And Moses also prophesied concerning Mary,

ወይቤ ፡ ርኢኩ ፡ ጳጦስ ፡ በደብረ ፡ ሲና ፡ እንተ ፡ ኢያውዐያ ፡ እሳት ፡ በላዒ ፤ ወፍካሬሁ ፡ ለዝንቱ ፡ እሳት ፡ መለኮት ፡ ወልደ ፡ እግዚአብሔር ፡ ወዕፀ ፡ ጳጦስ ፡ ዘትነድድ ፡ ወቈጽላ ፡ ኢትውዒ ፡ ዛቲ ፡ ይእቲ ፡ ማርያም ※ ※ ※

saying, "I saw a bramble bush on Mount Sinai which the devouring fire consumed not." And the signification of this fire is the Godhood of the Son of God; and the bramble bush, which burned without the leaves thereof being shrivelled, is Mary.

፺፯ ፡ ኀበ ፡ አንጐርጕሩ ፡ እስራኤል ።

97. CONCERNING THE MURMURING OF ISRAEL

ወካዕበ ፡ አንጐርጐሩ ፡ ደቂቀ ፡ እስራኤል ፡ በእንተ ፡ ተክህኖ ፡ ቅድመ ፡ እግዚአብሔር ፡ እንዘ ፡ ይብሉ ፡ ንሕነሰ ፡ አኮኑ ፡ እስራኤል ፡ ንሕነ ፡ ዘርአ ፡ አብርሃም ፡ ወእፎ ፡ ዘኢንሠውዕ ፡ ንሕነ ፡ ከማሆሙ ፡ በውስተ ፡ ደብተራ ፡ ስምዕ ፡ በኀበ ፡ ታቦተ ፡ ሕጉ ፡ ለእግዚአብሔር ፡ ጽዮን ፡ ቅድስት ፡ በመዓጥንት ፡ ወበዕጣን ፡ ወበቅድሳት ፡ ዘእንበለ ፡ ሙሴ ፡ ወአሮን ፡ እኁሁ ፡ ወደቂቆሙ ፡ ወንሕነሰ ፡ አኮኑ ፡ ሕዝብ ፡ እለ ፡ ኀረየነ ፡ ከማሆሙ ፡ ወንገብር ፡ ፈቃዶ ፤ ወሰሚዖ ፡ ሙሴ ፡ ይቤሎሙ ፡ ግበሩኬ ፡ ዘፈቀድክሙ ፤ ወሖሩ ፡ ወአግበሩ ፡ ሊቃናተ ፡ እስራኤል ፡ ፸ ፡ ማዕጠንታተ ፡ በዘ ፡ የዐጥኑ ፡ ለጽዮን ፡ ወይሴብሑ ፡ ለእግዚአብሔር ፡ ወነሥኡ ፡ እምአብያቲሆሙ ፡ ዕጣነ ፡ ወፍሕመ ፡ በማዕጠንት ፡ ወሖሩ ፡ ወቦኡ ፡ ውስተ ፡ ቅድስተ ፡ ቅዱሳን ፡ ከመ ፡ ይዕጥኑ ፤ ወሶቤሃ ፡ ወደዩ ፡ ዕጣነ ፡ በአሐቲ ፡ ውዝዋዜ ፡ ማዕጠንት ፡ ወፅአ ፡ ነበልባል ፡ እመዓጥኒሆሙ ፡ ወውዕዩ ፡ ሶቤሃ ፡ ወተመስዉ ፡ ከመ ፡ ሠምዕ ፡ በቅድመ ፡ ገጸ ፡ እሳት ፡ ከማሁ ፡ ተመስዉ ፡ ከመ ፡ ሣዕር ፡ ይቡስ ፡ ሶበ ፡ ይረክቦ ፡ ነበልባለ ፡ እሳት ፡ ከማሁ ፡ ውዕዩ ፡ ምስለ ፡ ንዋየ ፡ ቅድሳቲሆሙ ፡ ወአልቦ ፡ ዘተርፈ ፡ ዘእንበለ ፡ መዓጥኒሆሙ ፤ ወይቤ ፡ እግዚአብሔር ፡ ቀድስዎን ፡ ሊተ ፡ ለእሉ ፡ መዓጥንት ፡ ለደብተራየ ፡ ወይኩን ፡ ለመሥዋዕትየ ፡ እስመ ፡

And once again the children of Israel murmured concerning the ministration of the priests before the Lord, saying, "Are we not Israel, we the seed of Abraham, and why cannot we also offer up sacrifice like them in the Tent of Witness by the Tabernacle of the Law of God, the holy Zion, with censers and incense and the holy instruments? Why should Moses, and his brother Aaron, and their children alone do this? Are we not people whom God hath chosen as much as they are, and shall we not do His Will?" And when Moses heard [this] he said unto them, "Do ye whatsoever ye will." And the elders of Israel went and had made seventy censers wherewith to cense Zion and to praise God, and they took incense and coals in the censers, and went and came into the Holy of Holies to offer up incense. And immediately they threw the incense into the censers, at the first swing of them fire came forth from the censers, and they were burned up straightway and melted away. And as wax melteth before the face of the fire, even so did they melt away; and as grass withereth when flame approacheth it, even so were they consumed, together with their instruments, and there was nothing left of them except their censers. And God said, "Sanctify to Me these censers for My Tent (or, Pavilion), and they shall be used for My offerings, for they are consecrated by the death of those men." [Numbers 16]

ተቀደሰ ፡ በሞተ ፡ ዚአሆሙ ።

ማዕጠንትሰ ፡ ማርያም ፡ ይእቲ ፡ ወፍሕምኒ ፡ ክርስቶስ ፡ ወልደ ፡ እግዚአብሔር ፡ መለኮት ፡ ውእቱ ፡ ወጼና ፡ ዕጣን ፡ መዐዛሁ ፡ ለክርስቶስ ፡ ዘበ ፡ መዐዛሁ ፡ ሐዋርያት ፡ ወነቢያት ፡ ወሰማዕታት ፡ ወፈላስያን ፡ መነኑ ፡ ዓለመ ፡ ወወረሱ ፡ መንግሥተ ፡ ሰማያት ፤ ወአሕባሊሃ ፡ ለመዓጥንት ፡ ሰዋስው ፡ ዘርእየ ፡ ያዕቆብ ፡ በዘ ቦቱ ፡ የዐርጉ ፡ ወይወርዱ ፡ ተእኂዞሙ ፡ ባቲ ፡ ወምስለ ፡ ጢሰ ፡ ዕጣን ፡ የዐርግ ፡ ዲበ ፡ መንበረ ፡ እግዚአብሔር ፡ ጸሎቶሙ ፡ ለንጹሓን ።

ወሶበ ፡ አውዐዮሙ ፡ ነበልባል ፡ ለኃጥአን ፡ ሐመይዎሙ ፡ ሕዝብ ፡ አዝማዲሆሙ ፡ ለእለ ፡ ኀልቁ ፡ ወይቤልዎሙ ፡ ለሙሴ ፡ ወለአሮን ፡ አኅለቅምዎሙ ፡ ለነ ፡ ለሊቃውንቲነ ፡ ወነሥኡ ፡ እብነ ፡ ከመ ፡ ይውግርዎሙ ፡ ለሙሴ ፡ ወለአሮን ፤ ወተምዕዐ ፡ እግዚአብሔር ፡ መዓተ ፡ ላዕለ ፡ እስራኤል ፡ ወአስቆረራ ፡ ከመ ፡ ፀርቀ ፡ ትክቶ ፡ ለምክረ ፡ ዳታን ፡ ወአቤሮን ፡ ደቂቀ ፡ ቆሬ ፤ ወቀጸባ ፡ ቃለ ፡ እግዚአብሔር ፡ ለምድር ፡ ወፈትሐት ፡ ምድር ፡ አፉሃ ፡ ወውኅጠቶሙ ፡ ምስለ ፡ ኵሉ ፡ ዘዚአሆሙ ፡ ወአንስቲያሆሙ ፡ ወደቂቆሙ ፡ ወእንስሳሆሙ ፤ ወረዱ ፡ ውስተ ፡ ሲኦል ፡ ሕያዋኒሆሙ ፡ ወተኀትመት ፡ ምድር ፡ በመልዕልቴሆሙ ፤ ወለሕዝብሰ ፡ እለ ፡ ኀብሩ ፡ ምስሌሆሙ ፡ ሰሚያሙ ፡ ሐሜተ ፡ ዚአሆሙ ፡ ፈነወ ፡ ሎሙ ፡ እግዚአብሔር ፡ ብድብደ ፡ ወሞቱ ፡ በአሐቲ ፡ ጊዜ ፤ ወቦኡ ፡ ሙሴ ፡ ወአሮን ፡ በዕጣን ፡ ወበማዕጠንት ፡ ወበከዩ ፡ በኀበ ፡ እግዚአብሔር ፡ ወአስተስረዩ ፡ ለሕዝብ ፡ እንዘ ይብሉ ፡ ተዘከር ፡ እግዚኦ ፡ አብርሃምሃ ፡ ፍቁርከ ፡ ወይስሐቅ ፡ ቍልዔከ ፡ ወእስራኤል ፡ ቅዱስከ ፡ እስመ ፡ ዘርኦሙ ፡ ንሕነ ፡ ውሉደ ፡ ሕዝብከ ፡ አቍርር ፡ መዐተከ ፡ እምኔነ ፡ ወፍጡነ ፡ ስምዐነ ፡ ወኢታማስነነ ፡ ወአእትት ፡ መቅሠፍተ ፡ እምላዕለ ፡ ሕዝብከ ፤ ወእግዚአብሔር ፡ መሐሪ ፡ ርእየ ፡ የውሃቶ ፡ ለሙሴ ፡ ወመሐሮሙ ፤

Now the censer is Mary, and Christ, the Son of God, the Godhead, is the coals, and the odour of the incense is the perfume of Christ, and through the perfume of Him Apostles, and Prophets, and Martyrs, and Monks, have rejected the world and inherited the kingdom of heaven. And the chains of the censers are the ladder which Jacob saw, to which [the angels] clung as they went up and came down; and upon the perfume of the incense the prayers of the pure go up to the throne of God.

And when the flame had burned up the sinners, the people who were kinsmen of these who had been destroyed reviled Moses and Aaron, and said unto them, "Ye have made our elders to perish"; and they took up stones to stone Moses and Aaron. [Exodus 17, 4; Numbers 16, 41] And God was exceedingly wroth with Israel, and He abominated as a filthy rag the counsel of Dathan and Abiram, the sons of Korah. And the Word of God made a sign to the earth, and the earth opened her mouth and swallowed them up, together with all their companions, and their wives, and their children, and their beasts. They went down into Sheôl alive, and the earth shut herself up over them. And as for the people who had been associated with them and had heard their revilings [of Moses] God sent upon them a plague, and they died forthwith. And Moses and Aaron came with incense and censers, and they wept before God, and entreated Him for forgiveness for the people, saying, "Remember, O Lord, Abraham Thy friend, and Isaac Thy servant, and Israel Thy holy one, for we are their seed, and the children of Thy people. Cool Thy wrath in respect of us, and make haste to hear us, destroy us not, and remove Thy punishment from upon Thy people." And God the Merciful saw the sincerity of Moses, and had compassion upon them.

ወነበበ ፡ እግዚአብሔር ፡ ለሙሴ ፡ ወይቤሎ ፡ ንግሮሙ ፡ ለዝንቱ ፡ ሕዝብ ፡ ወበሎሙ ፡ ቀድሱ ፡ ርእሰክሙ ፡ ወአምጽኡ ፡ በበአብያተ ፡ አበዊክሙ ፡ በትረ ፤ ወጸሐፉ ፡ ከመ ፡ ታእምሩ ፡ በትሮሙ ፡ አንተ ፡ ወአሮን ፡ እኁከ ፤ ወእምቤትክሙሂ ፡ ይጽሐፍ ፡ አሮን ፡ በትሮ ፤ ወበትርከሰ ፡ ኢትጽሐፍ ፡ እስመ ፡ ፍጽምት ፡ ትእምርት ፡ ለደቂቀ ፡ ሕዝብከ ፡ ቅስት ፡ ለዐላውያን ፡ ወለኵሎሙ ፡ እለ ፡ አምኑሰ ፡ ትእምርተ ፡ ሕይወት ፤ ወሶበ ፡ ጸሐፍከ ፡ ይእዜ ፡ ምስሌሆሙ ፡ ይብሉከ ፡ ዛቲሰ ፡ እምትካት ፡ ገባሪተ ፡ መንክር ፡ በቃለ ፡ እግዚአብሔር ፡ እምይቤሉ ፡ ሶበ ፡ አርአይኩ ፡ ተአምረ ፡ በውስቴታ ፤ አላ ፡ ለቤተ ፡ አቡከ ፡ ጸሐፍ ፡ በትረ ፡ አሮን ※※※

And God spake unto Moses and said unto him, "Speak thou to this people and say unto them, 'Sanctify ye yourselves, and bring ye for each of the houses of your fathers a rod,' and write ye [the name] upon it so that ye may know their rods, thou and thy brother Aaron. Now of your houses let Aaron write upon his rod, but upon thine own rod make no mark, for it shall be a perfect miracle for the children of thy people, a vindication for the wicked, and a sign of life for all those who believe. If thou didst write [thy name] now with them, they would say unto thee, 'This hath been a worker of miracles from of old by the word of God'; let them say this when I have shown them a miracle by it (*i.e.* the rod). But for the house of thy father write upon the rod of Aaron." [Numbers 17, 8]

፺፰ ፡ በእንተ ፡ በትረ ፡ ሙሴ ፡ ወአሮን ።

98. CONCERNING THE ROD OF MOSES AND THE ROD OF AARON

ወነገሮሙ ፡ ሙሴ ፡ ዘንተ ፡ ወአምጽኡ ፡ በበአብያተ ፡ አበዊሆሙ ፡ እለ ፡ ኀረዩ ፡ ለንጽሕ ፡ ወኮነ ፡ ፲ ፡ ወ፪ ፡ አብትረ ፤ ወጸሐፈ ፡ ሙሴ ፡ አብትሪሆሙ ፡ በአስማተ ፡ አበዊሆሙ ፤ በትረ ፡ አሮን ፡ ተጽሕፈት ፡ በሌዊ ፡ ወበትረ ፡ ከርሚን ፡ ተጽሕፈ ፡ በይሁዳ ፡ ወበትረ ፡ አዶንያስ ፡ ተጽሕፈት ፡ በሮቤል ፡ ወኵሉ ፡ ቤተ ፡ እስራኤል ፡ ከማሁ ፡ ተጽሕፉ ፡ አብትሪሆሙ ፡ በበአስማተ ፡ አበዊሆሙ ። ወይቤሎ ፡ እግዚአብሔር ፡ ውግር ፡ ኀበ ፡ ጽዮን ፡ ኀበ ፡ ደብተራ ፡ ዘመርጡል ፡ ወዕጸው ፡ ህየ ፡ እስከ ፡ ነግህ ፡ ወንሥአን ፡ በቅድሜሆሙ ፡ ወሀቦሙ ፡ ለለ ፡ በትሮሙ ፡ ለለ ፡ አብያተ ፡ አበዊሆሙ ፡ ለለ ፡ አስማቲሆሙ ፡ ዘጽሑፍ ፡ ውስተ ፡ በትሩ ፡ ወዘተረክበ ፡ ትእምርት ፡ በውስተ ፡ በትሩ ፡ ውእቱ ፡ ኀረይኩ ፡ ይኩነኒ ፡ ካህነ ። ወነገሮሙ ፡ ሙሴ ፡ ዘንተ ፡ ነገረ ፡ ወገብሩ ፡ በከመ ፡ አዘዞሙ ፡ እግዚአብሔር ።

And Moses spake these words unto them, and they brought a rod into each of the houses of their fathers which they had chosen for purity, and there were twelve rods. And Moses wrote upon their rods the names of their fathers: on the rod of Aaron was written the name of Levi, and on the rod of Karmîn was written the name of Judah, and on the rod of Adônyâs was written the name of Reuben, and on the rod of every man of all the houses of Israel was written in like manner the name of his father. And God said unto Moses, "Carry [the rods] to Zion, to the Tent of Witness, and shut them up therein until the morning, and [then] take them out before the men and give unto each of them his rod, according to the houses of their fathers whose names are written on the rods, and the man on whose rod a mark shall be found is he whom I have chosen to be priest to Me." And Moses told the people these words, and they did according as God had commanded them.

ወእምዝ ፡ ሶበ ፡ ጸብሐ ፡ ነሥአ ፡ ወመጽኡ ፡ ኵሉ ፡ አእሩግ ፡ እስራኤል ፡ ወአሮን ፤ ወቦአ ፡ ሙሴ ፡ በቅድሜሆሙ ፡ ወአልዐሎን ፡ ለአብትር ፡ ወአምጽኦን ፡ ቅድመ ፡ ኵሉ ፡ ሕዝብ ፡ ወተረክበት ፡ በትረ ፡ አሮን ፡ ምስለ ፡ ፍሬ ፡ ወጽጌ ፡ ከርካዕ ፡ እንተ ፡ ትምዕዝ ፡ ሠናየ ፡ መዐዛ ፤ ወይቤሎሙ ፡ ሙሴ ፡ ርእዩኬ ፡ ዛቲ ፡ በትር ፡ ዘኀረየ ፡ እግዚአብሔር ፡ አምላክክሙ ፡ ኪያሁ ፡ ፍርሁ ፡ ወተቀነዩ ፡ ሎቱ ፤ ወሰገዱ ፡ ኵሉ ፡ ሕዝብ ፡ ለእግዚአብሔር ።

And then, when the morning had come, Moses took the rods, and all the elders of Israel and Aaron came. And Moses came before them, and he lifted up the rods and brought them before all the people, and the rod of Aaron was found with the fruit and flower of an almond which emitted a fragrant perfume. And Moses said unto them, "Look ye now. This is the rod which the Lord your God hath chosen, fear ye Him and worship Him"; and all the people bowed down before God.

በትርኬ ፡ ይእቲ ፡ ማርያም ፡ ወዘእንበለ ፡ ትስተይ ፡ ማየ ፡ ዘሠረጸት ፡ ጽጌ ፡ ዘእንበለ ፡ ዘርአ ፡ ብእሲ ፡ ዘተወልደ ፡ እምኔሃ ፡ ቃለ ፡ እግዚአብሔር ፤ ወዘይቤ ፡ ኀረይኩ ፡ አርኢ ፡ ትእምርተ ፡ ወይኩነኒ ፡ ካህነ ፡ ውእቱ ፡ እግዚአብሔር ፡ ኀረያ ፡ ለማርያም ፡ እምኵሉ ፡ ተዓይነ ፡ እስራኤል ፤ በከመ ፡ ተነበየ ፡ ዳዊት ፡ አቡሃ ፡ ያበድሮን ፡ እግዚአብሔር ፡ ለአናቅጸ ፡ ጽዮን ፡ እምኵሉ ፡ ተዓይኒሁ ፡ ለያዕቆብ ፤ ወመትልው ፡ ይቤ ፡ ነኪር ፡ ነገሩ ፡ በእንቲአኪ ፡ ሀገረ ፡ እግዚአብሔር ፤ እምኵሉ ፡ ትዕይንተ ፡ እስራኤል ፡ ወአናቅጺሃ ፡ ሶበ ፡ ይብል ፡ አርምሞ ፡ አፉሃ ፡ ወንጽሐ ፡ ከናፍሪሃ ፡ ወስብሐት ፡ ዘይወፅእ ፡ እምአፉሃ ፡ ከመ ፡ ጸቃውዕ ፡ ዘይውሕዝ ፡ እምከናፍሪሃ ፡ ወንጽሐ ፡ ድንግልናሃ ፡ ዘእንበለ ፡ ጥልቀት ፡ ወዘእንበለ ፡ ሙስና ፡ ወርኵስ ፡ እምቅድመ ፡ ትለድኒ ፤ ወእምድኅረ ፡ ወለደትኒ ፡ ንጽሕትኒ ፡ ወቅድስትኒ ፡ ወከማሁ ፡ ከመኒ ፡ እስከ ፡ ለዓለም ፤ ወበሰማያትኒ ፡ ንጽሕት ፡ ምስለ ፡ መላእክት ፡ ታንሶሱ ፡ ወይእቲ ፡ በትረ ፡ አሮን ፡ ህሉት ፡ ይእቲ ፡ ውስተ ፡ ጽዮን ፡ ምስለ ፡ ጎሞር ፡ መና ፡ ምልእት ፡ ወምስለ ፡ ክልኤ ፡ ጽላት ፡ እለ ፡ ተጽሕፉ ፡ በአጽባዕተ ፡ እግዚአብሔር ፡ ወጽዮን ፡ ሰማያዊት ፡ መንፈሳዊት ፡ መልዕልቴሆሙ ፡ ጽዮን ፡ እንተ ፡ ግብራ ፡ ወኀብራ ፡ ነኪር ፡ እንተ ፡ ለሊሁ ፡ ገባሪሃ ፡ ወኬንያሃ ፡ ለማኅደረ ፡ ስብሐቲሁ ※

Now this rod is Mary. And the rod which without water burst into bloom indicateth Mary, from whom was born, without the seed of man, the Word of God. And that He saith "I have chosen, I will make manifest a miracle, and he shall be priest to Me," meaneth that God chose Mary out of all the congregation of Israel, even as David her father prophesied, saying, "The Lord loveth the gates of Zion more than all the habitations of Jacob," and he further said, "Marvellous is His speech concerning thee, O city of God." And when he saith, "more than all the habitations of Israel" and "her gates" [he referreth to] the silence of her mouth, and the purity of her lips, and the praise which goeth forth from her mouth, like honey which floweth from her lips, and the purity of her virginity which was without spot or blemish or impurity before she brought forth; and after she had brought forth she was pure and holy, and so shall it be, even as it was, unto all eternity. And in the heavens she goeth about with the angels a pure thing; and she is the rod of Aaron. She liveth in Zion with the pot which is filled with manna, and with the two tables that were written with the Finger of God. And the heavenly, spiritual Zion is above them, the Zion, the making and constitution of which are wonderful, of which God Himself is her Maker and Fashioner for the habitation of His glory.

ወይቤሎ ፡ ለሙሴ ፡ ግበር ፡ ታቦተ ፡ እምዕፅ ፡

And God spake unto Moses [saying], "Make a

ዘኢይነቅዝ ፡ ወትለብጦ ፡ በወርቅ ፡ ጽሩይ ፡ እንተ ፡ ኵለንታሁ ፤ ወርቅሰ ፡ ጽርየተ ፡ መለኮት ፡ ዘወረደ ፡ እምሰማያት ፡ እስመ ፡ መለኮት ፡ ይእኅዝ ፡ ኵሎ ፡ ሰማያተ ፡ ወምድረ ፡ ወከማሁ ፡ በወርቅ ፡ ተለብጠት ፡ ታቦት ፡ ማኅደራ ፡ ለጽዮን ፡ ሰማያዊት ። ወታቦት ፡ ትትረጐም ፡ ማርያም ፡ ወዕፅ ፡ ዘኢይነቅዝ ፡ ይትረጐም ፡ ክርስቶስ ፡ መድኀኒነ ፡ ወጎሞር ፡ እንተ ፡ ይእቲ ፡ መሶበ ፡ ወርቅ ፡ እንተ ፡ ውስተ ፡ ታቦት ፡ ትትረጐም ፡ ይእቲ ፡ ማርያም ፡ ወመና ፡ ዘውስተ ፡ መሶብ ፡ ሥጋሁ ፡ ለክርስቶስ ፡ ይትረጐም ፡ ዘወረደ ፡ እምሰማያት ፡ ወቃለ ፡ እግዚአብሔር ፡ ዘተጽሕፈ ፡ ውስተ ፡ ክልኤ ፡ ጽላት ፡ ይትረጐም ፡ ክርስቶስ ፡ ወልደ ፡ እግዚአብሔር ፡ ወጽዮን ፡ መንፈሳዊት ፡ ትትረጐም ፡ ብርሃነ ፡ መለኮት ፤ መንፈሳዊት ፡ ባሕርይ ፡ እንተ ፡ ተገምረት ፡ ውስተ ፡ ታቦት ፡ በከመ ፡ ዕንቈ ፡ ባሕርይ ፡ እንተ ፡ ተኀቱ ፡ ዘብዙኅ ፡ ሤጣ ፡ ወይእኅዛ ፡ ዘአጥረያ ፡ ውስተ ፡ እዴሁ ፡ ወይፀብጣ ፡ ወያገምራ ፡ ውስተ ፡ እዴሁ ፡ ወእንዘ ፡ ሀለወት ፡ ውስተ ፡ እዴሁ ፡ ቦአ ፡ ወተገምረ ፡ ውስቴታ ፤ ወባሕርይ ፡ ዘአጥረያ ፡ ይትረጐም ፡ ቃለ ፡ እግዚአብሔር ፡ ክርስቶስ ፡ ወእንተ ፡ ተእኅዘት ፡ ባሕርይ ፡ መንፈሳዊት ፡ ትትረጐም ፡ ማርያም ፡ ወላዲተ ፡ ብርሃን ፡ ዘእምኔሃ ፡ ተሠገወ ፡ አክራጦስ ፡ ዘአልቦቱ ፡ ቱስሕት ፡ በውስቴታ ፡ ገብረ ፡ ማኅፈደ ፡ ለርእሱ ፡ እምሥጋሃ ፡ ንጹሕ ፡ ወተወልደ ፡ እምኔሃ ፡ ብርሃን ፡ ዘእምብርሃን ፡ አምላክ ፡ ዘእምአምላክ ፡ ዘተወልደ ፡ በፈቃዱ ፡ ወኢተገብረ ፡ በእደ ፡ ካልእ ፡ አላ ፡ ለርእሱ ፡ ገብረ ፡ ማኅፈደ ፡ በእንተ ፡ ኢትትረከብ ፡ ጥበብ ፡ እንተ ፡ ዕፁት ፡ እምኅሊና ፡ ሰብእ ※

ወካዕበ ፡ አመ ፡ አውፅአሙ ፡ እግዚአብሔር ፡ ለእስራኤል ፡ እምግብጽ ፡ ጸምኡ ፡ ማየ ፡ በቃዴስ ፡ ወአንጐርጐሩ ፡ ወበከዩ ፡ ኀበ ፡ ሙሴ ፡ ወሖረ ፡ ሙሴ ፡ ኀበ ፡ እግዚአብሔር ፡ ወአይድዖ ፡ ዘንተ ፡ ለእግዚአብሔር ፤ ወይቤሎ ፡ እግዚአብሔር ፡ ንሣእ ፡ በትረከ ፡ ወዝብጣ ፡

Tabernacle of wood which is indestructible [by worms and rot], and cover it over with plates of fine gold, every part thereof." And the gold is the fineness of the Godhead that came down from heaven, for the Godhead comprehendeth all heaven and earth; and in like manner is plated with gold the Tabernacle, the abode of the heavenly Zion. And the Tabernacle is to be interpreted as Mary, and the wood which is indestructible is to be interpreted as Christ our Redeemer. And the *Gômôr*, which is the pot of gold inside the Tabernacle, is to be interpreted as Mary, and the manna which is in the pot is to be interpreted as the Body of Christ which came down from heaven, and the Word of God which is written upon the two tables is to be interpreted as Christ, the Son of God. And the spiritual Zion is to be interpreted as the light of the Godhead. The spiritual Pearl which is contained in the Tabernacle is like a brilliant gem of great price, and he who hath acquired it holdeth it tightly in his hand, grasping it and hiding it in his hand, and whilst the gem is in his hand its owner goeth into the Tabernacle, and he is an inmate therein. And he who possesseth the Pearl is interpreted as the Word of God, Christ. And the spiritual Pearl which is grasped is to be interpreted as Mary, the Mother of the Light, through whom "'Akrâtôs," the "Unmixed," assumed a body. In her He made a Temple for Himself of her pure body, and from her was born the Light of Light, God of God, Who was born of His own freewill, and was not made by the hand of another, but He made a Temple for Himself through an incomprehensible wisdom which transcendeth the mind of man.

And on another occasion, when God brought Israel out of Egypt, they thirsted for water in Kâdês, and they murmured and wept before Moses; and Moses went to God and made Him to know this. And God said unto him, "Take thy rod and smite this rock"; and Moses smote the rock lengthwise and breadthwise in the

ለይእቲ ፡ እዝኅ ፡ ወዘበጣ ፡ ሙሴ ፡ ኑኃ ፡ ወግድማ ፡ በአርአያ ፡ ትእምርተ ፡ መስቀል ፡ ወውሕዘት ፡ ማየ ፡ ፲ወ፪ ፡ አፍላግ ፡ ወሰትዩ ፡ እምኔሃ ፡ ወረወዩ ፡ ሰብአሙ ፡ ወእንስሳሆሙ ፡ ወሰቲዮሙ ፡ ተለወቶሙ ፡ ይእቲ ፡ ኰኵሕ ። ወኰኵሕሰ ፡ ይተረጐም ፡ በክርስቶስ ፡ ወአፍላግ ፡ ሐዋርያት ፡ ወዘሰትዩ ፡ ትምህርተ ፡ ሐዋርያት ፡ ወበትርኒ ፡ ዕፀ ፡ መስቀል ፤ ወኰኵሕሰ ፡ በከመ ፡ ይቤ ፡ በወንጌል ፡ ዘሣረረ ፡ ዲበ ፡ ኰኵሕ ፡ ኢይትሀወክ ፡ እምአጋንንት ፤ ወካዕበ ፡ ይቤ ፡ አነ ፡ አንቀጽ ፤ ወካዕበ ፡ ይቤ ፡ አነ ፡ ዴዴ ፤ ወርእዩ ፡ ዘከመ ፡ ከፈሎሙ ፡ ለአርዳኢሁ ፡ እንዘ ፡ ይብል ፡ ወለእለ ፡ እምድኅሬሆሙ ፡ ጳጳሳት ፡ ወማኅበረ ፡ ክርስቲያን ፤ አንተ ፡ ኰኵሕ ፡ ይቤሎ ፡ ለጴጥሮስ ፡ ወላዕሌከ ፡ አሐንጾሙ ፡ ለሕዝበ ፡ ክርስቲያን ፤ ወዓዳ ፡ ይቤ ፡ አነ ፡ ኖላዌ ፡ አባግዕ ፡ ወሎቱኒ ፡ ይቤሎ ፡ ሠልሰ ፡ ረዐይኬ ፡ አባግዕየ ፤ ወካዕበ ፡ ይቤ ፡ አነ ፡ ጕንደ ፡ ዐጸደ ፡ ወይን ፤ ወሎሙኒ ፡ ይቤሎሙ ፡ አንትሙ ፡ አዕጹቂሁ ፡ ወአሕሩጊሁ ።

ወበትረ ፡ ሙሴኒ ፡ እንተ ፡ ባቲ ፡ በዘገብረ ፡ ተአምረ ፡ ትተረጐም ፡ ዕፀ ፡ መስቀል ፡ በዘአድኅኖ ፡ ለአዳም ፡ ወለደቂቁ ፡ እምሥቃየ ፡ አጋንንት ፡ ወበከመ ፡ ሙሴ ፡ ዘበጠ ፡ ባቲ ፡ ማየ ፡ ተከዜ ፡ ወረሰያ ፡ ደመ ፡ ወቀተለ ፡ ዓሣቲሆሙ ፡ ከማሁ ፡ ክርስቶስኒ ፡ በመስቀሉ ፡ ቀተሎ ፡ ለሞት ፡ ወአውፅኦሙ ፡ እምውስተ ፡ ሲኦል ፤ ወበከመ ፡ ሙሴ ፡ ዘበጠ ፡ በበትሩ ፡ ውስተ ፡ ነፋሳት ፡ ወጸልመ ፡ ኵላ ፡ ምድረ ፡ ግብጽ ፡ እስከ ፡ ፫ ፡ ዕለት ፡ ወ፫ ፡ ሌሊት ፡ ጽልመት ፡ ዘያርመሰምስ ፡ እስከ ፡ ኢይትነሥኡ ፡ እምስካቢሆሙ ፡ ወከማሁ ፡ ክርስቶስኒ ፡ ተሰቂሎ ፡ ዲበ ፡ ዕፅ ፡ አብርሀ ፡ ጽልመተ ፡ አልባበ ፡ ሰብእ ፡ ወተንሥአ ፡ እምዉታን ፡ በሣልስት ፡ ዕለት ፡ ወሣልስት ፡ ሌሊት ፤ ወበከመ ፡ በትረ ፡ ሙሴ ፡ ኮነ ፡ ሚጡተ ፡ ወወልጦተ ፡ በቃለ ፡ እግዚአብሔር ፡ እንዘ ፡ ይብስት ፡ ኮነት ፡ ዘነፍስ ፡ ወካዕበ ፡ እንዘ ፡

form of the Cross, and water flowed forth, twelve streams. And they drank their fill of the water, their people and their beasts, and when they had drunk that rock followed after them. And the rock is to be interpreted as Christ, and the streams of water as the Apostles, and that which they drank as the teaching of the Apostles, and the rod is the wood of the Cross. And the rock is stable, as it saith in the Gospel, "He who buildeth upon a rock shall not be moved by the demons." And again He saith, "I am the gate," and again He saith, "I am the door." And observe ye that when speaking He distinguished between his disciples even as He did between those who [came] after them, the Bishops and the Christian Community. "Thou art the rock," He said unto Peter, "and upon thee I will build the Christian people." And again He said, "I am the Shepherd of the sheep," and He said unto him thrice, "Feed my sheep." And again He said, "I am the stem of the vine," and unto them He said, "Ye are its branches and its clusters of fruit."

And the rod of Moses by means of which he performed the miracle is to he interpreted as the wood of the Cross, whereby He delivered Adam and his children from the punishment of devils. And as Moses smote the water of the river therewith, and turned it into blood, and slew their fish, in like manner Christ slew Death with His Cross, and brought them out of Sheôl. And as Moses smote in the air with his rod, and the whole land of Egypt became dark for three days and three nights[6] with a darkness which could be felt so that [the Egyptians] could not rise from their couches, so also Christ, being crucified upon the Cross, lightened the darkness of the hearts of men, and rose up from the dead on the third day and third night. And as the rod of Moses changed itself and transformed itself[7] by the Word of God, being dry yet possessing life, and possessing life yet became a dry thing, even so

ነፍስ ፡ ኮነት ፡ ይብስተ ፡ ወከማሁ ፡ ክርስቶስኒ ፡ በዕፀ ፡ መስቀሉ ፡ ረሰየ ፡ ሕይወተ ፡ ለሕዝበ ፡ ክርስቲያን ፡ ለእለ ፡ አምኑ ፡ ቦቱ ፤ ረሰየ ፡ በትእምርተ ፡ መስቀል ፡ ከመ ፡ ይሰደዱ ፡ መንፈሰ ፡ አጋንንት ፡ እስመ ፡ ተውላጠ ፡ ኮኑ ፡ አጋንንት ፡ ወክርስቲያን ፡ እሙንቱ ፡ እንዘ ፡ መንፈሳዊያን ፡ ኮኑ ፡ ኅሱራነ ፡ በተዐድዎ ፡ ትእዛዘ ፡ እግዚአሙ ፡ ኮኑ ፡ ስዱዳነ ፡ በኀይለ ፡ መስቀሉ ፡ ወንሕነኒ ፡ ኮነ ፡ መንፈሳዊያነ ፡ በነሢአ ፡ ሥጋሁ ፡ ወደሙ ፡ ህየንቴሆሙ ፡ ለእለ ፡ ተሰዱ ፡ መንፈሳዊያን ፡ ወኮነ ፡ ንሕነ ፡ ሰባሕያነ ፡ እለ ፡ አመነ ፡ በመስቀሉ ፡ ወበትንሣኤሁ ፡ ቅድስት ፤ ወበከመ ፡ ሙሴ ፡ ዘበጠ ፡ አድባረ ፡ ወአምጽአ ፡ መቅሠፍተ ፡ በትእዛዘ ፡ እግዚአብሔር ፡ ሰፊሖ ፡ እዴሁ ፡ ምስለ ፡ በትሩ ፡ ከማሁ ፡ ክርስቶስኒ ፡ አውፅአሙ ፡ ለአጋንንት ፡ እምላዕለ ፡ ሰብእ ፡ በኀይለ ፡ መስቀሉ ፡ ሰፊሖ ፡ እዴሁ ፡ ዲበ ፡ ዕፀ ፡ መስቀል ፤ ሶበ ፡ ይቤሎ ፡ እግዚአብሔር ፡ ለሙሴ ፡ ዝብጥ ፡ በበትርከ ፡ ዘንተ ፡ ብሂል ፡ ዕትብ ፡ በማዕተበ ፡ መስቀሉ ፡ ለክርስቶስ ፡ ብሂል ፤ ወሶበ ፡ ይቤሎ ፡ እግዚአብሔር ፡ ለሙሴ ፡ ስፋሕ ፡ እዴከ ፡ ዝኒ ፡ ብሂል ፡ ከመ ፡ በስፍሐተ ፡ እዴሁ ፡ አድኀነነ ፡ ክርስቶስ ፡ እምተቀንዮ ፡ ለጸላኢ ፡ ወወሀበነ ፡ ሕይወተ ፡ እንቲአሁ ፡ በስፍሐተ ፡ እዴሁ ፡ በዲበ ፡ ዕፀ ፡ መስቀል ፡ ብሂል ።

Christ with the wood of His Cross made life for the Christian people who believed on Him, and, with the Sign of the Cross made them to drive away devils. For the demons and the Christians became changed; the spiritual beings became reprobates, and through transgressing the commandment of their Lord they became exiled ones by the might of His Cross. And we have become spiritual beings through receiving His Body and Blood in the place of those spiritual beings who were exiled, and we have become beings worthy of praise who have believed in His Cross and in His holy Resurrection. And as Moses smote the mountains by stretching out his hands with his rod, and brought forth punishments by the command of God, even so Christ, by stretching out His hands upon the wood of the Cross, drove out the demons from men by the might of His Cross. When God said unto Moses, "Smite with thy rod," He meant, "Make the Sign of the Cross of Christ," and when God said unto Moses, "Stretch out thy hand," He meant that by the spreading out of His hand Christ hath redeemed us from the servitude of the enemy, and hath given us life by the stretching out of His hand upon the wood of the Cross.

ወአመኒ ፡ ይጸብኡ ፡ ዐማልቅ ፡ ምስለ ፡ እስራኤል ፡ ዐርገ ፡ ሙሴ ፡ ውስተ ፡ ደብር ፡ ወአሮን ፡ ምስሌሁ ፡ ዐርጉ ፡ ከመ ፡ ይጸልዩ ፡ እስመ ፡ ተኀየሉ ፡ ዐማሌቅ ፡ ወአዘዞ ፡ እግዚአብሔር ፡ ለሙሴ ፡ ወይቤሎ ፡ ስፋሕ ፡ እዴከ ፡ እስከ ፡ ይረክቡ ፡ ኀይለ ፡ እስራኤል ፤ ወይቤ ፡ በውስተ ፡ ኦሪት ፡ ኮና ፡ ርቡባተ ፡ እዴሁ ፡ ለሙሴ ፡ እስከ ፡ ዕርበተ ፡ ፀሐይ ፡ አላ ፡ ባሕቱ ፡ ክቡዳት ፡ እደዊሁ ፡ ለሙሴ ፡ ወሶበ ፡ የዐፅቦ ፡ አውረደ ፡ እዴሁ ፡ እምዘ ፡ ሰፍሐ ፡ ይትዌጽዑ ፡ እስራኤል ፡ ወይመውእዎሙ ፡ ፀሮሙ ፤ ወሶበ ፡ ያሌዕል ፡

And when Amalek fought with Israel, Moses went up into the mountain, and Aaron was with him; they went up to pray because Amalek was prevailing. And God commanded Moses and said unto him, "Stretch out thy hand until Israel obtaineth the power [over Amalek]." And it saith in the Tôrâh that the hands of Moses were held out until the sunset; but the hands of Moses became heavy, and being aweary he dropped his hands that had been stretched out, and then Israel ceased to prevail and their enemies overcame them. And when Moses kept his hand up and stretched

እዴሁ ፡ ወይሰፍሕ ፡ በርቱዕ ፡ ይትመውኡ ፡ ዐማሌቅ ፡ ወይሰድድዎሙ ፡ እስራኤል ፡ ወይመውእዎሙ ፡ ለፀሮሙ ፡ ዓማሌቅ ፤ ወዘንተ ፡ ሶበ ፡ ርእዩ ፡ አሮን ፡ ወሆር ፡ ነደቁ ፡ እብነ ፡ በየማኑ ፡ ወበፀጋሙ ፡ ለሙሴ ፡ ወአፅግዑ ፡ እደወ ፡ ሙሴ ፡ ላዕለ ፡ አእባን ፤ ዘነደቁ ፡ አሮን ፡ እንተ ፡ የማኑ ፡ ወሆር ፡ እንተ ፡ ፀጋሙ ፡ ወአኀዝዎ ፡ ዲበ ፡ መታክፍቲሆሙ ፡ ከመ ፡ ኢያግብእ ፡ እዴሁ ፡ እምዘሰፍሐ ።

ወዘንተ ፡ እፌክር ፡ ለክሙ ፤ ፀብአ ፡ ዐማሌቅሰ ፡ ምስለ ፡ እስራኤል ፡ ፀብአ ፡ መሀይምናን ፡ ምስለ ፡ አጋንንት ፡ ውእቱ ፡ ወዘእንበለ ፡ ይሰቀል ፡ ክርስቶስ ፡ ሞእዎሙ ፡ ለቀደምት ፡ ወሶበ ፡ ሰፍሐ ፡ እዴሁ ፡ ዲበ ፡ ዕፀ ፡ መስቀል ፡ በእንተ ፡ ኀጢአተ ፡ አዳም ፡ ወደቂቁ ፡ ወሶበ ፡ ሰፍሐ ፡ እዴሁ ፡ ወተቀነወ ፡ እራኁ ፡ ሞእዎሙ ፡ እለ ፡ ይትዐተቡ ፡ በመስቀሉ ፡ ለክርስቶስ ፤ ስፍሐ ፡ እዴሁ ፡ ለሙሴ ፡ ይተረጎም ፡ ስቅለቱ ፡ ለክርስቶስ ፡ ወዘነደቁ ፡ አእባን ፡ አሮን ፡ ወሆር ፡ ይተረጎም ፡ ዕፀ ፡ መስቀል ፡ ወቅንዋት ፡ ወአሮን ፡ ይተረጎም ፡ በፈያታዊ ፡ የማን ፡ ወሆር ፡ በፈያታዊ ፡ ዘፀጋም ፡ ወዐማሌቅ ፡ ይተረጎም ፡ በአጋንንት ፡ ወንጉሦሙ ፡ ለዐማሌቅ ፡ ይተረጎም ፡ በሰይጣን ፤ ወአሜሃ ፡ ዘተመውኡ ፡ ውእቶሙ ፡ በትንሣኤሁ ፡ ለክርስቶስ ፡ ወበመስቀሉ ፡ ሞእናሆሙ ፡ ለአጋንንት ፡ ወለሰይጣን ።

ወካዕበ ፡ አመ ፡ ይወፅኡ ፡ እስራኤል ፡ እምግብጽ ፡ ወፅኡ ፡ ውስተ ፡ ማይ ፡ መሪር ፡ ወኀጥኡ ፡ ዘይሰትዩ ፡ እምረተ ፡ ማዩ ፡ ወቀዳሚ ፡ ነጐርጓር ፡ አንጐርጐሩ ፡ በእንተ ፡ ምረተ ፡ ማይ ፤ ወይቤሎ ፡ እግዚአብሔር ፡ ለሙሴ ፡ ንሣእ ፡ በትረከ ፡ ወደይ ፡ ውስቴቱ ፡ ወዕተቦ ፡ ይምነ ፡ ወፅግመ ፤ ወርኢ ፡ በዝንቱ ፡ ሶበ ፡ ይቤሎ ፡ እግዚአብሔር ፡ ይኩን ፡ ጥዑመ ፡ እመ ፡ ኢኮነኑ ፡ ጥዑመ ፤ ወባሕቱ ፡ ያርኢ ፡ ከመ ፡ በትእምርተ ፡ መስቀል ፡ ይሤኒ ፡

out straight, Amalek was overcome, and Israel put to flight and vanquished their enemy Amalek. And when Aaron and Hôr (Hur) saw this, they piled up stones on the right and on the left of Moses, and they made the hands of Moses to rest on the stones which they had built up, and Aaron on his right and Hôr on his left held Moses up with their shoulders, so that his hands might not drop from their stretched out position.

And now I will explain this to you. The war of Amalek against Israel is the war of believers against the demons, and before Christ was crucified the demons conquered the believers. But when He stretched out His hand on the wood of the Cross because of the sin of Adam and his children, and when He stretched out His hand and His palm was pierced [with the nails], those who were sealed with the Sign of the Cross of Christ conquered them (*i.e.* the demons). The stretching out of the hand of Moses indicateth the Cross of Christ; and that Aaron and Hôr builded up stones indicateth the wood of the Cross and the nails. And Aaron indicated: the thief on the right, and Hôr the thief on the left; and Amalek indicateth the demons, and the king of Amalek indicateth Satan. And as concerning that they (the Amalekites) were conquered, this indicateth that we have conquered the demons and Satan by the Resurrection of Christ and by His Cross.

And again when Israel went out of Egypt they came to bitter water, and they lacked drink because the water was bitter; and first of all they murmured because of the bitterness of the water. And God said unto Moses, "Lift up thy rod, and cast it into the water, and sign it with the Sign of the Cross right and left." Now mark what followeth. Had God said unto him, "Let it become sweet," then would the water not have become sweet? But He made manifest that by the Sign of the Cross everything becometh good, and bitter water

ኵሉ ፡ ወማይ ፡ መሪር ፡ ይከውን ፡ ጥዑመ ፡ ወኵሉ ፡ ዘማሰነ ፡ በኀይለ ፡ መስቀሉ ፡ ለኢየሱስ ፡ ክርስቶስ ፡ ይከውን ፡ ሠናየ ፡ ወአዳመ ።

becometh sweet, and that by the might of the Cross of Jesus Christ every polluted thing becometh good and pleasant.

ወባዕድኒ ፡ በዘ ፡ እነግረከ ፡ እምካልአን ፡ ነቢያት ፡ በእንተ ፡ ስቅለቱ ፤ ይቤ ፡ ዳዊት ፡ ቀነዉኒ ፡ እደውየ ፡ ወእገርየ ፡ ዝኒ ፡ ገሃደ ፡ አርአየ ፡ በእንተ ፡ ቅንዋተ ፡ እደዊሁ ፡ ወእገሪሁ ፤ ወካዕበ ፡ ይቤ ፡ አስተዩኒ ፡ ብሒአ ፡ ለጽምእየ ፡ ዘኒ ፡ ገሃደ ፡ አርአየ ፡ ከመ ፡ ሰረበ ፡ ብሒአ ፡ በእንተ ፡ ስሕተቱ ፡ ለአዳም ፤ መንፈሰ ፡ ሕይወተ ፡ ዘነፍሐ ፡ ላዕሌሁ ፡ ለአዳም ፡ ሰረበ ፡ ብሒአ ፡ ወእድ ፡ እንተ ፡ ሣረረታ ፡ ለምድር ፡ ተቀነወት ፡ ዘበእንቲአሁ ፡ ለአዳም ፡ ተትሒቶ ፡ ተወልደ ፡ አያያተ ፡ ገብር ፡ ነሚአ ※ ※ ※

And here I will declare unto thee yet other matters from the rest of the Prophets concerning His Crucifixion. David saith, "They have pierced for me my hands and my feet"; now this referreth clearly to the nails of His hands and His feet. And again he saith, "They made me drink vinegar for my thirst," and this showeth clearly that He drank vinegar because of the sin of Adam. The Breath of Life that had breathed upon Adam drank vinegar, and the Hand that had founded the earth was pierced with a nail. He Who for the sake of Adam abased Himself was born, and took the form of a servant.

፺፱ ፡ በእንተ ፡ ክልኤቱ ፡ አግብርት ።

99. CONCERNING THE TWO SERVANTS

እስመ ፡ ብእሲ ፡ ንጉሥ ፡ ከመ ፡ ዘቦቱ ፡ ፪አግብርተ ፡ ፩ዕቡይ ፡ ወጽኑዕ ፡ ወ፩ትሑት ፡ ወድኩም ፡ ወተኀየሎ ፡ ውእቱ ፡ ዕቡይ ፡ ለውእቱ ፡ ትሑት ፡ ወዘበጦ ፡ ወቀተሎ ፡ ወሰለቦ ፤ ወርእዮሙ ፡ ንጉሥ ፡ እምልዑል ፡ መንበሩ ፡ ወካዕበ ፡ ውእቱ ፡ ንጉሥ ፡ ወሪዶ ፡ አኀዞ ፡ ለውእቱ ፡ ዕቡይ ፡ ወዘበጦ ፡ ወቀጥቀጦ ፡ ወአሰሮ ፡ ወወደዮ ፡ ውስተ ፡ ቤተ ፡ ጽልመት ፡ ወለውእቱሰ ፡ ትሑት ፡ ወድኩም ፡ ገብሩ ፡ አንሥአ ፡ ወሐቀፎ ፡ ወነገፎ ፡ ጸበሎ ፡ ወኀፀቦ ፡ ወሶጠ ፡ ቅብአ ፡ ወወይነ ፡ ለቍስሉ ፡ ወጸዐኖ ፡ ዲበ ፡ አድጉ ፡ ወአብጽሖ ፡ ውስተ ፡ ሀገሩ ፡ ወአዕረጎ ፡ ዲበ ፡ መንበሩ ፡ ወአንበሮ ፡ በየማኑ ። ንጉሥሰ ፡ ክርስቶስ ፡ ውእቱ ፡ በአማን ፡ ወአግብርትኒ ፡ ዘእቤ ፡ ሰይጣን ፡ ዕቡይ ፡ ወአዳም ፡ ትሑት ፤ ወርእዮ ፡ ዘከመ ፡ ተኀየሎ ፡ ወአውደቆ ፡ ወረደ ፡ እምልዑል ፡ መንበሩ ፡ ወአንሥአ ፡ ለአዳም ፡ ገብሩ ፡ ወአሰሮ ፡

Now [it is said] that a certain king had two slaves: the one was arrogant and strong, and the other was humble and weak. And the arrogant slave overcame the humble one, and smote him and all but slew him, and robbed him, and the king upon his throne saw them. And the king descending seized the arrogant slave, and beat him, and crushed him, and bound him in fetters, and cast him into a place of darkness. And he raised up his humble and weak slave, and embraced him, and brushed away the dust from him, and washed him, and poured oil and wine into his wounds, and set him upon his ass, and brought him into his city and set him up on his throne, and seated him on his right hand. Now the king is in truth Christ, and the arrogant servant whom I have mentioned is Satan, and the humble servant is Adam. And when Christ saw how the arrogant servant overcame the humble one, and cast him down in the dust, He came down from His

ለሰይጣንሰ ፡ ውስተ ፡ ረዓደ ፡ ሲኦል ፤ ወለሥጋ ፡ አዳም ፡ አንበሮ ፡ ዲበ ፡ መንበረ ፡ መለኮት ፡ አዕበዮ ፡ ወአልዐሎ ፡ ወአክበሮ ፡ ወተሰብሐ ፡ እምነ ፡ ኵሎሙ ፡ እለ ፡ ፈጠረ ፡ መላእክት ፡ ወሊቃነ ፡ መላእክት ፡ እልፍ ፡ አእላፋት ፡ ወትእልፌተ ፡ አእላፋት ፡ መንፈሳዊያን ፤ እስመ ፡ አውደቆ ፡ ለዕቡይ ፡ ወአንሥኦ ፡ ለትሑት ፡ አኅሰሮ ፡ ለዕቡይ ፡ ወአክበሮ ፡ ለትሑት ፡ አስቆረሮ ፡ ለዕቡይ ፡ ወአፍቀሮ ፡ ለትሑት ፡ ተሀየዮ ፡ ለዝኍር ፡ ወመሐሮ ፡ ለነዳይ ፡ እምልዕልና ፡ አውደቆ ፡ ለዕቡይ ፡ ወእመሬት ፡ አንሥኦ ፡ ለምስኪን ፡ እምክብሩ ፡ ነሠቶ ፡ ለኀያል ፡ ወእሙስና ፡ አንሥኦ ፡ ለነዳይ ፤ እስመ ፡ ኀቤሁ ፡ ክብር ፡ ወኀሳር ፡ ለዘ ፡ ፈቀደ ፡ ያከብር ፡ ወለዘፈቀደ ፡ ያኅስር ※ ※ ※

throne and raised up Adam, His servant, and bound Satan in fetters in the terror of Sheôl. And He seated the body of Adam upon the throne of His Godhead, and magnified him, and exalted him, and honoured him; and he was praised by all the beings whom He had created, the angels and the archangels, thousands of thousands, and tens of thousands of thousands of spiritual beings. For He brought low the arrogant and raised up the humble, and reduced the arrogant to shame and exalted to honour the humble, and rejected the arrogant and loved the humble, and scorned the haughty and had pity on the lowly. He cast down the arrogant from his high place, and lifted the poor up out of the dust. He snatched away the mighty one from his honour, and raised up the poor from corruption, for with Him are honour and disgrace. Whom He wisheth to honour He honoureth, and whom He wisheth to disgrace He disgraceth.

፻ ፡ በእንተ ፡ እለ ፡ ተዐደዉ ፡ መላእክት ።

100. CONCERNING THE ANGELS WHO REBELLED

ወቦ ፡ ካዕበ ፡ መላእክትሂ ፡ እለ ፡ ተምዕዖሙ ፡ እግዚአብሔር ፡ እስመ ፡ አእመሮሙ ፡ ማእምረ ፡ ልብ ፡ ዘሐመይዎ ፡ ለአዳም ፡ እንዘ ፡ ይብሉ ፡ እምድኅረ ፡ አፍቀሮ ፡ እግዚአብሔር ፡ ወወሀቦ ፡ ኪያነሂ ፡ ከመ ፡ ንትለአኮ ፡ ወእንስሳ ፡ ወአራዊት ፡ ወዓሣተ ፡ ባሕር ፡ ወአዕዋፈ ፡ ሰማይ ፡ ወኵሉ ፡ ፍረያት ፡ ወዕፀወ ፡ ገዳም ፡ ወዓዲ ፡ ሰማያት ፡ ወምድር ፤ ወወሀቦ ፡ ሰማይኒ ፡ ከመ ፡ ተሀቦ ፡ ዝናመ ፡ ወምድርኒ ፡ ከመ ፡ ተሀቦ ፡ ፍረያተ ፤ ወዓዲ ፡ ፀሐየ ፡ ወወርኀ ፡ ወሀቦ ፡ ፀሐይኒ ፡ ከመ ፡ ያብርህ ፡ ሎቱ ፡ በመዐልት ፡ ወወርኀኒ ፡ ከመ ፡ ያብርህ ፡ ሎቱ ፡ በሌሊት ፤ ለሐኮ ፡ በአጻብዒሁ ፡ ወፈጠሮ ፡ በአምሳሊሁ ፡ ወሰዐሞ ፡ ወነፍሐ ፡ ላዕሌሁ ፡ መንፈሰ ፡ ሕይወት ፡ ወይቤሎ ፡

And there were certain angels with whom God was wroth—now He, the Knower of the heart knew them—and they reviled Adam, saying, "Since God hath shown love to him He hath set us to minister unto him, and the beasts and creeping things, and the fish of the sea, and the birds of the air, and all fruits, and the trees of the field, and the heavens and the earth also; and He hath appointed the heavens to give him rain, and the earth to give him fruits. And the sun and the moon also hath He given him, the sun to give him light by day and the moon to give him light in the night season. He hath fashioned him with His fingers, and He hath created him in His own image, and He hath kissed him and breathed upon him the spirit of life; and He saith unto him, 'My son,

ወልድየ ፡ በኵርየ ፡ ወፍቁርየ ፤ ወሤሞ ፡ ውስተ ፡ ገነት ፡ ከመ ፡ ይብላዕ ፡ ወይትፈጋዕ ፡ ዘእንበለ ፡ ደዌ ፡ ወሕማም ፡ ዘእንበለ ፡ ጻማ ፡ ወስራሕ ፡ ወአዘዞ ፡ ከመ ፡ ኢይብላዕ ፡ እምአሐቲ ፡ ዕፅ ፤ ወዘንተ ፡ ኵሎ ፡ እምድኅረ ፡ አወፈዮ ፡ ተዐደወ ፡ ወበልዐ ፡ እምይእቲ ፡ ዕፅ ፡ ወኮነ ፡ ጽሉአ ፡ ወምኑነ ፡ ወሰደዶ ፡ እምገነት ፤ እምይእዜሰ ፡ ቀብጸ ፡ ተስፋሁ ፡ እስመ ፡ ተዐደወ ፡ ትእዛዘ ፡ ፈጣሪሁ ።

ወአውሥአሙ ፡ እግዚአብሔር ፡ ለመላእክት ፡ እለ ፡ ሐመይዎ ፡ ከመዝ ፡ ለአዳም ፡ ወይቤሎሙ ፡ ለምንት ፡ ከመዝ ፡ ተሐምይዎ ፡ ለአዳም ፡ እስመ ፡ ሥጋ ፡ ወደም ፡ ውእቱ ፡ ወሐመድ ፡ ወመሬት ፡ ውእቱ ። ወአውሥኡ ፡ መላእክት ፡ ወይቤልዎ ፡ ንንብብኑ ፡ ቅድሜከ ፡ እግዚኦ ፡ ኀጢአቶ ፡ ለአዳም ። ወይቤሎሙ ፡ እግዚአብሔር ፡ ንበቡ ፡ ወእሰምዐክሙ ፡ አነሂ ፡ ወአወሥአክሙ ፡ በእንተ ፡ አዳም ፡ ገብርየ ፤ እስመ ፡ ተኬነወ ፡ እግዚአብሔር ፡ በእንተ ፡ አዳም ፡ እስመ ፡ ይቤ ፡ ፈጠርክዎ ፡ እመሬት ፡ ወኢይገድፎ ፡ ለልሕኵትየ ፡ አምጻእክ ፡ እምኀበ ፡ ኢሀሎ ፡ ወኢይሬስዮ ፡ ስላተ ፡ ጸላኢሁ ፡ ለግብረ ፡ እደዊየ ። ወይቤሉ ፡ እሙንቱ ፡ መላእክት ፡ ስብሐት ፡ ለከ ፡ እግዚኦ ፡ እስመ ፡ አእመርከነ ፡ ማእምረ ፡ አልባብ ፡ ከመ ፡ ሐመይናሁ ፡ ለአዳም ፡ በእንተ ፡ ዘተዐደወ ፡ ትእዛዘ ፡ ዚአከ ፡ ከመ ፡ ኢይብላዕ ፡ እምአሐቲ ፡ ዕፅ ፡ እምድኅረ ፡ አመስፈንኮ ፡ ላዕለ ፡ ኵሉ ፡ ዘፈጠርከ ፡ ወሤምኮ ፡ ላዕለ ፡ ኵሉ ፡ ግብረ ፡ እደዊከ ፤ ወሶበ ፡ እመ ፡ ኢነገርኮ ፡ ወእመ ፡ ኢአዘዝኮ ፡ ከመ ፡ ኢይብላዕ ፡ እምይእቲ ፡ ዕፅ ፡ እመ ፡ ኢኮና ፡ ጌጋየ ፡ ወሶበኒ ፡ በልዐ ፡ በኀጢአ ፡ መብልዕ ፡ እመ ፡ ኢኮና ፡ ጌጋየ ፤ አላ ፡ አጠየቆ ፡ ቃለከ ፡ ወትቤሎ ፡ እመ ፡ በሊዐ ፡ ትበልዕ ፡ እምዝንቱ ፡ ዕፅ ፡ ሞተ ፡ ትመውት ፤ ወውእቱሰ ፡ እምድኅረ ፡ ሰምዐ ፡ ዘንተ ፡ ጠብዐ ፡ ወበልዐ ፤ ኢያኅጣእኮ ፡ ዘይበልዕ ፡

My firstborn, My beloved.' And He hath set him in a garden to eat and enjoy himself without sickness or suffering, and without toil or labour, but He hath commanded him not to eat from one tree. And being given all these things by God, Adam hath transgressed and eaten of that tree, and he hath become hated and rejected, and God hath driven him out of the Garden, and from that time Adam hath abandoned his hope, for he hath transgressed the commandment of his Creator."

And God answered the angels who reviled Adam in this wise, and He said unto them, "Why do ye revile Adam in this wise? For he is flesh, and blood, and ashes and dust." And the angels answered and said unto Him, "May we declare before Thee the sin of Adam?" And God said unto them, "Declare ye [his sin], and I will hearken unto you, and I Myself will answer you in respect of Adam My servant." For God had worked on behalf of Adam. And God said, "I created him out of the dust, and I will not cast away that which I have fashioned. I brought him forth out of non-existence, and I will not make My handiwork a laughingstock for his enemies." And those angels said, "Praise be unto Thee, O Lord. For Thou, the Knower of hearts, knowest that we have reviled Adam because he hath transgressed Thy commandment that he was not to eat of one tree after Thou hadst made him lord over everything which Thou hast created, and hadst set him over every work of Thy hands. And if Thou hadst not told him, and if Thou hadst not commanded him not to eat of one tree there would have been no offence [on his part]; and if he had eaten because of a lack of food there would have been no offence [on his part]. But Thy word made him to know, and Thou didst say, 'As surely as thou eatest of this tree thou shalt die.' [Genesis 2, 17] And he, after hearing this, made bold and ate. Thou didst not let him lack sweet fruits to eat from the Garden, and Thou didst not let him lack one to comfort him and

ጥዑመ ፡ ፍረያተ ፡ እምነ ፡ ገነት ፡ ወኢያኀጣእኮ ፡ ዘይናዝዞ ፡ ወቢጸ ፡ ዘይረድኦ ፡ ከማሁ ፤ ወዘንተ ፡ ንቤ ፡ ወአእመርከነ ፡ ወከሠትነ ፡ ለከ ፡ ከመ ፡ ተዐደወ ፡ ትእዛዘከ ።

አውሥአሙ ፡ መሓሪ ፡ ወመፍቀሬ ፡ ምሕረት ፡ ህየንተ ፡ አዳም ፡ ወይቤሎሙ ፡ አንትሙሰ ፡ ፩ ፡ ኀሊና ፡ ፈጠርኩክሙ ፡ ለስብሐት ፡ እምእሳት ፡ ወነፋስ ፡ ወሎቱሰ ፡ ፈጠርክዎ ፡ ምክዕቢተ ፡ ዚአክሙ ፡ እመሬት ፡ ወእማይ ፡ እምነፋስ ፡ ወእሳት ፤ ወኮነ ፡ ዘሥጋ ፡ ወደም ፤ ወቦቱ ፡ ፲ኀሊናት ፡ ፭ዘሠናያት ፡ ወ፭ዘእኩይ ፡ ወለእመ ፡ አጥብዐ ፡ ልቡ ፡ ለሠናይ ፡ የሐውር ፡ በኀሊና ፡ ሠናይ ፡ ወለእመሰ ፡ አስሐቶ ፡ ዲያብሎስ ፡ የሐውር ፡ ኀቤሁ ፡ በፍኖት ፡ እኩይ ፤ ወአንትሙሰ ፡ አልብክሙ ፡ ባዕደ ፡ ኀሊና ፡ ዘእንበለ ፡ ስብሐትየ ፡ ዘእንበለ ፡ ውእቱ ፡ ዕቡይ ፡ ዘአሥረጸ ፡ ለእከይ ፡ ወኮነ ፡ እኩየ ፡ ወተሰዕረ ፡ እማኅበርክሙ ፤ ወአንትሙኒ ፡ ለምንት ፡ ትትዔበዩ ፡ ላዕለ ፡ አዳም ፤ ወሶበ ፡ ኮንክሙ ፡ ከማሁ ፡ ወፈጠርኩክሙ ፡ እማይ ፡ ወመሬት ፡ እምኮንክሙ ፡ ሥጋ ፡ ወደም ፡ ወእምአፈድፈድክሙ ፡ እምኔሁ ፡ ዐሊወ ፡ ትእዛዝየ ፡ ወክሒደ ፡ ቃልየ ። ወይቤልዎ ፡ ስብሐት ፡ ለከ ፡ እግዚኦ ፤ ሐሰ ፡ ለነ ፡ ኢንትዐደው ፡ ትእዛዘከ ፡ ወኢነዐሉ ፡ ቃለከ ፡ እስመ ፡ ንሕነ ፡ መንፈሳውያን ፡ ለሕይወት ፡ ወውእቱሰ ፡ መሬታዊ ፡ ለእበድ ፤ ወይእዜኒ ፡ እመ ፡ ንክል ፡ ጥዩቀ ፡ ፍትነነ ፡ ወአመክረነ ፡ ከመ ፡ ታእምር ፡ ለእመ ፡ ንክል ፡ ዐቂበ ፡ ቃልከ ።

ወሶበ ፡ ከመዝ ፡ ተመክሑ ፡ ይቤሎሙ ፡ እግዚአብሔር ፡ መፍቀሬ ፡ ሰብእ ፡ እምከመሰኬ ፡ ተስሕትክሙ ፡ በዐሊወ ፡ ቃልየ ፡ ግፍዕክሙ ፡ ላዕለ ፡ ርእስክሙ ፡ ሐረረት ፡ ገሀነም ፡ ወእሳት ፡ ወተይ ፡ ወመርቄ ፡ ወዐውሎ ፡ ምንባሪክሙ ፡ እስከ ፡ ዕለት ፡ ዐባይ ፡ ትትዐቀቡ ፡ በሰናስል ፡ ዘኢይትፈታሕ ፡ ወኢይሰበር ፡ እስከ ፡ ለዓለም ፤ ወለእመሰ ፡ ጥዩቀ ፡ ዐቀብክሙ ፡ ቃልየ ፡ ወገበርክሙ ፡ ትእዛዝየ ፡ ትነብሩ ፡ በየማንየ ፡

a companion like unto himself. And these things we say and make known unto Thee, and we have revealed unto Thee how he hath transgressed Thy commandment."

And the Merciful One and the Lover of mercy answered them on behalf of Adam, and said unto them, "You have I created out of fire and air with the one intent [that ye should] praise [Me]. Him have I created of twice as many elements as you—of dust and water, and of wind and fire; and he became [a being] of flesh and blood. And in him are ten thoughts (or, intentions), five good, and five bad. And if his heart inciteth him to good, he walketh with good intent; and if the Devil seduceth him, he walketh with him on evil path. As for you, ye have no other object in yon minds but praise of Me, with the exception of that arrogant one who produced evil, and became an evil being, and was driven forth from your assembly. And now, why do ye magnify yourselves over Adam? If ye were as he is, and I had created you of water and dust, ye would have been flesh and blood, and ye would have transgressed My commandment more than he hath done, and denied My word." And the angels said unto Him, "Praise be unto Thee, O Lord! Far be it!' from us! We will not transgress Thy commandment, and we will not oppose Thy word; for we are spiritual beings for life, and he is a creature of dust [doomed] to folly. And now try us well, and put us to the test so that Thou mayest know whether we are able to keep Thy word."

And when they had vaunted themselves in this manner God, the Lover of men, said unto them, "If now ye go astray so far as this in transgressing My word, the wrong will be upon your own heads, [for] Jahannam (or, hell), and fire, and sulphur, and fervent heat, and whirlwind shall be your habitation until the Great Day: ye shall be kept in chains which can neither be loosened nor broken for ever. But if ye keep truly My word, and ye do

ወበፀጋምየ ፧ እስመ ፡ ኵሉ ፡ ዘሞአ ፡ ኃየለ ፡ ወዘሰ ፡ ተመውአ ፡ ተኃየለ ፧ እስመ ፡ ሰይጣንሂ ፡ አልቦ ፡ ኃይለ ፡ ዘእንበለ ፡ ዳእሙ ፡ ዘያሠርጽ ፡ ውስተ ፡ ኅሊና ፡ ወኢይኤዝዝ ፡ ወኢያጌብር ፡ ወኢይዘብጥ ፡ ወኢይስሕብ ፡ ወኢይእኅዝ ፡ ወኢይትዋጋእ ፡ አላ ፡ በጽምሚት ፡ ያሠርጽ ፡ ውስተ ፡ ኅሊና ፧ ወዘተሠጥዎ ፡ ለኅሊና ፡ እኩይ ፡ ይሬስዮ ፡ ለሀጒል ፡ ወእመሰ ፡ ሞአ ፡ ለኅሊና ፡ እኩይ ፡ ረከበ ፡ ሞገሰ ፡ ወይከውኖ ፡ ምዝጋና ፡ እስከ ፡ ለዓለም ፧ ወአንትሙኒ ፡ በከመ ፡ ፈቀድክሙ ፡ ይኩን ፡ ላዕሌክሙ ፡ ኅሊና ፡ ሰብእ ፡ ወሥጋ ፡ ሰብእ ፡ ወባሕቱ ፡ ዑቁ ፡ ርእስክሙ ፡ ኢትትዐደዉ ፡ እምቃልየ ፡ ወኢትዕልዉ ፡ ትእዛዝየ ፡ ወኢታርኵሱ ፡ ርእስክሙ ፡ ኢበመብልዕ ፡ ወኢበመስቴ ፡ ወኢበዝሙት ፡ ወኢበዘኮነ ፡ ኢትዕድዉ ፡ እምቃልየ ።

My commandment, ye shall sit upon My right hand and upon My left. For everyone who hath conquered is mighty, and he who is conquered shall be overpowered. Now Satan hath no power whatsoever, for he hath only what he maketh to germinate in the mind; and he cannot grasp firmly, and he cannot perform anything, and he cannot beat, and he cannot drag, and he cannot seize, and he cannot fight; he can only make thoughts to germinate silently in the mind. And him who is caught by the evil mind he prepareth for destruction; and if [a man] hath conquered the evil mind he findeth grace and hath a reward which is everlasting. And to you, according to what ye wish, there shall be upon you the mind of a man and the body of a man. But take good heed to yourselves that ye transgress not My word and break not My commandment; and defile not ye yourselves with eating, or drinking, or fornication, or with any other thing whatsoever; and transgress ye not My word."

ወሶቤሃ ፡ ተውህቦሙ ፡ ምስለ ፡ ቃሉ ፡ ሥጋ ፡ ወደም ፡ ወልበ ፡ እጓለ ፡ እመሕያው ፡ ወተሠርሙ ፡ እመልዕልተ ፡ ሰማይ ፡ ወወረዱ ፡ ምድረ ፡ ኀበ ፡ እበደ ፡ ዘፍኖሙ ፡ ለደቂቀ ፡ ቀየን ፡ ምስለ ፡ ኵሉ ፡ ኪኖሙ ፡ ዘተኬነዉ ፡ በእበደ ፡ ዝሙቶሙ ፡ ወማሕሌቶሙ ፡ በከበሮ ፡ ወበመሰንቆ ፡ ወበዕንዚራ ፡ ወበረዓም ፡ ብዙኅ ፡ ምስለ ፡ ይባቤ ፡ ወማሕሌት ፧ ወአዋልዲሆሙኒ ፡ ህየ ፡ ሀለዋ ፡ ወይትዋነያ ፡ ዘእንበለ ፡ ኀፍረት ፡ እስመ ፡ ተምዕዛ ፡ ሎሙ ፡ ወአደማሆሙ ፡ ወሆካ ፡ ኅሊናሆሙ ፧ ወኢተዐገሡ ፡ አሐተ ፡ ሰዐተ ፡ አላ ፡ ነሥኡ ፡ ሎሙ ፡ ለርእሶሙ ፡ እምኔሆን ፡ ዘዘ ፡ ኀረዩ ፡ አንስትያ ፡ ወአበሱ ፡ ምስሌሆን ፧ እስመ ፡ እግዚአብሔር ፡ ኢያዐርፍ ፡ ውስተ ፡ ልበ ፡ ዕቡያን ፡ ወሐማይያን ፡ አላ ፡ ያዐርፍ ፡ ውስተ ፡ ልበ ፡ ትሑታን ፡ ወየዋሃን ፡ ወበወንጌልሂ ፡ ነገረ ፡ እንዘ ፡ ይብል ፡ አሌሎሙ ፡ ለእለ ፡ ያጸድቁ ፡ ርእሶሙ ፡ ወይሜንኑ ፡ ቢጾሙ ፧ ወካዕበ ፡ ይቤ ፡ እስመ ፡

And straightway there were given unto them with His word flesh, and blood, and a heart of the children of men. And they were content to leave the height of heaven, and they came down to earth, to the folly of the dancing of the children of Cain with all their work of the artisan, which they had made in the folly of their fornication, and to their singings, which they accompanied with the tambourine, and the flutes, and the pipes, and much shouting, and loud cries of joy and noisy songs. And their daughters were there, and they enjoyed the orgies without shame, for they scented themselves for the men who pleased them, and they lost the balance in their minds. And the men did not restrain themselves for a moment, but they took to wife from among the women those whom they had chosen, and committed sin with them. For God hath no resting-place in the hearts of the arrogant and those who revile, but He abideth in the hearts of the humble and those who are sincere. And He

እግዚአብሔር ፡ ያፈቅሮሙ ፡ ለትሑታን ፡ ወያኀስሮሙ ፡ ለእለ ፡ ያዐብዩ ፡ ርእሶሙ ።

ወሶቤሃ ፡ ተምዕዖሙ ፡ እግዚአብሔር ፡ ወአሰሮሙ ፡ ውስተ ፡ ረዓደ ፡ ሲኦል ፡ እስከ ፡ ዕለተ ፡ ፍዳ ፤ በከመ ፡ ይቤ ፡ ሐዋርያ ፡ ለመላእክቲሁ ፡ አቢሶሙ ፡ ጥቀ ፡ ኢመሐኮሙ ፡ አላ ፡ ውስተ ፡ ደይን ፡ አንበሮሙ ፡ ወተአስሩ ፡ ለዕለት ፡ ዐባይ ፤ ሞአ ፡ ቃለ ፡ እግዚአብሔር ፡ ዘተኬነወ ፡ በልሕኵቱ ፡ አዳም ፡ ወተመውኡ ፡ እለ ፡ ሐመይዎ ፡ ወተሳለቁ ፡ ላዕሌሁ ፡ ለአዳም ። ወእለሰ ፡ ተስሕቱ ፡ በቶን ፡ መላእክት ፡ አዋልደ ፡ ቀየን ፡ ፀንሳ ፡ ወስእና ፡ ወሊደ ፡ ወሞታ ፡ ወእለ ፡ ውስተ ፡ ከርሦንሂ ፡ ቦእለ ፡ ሞቱ ፡ ወቦእለ ፡ ወፅኡ ፡ ሠጢቆሙ ፡ ከርሠ ፡ እሞሙ ፡ ወፅኡ ፡ እንተ ፡ ሕንብርቲሆን ፤ ወሶበ ፡ ልህቁ ፡ ወተሐፅኑ ፡ ኮኑ ፡ ረዐይተ ፡ እለ ፡ ኑኆሙ ፡ ይበጽሕ ፡ እስከ ፡ ደመናት ፡ ዘበእንቲአሆሙ ፡ ወበእንተ ፡ ኃጥአን ፡ አኀኀ ፡ መዐቶ ፡ ላዕሌሆሙ ፡ እግዚአብሔር ፡ ወይቤ ፡ ኢይንበር ፡ መንፈስየ ፡ ላዕሌሆሙ ፡ ዘእንበለ ፡ ፻ወ፳ ፡ ንመት ፤ ወአኀለቆሙ ፡ በማየ ፡ አይኅ ፡ ሎሙኒ ፡ ወለኵሎሙ ፡ ኃጥአን ፡ እለ ፡ አልቦሙ ፡ አሚነ ፡ በቃለ ፡ እግዚአብሔር ፤ ወእለሰ ፡ አምኑ ፡ በቃለ ፡ አበዊሆሙ ፡ ወገብሩ ፡ ፈቃዶ ፡ አልቦ ፡ ዘረከቦሙ ፡ እኩይ ፡ እምውእቱ ፡ አይኅ ፡ አላ ፡ አድኀኖሙ ፡ እንዘ ፡ ይብል ፡ ለእመ ፡ አመንከ ፡ ቃልየ ፡ ትክል ፡ ድኂነ ፡ እምአይኅ ፤ ወይቤ ፡ ኖሕ ፡ አመንኩ ፡ እግዚኦ ፡ ቃልከ ፡ ወአይድዐኒ ፡ በዘ ፡ እድኅን ፤ ወይቤሎ ፡ በዕፅ ፡ ትድኅን ፡ እማይ ፤ ወይቤ ፡ እፎ ፡ እግዚእየ ፤ ወይቤሎ ፡ ግበር ፡ ታቦተ ፡ ርብዕት ፡ ወጽርባ ፡ ወግበር ፡ ላቲ ፡ ፫ ፡ ውሣጥያተ ፡ ወባእ ፡ ውስቴታ ፡ ምስለ ፡ ኵሉ ፡ ቤትከ ፤ ወአምነ ፡ በቃለ ፡ እግዚአብሔር ፡ ወገብረ ፡ ወድኀነ ።

spake in the Gospel, saying, "Woe be unto those who make themselves righteous, and despise their neighbours." [Matthew 23, 13, and Luke 18, 9] And again He saith, "God loveth the humble, and He holdeth lightly those who magnify themselves."

And straightway God was wroth with them, and He bound them in the terror of Sheôl until the day of redemption, as the Apostle saith, "He treated His angels with severity. He spared them not, but made them to dwell in a state of judgement, and they were fettered until the Great Day." [2 Peter 2, 4] The word of God conquered, Who had fashioned Adam in His likeness (or, form), and those who had reviled and made a laughingstock of Adam were conquered. And the daughters of Cain with whom the angels had companied conceived, but they were unable to bring forth their children, and they died. And of the children who were in their wombs some died, and some came forth; having split open the bellies of their mothers they came forth by their navels. And when they were grown up and reached man's estate they became giants, whose height reached unto the clouds; and for their sakes and the sakes of sinners the wrath of God became quiet, and He said, "My spirit shall only rest on them for one hundred and twenty years, and I will destroy them with the waters of the Flood," [Genesis 6, 2–4] them and all sinners who have not believed the word of God. And to those who believed the word of their fathers, and did His will, no injury came from the waters of the Flood, but He delivered them, saying, "If thou believest My word thou canst save thyself from the Flood." And Noah said, "O Lord, I believe Thy word, make me to know by what means I can be saved." And God said unto him, "Thou canst be saved from the water by wood." And Noah said, "How, O Lord?" And God said unto him, "Make thyself a four-sided ark, and build it with the work of the carpenter, and make for it three storeys inside, and go into it with all thy house." [Genesis 6, 14] And Noah believed the word of God, and made [the ark], and was saved.

Now hearken ye unto me, and I will explain to you concerning this thing. When God gave the command He could have given unto Noah a wing like the eagle and transported him to the country of the living, with all his house, until His anger with the sinners who had not believed the word of God and the word of their fathers, had abated, or He could have lifted him up into the air, or He could have commanded the water of the Flood—[which was] like a wall—not to approach the one mountain where He would make Noah to dwell with his sons and not to submerge the beasts and cattle which he wanted. But know ye this—God was well pleased that by means of wood which had been sanctified the salvation of His creation should take place, that is to say, the ark and the wood of the Cross. God said unto Noah, "Make that whereby thou shalt be saved," that is to say, the Tabernacle of the Church; and when He said unto him, "Make it foursided," He showed that the Sign of the Cross was fourfold. Now the four corners of the ark are the horns of the altar; and He commanded Moses to make the ark out of indestructible wood. He said, "I will sanctify thee by that heavenly and spiritual work of My hand. And do thou sanctify thyself from filth, and impurity, and fornication, and vindictiveness, and falsehood, together with thy brother and thy house. And sacrifice unto Me a clean sacrifice with cleanness, and I will accept thee after thou hast sanctified thyself and thy house; command all the people to sanctify themselves, for My holy things [must be offered] by holy ones. And this thou shalt seek, the Tabernacle of My Covenant which I have created for My praise. And if ye come with purity of heart, with love, and with peace, without mockery and reviling, and if ye will make right your hearts in respect of Me and

ምስሌክሙ ፡ ወአንሶሱ ፡ ማእከሌክሙ ፡ ወአኅድር ፡ ውስተ ፡ አልባቢክሙ ፤ ወትከውኑኒ ፡ ሕዝብየ ፡ ወእከውነክሙ ፡ አምላክክሙ ፡ በጽድቅ ※ ※ ※

your neighbours, I will hear your prayers, and I will listen to your petitions about everything which ye submit to Me, and I will come and be with you, and I will walk among you, and I will dwell in your hearts, and ye shall be unto Me My people, and I will be your God in truth."

፻፩ ፡ በእንተ ፡ ህላዌ ፡ ኵለሄ ።

101. CONCERNING HIM THAT EXISTETH IN EVERYTHING AND EVERYWHERE

ወካዕበ ፡ ይቤሎ ፡ ግበር ፡ ላቲ ፡ ዐጸደ ፡ ቀዳሚ ፡ ዴዴ ፡ ከመ ፡ ኢይባእ ፡ ህየ ፡ ሥኡብ ፡ ወርኩስ ፡ ወዘኢኮነ ፡ ንጹሐ ፡ እስመ ፡ አነ ፡ እሄሉ ፡ ኀቤሃ ፡ ወአኮ ፡ ህየ ፡ ባሕቲታ ፡ አላ ፡ ኀበ ፡ ኵሉ ፡ አምሳሊሃ ፡ ኀበ ፡ ይጼዋዕ ፡ ስምየ ፡ በንጽሕ ፤ ሀሎኩ ፡ ምስለ ፡ ዳንኤል ፡ ውስተ ፡ ግብ ፡ ወሀሎኩ ፡ ምስለ ፡ ዮናስ ፡ ውስተ ፡ ከርሠ ፡ ዐንበሪ ፡ ወሀሎኩ ፡ ምስለ ፡ ዮሴፍ ፡ ውስተ ፡ ግብ ፡ ወሀሎኩ ፡ ምስለ ፡ ኤርምያስ ፡ ውስተ ፡ ዐዘቅተ ፡ ዐምዐም ፤ ሀሎኩ ፡ አዐምድ ፡ ታሕተ ፡ መትሕተ ፡ ታሕቲት ፡ ከመ ፡ ኢይሰጠሙ ፡ አድባር ፡ መትሕተ ፡ ማያት ፡ ወሀሎኩ ፡ መትሕተ ፡ ማያት ፡ ከመ ፡ ኢይሰጠሙ ፡ ላዕለ ፡ እሳት ፡ ወተይ ፡ ሀሎኩ ፡ አዐምድ ፡ መትሕተ ፡ እሳት ፡ ወተይ ፡ ከመ ፡ ኢይሰጠሙ ፡ መልዕልተ ፡ ነፋሳት ፡ ወዛሕል ፡ ሀሎኩ ፡ መትሕተ ፡ ነፋሳት ፡ ወዛሕል ፡ ከመ ፡ ኢይሰጠሙ ፡ መትሕተ ፡ ጽልመት ፡ ወመትሕቴሃኒ ፡ ለጽልመት ፡ ወለቀላያት ፡ አነ ፡ አዐምድ ፡ ወኀቤየ ፡ ያሰምክ ፡ ኵሉ ፡ ፍጥረት ፡ ወኪያየ ፡ ይጸወን ፡ ኵሉ ፡ ዘፈጠርኩ ፤

And again God said unto Moses: "Make for Me an open space before the courtyard of the Tabernacle; no man who is impure sexually and unclean shall come there, and no one who is not pure. For I am there, and not only there, but in every place like thereunto where My Name is invoked in purity. I was with Daniel in the den [of lions], and I was with Jonah in the belly of the great fish, and I was with Joseph in the pit, and I was with Jeremiah in the well [fed from] the lake. I stand under the deepest deep so that the mountains may not sink down under the waters; and I am under the waters so that they may not sink down upon the fire, and sulphur; I stand under the fire and sulphur so that they may not sink down upon the winds and the rust. I am under the winds and the rusty fog so that they may not sink down under the darkness. And I stand under the deepest darkness and under the abysses, and every created thing supporteth itself on Me, and every thing which I have created cometh to Me as a place of refuge.

ሀሎኩ ፡ መልዕልተ ፡ ምድር ፡ ወሀሎኩ ፡ አጽናፈ ፡ ዓለም ፡ እሰፍን ፡ ኵሎ ፤ ሀሎኩ ፡ በአየር ፡ ማኅደርየ ፡ ወሀሎኩ ፡ መልዕልተ ፡ ሰረገላ ፡ ኪሩቤል ፡ እሴባሕ ፡ ወትረ ፡ እምኵሉ ፡ መላእክት ፡ ወሰብእ ፡ ቅዱሳን ፤ ወሀሎኩ ፡

I am above the earth, and I am at the ends of the world, and I am Master of everything. I am in the air, My place of abode, and I am above the chariot of the Cherubim, and I am praised everlastingly by all the angels and by holy men. And I am above the heights of heaven,

መልዕልተ ፡ አርያም ፡ እመልእ ፡ ኵለሄ ፤ ሀሎኩ ፡ መልዕልተ ፡ ፯ሰማያት ፡ እሬኢ ፡ ኵሎ ፡ ወእፈትን ፡ ኵሎ ፡ ወአልቦ ፡ ዘይሴወር ፡ እምኔየ ፤ አነ ፡ ህልው ፡ ውስተ ፡ ኵሉ ፡ መካን ፡ ወአልቦ ፡ ባዕደ ፡ አምላከ ፡ ዘእንበሌየ ፡ በሰማይ ፡ በላዕሉ ፡ ወበምድር ፡ በታሕቱ ፤ አልቦ ፡ ዘይመስል ፡ ኪያየ ፡ ይቤ ፡ እግዚአብሔር ፤ እዴየ ፡ ሣረረታ ፡ ለምድር ፡ ወየማንየ ፡ አጽንዐታለሰማይ ፡ አነ ፡ ምስለ ፡ ወልድየ ፡ መንፈስ ፡ ቅዱስ ※ ※ ※

and I fill everything. I am above the Seven Heavens. I see everything, and I test everything, and there is nothing that is hidden from Me. I am in every place, and there is no other god besides Me, neither in the heaven above nor in the earth beneath; there is none like unto Me, saith God; My hand hath laid the foundation of the earth, and My right hand hath made strong the heavens; I and My Son and the Holy Spirit."

፻፪ ፡ በእንተ ፡ ቀዳሚ ።

102. CONCERNING THE BEGINNING

በከመ ፡ ዳዊት ፡ ተነበየ ፡ በአፈ ፡ መንፈስ ፡ ቅዱስ ፡ እንዘ ፡ ይብል ፡ ምስሌከ ፡ ቀዳማዊ ፡ በዕለተ ፡ ኀይል ፤ ማእዜ ፡ ይእቲ ፡ ዕለተ ፡ ኀይል ፡ ብሂል ፤ አኮኑ ፡ አመ ፡ ፈጠረ ፡ ክርስቶስ ፡ ቃለ ፡ አብ ፡ ሰማየ ፡ ወምድረ ፤ እስመ ፡ ይቤ ፡ ሙሴ ፡ ውስተ ፡ ርእሰ ፡ መጽሐፉ ፡ በቀዳሚ ፡ ገብረ ፡ እግዚአብሔር ፡ ሰማየ ፡ ወምድረ ፤ ለብዉኬ ፡ በቀዳሚ ፡ ብሂል ፡ በክርስቶስ ፡ ብሂል ፡ ቀዳሚ ፡ ትርጓሜሁ ፡ ክርስቶስ ። ይቤ ፡ ዮሐንስ ፡ ወልደ ፡ ዘብዴዎስ ፡ ሐዋርያ ፡ በእንተ ፡ ክርስቶስ ፡ ዝውእቱ ፡ ቀዳሚ ፡ ዘሰማዕነ ፡ ወዘርኢነ ፡ ወዘጠየቅነ ፡ ወዘገሰሳ ፡ እደዊነ ፡ ወንዜንወክሙ ፡ ከመ ፡ ኮነ ፡ ክፍልነ ፡ ምስሌሁ ፡ ወአንትሙኒ ፡ እለ ፡ አመንክሙ ፡ በቃልነ ፡ ትከውኑ ፡ ክፍለ ፡ ምስሌነ ። ወበከመ ፡ ይቤ ፡ ሉቃስ ፡ ረድእ ፡ በግብረ ፡ ሐዋርያት ፡ ቀዳሚሁ ፡ ለነገር ፡ ገበርነ ፡ በእንተ ፡ ኵሉ ፡ ወዘንተ ፡ ዘይቤ ፡ ክርስቶስ ፡ ኮነ ፡ ቤዛ ፡ ኵሉ ፡ ወንሕነኒ ፡ አመነ ፡ ቦቱ ። ወማርቆስ ፡ ወንጌላዊ ፡ ውስተ ፡ ርእሰ ፡ መጽሐፉ ፡ ጸሐፈ ፡ ወይቤ ፡ ቀዳሚሁ ፡ ለወንጌል ፡ ኢየሱስ ፡ ክርስቶስ ፡ ወልደ ፡ እግዚአብሔር ፤ ወዝንቱኒ ፡ ብሂል ፡ ክርስቶስ ፡ ስብከትኒ ፡ ለነቢያት ፡ ወሐዋርያት ፡ ወኀበርነ ፡

As David prophesied by the mouth of the Holy Spirit, saying, "With Thee was the headship on the day of might." Now what do these words, "day of might" mean? Is it not the day whereon Christ, the Word of the Father, created heaven and earth? For Moses saith in the beginning of the Book, "In the beginning God made the heavens and the earth." Understand then "In the beginning" meaneth "in Christ"; the interpretation of "beginning" is Christ. John the Apostle, the son of Zebedee, saith concerning Christ, "This is the first (or, beginning) Whom we have heard and seen, Whom we have known, and Whom our hands have felt." And we will relate unto you how we have a portion with Him, and ye who believe our words shall have a portion with us. And Luke the disciple saith in the Acts of the Apostles, "In the beginning we make speech concerning everything," and this that he saith [sheweth] that Christ was the redemption of all, and we believe in Him. And Mark the Evangelist in the beginning of his Book wrote, saying, "The beginning of the Gospel is Jesus Christ, the Son of God"; and these words mean that Christ was the glad tidings for the Prophets and the Apostles, and that we all have participated in His grace. And again John

በጸጋሁ ። ወካዕበ ፡ ዮሐንስ ፡ ወንጌላዊ ፡ ጸሐፈ ፡ እንዘ ፡ ይብል ፡ ቀዳሚሁ ፡ ቃል ፡ ውእቱ ፡ ወውእቱ ፡ ቃል ፡ ኀበ ፡ እግዚአብሔር ፡ ውእቱ ፤ ወዳግመ ፡ አጠየቀ ፡ ቃሎ ፡ ወይቤ ፡ ወከማሁ ፡ ቀዳሚሁ ፡ እግዚአብሔር ፡ ውእቱ ፡ ቃል ፤ ይእዜኒ ፡ ኬ ፡ ጠይቅ ፡ ከመ ፡ ውእቱ ፡ ቃለ ፡ አብ ፡ ክርስቶስ ፡ ውእቱ ፡ በዘ ፡ ቦቱ ፡ ገብረ ፡ ሰማየ ፡ ወምድረ ፡ ወኵሎ ፡ ፍጥረተ ፤ ውእቱ ፡ ፈጠረ ፡ ወዘእንበሌሁሰ ፡ አልቦ ፡ ዘኮነ ፡ ወኢምንተኒ ፤ ይቤ ፡ ወኮኑ ፡ ወውእቱ ፡ አዘዘ ፡ ወተፈጥሩ ፡ ወሣልስ ፡ ክብር ፡ ስማዕ ፡ ወበእስትንፋሰ ፡ አፉሁ ፡ ኵሉ ፡ ኀይሎሙ ፡ ዝኒ ፡ ያርኢ ፡ ለመንፈስ ፡ ቅዱስ ፡ ዘተብህለ ፡ ጥዩቀ ።

ወምንተ ፡ ንብል ፤ ንብኪዮሙ ፡ አሌሆሙ ፡ ለአይሁድ ፡ ወለአረሚ ፡ እለ ፡ ዐውከኩ ፡ እምጽድቅ ፡ ወአበዩ ፡ ገኒየ ፡ ለፍቅረ ፡ እግዚአብሔር ፡ እንተ ፡ አፍቀሮ ፡ ለሰብእ ፡ በኂሩቱ ፤ እስመ ፡ እምድኅረ ፡ ተገድፈ ፡ አዳም ፡ በዕልወቱ ፡ አድኅኖ ፡ በዕበየ ፡ ምሕረቱ ፡ ተሰቂሎ ፡ ዲበ ፡ ዕፀ ፡ መስቀል ፡ ወተቀኒዎ ፡ በቅንዋተ ፡ እደዊሁ ፤ ሰፊሖ ፡ እራሑ ፡ በትሕትና ፡ አጽኒኖ ፡ ርእሶ ፡ በእንቲአነ ፡ ሐመ ፡ ዘኢይደልዎ ፡ ሕማም ፡ በዕበየ ፡ መለኮቱ ፡ ዘለዓለም ፤ ሞተ ፡ ከመ ፡ ይስዐሮ ፡ ለሞት ፡ ደክመ ፡ ከመ ፡ ያጽንዖ ፡ ለድኩም ፡ መሬታዊ ፤ ጸሚአ ፡ ሰረበ ፡ ብሒአ ፡ ተከሊሎ ፡ አክሊለ ፡ ሦክ ፡ ኢፈርሀ ፡ ወኢኀፈረ ፡ ኀሳረ ፡ ወጽዕለተ ፡ ወምራቀ ፡ ዘርኩሳን ፡ አይሁድ ፤ ተጸፍዐ ፡ ተኰርዐ ፡ ተረግዘ ፡ ተቀነወ ፡ ተፀርፈ ፡ ተጽዕለ ፡ እንዘ ፡ አምላክ ፡ ውእቱ ፡ ወመላኬ ፡ ሞት ፡ ወወሃቤ ፡ ክብር ፡ ወበእንተዝኬ ፡ ተዐገሰ ፡ ኵሎ ፡ ኀሳረ ፤ ድኩምሰ ፡ ወኅሱር ፡ ያሐዝኖ ፡ ሶበ ፡ መነንዎ ፡ ወጸዐልዎ ፡ ወለጽኑዕሰ ፡ ወለክቡር ፡ ምንተ ፡ ያሐዝኖ ፡ ለእመ ፡ ሐሰዉ ፡ ላዕሌሁ ፤ እስመ ፡ ለሊሁ ፡ ያአምር ፡ መለኮቶ ፡ ወያአምር ፡ ክብሮ ፡ ወያአምር ፡ ርእሶ ፤ ወሎቱሰ ፡ አልቦ ፡ ዘያአምሮ ፡ እስመ ፡ ገባሬ ፡ ኵሉ ፡ ውእቱ ፡

the Evangelist wrote, saying, "In the beginning was the Word, and that Word was with God"; and in another place his word showeth [this] plainly, and he saith, "And likewise in the beginning was God the Word." And now observe that that Word of the Father is Christ, whereby He made the heavens and the earth and every created thing. It is He Who created, and without Him nothing that came came into being, nothing whatsoever: "He spake, and they came into being; He commanded, and they were created." And the third glorious thing, hearken [to it]: "Through the breath of His mouth He created all their host." This maketh manifest the Holy Spirit, Who is clearly referred to.

And what shall we say? Let us weep for them. Woe be unto the Jews and unto the pagans ('Aramî) who have wandered from the truth and have refused to submit to the love of God, with which in His goodness He hath loved man. For after Adam was rejected through his sin He saved him by the greatness of His mercy, being crucified on the wood of the Cross, His hands being pierced with nails. With His palm stretched out in humility, and His head bowed on one side, for our sakes He, to Whom suffering was unfitting. suffered in the everlasting majesty of His Godhead. He died that He might destroy death; He suffered exhaustion that He might give strength to the wearied being of dust; athirst He drank vinegar, He was crowned with a crown of thorns; He feared not and was not ashamed of the contumely and hatred and spitting of the polluted Jews. He suffered beating, He was buffeted with fists, He was pierced, He was transfixed with nails, He was reviled and mocked, being God and the King of Death, and the Bestower of glory, and because of this He endured patiently all disgrace. Wearied and miserable, they made Him sad when they rejected Him and hated Him; but strong and glorious, what could sadden Him when they

ወሶበሰ ፡ አእመሩ ፡ እመ ፡ ኢሰቀልዎ ፡ ለእግዚአ ፡ ስብሐት ፤ ወይቤ ፡ በምሕረቱ ፡ ስረይ ፡ ሎሙ ፡ አባ ፡ እስመ ፡ ዘኢያአምሩ ፡ ይገብሩ ፤ ፈጣሪሆሙ ፡ በፍጥረት ፡ ያመስሉ ፡ ወቀተሉ ፡ ፈላሴ ፡ ዘኢኮነ ፡ እምፍጥረተ ፡ መዋቲ ፡ ወኢኮነ ፡ እምዘ ፡ ተተገብረ ፡ በእድ ፡ አላ ፡ ውእቱሰ ፡ ለሊሁ ፡ ገባሪ ፡ ወለሊሁ ፡ ፈጣሪ ፡ ብርሃን ፡ ዘእምብርሃን ፡ አምላክ ፡ ዘእምአምላክ ፡ ወልድ ፡ ዘእምአብ ፡ ኢየሱስ ፡ ክርስቶስ ፤

brought false charges against Him? For He Himself knew His Godhead, and He knew His glory, and He knew Himself. And there was none who knew Him, for He was the Creator of everything. And if they had known Him they would not have crucified the Lord of praise (or, glory). And He said in His mercy, "Forgive them, Father, for they know not what they do." They likened their Creator to something that had been created, and they slew a sojourner who did not belong to mortal creatures, and He was not a thing that had been made with the hand. But He Himself was the Maker, and He Himself was the Creator, Light of Light, God of God, Son of the Father, Jesus Christ.

ለሊሁ ፡ ምስካይ ፡ ለሊሁ ፡ መሴስይ ፡ ለሊሁ ፡ መጋቢ ፡ ውእቱ ፡ ዘሀገሩ ፡ ላዕለ ፡ ዘልዑል ፡ መልዕልተ ፡ ኵሉ ፡ ተትሕተ ። በከመ ፡ ይቤ ፡ ኢሳይያስ ፡ በሊኅ ፡ ቃል ፡ እምነቢያት ፡ ትሑት ፡ ብእሲሁ ፡ ወራእዩ ፡ ምኑን ፡ ከመ ፡ ሥርው ፡ በምድር ፡ ጽምእት ፡ ተሰዊሮ ፡ መጽአ ፡ በሥጋ ፡ ምድራዊት ፡ አኃዜ ፡ ኵሉ ፡ ወመድኅኔ ፡ ኵሉ ። ወዳዊትሰ ፡ ያስተሴንዮ ፡ እንዘ ፡ ይብል ፡ በስንከ ፡ ወበላሕይከ ፤ ወካዕበ ፡ ይቤ ፡ ይሤኒ ፡ ላሕዩ ፡ እምውሉደ ፡ እጓለ ፡ እመሕያው ፤ ወካዕበ ፡ ይቤ ፡ ተክዕወ ፡ ሞገስ ፡ እምከናፍሪከ ፤ ወካዕበ ፡ ይቤ ፡ አርትዕ ፡ ታሰራሕ ፡ ወንገሥ ፡ በእንተ ፡ ጽድቅ ፡ ወርትዕ ፡ ወየውሃት ፤ ወካዕበ ፡ ይቤ ፡ በእንተ ፡ አይሁድ ፡ ፀራ ፡ ለጽድቅ ፡ አሕፃከ ፡ ስሑል ፡ ኀያል ፡ ውስተ ፡ ልቦሙ ፡ ለጸላእተ ፡ ንጉሥ ፡ ውስተ ፡ ልቦሙሰ ፡ ይረትዕ ፡ ይርግዝዎሙ ፡ ይቤ ፡ ለእለ ፡ ኢይፈቅዱ ፡ ያንግሡኒ ፡ ያምጽእዎሙ ፡ ቅድሜየ ፡ ወይርግዝዎሙ ። ወካዕበ ፡ ይቤ ፡ ኢሳይያስ ፡ በእንተ ፡ አይሁድ ፡ ኀሠሥክዎሙ ፡ ወኢረከብክዎሙ ፡ ጸዋዕክዎሙ ፡ ወኢተሰጥዉኒ ፡ አፍቀርክዎሙ ፡ ወጸልኡኒ ። ወካዕበ ፡ ዳዊትኒ ፡ ይቤ ፡ ፈደዩኒ ፡ እኪተ ፡ ህየንተ ፡ ሠናይት ፡ ወጸልኡኒ ፡ ህየንተ ፡ ዘአፍቀርክዎሙ ። ወካዕበ ፡ ይቤ ፡ ኢሳይያስ ፡

He was the Refuge, He was the Feeder, He was the Director; He, Whose domain was above what is on high, and above everything, abased Himself. Even as Isaiah, the man of keen words among the Prophets, saith, "He was a humble man, and His appearance was rejected, like a root He hid Himself in parched ground, He came in the flesh, a being of the earth, [though He was] the Sustainer of the universe and the Saviour of the universe." And David ascribeth beauty to Him, saying, "On Thy beauty and in Thy goodliness of form." And again he saith, "His form is more goodly than that of the children of men." And again he saith, "Graciousness is poured forth from Thy lips." And again he saith, "Direct aright with prosperity, and reign through righteousness, and justice, and sincerity." And again he saith concerning the Jews, the enemies of the truth, "Thine arrows are sharp and strong in the hearts of the haters of the King"; "it is right that they should transfix their hearts," He saith "unto those who did not wish Me to be King, and they shall be brought before Me and pierced" [with spears]. And again Isaiah saith concerning the Jews, "I have sought for them and found them not; I have called unto them and they have not answered Me; I have loved them and they have hated

በአፉሆሙ ፡ ያፈቅሩኒ ፡ ወበልቦሙሰ ፡ ነዋኅ ፡ ይርሕቁ ፡ እምኔየ ፡ ወከንቶ ፡ ያመልኩኒ ። ወበከመ ፡ ይቤ ፡ ሙሴ ፡ እሙንቱ ፡ አምዕዑኒ ፡ በአማልክቲሆሙ ፡ ወአነ ፡ አቀንአሙ ፡ በዘ ፡ ኢኮነ ፡ ሕዝበ ፡ እስመ ፡ ሕዝብ ፡ ህጉላነ ፡ ምክር ፡ እሙንቱ ።

ወእለሰ ፡ ይብሉ ፡ አልብነ ፡ ሕገ ፡ ተውህበሙ ፡ ሕግ ፡ እስመ ፡ ለኵሉ ፡ ወሃቤ ፡ ሕግ ፡ እግዚአብሔር ፤ ወፈደዮሙ ፡ እግዚአብሔር ፡ በከመ ፡ እከዮሙ ፡ ለአይሁድ ፡ ወገብረ ፡ ሎሙ ፡ እግዚአብሔር ፡ በከመ ፡ የውሃቶሙ ፡ ለአሕዛብ ፤ እስመ ፡ መሓሪ ፡ ውእቱ ፡ ወመስተሣህል ፡ ለእለ ፡ ይጼውዕዎ ፡ ወይትመሐፀኑ ፡ ቦቱ ፡ ወያነጽሑ ፡ ርእሶሙ ፡ እምኵሉ ፡ ርኵስ ፡ በውስተ ፡ ቤተ ፡ ክርስቲያኑ ፡ ወበውስተ ፡ ታቦተ ፡ ሕጉ ፡ ለእግዚአብሔር ፡ ወእለ ፡ ይበክዩ ፡ ወይኔስሑ ፡ ያፈቅሮሙ ። በከመ ፡ ይቤ ፡ እስጢፋኖስ ፡ እምነ ፡ ፸ ፡ አርድእት ፤ ወካዕበ ፡ በውስተ ፡ ፸ ፡ ፈድፋደ ፡ ፯ ፡ እምኔሆሙ ፡ እለ ፡ ተኅርዩ ፡ ለግብር ፡ ምስለ ፡ ፲ወ፪ ፡ ሐዋርያት ፡ ለግብረ ፡ መልእክት ፡ ምስለ ፡ ሲላስ ፡ ወበርናባስ ፡ ወማርቆስ ፡ ወሉቃስ ፡ ወጳውሎስ ፤ ወውእቱ ፡ እስጢፋኖስ ፡ ይቤሎሙ ፡ ለአይሁድ ፡ እንዘ ፡ ይቀውም ፡ ለስምዕ ፡ እንዘ ፡ ይቀትልዎ ፡ ይቤሎሙ ፡ ለአይሁድ ፡ እንዘ ፡ ያርእዮሙ ፡ እበዶሙ ፡ በእንተ ፡ ዘኢዐቀቡ ፡ ትእዛዘ ፡ እግዚአብሔር ፡ ነሢአክሙ ፡ ኦሪተ ፡ በሥርዐተ ፡ መላእክት ፡ ኢዐቀብክሙ ፤ ወይቤ ፡ በግብር ፤ ሰሚያሙ ፡ ዘንተ ፡ አብዱ ፡ ወሐቀዩ ፡ ስነኒሆሙ ። አፅምኡኒኬ ፡ በእንተ ፡ ዘይቤ ፡ ሥርዐተ ፡ መላእክት ፡ ኦሪተ ፡ ኢዐቀብክሙ ፡ አርአያሃ ፡ ወጽላሎታ ፡ ለእንተ ፡ በሰማይ ፡ እንተ ፡ በሰማይሰ ፡ ኢየሩሳሌም ፡ አግዓዚት ፡ ማኅደሩ ፡ ለልዑል ፡ እንተ ፡ ኢትትዐወቅ ፡

Me." And again David saith, "They returned unto me evil for good, and they hated me in return for my love for them." And again Isaiah saith, "With their lips they profess love for Me, but in their hearts they keep afar from Me and their worshipping of Me is an empty thing." And as Moses saith, "They have moved Me to wrath with their gods, and I will move them to jealousy with that which is not a nation, for they are a people whose counsel is destroyed."

And those who said, "We have no Law," unto them hath the Law been given, for God is the Giver of the Law unto every one. And God rewarded the Jews according to their wickedness, and He treated the Gentiles according to their simplicity. For He is merciful and compassionate to those who call upon Him and who take refuge in Him, and who purify themselves from all uncleanness in the Church and in the Tabernacle of the Law of God; and He loveth those who weep and repent even as Stephen, [One] of the Seventy Disciples saith. Now among the Seventy Disciples there were seven who were chosen for service with the Twelve Apostles, to perform service with Sins, and Barnabas, and Mark and Luke and Paul. And this Stephen spake unto the Jews whilst he was standing up to martyrdom and the Jews were killing him, and said unto them as he showed them their folly in not having kept the commandment of God, "Ye have not kept the Tôrâh according to the ordinance of the angels, as ye received it." And it saith in the Acts [of the Apostles], "When they heard this they went mad with anger and gnashed their teeth." Now hearken ye unto me. In his saying "Ye have not kept the Tôrâh according to the order of the angels," [we have] a form and a [fore] shadowing of what is in the heavens that is to say, the heavenly and free Jerusalem, the habitation of the Most High, whereof the situation and construction are incomprehensible to mortal heart. And in it is

ኅብራ ፡ ወግብራ ፡ በልበ ፡ መዋቲ ፤ ወውስቴታ ፡ መንበሩ ፡ ለልዑል ፡ በእሳት ፡ ክሉል ፡ ወ፬ ፡ እንስሳ ፡ ይጸውሩ ፡ በውስተ ፡ መካኖሙ ፡ ዘውእቱ ፡ ሳድስ ፡ ሰማይ ፡ ወየዐርግ ፡ መንበር ፡ ለሳብዕ ፡ ሰማይ ፡ ማኅደረ ፡ አብ ፡ ወህየ ፡ ይነብር ፡ ዘሀሎ ፡ ምስለ ፡ አቡሁ ፡ ወመንፈሱ ፡ ቅዱስ ፡ ማሕየዊ ፡ ኵሉ ፤ ወአምሳለ ፡ መንበር ፡ ዘቅድስት ፡ ኢየሩሳሌም ፡ ዛቲ ፡ ይእቲ ፡ ታቦት ፡ ዘቤተ ፡ ክርስቲያን ፡ ወአምሳለ ፡ ኢየሩሳሌም ፡ እንተ ፡ በሰማያት ፡ ዛቲ ፡ ይእቲ ፡ ቤተ ፡ ክርስቲያን ፡ እንተ ፡ አሕዛብ ። ።

the throne of the Most High, which is surrounded with fire, and four beasts bear it in their place, which is the sixth heaven. And a throne goeth up to the seventh heaven, the habitation of the Father, and there dwelleth He Who is with His Father and the Holy Spirit, Who vivifieth everything. And the Tabernacle of the Church is a similitude of the Jerusalem which is in the heavens, and the Church of the Gentiles is a similitude of the Jerusalem which is in the heavens.

፻፫ ፡ በእንተ ፡ አቅርንተ ፡ ምሥዋዕ ።

103. CONCERNING THE HORNS OF THE ALTAR

ታቦትሰ ፡ አቅርንተ ፡ ምሥዋዕ ፡ ውእቱ ፡ ኀበ ፡ ይሠውዑ ፡ ቅዱሳን ፡ ካህናት ፡ ወዘያነብሩ ፡ ዲቤሁ ፡ ጠረጲዛ ፡ አምሳለ ፡ ኀበ ፡ ተቀብረ ፡ በውስተ ፡ ጎልጎታ ፡ መቃብር ፤ ወዘመልዕልተ ፡ ጠረጲዛ ፡ ጵርስፎራ ፡ አምሳለ ፡ አጸርጌ ፡ ዘውእቱ ፡ ሥጋሁ ፡ ለአማኑኤል ፡ አክራጦስ ፡ ንጹሕ ፡ ዘአልቦቱ ፡ ቱስሕተ ፡ እንተ ፡ ነሥአ ፡ መድኀኒነ ፡ እማርያም ፤ ዘይቤሎሙ ፡ ለሐዋርያቲሁ ፡ ቅዱሳን ፡ ብልዑ ፡ ሥጋየ ፡ ወዘሰ ፡ ኢበልዐ ፡ ሥጋየ ፡ አልቦ ፡ ክፍለ ፡ ምስሌየ ፡ ወአልቦ ፡ ሕይወተ ፡ ዘለዓለም ፡ ወዘሰ ፡ በልዐ ፡ ሥጋየ ፡ እመኒ ፡ ሞተ ፡ የሐዩ ፡ ለዓለም ፡ ወተሳተፈ ፡ ሥጋየ ፡ ወደምየ ፡ ወኮነ ፡ መዋርስትየ ፡ ወይብሎ ፡ ለአቡየ ፡ አንተ ፡ አቡነ ፡ ዘበሰማያት ፤ ወአብኒ ፡ ይሰጠዎ ፡ እንዘ ፡ ይብሎ ፡ ወልድየ ፡ አንተ ። ወአክሊል ፡ እንተ ፡ መልዕልተ ፡ ውእቱ ፡ ጵርስፎራ ፡ አምሳለ ፡ እብን ፡ እንተ ፡ ኀተምዋ ፡ አይሁድ ፡ ላዕለ ፡ መቃብር ። ወሶበ ፡ ይብል ፡ ካህን ፡ ፈኑ ፡ መንፈሰ ፡ ቅዱሰ ፡ ይትፌነው ፡ መንፈስ ፡ ቅዱስ ፡ ወይከውን ፡ ሥጋሁ ፡ ለእግዚእነ ፡ ፍጹመ ፡ ወሶበ ፡ ተመጠውነ ፡ ንከውን ፡

Now, the Tabernacle symbolizeth the horns of the altar, where the holy priests offer up sacrifice, whereon they place the *ṭarapîzâ*, (*i.e.* table), the similitude of the grave wherein He (*i.e.* Christ) was buried in Golgotha. And what is on the table, that is, the offering, is a symbol of the firstling, that is to say, the Body of Emmanuel, [or] "'Akrâṭôs," the "pure," the "unmixed," which our Saviour took from Mary, of the which He said unto His holy Apostles, "Eat ye My Body [Matthew 26, 26]; whosoever eateth not of My Body hath no portion with Me, and no everlasting life. But he who hath eaten My Body, even though he be dead, shall live for ever, [for] he is associated with My Body and My Blood, and he hath become My heir, and he shall say to My Father, 'Our Father which art in heaven,'" and the Father shall answer him, saying, "Thou art My Son," and the crown (*i.e.* the covering), which is above the offering, is a similitude of the stone with which the Jews sealed the grave. And when the priest saith, "Send the Holy Spirit," the Holy Spirit shall be sent, and the Body of our Lord shall be

ሱቱፋነ ፡ ለሥጋ ፡ ወደም ፡ ለእግዚእነ ፡ ወመድኀኒነ ፡ ኢየሱስ ፡ ክርስቶስ ፡ ወልደ ፡ እግዚአብሔር ፡ ሕያው ፡ ወመንፈስ ፡ ቅዱስ ፡ እምይእዜ ፡ ወእስከ ፡ ለዓለም ※ ወንግሩኬ ፡ ለለ ፡ ፩፩ ፤ ከመ ፡ ኢይትመክሑ ፡ ላዕሌነ ፡ ዕዉራነ ፡ ልብ ፡ አይሁድ ፡ ፀርነ ፡ ወፀረ ፡ እግዚአብሔር ፡ አምላክነ ፤ ወይብሉ ፡ ብዙኀ ፡ አማልክቲሆሙ ፡ ወይሰግዱ ፡ ለዕፀው ፡ ወይብሉ ፡ ተዘሚሮሙ ፡ ኀበ ፡ ነገረ ፡ ኢሳይያስ ፡ ነቢይ ፡ ለመንፈቁ ፡ ትሰግዱ ፡ ወበመንፈቁ ፡ ትጠብሱ ፡ ሥጋ ፡ ወትበልዑ ፤ ይብል ፡ ኢሳይያስ ፡ ከመዝ ፡ በእንተ ፡ እለ ፡ ይሰግዱ ፡ ለግልፎ ፡ ወለጣዖት ፤ ወይብሉ ፡ እሉ ፡ አማልክቲነ ፡ ወፈጠሩነ ፡ ይብልዎሙ ፡ ወይሰግዱ ፡ ሎሙ ፡ ከመ ፡ እግዚአብሔር ፡ አምላኮሙ ፤ እሉኬ ፡ እለ ፡ ያስሕትዎሙ ፡ አጋንንት ፡ በእከዮሙ ፡ ወዳዊትኒ ፡ ይቤ ፡ በእንቲአሆሙ ፡ አማልክቲሆሙ ፡ ለአሕዛብ ፡ አጋንንት ፡ ወእግዚአብሔርሰ ፡ ሰማያተ ፡ ገብረ ፡ አሚን ፡ ወሠናይት ፡ ቅድሜሁ ※ ※ ※

perfect (or, complete). And when we have received we shall be participators in the Body and Blood of our Lord and Redeemer Jesus Christ, the Son of the Living God, and the Holy Spirit, henceforth and for ever. Speak ye then to one another so that the Jews, who are blind in heart, and who are our enemies and the enemies of our Lord God, may not boast themselves over us. And they say, "Your gods are many, and ye worship wood" (*i.e.* the Cross), and they say, preaching openly the word of Isaiah the Prophet, "Ye worship the half of it, and with the other half ye cook the body and eat [it]." [Isaiah 44, 16] Now Isaiah speaketh thus in respect of those who worship graven images and idols. And they say [that we say], "These are our gods, and they have created us"; and that we talk to them and worship them as the Lord our God. And these also are they whom the devils lead into error in their wickedness, and David saith, concerning them, "The gods of the heathen are devils, but God hath created the heavens; truth and goodness are before Him." [Psalm 96, 5]

፻፬ ፡ ካዕበ ፡ በእንተ ፡ ታቦት ፡ ወነገረ ፡ ዕልዋን ።

104. MORE CONCERNING THE ARK AND THE TALK OF THE WICKED

ወበእንተ ፡ ታቦትሰ ፡ አድኀኖ ፡ ለኖኅ ፡ በታቦት ፤ ወተናገሮ ፡ ለአብርሃም ፡ በኀበ ፡ ዕፀ ፡ መንበር ፡ ዘውእቱ ፡ ዕፅ ፡ ዘኢይነቅዝ ፤ ወእድኀኖ ፡ ለይስሐቅ ፡ በዘ ፡ ተእኀዘ ፡ በዕፀ ፡ ሳቤቅ ፡ በግዕ ፤ ወአብዐሎ ፡ ለያዕቆብ ፡ በ፫ ፡ አብትረ ፡ ዕፀው ፡ እለ ፡ ወደየ ፡ ኰሳኵሰ ፡ ውስተ ፡ ማይ ፤ ወበከተማ ፡ በትሩ ፡ ለያዕቆብ ፡ ተባረከ ፡ ዮሴፍ ፤ ወለሙሴኒ ፡ ይቤሎ ፡ ግበር ፡ ታቦተ ፡ እምዕፅ ፡ ዘኢይነቅዝ ፡ በአምሳሊሃ ፡ ለጽዮን ፡ ታቦተ ፡ ኪዳን ፤ ወዳዊትኒ ፡ አመ ፡ ይነሥአ ፡ እምሀገረ ፡ ሰማርያ ፡ አንበራ ፡ ለታቦተ ፡ ሕግ ፡ ውስተ ፡ ሐዲስ ፡ ታቦት ፡ ወተፈሥሐ ፡ በቅድሜሃ ፤ እስመ ፡ ረሰያ ፡

And as concerning the Ark: God saved Noah in the Ark. And God held converse with Abraham in the wood of Manbar, [Genesis 18, 5] that is to say the wood that cannot be destroyed; and He saved Isaac by means of the ram which was caught in the thicket [2 Samuel 6, 3]; and He made Jacob rich by means of three rods of woods which he laid in running water [Genesis 30, 37]; and through the top of his staff Jacob was blessed. [Genesis 47, 31; Hebrews 11, 21] And He said unto Moses, "Make a tabernacle of wood which cannot be destroyed, in the similitude of Zion, the Tabernacle of the Covenant." And when David took it from the city of Samaria, he placed the

ለታቦት ፡ መድኀኒተ ፡ እምትካት ፡ ወተገብረ ፡ ባቲ ፡ በአርአያ ፡ ወአምሳል ፡ ብዙኀ ፡ ተአምር ፡ ወመንክር ※ ስመዑኒ ፡ ወጥዩቀ ፡ እኬሥት ፡ ለክሙ ፡ በከመ ፡ ወሀበ ፡ እግዚአብሔር ፡ መድኀኒተ ፡ በዕፀ ፡ መስቀሉ ፡ በውስተ ፡ ታቦተ ፡ ሕጉ ፡ እምቀዳሚ ፡ እስከ ፡ ደኃሪ ።

በዕፀ ፡ ኮነ ፡ መድኀኒቱ ፡ ለአዳም ፡ እስመ ፡ በዕፀ ፡ ኮነ ፡ ቀዳሚ ፡ ስሕተቱ ፡ ለአዳም ፡ ወበዕፀ ፡ ረሰየ ፡ ሎቱ ፡ መድኀኒተ ፡ እምትካት ፤ እስመ ፡ ለሊሁ ፡ እግዚእ ፡ ፈጣሪ ፡ ወሃቤ ፡ ሕይወት ፡ ወሞት ፡ ወኵሉ ፡ ይትገበር ፡ በቃሉ ፡ ወለኵሉ ፡ ውእቱ ፡ ፈጠረ ፡ ወያጸድቆ ፡ ለዘ ፡ ይትቀነይ ፡ በንጹሕ ፡ በውስተ ፡ ታቦተ ፡ ሕጉ ፡ ንጽሕት ፤ እስመ ፡ ተሰምየት ፡ ምሥሃል ፡ ወካዕበ ፡ ተሰምየት ፡ ምምሕፃን ፡ ተሰምየት ፡ ምሥዋዐ ፡ ወተሰምየት ፡ ምስትስሪየ ፡ ኀጢአት ፡ ተሰምየት ፡ መድኀኒት ፡ ወተሰምየት ፡ አንቀጸ ፡ ሕይወት ፡ ተሰምየት ፡ ምክሐ ፡ ወተሰምየት ፡ ሀገረ ፡ ምስካይ ፡ ተሰምየት ፡ ሐመረ ፡ ወተሰምየት ፡ መርሶ ፡ መድኀኒት ፡ ተሰምየት ፡ ቤተ ፡ ጸሎት ፡ ወተሰምየት ፡ ምስትስሪየ ፡ ኀጢአት ፡ ለዘ ፡ ሰአለ ፡ በንጹሕ ፡ በውስቴታ ፡ ከመ ፡ ይስአልዎ ፡ በንጹሕ ፡ ወኢያርኵሱ ፡ ሥጋሆሙ ፤ እስመ ፡ ንጹሐ ፡ ያፈቅር ፡ እግዚአብሔር ፡ እስመ ፡ ውእቱ ፡ ማኅደር ፡ ለንጹሓን ፡ ለእለ ፡ ይበውኡ ፡ ውስተ ፡ ማኅደሩ ፡ ወይትአኀዙ ፡ በቅድስት ፡ ታቦት ፡ ወይጼልዩ ፡ ኀቤሁ ፡ በኵሉ ፡ ልቦሙ ፡ ወይሰምዖሙ ፡ ወይድኅኖሙ ፡ እምዕለተ ፡ ምንዳቤሆሙ ፡ ወይገብር ፡ ፈቃዶሙ ፤ እስመ ፡ አምሳለ ፡ መንበሩ ፡ አስተማሰላ ፡ ለቅድስት ፡ ታቦት ። ወቦእለ ፡ ታበውኡነ ፡ እንዘ ፡ ይትሜሰሉ ፡ ኪያነ ፡ ክርስቲያነ ፡ ወኢየኀድጎሙ ፡ ስሕተት ፡ በዘ ፡ አሥረፀ ፡ ሎሙ ፡ አቡሆሙ ፡ ዲያብሎስ ። ወይብል ፡ ከመዝ ፡ ርቱዕሰ ፡ ንስግድ ፡ በውስተ ፡ ጽዮን ፡

Tabernacle of the Law in a new Tabernacle, and rejoiced before it. [Genesis 22, 13] For from the beginning God had made the Tabernacle the means of salvation, and very many signs and wonders were performed through it by its form and similitude. Hearken ye now unto me, and I will show you plainly how God had ordained salvation through the wood of His Cross, in the Tabernacle of His Law, from the beginning to the end.

Salvation came unto Adam through the wood. For Adam's first transgression came through the wood, and from the beginning God ordained salvation for him through the wood. For God Himself is the Creator and Giver of life and death, and everything is performed by His Word, and He created everything, and He maketh righteous him that serveth Him in purity in His pure Tabernacle of the Law. For it is called "mercy-seat," and it is also called "place of refuge," and it is also called "altar," and it is also called "place of forgiveness of sins," and it is called "salvation," and it is called "gate of life," and it is called "glorification," and it is called "city of refuge," and it is called "ship," and it is called "haven of salvation," and it is called "house of prayer," and it is called "place of forgiveness of sins for him that prayeth in purity in it," so that [men] may pray therein in purity and not defile their bodies. God loveth the pure, for He is the habitation for the pure. Those who come into His habitation, and are accepted in the holy Tabernacle, and who pray unto Him with all their hearts, He will hear and will save in the day of their tribulation, and He will fulfil their desire. For He hath made the holy Tabernacle to be a similitude of His throne. But there are some among those whom ye have brought unto us who are like unto us Christians, but who have not abandoned the sin which their father the Devil hath made to spring up in them. And he said, "Thus it is right that we should pray in Zion, the Tabernacle of the Law of God; she was at the

ታቦተ ፡ ሕጉ ፡ ለእግዚአብሔር ፡ ቀዳሚኒ ፡ ይእቲ ፡ ወይእዜኒ ፡ ዛቲ ፡ አምሳሊሃኒ ፡ ወፍሬሃኒ ፡ ወላዲተ ፡ መድኅን ፡ ማርያም ፡ ርቱዕ ፡ ንስግድ ፡ ላቲ ፤ እስመ ፡ ተባረከ ፡ በስመ ፡ ዚአሃ ፡ ታቦተ ፡ ሕጉ ፡ ለእግዚአብሔር ፤ ወለሚካኤል ፡ ወለገብርኤል ፡ ርቱዕ ፡ ንስግድ ※

ወአውሥአሙ ፡ ሊቀ ፡ ጳጳሳት ፡ ጌርሎስ ፡ ወይቤሎሙ ፡ ወዘንተ ፡ ሶበ ፡ ይቤሎሙ ፡ ንሕነኒ ፡ ንብሎሙ ፡ ምንተ ፡ ይቤ ፡ እግዚእነ ፡ ኢየሱስ ፡ ክርስቶስ ፡ እንዘ ፡ ይሜህሮሙ ፡ ለእለ ፡ አምኑ ፡ ቦቱ ፤ መጽአ ፡ ፩ ፡ እምአፍአ ፡ ወይቤሎ ፡ ነዮሙ ፡ አቡከ ፡ ወእምከ ፡ አፍአ ፡ የኀሥሡከ ፤ አውሥአ ፡ መፍቀሬ ፡ ሰብእ ፡ ክርስቶስ ፡ ወሰፍሐ ፡ እዴሁ ፡ ኀበ ፡ እለ ፡ ይሜህሮሙ ፡ ወይቤ ፡ እንዘ ፡ ኢይፈልጥ ፡ ወኢይሌሊ ፡ ዕደ ፡ ወአንስተ ፡ ወይቤ ፡ ነዮሙ ፡ አቡየ ፡ ወእምየ ፡ ወአኀውየ ፡ ኵሉ ፡ ዘሰምዐ ፡ ቃልየ ፡ ወገብረ ፡ ፈቃደ ፡ አቡየ ፡ ውእቱ ፡ አቡየኒ ፡ ወእምየኒ ፡ ወእኀትየኒ ። ኦዕዉረ ፡ ልብ ፡ አይሁዳዊ ፡ ትሬኢኑ ፡ ምሕረቶ ፡ ወአፍቅሮቶ ፡ ሰብአ ፡ ሶበ ፡ ይብል ፡ ከመዝ ፤ ኢፈለጠ ፡ ወኢሌለየ ፡ አላ ፡ ይቤሎሙ ፡ አኀውየ ፡ እስመ ፡ ያፈቅሮሙ ፡ ለእለ ፡ ያፈቅርዎ ፡ ወየዐቅቡ ፡ ትእዛዞ ፡ ወዓዲ ፡ በእንቲአሁ ፡ መጠዉ ፡ ነፍሶሙ ፡ ለሞት ፡ እንዘ ፡ ያአምሩ ፡ ምረረ ፡ ለሞት ፡ ሰማዕት ፤ ወፈላሲያን ፡ እለ ፡ የዐቅቡ ፡ ትእዛዞ ፡ ለእግዚአብሔር ፡ ወአፍቀርዎ ፡ በኵሉ ፡ ልቦሙ ፡ ወውእቱኒ ፡ ያፈቅሮሙ ፡ ወዘተሐንጸ ፡ መቃብሪሆሙ ፡ ዘውእቱ ፡ መርጡል ፡ ወዘተሐንጸ ፡ ቤተ ፡ ክርስቲያን ፡ በስሞሙ ፡ ወዘቀደሱ ፡ ጳጳሳት ፡ ታቦታተ ፡ በስሞሙ ፡ ኵሉ ፡ ቅዱስ ፡ በውስተ ፡ ቤተ ፡ መቅደሱ ፡ ለእግዚአብሔር ፤ ወዘሰአለ ፡ ሰብእ ፡ በስሞሙ ፡ ይሰምዖ ፡ እግዚአብሔር ፤ በንጹሕ ፡ ዘእንበለ ፡ ርስሐት ፡ ወጥልቀት ፡ በትሕትና ፡ ወየውሃት ፡ እለ ፡ ይጼልዩ ፡ ኀበ ፡ ዘተቀደሰ ፡ ታቦት ፡ እመሂ ፡ በስመ ፡ ሰማዕት ፡ ወእመሂ ፡ በስመ ፡

first and is even now. The similitude thereof and the fruit thereof are the Mother of the Redeemer, Mary; it is right that we should worship her, for in her name is blessed the Tabernacle of the Law of God. And it is right that we should worship Michael and Gabriel."

And the Archbishop Cyril answered and said unto them: And if he hath said this unto them, we also will say unto them: What did our Lord Jesus Christ say when He was teaching those who believed in Him? One came from outside and said unto Him, "Behold them, Thy father and Thy mother outside seeking Thee." And Christ the Lover of men answered and, stretching out His hand towards those whom He was teaching, said, without making any distinction or difference between man and woman, "Behold them, My father, and My mother, and My brother. Whosoever hath heard My word and hath done the Will of My Father, that same is My father, and My mother, and My sister." [Matthew 12, 49; Mark 3, 34] O thou blind-hearted Jew, canst thou not see His mercy and His love for men when He spake thus? He neither separated nor made a distinction, but He said unto them, "My brother." For He loveth those who love Him and keep His commandment, especially the martyrs, who for His sake delivered themselves over to death, though they knew the bitterness of death; and the solitary monks who keep the commandment of God, and love Him with all their hearts, and He loveth them. And their graves which are built, that is to say, the martyriums, and the churches which are built in their names, and the tabernacles which the Bishops consecrate in their names; every one is holy in the house of the Sanctuary of God. And the man who prayeth in their names God heareth. And those who pray in purity, without uncleanness and blemish, and in humility and sincerity in a tabernacle which

መላእክት ፡ ወእመኒ ፡ በስመ ፡ ጻድቃን ፡ ወእመኒ ፡ በስመ ፡ ደናግል ፡ ወእመኒ ፡ በስመ ፡ ቅዱሳት ፡ አንስት ፡ ሶበ ፡ ተቀደሰ ፡ ይወርድ ፡ መንፈስ ፡ ቅዱስ ፡ ላዕሌሆሙ ፡ ወይመይጦ ፡ ለዕፅ ፡ ይኩን ፡ መንፈሳዌ ፤ በከመ ፡ ሜጣ ፡ ለበትረ ፡ ሙሴ ፡ በቃሉ ፡ ወኮነት ፡ ዘነፍስ ፡ ወአፍርሀቶ ፡ ለሙሴ ፡ እግዚኦ ፤ ወበከመ ፡ ሰገደ ፡ ዮሴፍ ፡ ውስተ ፡ ከተማ ፡ በትሩ ፡ ለያዕቆብ ፡ እንዘ ፡ ሀሎ ፡ ቅድሜሁ ፡ ኢያጻምዎ ፡ አላ ፡ በተአምኖ ፡ አቡሁ ፡ ሰገደ ፡ ውስተ ፡ ከተማ ፡ በትሩ ፡ ወዝኒ ፡ ዘጸሐፈ ፡ ሙሴ ፡ ትንቢት ፡ ለደኃሪ ፡ መዋዕል ፡ ከመ ፡ ናእምር ፡ ከመ ፡ ይትቄደሱ ፡ ታቦታት ፡ በስመ ፡ ሰማዕት ፡ ወጻድቃን ፡ እስመ ፡ እንዘ ፡ ይሬእዮ ፡ ሰገደ ፡ ለከተማ ፡ በትሩ ።

ወካዕበ ፡ እነግረከ ፡ ዘተጽሕፈ ፡ በእንተ ፡ ትዕቢቱ ፡ ለፈርዖን ፤ ሙሴ ፡ ገብረ ፡ በትሮ ፡ በከመ ፡ አዘዞ ፡ እግዚአብሔር ፡ ረሰየ ፡ አርዌ ፡ ምድር ፡ ወአዘዞሙ ፡ ፈርዖን ፡ ለመሠርያን ፡ ከመ ፡ ይግበሩ ፡ ከማሁ ፡ አብትሪሆሙ ፡ ለሰብአ ፡ ሐራስ ፡ ወገብሩ ፡ አብትሪሆሙ ፡ ፫ ፡ አክይስተ ፡ እለ ፡ ይትሐወሳ ፡ በሥራይ ፡ በቅድመ ፡ ሙሴ ፡ ወአሮን ፡ ወበቅድመ ፡ ፈርዖን ፡ ወዐበይተ ፡ ግብጽ ፤ ወበልዐቶሙ ፡ በትረ ፡ ሙሴ ፡ ለአብትረ ፡ መሠርያን ፡ እስመ ፡ እሙንቱ ፡ ሕስዋነ ፡ ስም ፡ ለአርአያ ፡ ዐይነ ፡ ሰብእ ፡ በሥራይ ፡ ገብሩ ፤ ወዘሰ ፡ ኮነ ፡ በቃለ ፡ እግዚአብሔር ፡ ይመውእ ፡ ኵሎ ፡ ሥራየ ፡ ዘተገብረ ፡ ወአልቦ ፡ ዘይረክቦ ፡ እኩይ ፤ እስመ ፡ ውእቱ ፡ መንፈስ ፡ ቅዱስ ፡ ዘይሜግቦ ፡ ወያሰፍኖ ፡ ለዘ ፡ ይትአመን ፡ በርቱዕ ፡ ልብ ፡ ዘእንበለ ፡ አስትቶ ፤ በከመ ፡ ይቤ ፡ ጳውሎስ ፡ በተአምኖ ፡ ድኅኑ ፡ አበው ፡ ቀደምት ፡ ፈቀደ ፡ ወአጠየቀ ፡ በበ ፡ ስሞሙ ፡ እምአዳም ፡ ወኖኅ ፡ ወአብርሃም ፡ ወእስከ ፡ ራአብ ፡ ዘማ ፡ እንተ ፡ ተወክፈቶሙ ፡ ለሰብአ ፡ ዐይን ። ወአንተኒ ፡ አዕዉር ፡ አይሁዳዊ ፡ ኢትሌቡኑ ፡ በውስተ ፡

hath been consecrated—whether it be in the name of a martyr, or in the name of an angel, or in the name[s] of the righteous, or in the name of a virgin, or in the name of holy women—if it be consecrated, the Holy Spirit cometh down upon them and changeth the wood so that it becometh a spiritual being. In this wise God transformed the rod of Moses by His word, and it became a thing of life and made Moses fear his Lord. And in like manner Joseph worshipped the top of the rod of Jacob when he was before him; none forced him, but through the belief of his father he worshipped the top of his rod. And this which Moses wrote is a prophecy for the last days, so that we may know that tabernacles in the name[s] of martyrs and righteous men are holy, namely, when he saw him he worshipped the top of his rod.

And I will also declare unto you what is written concerning the pride of Pharaoh. Moses did as God commanded him, and turned his rod into a serpent; and Pharaoh commanded the magicians, the sorcerers, to do the same with their rods. And they made their rods into three serpents which, by means of magic, wriggled before Moses and Aaron, and before Pharaoh and the nobles of Egypt. And the rod of Moses swallowed up the rods of the magicians, for these deceivers had worked magic for the sight of the eyes of men. Now that which happeneth through the word of God overcometh every [kind of] magic that can be wrought. And no one can find him to be evil, for it is the Holy Spirit Who guideth and directeth him that believeth with an upright heart without negligence. Even as Paul saith, "By believing the fathers of olden time were saved." [Hebrews 11] He wished to make known each by his name from Adam, and Noah, and Abraham, to Rahab the harlot who received the spies. And thou, O blind Jew, canst thou not understand from what thou readest in the Law, that is to say, the Tôrâh wherein thou believest, that inasmuch as thou

ሕግ ፡ ዘታነብብ ፡ ዘውእቱ ፡ ዘትትአመን ፡ አሪትከ ፡ እንዘ ፡ ኢትክል ፡ አስልጦ ፡ ትእዛዛቲሃ ፡ ወርጉም ፡ አንተ ፡ ባቲ ፤ እስመ ፡ ይብል ፡ ኵሎሙ ፡ ለእለ ፡ የሐውሩ ፡ ባቲ ፡ ለእመ ፡ ኢዐቀቡ ፡ ዘጽሑፍ ፡ ውስቴታ ፡ ርጉመ ፡ ለይኩን ፡ ይብለከ ፤ ወለነሰ ፡ ለእለ ፡ አመነ ፡ በክርስቶስ ፡ ወልደ ፡ እግዚአብሔር ፡ ኀረየነ ፡ ጸጋ ፡ እግዚአብሔር ፡ እንዘ ፡ ይብል ፡ ዘአምነ ፡ ወተጠምቀ ፡ ይድኀን ※ ※ ※

canst not perform its commandments thou art cursed thereby? For when He saith, "All those who walk therein, if they do not keep what is written therein, accursed shall they be," He saith it to thee. But us, who believe in Christ, the Son of God, the grace of God hath chosen, saying, "He who believeth and is baptized shall be saved." [Mark 16, 16]

፻፭ ፡ በእንተ ፡ አሚነ ፡ አብርሃም ።

105. CONCERNING THE BELIEF OF ABRAHAM

ወአንተሰ ፡ ኢትሌቡ ፡ ከመ ፡ በአሚን ፡ ይጸድቁ ፡ ከመ ፡ አብርሃም ፡ ወዳዊት ፡ ወኵሎሙ ፡ ነቢያት ፡ በበ ፡ መትልው ፡ እለ ፡ ተነበዩ ፡ በእንተ ፡ ምጽአቱ ፡ ለወልደ ፡ እግዚአብሔር ። ወይቤ ፡ አብርሃም ፡ በመዋዕልየኑ ፡ እግዚእ ፡ ትፌኑ ፡ ቃልከ ፡ ዲበ ፡ ምድር ፤ ወይቤሎ ፡ እግዚአብሔር ፡ አልቦ ፡ ኢበጽሐ ፡ ጊዜሁ ፡ አላ ፡ አርእየከ ፡ አምሳለ ፡ ምጽአቱ ፡ ወባሕቱ ፡ ዕዱ ፡ ዮርዳኖስ ፡ ወተጠመቅ ፡ እንዘ ፡ ተዐዱ ፡ ወብጻሕ ፡ ሀገረ ፡ ሳሌም ፡ ወትረክቦ ፡ ለመልከ ፡ ጼዴቅ ፡ ወአነ ፡ እኤዝዞ ፡ ያርኢከ ፡ ተአምሪሁ ፡ ወአምሳሊሁ ፤ ወገብረ ፡ ከማሁ ፡ ወረከቦ ፡ ለመልከ ፡ ጼዴቅ ፡ ወወሀቦ ፡ ምሥጢረ ፡ ኅብስት ፡ ወወይን ፡ ውእቱ ፡ ዘተገብረ ፡ በፋሲካነ ፡ ለመድኀኒትነ ፡ በእግዚእነ ፡ ኢየሱስ ፡ ክርስቶስ ። ዝኬ ፡ ውእቱ ፡ ተምኔቱ ፡ ወትፍሥሕቱ ፡ ለአብርሃም ፡ ዐዊዶ ፡ ምሥዋዐ ፡ ዘገብረ ፡ መልከ ፡ ጼዴቅ ፡ ነሢአ ፡ ጸበርተ ፡ ወበቀልተ ፡ በዕለተ ፡ ሰንበት ፤ በተአምኖቱ ፡ ከመ ፡ ተፈሥሐ ፡ ርኢ ፡ ወበተአምኖ ፡ ጸድቀ ፡ ርኢ ፤ አአይሁዳዊ ፡ ዕዉር ፡ እንዘ ፡ ብከ ፡ አዕይንተ ፡ ኢትሬኢ ፡ ወእንዘ ፡ ብከ ፡ እዝነ ፡ ኢትሰምዕ ፤ በከመ ፡ ይቤ ፡ በእንቲአከሙ ፡ ኢሳይያስ ፡ ነቢይ ፡ የሩ ፡ አዕይንቲሆሙ ፡ ወተጸለለ ፡ ልቦሙ ፡ ከመ ፡

And thou dost not understand that they were justified by faith—Abraham, and David and all the Prophets, one after the other, who prophesied concerning the coming of the Son of God. And Abraham said, "Wilt Thou in my days, O Lord, cast Thy word upon the ground?" And God said unto him, "By no means. His time hath not yet come, but I will shew thee a similitude of His coming. Get thee over the Jordan, and dip thyself in the water as thou goest over, and arrive at the city of Sâlêm, where thou shalt meet Melchizedek, and I will command him to show thee the sign and similitude of Him." And Abraham did this and he found Melchizedek, and he gave him the mystery of the bread and wine, [Isaiah 6, 10; 44, 18] that same which is celebrated in our Passover for our salvation through our Lord Jesus Christ. This was the desire and the joy of Abraham as he went round the altar which Melchizedek had made, carrying branch and palm on the day of the Sabbath. See how the rejoiced in his belief, and see how he was justified by his belief, O blind Jew, who though having eyes seest not, and having ears hearest not, even as the Prophet Isaiah saith concerning you, "Their eyes are blind, and their hearts are covered with darkness, so that they may not understand and

ኢይለብዉ ፡ ወኢይሣሀሎሙ ※ ※ ※

God may not show compassion unto them." [Genesis 14, 18]

፻፮ ፡ ትንቢት ፡ በእንተ ፡ ምጽአቱ ፡ ለክርስቶስ ።

106. A PROPHECY CONCERNING THE COMING OF CHRIST

ወበእንተሰ ፡ ምጽአቱ ፡ ስማዕ ፡ ዘከመ ፡ ተነበዩ ፡ ፩፩ዘአዳም ፡ ለሰሚዖት ። በእንተ ፡ ምጽአቱ ፡ ተነበየ ፡ ኢሳይያስ ፡ ወይቤ ፡ ወልድ ፡ ተወልደ ፡ ለነ ፡ ሕፃን ፡ ተውህበ ፡ ለነ ፡ ስልጣን ፡ ጽሑፍ ፡ ዲበ ፡ መትከፍቱ ፡ ውእቱ ፡ አምላክ ፡ ጽኑዐ ፡ ምኵናን ፡ ንጉሥ ፡ ዐቢየ ፡ ምክር ፡ ስሙ ፤ ወትርጓሜሁ ፡ ዘንተ ፡ ይብል ፡ ገሃደ ፡ ወልደ ፡ እግዚአብሔር ፡ ተወልደ ፡ ዘመንግሥቱ ፡ ጽሑፍ ፡ እምቅድመ ፡ ዓለም ፡ ወይጠብብ ፡ እምነ ፡ ኵሉ ፡ ይብለከ ። ወካዕበ ፡ ተነበየ ፡ ወይቤ ፡ ኢሳይያስ ፡ ናሁ ፡ ቍልዔየ ፡ ዘኀረይኩ ፡ ዘሠምረት ፡ ነፍስየ ፡ ዲቤሁ ፡ ወይትዌከሉ ፡ አሕሳብ ፡ ቦቱ ፤ ወካዕበ ፡ ዝኒ ፡ ያሌብወነ ፡ ከመ ፡ መንፈሰ ፡ እግዚአብሔር ፡ ውእቱ ፡ ክርስቶስ ፡ ቃለ ፡ አብ ፡ ዘለብሰ ፡ ሥጋነ ፡ ወተወልደ ፡ ለነ ፡ ወአምኑ ፡ ቦቱ ፡ አሕዛበ ፡ ሮሜ ፡ ወኢትዮጵያ ፡ ወባዕድኒ ፡ ኵሉ ፡ አሕዛብ ። ወለእስራኤልሰ ፡ ሕዝብ ፡ ይብሎሙ ፡ ወካዕበ ፡ ተነበየ ፡ ወይቤ ፡ ብዙኃን ፡ ይተልዉከ ፡ ድኅሬከ ፡ እንዘ ፡ ቅኑታን ፡ ሐቌሆሙ ፡ ወእሱራን ፡ ድኅሪተ ፡ በሰናስል ፡ ወይጼልዩ ፡ ኀቤከ ፡ ወይሰግዱ ፡ ለከ ፡ እስመ ፡ እግዚአብሔር ፡ አንተ ፡ ወኢያእመርናከ ፤ ወዘንተኒ ፡ በእንተ ፡ ሰማዕት ፡ ወእለ ፡ ይከውኑ ፡ ገዳማዊያን ፡ ወፈላስያን ፡ እለ ፡ እሱራን ፡ አልባቢሆሙ ፡ በትእዛዙ ፡ ወይጼልዩ ፡ ሎቱ ፡ እስመ ፡ ድልው ፡ ዐስቦሙ ፡ ለክልኤሆሙ ፡ ሰማዕት ፡ ወፈላስያን ፡ ብሂል ፤ ወኢያእመርናከሰ ፡ እስመ ፡ ተዐወርዎ ፡ እስራኤል ፡ ወሰቀልዎ ፡ ወአበዩ ፡ ሐዊረ ፡ በጽድቁ ። ወካዕበ ፡ ተነበየ ፡ ወይቤ ፡ እግዚአብሔር ፡ ይመጽእ ፡ ወይትዌከሉ ፡

And now hearken how each one of them hath prophesied concerning Him, [for the narrative] is pleasant to hear. Isaiah the Prophet prophesied concerning His coming and said, "A Son is born unto us. A Child is given unto us. Dominion is written upon His shoulder. He is God, strong in rule, King, great Counsellor is His name." Now the meaning of this is manifest: the Son of God is born, Whose sovereignty was written down before the world was, and He is wiser than anyone else: [this is what] he saith unto thee. And again Isaiah prophesied and said, "Behold My servant Whom I have chosen, on Whom is the delight of My soul, and the nations shall put their confidence in Him." And these words give us to understand that Christ is the Spirit of God, the Word of the Father Who put on our flesh and was born for us: and the peoples of Rômê and Ethiopia and all other nations have believed in Him. And he spake unto the people of Israel, and again he prophesied, saying, "Many shall follow after Thee with their loins girded up, and their backs bound with fetters, and they shall pray to Thee and worship Thee, for thou art God, and we have not recognized Thee." Now this he spake concerning the martyrs, and those who became monks in the desert and solitary monks, whose hearts were fettered with His commandment, and who prayed to Him, meaning that reward was meet for both the martyrs and the solitary monks. "And we did not recognize Thee": Israel made itself blind, and crucified Him, and refused to walk in His righteousness. And again Isaiah prophesied and said, "God shall come, and the heathen shall put their trust in

ወያአምሩ ፡ አሕዛብ ፡ ወዘንተኒ ፡ መጽአ ፡ ክርስቶስ ፡ ወአበይዎ ፡ አይሁድ ፡ ወአምኑ ፡ ቦቱ ፡ አሕዛብ ፡ ብሂል ። ወካዕበ ፡ ተነበየ ፡ ወይቤ ፡ ጽንዑ ፡ እደው ፡ ድኩማን ፡ ወብረከ ፡ ፅቡሳን ፡ ወተፈሥሑ ፡ ዕንቡዛነ ፡ ልብ ፡ እስመ ፡ እግዚአብሔር ፡ መጽአ ፡ ዘይፈዲ ፡ ዕዳነ ፡ ወያድኅነነ ፡ ወይከሥት ፡ አዕይንተ ፡ ዕውራን ፡ ወያሰምዕ ፡ እዝነ ፡ ጽሙማን ፡ ወያረውጽ ፡ እግረ ፡ ሐንካሳን ፡ ወያነብብ ፡ ልሳነ ፡ በሃማን ፡ ይነቡ ፤ ወዘንተኒ ፡ ዘተብህለ ፡ እለ ፡ ተስሕቱ ፡ በሰጊድ ፡ ለጣዖት ፡ ወእለ ፡ ምዉታን ፡ በኀጢአት ፡ ወእለ ፡ ተጸለለ ፡ ልብክሙ ፡ ወኢታአምሩ ፡ ዘፈጠረክሙ ፤ ተፈሥሑ ፡ ዮም ፡ መጽአ ፡ ዘይፈዲ ፡ ኀጢአተ ፡ አዳም ፡ ረሲዮ ፡ ዕዳ ፡ ዚአሁ ፡ ተሰቂሎ ፡ ዘእንበለ ፡ ኀጢአት ፡ ቀተሎ ፡ ለሞት ፡ በሞቱ ፤ ወርእዩ ፡ ዕዉራን ፡ ወሖሩ ፡ ሐንካሳን ፡ ወሰምዑ ፡ ጽሙማን ፡ ወተናገሩ ፡ ርቱዐ ፡ በሃማን ፡ ወዓዲ ፡ ተንሥኡ ፡ ምዉታን ፡ ብሂል ።

Him and shall know Him;" this meaneth that Christ shall come, and the Jews shall reject Him, but the heathen shall believe in Him. And again he prophesied and said, "Be strong ye weak hands and tired knees, and rejoice ye hearts that are cast down, for God hath come, Who shall requite our debt, and save us. And He shall open the eyes of the blind, and He shall make the ears of the deaf to hear, and the feet that are lame shall run, and the tongues of the dumb shall speak." These words are spoken in respect of those who err in worshipping idols, and those who are dead in sin, and those whose hearts are darkened, and of you who do not know that God created you. Rejoice ye this day: He hath come Who will redeem the sin of Adam, and make Adam's debt His own. He was crucified being sinless. He hath killed Death by means of His own death, and the blind see, and the lame walk, and the deaf hear, and the dumb speak unhaltingly, and besides all these things the dead are raised. This is the meaning of this prophecy.

በከመ ፡ ተነበየ ፡ ዳዊት ፡ ነቢይ ፡ ወይቤ ፡ እግዚአብሔርሰ ፡ ገሃደ ፡ ይመጽእ ፡ ወአምላክነሂ ፡ ኢያረምም ።

Thus David the Prophet prophesied and said, "God shall come in visible form, and our God will not keep silence."

በከመ ፡ ተነበየ ፡ ኤርምያስ ፡ ወይቤ ፡ ይወርድ ፡ እግዚአብሔር ፡ ዲበ ፡ ምድር ፡ ወያንሶሱ ፡ ምስለ ፡ ሰብእ ፡ ከማነ ።

Thus Jeremiah prophesied and said, "God shall come down upon the earth, and shall walk about with men like us."

በከመ ፡ ተነበየ ፡ ሕዝቅኤል ፡ ነቢይ ፡ ወይቤ ፡ እመጽእ ፡ አነ ፡ አምላኮሙ ፡ ወአንሶሱ ፡ ማእከሎሙ ፡ ወያአምሩኒ ፡ ከመ ፡ አምላኮሙ ።

Thus Ezekiel the Prophet prophesied and said, "I your God will come, and I will walk about among them, and they shall know Me that I am their God."

ወበከመ ፡ ተነበየ ፡ ዳዊት ፡ ወይቤ ፡ ቡሩክ ፡ ዘይመጽእ ፡ በስመ ፡ እግዚአብሔር ፡ ባረክናክሙ ፡ በስመ ፡ እግዚአብሔር ።

Thus David prophesied and said, "Blessed is He Who cometh in the name of God: we have blessed you in the Name of the Lord."

በከመ ፡ ተነበየ ፡ እንባቆም ፡ ወይቤ ፡ እግዚአብሔርሰ ፡ እምቴማን ፡ ይመጽእ ፡ ወቅዱስኒ ፡ እምደብረ ፡ ፋራን ፡ ወእምአህጉረ ፡ ይሁዳ ።

Thus Habakkuk prophesied and said, "God shall come from the South, and the Holy One from Mount Fârân and from the cities of Judah."

በከመ ፡ ተነበየ ፡ ኤልያስ ፡ ነቢይ ፡ ወይቤ ፡

Thus Elijah the Prophet prophesied and said, "With a new covenant shall God come unto

በሐዲስ ፡ ሥርዐት ፡ ይመጽእ ፡ እግዚአብሔር ፡ ኀቤነ ።

us."

በከመ ፡ ተነበየ ፡ ኢዩኤል ፡ ነቢይ ፡ ወይቤ ፡ አማኑኤል ፡ ሰማያዊ ፡ ይመጽእ ፡ ወያድኅን ፡ ተግባሮ ፡ ዘለሐኰ ፡ በእዴሁ ፡ እምእደ ፡ ዲያብሎስ ፡ ተዐጋሊ ፡ ወአጋንንቲሁ ፡ መስሕታን ።

Thus Joel the Prophet prophesied and said, "The heavenly Emmanuel shall come and shall deliver the work which He hath fashioned with His own hand from the hand of the Devil, the deceiver, and his devils which lead astray."

ወበከመ ፡ ተነበየ ፡ ዳዊት ፡ ነቢይ ፡ ወይቤ ፡ ያስተርኢ ፡ አምላከ ፡ አማልክት ፡ በጽዮን ፤ ወካዕበ ፡ ይቤ ፡ እምነ ፡ ጽዮን ፡ ይብል ፡ ሰብእ ፡ ወብእሲ ፡ ተወልደ ፡ በውስቴታ ፡ ወውእቱ ፡ ልዑል ፡ ሣረራ ።

Thus David the Prophet prophesied and said, "The God of gods shall show Himself in Zion. The people say out of Zion, A man is born therein, and He the Most High hath founded it."

ወበከመ ፡ ተነበየ ፡ ሰሎሞን ፡ ወልዱ ፡ ወይቤ ፡ አማን ፡ ይሄሉ ፡ እግዚአብሔር ፡ ምስለ ፡ ሰብእ ፡ ወያንሶሱ ፡ ዲበ ፡ ምድር ።

Thus Solomon his son prophesied and said, "Verily God shall be with men, and He shall walk about upon the earth."

ወበከመ ፡ ተነበየ ፡ አቡሁ ፡ ዳዊት ፡ ወይቤ ፡ ይወርድ ፡ ከመ ፡ ጠል ፡ ውስተ ፡ ፀምር ፡ ወከመ ፡ ነጠብጣብ ፡ ዘያንጠበጥብ ፡ ዲበ ፡ ምድር ፡ ወይሠርጽ ፡ ጽድቅ ፡ በመዋዕሊሁ ።

Thus his father David prophesied and said, "He shall come down like the dew upon wool, and like the drop which droppeth upon the earth, and righteousness shall spring into being in his days."

ወበከመ ፡ ተነበየ ፡ ሰሎሞን ፡ ወልዱ ፡ ወይቤ ፡ ይትወለድ ፡ መድኅን ፡ እምጽዮን ፡ ወያአትት ፡ ኀጢአተ ፡ እምያዕቆብ ።

Thus Solomon his son prophesied and said, "A Saviour shall be born out of Zion, and He shall remove sin from Jacob."

ወበከመ ፡ ተነበየ ፡ ሆሴዕ ፡ ነቢይ ፡ ወይቤ ፡ እመጽእ ፡ ኀቤኪ ፡ ጽዮን ፡ ወአንሶሱ ፡ ማእከሌኪ ፡ ኢየሩሳሌም ፡ ይቤ ፡ እግዚአብሔር ፡ ቅዱስ ፡ እስራኤል ።

Thus Hosea the Prophet prophesied and said, "I will come to thee, O Zion, and I will walk about in thee, Jerusalem, saith God, the Holy One of Israel."

ወበከመ ፡ ተነበየ ፡ ሚኪያስ ፡ ነቢይ ፡ ወይቤ ፡ ያስተርኢ ፡ ቃለ ፡ እግዚአብሔር ፡ በኢየሩሳሌም ፡ ወሕግ ፡ ይወፅእ ፡ እምጽዮን ።

Thus Micah the Prophet prophesied and said, "The Word of God shall appear in Jerusalem, and the Law shall go forth from Zion."

ወበከመ ፡ ተነበየ ፡ ሆሴዕ ፡ ነቢይ ፡ ወይቤ ፡ ያስተርኢ ፡ እግዚአብሔር ፡ ዲበ ፡ ምድር ፡ ወየኀድር ፡ ምስለ ፡ ሰብእ ፡ ከማነ ።

Thus Hosea the Prophet prophesied and said," God shall appear upon the earth, and shall dwell with men like us."

ወበከመ ፡ ተነበየ ፡ ኤርምያስ ፡ ነቢይ ፡ ወይቤ ፡ ይትፌኖ ፡ መድኅን ፡ እምጽዮን ፡ ወያአትት ፡ ኀጢአተ ፡ እምሕዝበ ፡ እስራኤል ።

Thus Jeremiah the Prophet prophesied and said, "A saviour shall be sent from Zion, and He shall remove sin from the people of Israel."

ወበከመ ፡ ተነበየ ፡ ሚኪያስ ፡ ነቢይ ፡ ወይቤ ፡ ይመጽእ ፡ እግዚአብሔር ፡ እምሰማይ ፡ ወየኀድር ፡ ውስተ ፡ ጽርሑ ።

Thus Micah the Prophet prophesied and said, "God shall come from the heavens and dwell in His temple (or, citadel)."

በከመ ፡ ተነበየ ፡ ዘካርያስ ፡ ነቢይ ፡ ወይቤ ፡ ተፈሥሒ ፡ ወለተ ፡ ጽዮን ፡ ናሁ ፡ ሕያው ፡ አነ ፡ ወአኀድር ፡ ውስቴትኪ ፡ ይቤ ፡ እግዚአብሔር ፡ ቅዱስ ፡ እስራኤል ።

Thus Zechariah the Prophet prophesied and said, "Rejoice, O daughter of Zion! Behold, I am alive, and I will dwell in thee, saith God, the Holy One of Israel."

ወበከመ ፡ ተነበየ ፡ ሚኪያስ ፡ ነቢይ ፡ ወይቤ ፡ ናሁ ፡ እግዚአብሔር ፡ ይመጽእ ፡ ወያበርህ ፡ ለእለ ፡ ይፈርህዎ ፡ ወፀሐየ ፡ ጽድቅ ፡ ስሙ ።

Thus Micah the Prophet prophesied and said, "Behold, God shall come, and shall shine upon those who fear Him; Sun of righteousness is His Name."

ወበከመ ፡ ተነበየ ፡ ሆሴዕ ፡ ነቢይ ፡ ወይቤ ፡ ይመጽእ ፡ እግዚአብሔር ፡ ላዕሌኪ ፡ ኢየሩሳሌም ፡ ወያስተርኢ ፡ በውስቴትኪ ።

Thus Hosea the Prophet prophesied and said, "God shall come upon thee, Jerusalem, and shall appear in the midst of thee."

ወበከመ ፡ ተነበየ ፡ ዳዊት ፡ ነቢይ ፡ ወይቤ ፡ ወየሐዩ ፡ ወይሁብዎ ፡ እምወርቀ ፡ ዐረብ ፡ ወዘልፈ ፡ ይጼልዩ ፡ በእንቲአሁ ፡ ወይከውን ፡ ምስማከ ፡ ለኵሉ ፡ ምድር ፡ ውስተ ፡ አርእስተ ፡ አድባር ።

Thus David the Prophet prophesied and said, "And He shall live, and they shall give Him of the gold of Arabia, and they shall pray for Him continually, and He shall be the stay of all the earth upon the tops of the mountains."

ወበከመ ፡ ተነበየ ፡ ኢዮብ ፡ ጻድቅ ፡ ወይቤ ፡ እግዚአብሔር ፡ ያንሶሱ ፡ ዲበ ፡ ምድር ፡ ወየሐውር ፡ ዲበ ፡ ባሕር ፡ ከመ ፡ የብስ ።

Thus Job the just prophesied and said, "God shall walk about upon the earth, and He shall travel over the sea as upon the dry land."

ወበከመ ፡ ተነበየ ፡ ዳዊት ፡ ነቢይ ፡ ወይቤ ፡ አጽነነ ፡ ሰማያተ ፡ ወወረደ ።

Thus David the Prophet prophesied and said, "He bowed the heavens and came down."

በከመ ፡ ተነበየ ፡ ኢሳይያስ ፡ ነቢይ ፡ ወይቤ ፡ ናሁ ፡ ድንግል ፡ ትፀንስ ፡ ወትወልድ ፡ ወልደ ፡ ወትሰምዮ ፡ ስሞ ፡ አማኑኤል ።

Thus Isaiah the Prophet prophesied and said, "Behold, the virgin shall conceive, and shall bring forth a Son, and she shall call His name Emmanuel."

ወበከመ ፡ ተነበየ ፡ ዳዊት ፡ ነቢይ ፡ ወይቤ ፡ ወለድኩከ ፡ እምከርሥ ፡ እምቅድመ ፡ ኮከበ ፡ ጽባሕ ፤ ወካዕበ ፡ ይቤ ፡ እግዚአብሔር ፡ ይቤለኒ ፡ ወልድየ ፡ አንተ ፡ ወአነ ፡ ዮም ፡ ወለድኩከ ።

Thus David the Prophet prophesied and said, "brought Thee forth from the womb before the star of the morning." And again he said, "God said unto me: Thou art my Son, and I have this day brought Thee forth."

ወበከመ ፡ ተነበየ ፡ ጌዴዎን ፡ ወይቤ ፡ ናሁ ፡ ይወርድ ፡ ከመ ፡ ጠል ፡ ውስተ ፡ ፀምር ።

Thus Gideon prophesied and said, "Behold, He shall come down like dew upon the earth."

ወበከመ ፡ ተነበየ ፡ ዳዊት ፡ ነቢይ ፡ ወይቤ ፡ እግዚአብሔር ፡ ሐወጻ ፡ እምሰማይ ፡ ላዕለ ፡ እጓለ ፡ እመሕያው ፡ ወእምድልው ፡ ጽርሐ ፡ መቅደሱ ።

Thus David the Prophet prophesied and said, "God looked down from heaven upon the children of men, and from the temple of His sanctuary."

በከመ ፡ ተነበየ ፡ ሙሴ ፡ ነቢይ ፡ ወይቤ ፡ ወይብሉ ፡ ኵሎሙ ፡ ውሉደ ፡ እግዚአብሔር ፡ ጽኑዕ ፡ ውእቱ ፡ እስመ ፡ ይትቤቀል ፡ ደመ ፡ ደቂቁ ።

Thus Moses the Prophet prophesied and said, "And all the children of God shall say: He is strong, for He avengeth the blood of His sons."

ወበከመ ፡ ተነበየ ፡ ዳዊት ፡ ወይቤ ፡ ወበህየ ፡ አበቍል ፡ ቀርነ ፡ ለዳዊት ፡ ወአስተዴሉ ፡ ማኅቶተ ፡ ለመሲሕየ ፡ ወአለብሶሙ ፡ ኀፍረተ ፡ ለጸላእቱ ፡ ወቦቱ ፡ ይፈሪ ፡ ቅድሳትየ ።

Thus David prophesied and said, "And there will I make a horn to David to rise up, and I will prepare a lamp for Mine Anointed, and I will clothe His enemies with shame, and in Him shall My holiness flourish."

ወበከመ ፡ ይቤ ፡ ሆሴዕ ፡ ነቢይ ፡ ኢትፍራህ ፡ እስመ ፡ ኢትትኀፈር ፡ ወኢትደንግፅ ፡ በእንተ ፡ ዘሰባሕከ ፤ ወካዕበ ፡ ይቤ ፡ ስምዑኒ ፡ ስምዑኒ ፡ ሕዝብየ ፡ እስመ ፡ ፍትሕየ ፡ ርቱዕ ፡ እመጽእ ፡ ወአኀድር ፡ ምስሌክሙ ፡ ወይትዌከሉ ፡ አሕዛብ ፡ በብርሃንየ ፤ እስመ ፡ አሕዛብ ፡ ኮኑ ፡ ፍቁራኒሁ ፡ ለክርስቶስ ።

Thus Hosea the Prophet prophesied and said, "Fear not, for Thou shalt not be put to shame. And be not dismayed because of Thy praise." And again he said, "Hearken unto Me, hearken unto Me, My people, for My judgement (or, justice) is right. I will come and I will dwell with you, and the nations shall put their trust in My light; for the nations shall be the loved ones of Christ."

ወበከመ ፡ ይቤ ፡ ዳዊት ፡ ነቢይ ፡ ሕዝብ ፡ ዘኢያአምር ፡ ተቀንየ ፡ ሊተ ፡ ውስተ ፡ ምስማዐ ፡ እዝን ፡ ተሰጥዉኒ ፤ ወለአይሁድሰ ፡ ይቤሎሙ ፡ ውሉደ ፡ ነኪር ፡ ሐሰዉኒ ፡ ውሉደ ፡ ነኪር ፡ በልዩ ፡ ወሐንከሱ ፡ በፍኖቶሙ ፡ ሕያው ፡ እግዚአብሔር ፡ ወቡሩክ ፡ አምላኪየ ፤ ሕያው ፡ እግዚአብሔር ፡ ሶበ ፡ ይብለከ ፡ በእንተ ፡ መለኮቱ ፡ ይነግር ፡ ወቡሩክ ፡ አምላኪየ ፡ ሶበ ፡ ይብለከ ፡ በእንተ ፡ እንተ ፡ ለብሰ ፡ ሥጋ ፡ ይነግር ። ወካዕበ ፡ ይቤ ፡ በእንተ ፡ እንተ ፡ ለብሰ ፡ ሥጋ ፡ በኢሳይያስ ፡ ነቢይ ፡ መኑ ፡ ዝንቱ ፡ መካሕ ፡ ዘይወፅእ ፡ እምኤዶም ፡ አዶናይ ፡ ዘወረደ ፡ እምሰማይ ፡ ወይለብስ ፡ ዘበሶር ፡ ግሩም ፤ መካሕ ፡ ሶበ ፡ ይብል ፡ ዘመዐዛሁ ፡ ሠናይ ፡ ወአዶናይ ፡ ብሂል ፡ ቃለ ፡ አብ ፡ ዘእምቅድመ ፡ ዓለም ፡ ወልደ ፡ እግዚአብሔር ፡ ይለብስ ፡ ዘበሶር ፡ ግሩም ፡ ሶበ ፡ ይብል ፡ ሥጋሁ ፡ ለአዳም ፡ ገሃደ ፡ ያርኢ ።

Thus David the Prophet said, "A people whom I do not know shall serve Me; at the mere hearing of the ear they shall answer Me." And to the Jews he said, "The children of the stranger have been false to me, the children of the stranger have become old and have travelled haltingly on their path. God liveth, and blessed [is] my God." When he saith unto thee, "God liveth," he speaketh of His Godhead, and when he saith unto thee "and blessed [is] my God," he speaketh concerning His putting on the flesh. And again he speaketh concerning His putting on the flesh in Isaiah the Prophet, saying, "Who is this glorious One who cometh forth from Edom, Adônâi, Who came down from heaven, and put on the things of Basôr, glorious in majesty?" When he saith "glorious" he refereth to His sweet odour; and when he saith "Adônâi," he meaneth the Word of the Father Who was before the world, the Son of God; when he saith "He put on the things of Basôr, the glorious in majesty," he indicateth clearly the body of Adam.

ወበከመ ፡ ተነበየ ፡ ዳዊት ፡ ነቢይ ፡ እንዘ ፡ ይብል ፡ በእንተ ፡ ሕዝበ ፡ ክርስቲያን ፡ በልዎሙ ፡ ለአሕዛብ ፡ ከመ ፡ እግዚአብሔር ፡ ነግሠ ፡ ወአጽንዓ ፡ ለዓለም ፡ ከመ ፡ ኢታንቀልቅል ፤ ወካዕበ ፡ ተነበየ ፡ በእንተ ፡ ምጽአቱ ፡ ኀበ ፡ አሕዛብ ፡ ወይቤ ፡

Thus David the Prophet prophesied saying concerning Christian folk, "Declare ye to the nations that God is King, and that He hath made fast the world so that it shall never be moved." And he also prophesied concerning His coming to the nations, and said, "Before the face of God shall He come, He shall come

እምቅድመ ፡ ገጹ ፡ ለእግዚአብሔር ፡ እስመ ፡ ይመጽእ ፡ ይመጽእ ፡ ወይኴንና ፡ ለምድር ፡ ወይኴንና ፡ ለዓለም ፡ በጽድቅ ፡ ወለአሕዛብኒ ፡ በርትዕ ።

and shall judge the earth, and He shall judge the world in righteousness, and the nations with justice."

ወበከመ ፡ ተነበየ ፡ ኢሳይያስ ፡ ነቢይ ፡ ወይቤ ፡ እግዚአብሔር ፡ ጸባኦት ፡ መከረ ፡ ይስዐር ፡ ጽዕለቶሙ ፡ ለአሕዛብ ፡ ወያኅስሮሙ ፡ ለክቡራን ፡ ዐበይተ ፡ ምድር ፤ ወዓዲ ፡ አትለወ ፡ ትንቢቶ ፡ ወይቤ ፡ ይመጽእ ፡ ወየሐንጽ ፡ ቤቶ ፡ ወያድኅን ፡ ሕዝቦ ፤ ወዓዲ ፡ ወሰከ ፡ ወይቤ ፡ ወውእተ ፡ አሚረ ፡ ይሠርጽ ፡ እምሥርወ ፡ እሴይ ፡ ዘተሠይመ ፡ መልአከ ፡ አሕዛብ ፡ ወይትዌከሉ ፡ ቦቱ ፡ አሕዛብ ፡ ወይከውን ፡ ክብረ ፡ ምዕራፊሁ ፡ ለዓለም ።

Thus Isaiah the Prophet prophesied and said, "The Lord of hosts hath planned to destroy the contumely of the nations, and He shall bring to nothing the nobles and the mighty ones of the earth." And continuing his prophecy he said, "He shall come and shall build His house, and He shall deliver His people." And he added other words, saying, "And at that time there shall spring from the root of Jesse One Who shall be set over the nations, and the nations shall put their trust in Him, and the place where He shall abide shall be glorious for ever."

ወበከመ ፡ ተነበየ ፡ ዳዊት ፡ ወይቤ ፡ ዘምሩ ፡ ለእግዚአብሔር ፡ ዘየኅድር ፡ ውስተ ፡ ጽዮን ፡ ወንግርዎሙ ፡ ለአሕዛብ ፡ ምግባሮ ።

Thus David prophesied, and said, "Sing ye unto God Who dwelleth in Zion, and declare ye to the nation His work."

ወበከመ ፡ ተነበየ ፡ ሰሎሞን ፡ ወልዱ ፡ ወይቤ ፡ በእንተ ፡ መድኅኒነ ፡ አማኑኤል ፡ ፀሐየ ፡ ጽድቅ ፡ እምቅድመ ፡ አውግር ፡ ወለደኒ ፡ ወእምቅድመ ፡ ይጠአጣእ ፡ ወይግበር ፡ በሓውርተ ፡ ወእምቅድመ ፡ ዓለም ፡ ሣረረኒ ፤ ዘእንበለ ፡ ምድረ ፡ ይግበር ፡ ወዘእንበለ ፡ ቀላያተ ፡ ይግበር ፡ ወዘእንበለ ፡ ይፃእ ፡ አንቅዕት ፡ ማያተ ፡ ወያስተርኢ ፡ ሥነ ፡ ጽገያት ፡ ወእምቅድመ ፡ ይንፋሕ ፡ ነፋሳተ ፡ አየር ፡ እግዚአብሔር ፡ ፈጠራ ፡ ለምግባሩ ፡ ቅድመ ፡ ገጹ ፡ ወሀሎኩ ፡ አስተዋድድ ፡ ምስለ ፡ አቡየ ።

Thus Solomon his son prophesied and spake concerning our Saviour Emmanuel, the Sun of righteousness, "He brought Me forth before the hills, and before He made the lands and set them in order, and founded Me before the world; before He made the earth, and before He made the abysses, and before the waterfloods came forth, and the beauty of the flowers appeared, and before the winds blew, God created His work before His face, and I existed conjointly with My Father."

በከመ ፡ ተነበየ ፡ አቡሁ ፡ ዳዊት ፡ ወይቤ ፡ እምቅድመ ፡ ፀሐይ ፡ ሀሎ ፡ ስሙ ፡ ወእምቅድመ ፡ ወርኅ ፡ ለትውልደ ፡ ትውልድ ።

Thus his father David prophesied and said, "His name was before the sun, and before the moon, generation to generation."

ወበከመ ፡ ተነበየ ፡ ሰሎሞን ፡ ወልዱ ፡ ወይቤ ፡ አመ ፡ ጽኑዐ ፡ ይገብር ፡ መልዕልተ ፡ ደመናት ፡ ወአመ ፡ ያነብር ፡ ምንባረ ፡ አረፋተ ፡ አጽናፈ ፡ ሰማያት ፡ ወአመ ፡ ያነብራ ፡ ለባሕር ፡ በዐቅማ ፡ ወእምቅድመ ፡ ይሣርር ፡ መንበሮ ፡ መልዕልተ ፡ ነፋሳት ፡ ወአመ ፡ ጽኑዐ ፡ ይገብር ፡

Thus his son Solomon prophesied and said, "When He made strong the firmament above the clouds, and when He set in position the walls of the boundaries of the heavens, and when He set the sea in its appointed place, and before He founded His throne above the winds, and when He made strong the

መሠረታተ ፡ ምድር ፡ ሀሎኩ ፡ ምስሌሁ ፡ አስተዋድድ ፡ አነ ፡ ውእቱ ፡ ለእንተ ፡ ይትፌሣሕ ፡ ወትረ ፡ እንተ ፡ ጸብሐት ፡ ወእትሐሠይ ፡ ምስሌሁ ፡ በኵሉ ፡ ጊዜ ፡ በቅድመ ፡ ገጹ ፡፡

foundations of the earth, I existed conjointly with Him. I was that wherein He rejoiced continually, and day by day, and I exulted with Him at all times before His face."

ወበከመ ፡ ተነበየ ፡ ኢዮብ ፡ ነቢይ ፡ ወይቤ ፡ ዘውእቱ ፡ ገጸ ፡ አምላኪየ ፡ ምሥራቅ ፡ ወእምቅድመ ፡ ፀሐይ ፡ ብርሃኑ ፡ ወይትዌከሉ ፡ አሕዛብ ፡ በስሙ ፡፡

Thus Job the Prophet prophesied and said, "The face of my God is in the East, and His light is before [that of] the sun, and the nations put their trust in His Name."

ወበከመ ፡ ተነበየ ፡ ኢሳይያስ ፡ ነቢይ ፡ ወይቤ ፡ ኢትዝከሩ ፡ ዘትካት ፡ ወኢተጎልዩ ፡ ዘቀዲሙ ፡ ናሁ ፡ አነ ፡ እገብር ፡ ሐዲሰ ፡ ዘይእዜ ፡ ይሠርቅ ፡ ወከመ ፡ ታእምሩ ፡ እገብር ፡ ፍኖተ ፡ ውስተ ፡ በድው ፡ ወአውሕዝ ፡ ማየ ፡ ውስተ ፡ ገዳም ፡ ወይድኅኑኒ ፡ አራዊተ ፡ ገዳም ፡ ወእጓለ ፡ አዕዋፍ ፡ ወሴሬኔሲ ፤ እስመ ፡ ወሀብኩ ፡ ማየ ፡ ውስተ ፡ በድው ፡ ወአውሐዝኩ ፡ ውስተ ፡ ገዳም ፡ ከመ ፡ አስትዮሙ ፡ ለሕዝብየ ፡ ወለኅሩያንየ ፡ እለ ፡ አጥረይኩ ፡ ከመ ፡ ይንግሩ ፡ ስብሐትየ ፡ ወይግበሩ ፡ ትእዛዝየ ፡፡

Thus Isaiah the Prophet prophesied and said, "Remember ye not the things of the past, and think not about the things of olden time; behold, I will make a new thing, which shall now spring up, so that ye may know that I make a road through the desert and water floods in the wilderness; and the beasts of the field shall follow after Me, and the young birds, and the ostriches. For I have given water in the desert, and made streams of water to flow in the wilderness, so that I may give drink to My people and to My chosen ones whom I have gotten, so that they may declare My glory, and perform My commandment."

ወበከመ ፡ ተነበየ ፡ ሰሎሞን ፡ ወይቤ ፡ መኑ ፡ ዐርገ ፡ ውስተ ፡ ሰማይ ፡ ወወረደ ፡ ወመኑ ፡ አስተጋብአ ፡ ነፋሳተ ፡ ውስተ ፡ ሕፅኑ ፡ ወመኑ ፡ ዘዐቈረ ፡ ማያተ ፡ በልብሱ ፡ ወመኑ ፡ ሰፈረ ፡ ማየ ፡ ባሕር ፡ በሕፍኑ ፡ ወሰማየኒ ፡ በስዝሩ ፡ ወመኑ ፡ ስሙ ፡ ወመኑ ፡ ስመ ፡ ወልዱ ፡፡

Thus Solomon prophesied and said, "Who hath gone up into heaven and come down? And who hath gathered together the winds in his bosom? And who hath collected the waters in his garment? And who hath measured the waters of the sea in his hand, and the heavens on the palm of his hand? And what is his name and what is the name of his son?"

ወበከመ ፡ ተነበየ ፡ ሚኪያስ ፡ ነቢይ ፡ ወይቤሎሙ ፡ ለአይሁድ ፡ ኢይሠምር ፡ ብክሙ ፡ ይቤ ፡ እግዚአብሔር ፡ ዘኵሎ ፡ ይመልክ ፡ ወኢይሠምር ፡ ምሥዋዕተክሙ ፡ ወኢይትመጠው ፡ ቍርባነ ፡ እምእዴክሙ ፡ እስመ ፡ እምሥራቀ ፡ ፀሐይ ፡ እስከ ፡ ዐረብ ፡ ይሴባሕ ፡ ስምየ ፡ በውስተ ፡ ኵሉ ፡ አሕዛብ ፡ ወበኵሉ ፡ በሓውርት ፡ ይትቄረብ ፡ ዕጣን ፡ ለስምየ ፡ ዐቢይ ፡ በውስተ ፡ ኵሉ ፡ አሕዛብ ፡ ይቤ ፡ እግዚአብሔር ፡ ዘኵሎ ፡ ይመልክ ፡፡

Thus Micah the Prophet prophesied and said unto the Jews, "I have no pleasure in you, saith God Who ruleth all things. And I have no pleasure in your offerings, and I will accept no gift from your hands. For from the rising of the sun to the setting thereof shall My Name be praised among all peoples, and in all countries incense shall be offered up to my great Name among all peoples, saith Almighty God."

ወካዕበ ፡ ይቤ ፡ ሚኪያስ ፡ ነቢይ ፡ ሐዲስ ፡ ሥርዐት ፡ ያስተርኢ ፡ ደብረ ፡ እግዚአብሔር ፡ ወድልውት ፡ ውስተ ፡ አርእስተ ፡ አድባር ፡ ወይትሌዐል ፡ መልዕልተ ፡ አውግር ፡ ወይብሉ ፡ ንዑ ፡ ንዕርግ ፡ ውስተ ፡ ደብረ ፡ እግዚአብሔር ፤ ወየሐውሩ ፡ ኀቤሁ ፡ ብዙኃን ፡ አሕዛብ ፡ ወይብሉ ፡ ንዑ ፡ ንዕርግ ፡ ውስተ ፡ ደብረ ፡ እግዚአብሔር ፡ ወይነግሩነ ፡ ፍኖቶ ፡ ወንሖር ፡ ባቲ ።

And again Micah the Prophet said, "A new covenant shall appear upon the mountain of God, and it shall be prepared upon the tops of the mountains, and it shall be exalted above the hills, and people shall say, 'Come ye, let us go up into the mountain of God.' And many nations shall go thereto and shall say, 'Come ye, let us go up into the mountain of God, and they shall declare unto us His way, and we will walk therein.'"

ወበከመ ፡ ተነበየ ፡ ዳዊት ፡ ነቢይ ፡ ወይቤ ፡ ስምዐኒ ፡ ሕዝብየ ፡ ወእንግርከ ፡ እስራኤል ፡ ኣሰምዕ ፡ ለከ ፡ አምላክከሰ ፡ አምላክ ፡ አነ ፡ ውእቱ ።

Thus David the Prophet prophesied and said, "Hearken unto Me, O My people, and I will speak unto thee, Israel, and will bring testimony to thee; I am God, thy God."

ወበከመ ፡ ተነበየ ፡ ሙሴ ፡ ነቢይ ፡ ወይቤ ፡ በእንተ ፡ ሥላሴ ፡ ስማዕ ፡ እስራኤል ፡ ፩ውእቱ ፡ እግዚአብሔር ፡ አምላክከ ፤ ወዘንተሰ ፡ ይትፌከር ፡ አብ ፡ ወወልድ ፡ ወመንፈስ ፡ ቅዱስ ፡ ፩ውእቱ ፡ አምላክ ፡ ዘአሐቲ ፡ መንግሥቶሙ ፡ ወአሐቲ ፡ ስልጣኖሙ ፡ ወአሐተ ፡ ይሰግዱ ፡ ሎሙ ፡ በሰማይ ፡ ወበምድር ፡ በባሕር ፡ ወበቀላያት ፤ ወሎቱ ፡ ስብሐት ፡ ለዓለመ ፡ ዓለም ፡ አሜን...

Thus Moses the Prophet prophesied and said concerning the Trinity, "Hear, O Israel, the Lord thy God is One." And this is to be explained thus Father, and Son, and Holy Spirit are One God, Whose kingdom is one, Whose dominion is one, and as One men shall worship Them in the heavens and in the earth, in the sea and in the abysses. And to Him be praise for ever and ever! Amen.

፻፯ ፡ በእንተ ፡ በአቱ ፡ ኢየሩሳሌም ፡ በስብሐት ።

107. CONCERNING HIS ENTRANCE INTO JERUSALEM IN GLORY

ወበእንተ ፡ በአቱ ፡ ኢየሩሳሌም ፡ በስብሐት ፡ ተነበዩ ፡ ነቢያት ፡ እንዘ ፡ ይብል ፡ ኢሳይያስ ፡ ነቢይ ፡ አብርሂ ፡ አብርሂ ፡ ኢየሩሳሌም ፡ በጽሐ ፡ ብርሃንኪ ፡ ወስብሐተ ፡ እግዚአብሔር ፡ ሠረቀ ፡ ላዕሌኪ ።

And the Prophets have prophesied concerning His glorious entry into Jerusalem, and Isaiah the Prophet said, "Shine thou, shine thou, Jerusalem, thy light hath come and the glory of God hath risen upon thee."

ወበከመ ፡ ተነበየ ፡ ዘካርያስ ፡ ነቢይ ፡ ወይቤ ፡ ተፈሥሒ ፡ ተፈሥሒ ፡ ወለተ ፡ ጽዮን ፡ ወየብቢ ፡ ኢየሩሳሌም ፡ በፍሥሓ ።

Thus the Prophet Zechariah prophesied and said, "Rejoice, rejoice, daughter of Zion, and let Jerusalem shout for joy."

ወበከመ ፡ ተነበየ ፡ ዳዊት ፡ ወይቤ ፡ እምአፈ ፡ ደቂቅ ፡ ወሕፃናት ፡ አስተዳሎከ ፡ ስብሐተ ፡ በእንተ ፡ ጸላኢ ፡ ከመ ፡ ትንሥቶ ፡ ለጸላኢ ፡ ወለገፋዒ ።

Thus David prophesied and said, "Out of the mouth of children and babes Thou hast prepared praise because of the enemy, so that Thou mightest overthrow the enemy and the avenger."

ወበከመ ፡ ተነበየ ፡ ሰሎሞን ፡ ወይቤ ፡ ደቂቅከ ፡ ምሁራን ፡ በኀበ ፡ እግዚአብሔር ፡ ወይትፌሥሑ ፡ አሕዛብ ፡ በውስቴትኪ ።

Thus Solomon prophesied and said, "The children are taught by God, and the peoples rejoice within thee."

ወበከመ ፡ ተነበየ ፡ ዳዊት ፡ አቡሁ ፡ ወይቤ ፡ ንፍኁ ፡ ቀርነ ፡ በጽዮን ፡ በዕለተ ፡ ሠርቅ ፡ በእምርት ፡ ዕለት ፡ በዓልነ ፡ እስመ ፡ ሥርዐቱ ፡ ለእስራኤል ፡ ውእቱ ።

Thus David his father prophesied and said, "Blow ye the horn in Zion, on the day of the new moon, on the appointed day of our festival, for it is an ordinance for Israel."

ወበከመ ፡ ተነበየ ፡ ዕዝራ ፡ ጸሓፊ ፡ ወይቤ ፡ ፃኡ ፡ ግበሩ ፡ በዓለ ፡ በትፍሥሕት ፡ ወበልዋ ፡ ለወለተ ፡ ጽዮን ፡ ተፈሥሒ ፡ ነዋ ፡ ንጉሥኪ ፡ በጽሐ ።

Thus Ezra the Scribe prophesied and said, "Get ye out, make ye a festival in gladness, and say unto the daughter of Zion, Rejoice thou, behold thy King hath come."

ወበከመ ፡ ተነበየ ፡ ኢሳይያስ ፡ ነቢይ ፡ ወይቤ ፡ ተፈሥሒ ፡ ኢየሩሳሌም ፡ ተፈሥሒ ፡ ነዋ ፡ ንጉሥኪ ፡ በጽሐ ፡ እንዘ ፡ ይጼዐን ፡ ዲበ ፡ እድግት ፡ ዘዕሴቱ ፡ ምስሌሁ ፡ ወምግባሩ ፡ ቅድመ ፡ ገጹ ።

Thus Isaiah the Prophet prophesied and said, "Rejoice thou, Jerusalem, rejoice thou. Behold, thy King hath come riding upon an ass. His reward is with Him, and His work is before His face."

ወበከመ ፡ ተነበየ ፡ ዳዊት ፡ ነቢይ ፡ ወይቤ ፡ ቡሩክ ፡ ዘይመጽእ ፡ በስመ ፡ እግዚአብሔር ፡

Thus David the Prophet prophesied and said, "Blessed is He who cometh in the name of the Lord."

ወበከመ ፡ ተነበየ ፡ ያዕቆብ ፡ ወልደ ፡ ይስሐቅ ፡ ወይቤ ፡ ይሁዳ ፡ ሰብሑከ ፡ አኀዊከ ፡ እደዊከ ፡ ላዕለ ፡ ዘባኖሙ ፡ ለጸላእትከ ፡ ወይሰግዱ ፡ ለከ ፡ ደቂቀ ፡ እምከ ፤ ወኢየሐጽጽ ፡ ምልክና ፡ እምይሁዳ ፡ ወምስፍና ፡ እምአባሉ ፡ እስከ ፡ አመ ፡ ይረክብ ፡ ዘጽኑሕ ፡ ሎቱ ፡ ወውእቱ ፡ ተስፋሆሙ ፡ ለአሕዛብ ። ወካዕበ ፡ ተነበየ ፡ ወይቤ ፡ ጸዐዳ ፡ ስነኒሁ ፡ ከመ ፡ ዘበረድ ፡ ወፍሡሓት ፡ አዕይንቲሁ ፡ ከመ ፡ ወይን ፡ ወየኀፅብ ፡ በወይን ፡ ልብሶ ፡ ወበደመ ፡ አስካል ፡ ሶንዱኖ ። ወካዕበ ፡ ተነበየ ፡ እንዘ ፡ ይብል ፡ ይሁዳ ፡ ወልደ ፡ አንበሳ ፡ ሰከብከ ፡ ወኖምከ ፡ አልቦ ፡ ዘያነቅሆ ፡ አላ ፡ ለሊሁ ፡ እስከ ፡ ይረክብ ፡ ዘነዐወ ፤ እምሕዛእትከ ፡ ዕርግ ። ወካዕበ ፡ ባረኮ ፡ ለይሁዳ ፡ ወልዱ ፡ ያዕቆብ ፡ ወይቤሎ ፡ ሀሎ ፡ ንጉሥ ፡ ዘይወፅእ ፡ እምኔከ ፡ ዘየኀፅብ ፡ በወይን ፡ ልብሶ ፡ ወክቡር ፡ ምዕራፊሁ ፡ ለፍቁር ፤ ወፍቁር ፡ ብሂል ፡ ክርስቶስ ፡ ብሂል ፤ ወመሲሕ ፡ ብሂል ፡

Thus Jacob the son of Isaac prophesied and said, "Judah, thy brethren have praised thee. Thine hand is upon the back of thine enemy, and the children of thy mother shall worship thee. And the dominion shall not diminish from Judah, and the government shall not depart from his kin, until he shall find Him Who hath been waited for, and Who is the Hope of the nations." And he also prophesied and said, "His teeth are white as with snow, and His eyes are glad as with wine, and He shall wash His apparel in wine and said, "His tunic in the blood of clusters of grapes." And again he prophesied, saying, "Judah is a lion's whelp; thou hast lain down, and thou hast slept; no one shall wake him up except him that hunteth until he findeth him; rise up from thy strong place." And again Jacob blessed his son Judah, and said unto him, "There is a King who shall go forth from thee and shall wash His apparel in wine, and glorious is the place of rest of the Beloved"; now, by "Beloved"

ክርስቶስ ፡ ብሂል ፡ ወኢየሱስ ፡ ብሂል ፡ መድኀኔ ፡ ሕዝብ ፡ ብሂል ፤ ወነቢያትሰ ፡ ይሰምይዎ ፡ በሥውር ፡ ለክርስቶስ ፡ ወይብልዎ ፡ ፍቁር ።

Christ is meant, and by "Messiah" Christ is meant, and Jesus meaneth "Saviour of the people." Now the Prophets mention Christ under a secret name and they call Him "the Beloved."

ወይቤ ፡ ኢሳይያስ ፡ ኀበ ፡ ዕርገቱ ፡ በትንቢት ፡ ውእተ ፡ አሚረ ፡ ይወርድ ፡ ፍቁር ፡ እምሰማይ ፡ ወየኀሪ ፡ ሎቱ ፡ ፲ወ፪ ፡ ሐዋርያተ ፤ ወካዕበ ፡ ይቤ ፡ ርኢኩ ፡ ዕርገቶ ፡ ለፍቁር ፡ ወልድ ፡ እስከ ፡ ሳብዕ ፡ ሰማይ ፡ ወእንዘ ፡ ይትቄበልዎ ፡ መላእክት ፡ ወሊቃነ ፡ መላእክት ፡ እንዘ ፡ ይትሌዐል ፡ ፈድፋደ ፡ እምኔሆሙ ።

And Isaiah spake concerning His Ascension in his prophecy, saying, "On that day the Beloved shall come down from heaven, and shall choose for Himself twelve Apostles." And again he said, "I have seen the ascension of the beloved Son to the seventh heaven, and the Angels and the Archangels receiving Him, He being very much higher than they."

ወዳዊትኒ ፡ ይቤ ፡ ወፍቁርሰ ፡ ከመ ፡ ወልድ ፡ ዘ፩ቀርኑ ፤ ወካዕበ ፡ ይቤ ፡ ወእምአቅርንት ፡ ዘ፩ቀርኑ ፡ ለብሕቱትየ ፤ ወካዕበ ፡ ይቤ ፡ ወይትሌዐል ፡ ቀርንየ ፡ ከመ ፡ ዘ፩ቀርኑ ። አቅርንትሰ ፡ ይተረጐም ፡ መንግሥታተ ፡ ዓለም ፡ ወዘይትበሀልሂ ፡ ዘ፩ቀርኑ ፡ ለመንግሥቱ ፡ አልቦ ፡ ዘይትቃረኖ ፡ እስመ ፡ መላኬ ፡ ነገሥት ፡ ውእቱ ፡ ለዘ ፡ ፈቀደ ፡ ይስዕር ፡ ወለዘፈቀደ ፡ ይሠይም ። በከመ ፡ ይቤ ፡ ዳዊት ፡ ወእምክቡዳነ ፡ አቅርንት ፡ ዘእምኔሆሙ ፡ አስተፈሥሐከ ፤ ወዝንቱ ፡ ዘተብህለ ፡ እምክቡራን ፡ ነገሥት ፡ አንተ ፡ ትከብር ፡ ወትትፌሣሕ ፡ ብሂል ።

And David said, "The beloved is like the son of the unicorn "; and again he said, "And thine only one from the horns of the unicorn." And again he said, "Let my horn be exalted like that of the unicorn." "Horns" meaneth the kingdoms of the world; and "unicorn" meaneth He Who is over His kingdom Whom no one can resist, for He is the governor of kings; He destroyeth whom He will and He setteth up him whom He will. Even as David saith, "I will make thee to rejoice more than those who are mighty through their horns," which meaneth, "Thou art nobler than the noble kings, and thou dost rejoice."

ወበከመ ፡ ተነበየ ፡ እንባቆም ፡ እንዘ ፡ ይብል ፡ አቅርንት ፡ ውስተ ፡ እደዊሁ ፡ ወረሰየ ፡ ፍቁረ ፡ በጽንዐ ፡ ኀይሉ ፤ ወዘንተኒ ፡ ብሂል ፡ አጋዜ ፡ ስልጣነ ፡ ነገሥት ፡ በቅንዋት ፡ ተቀነወ ፡ እራኅ ፡ ዘሕይወተ ፡ ኵሉ ፡ ውስቴቶን ፡ እኁዝ ፡ ዘገብረ ፡ ክርስቶስ ፡ በጽንዐ ፡ ኀይሉ ፡ ፍቁር ፡ ብሂል ※※※

And Habakkuk prophesied, saying, "Horns are in his hands, and he hath placed the beloved in the strength of his power," which meaneth, "The palms of the hand, wherein the life of all is held, of the holder of the dominion of kings, are pierced with nails, which Christ, the beloved, hath endured in the strength of His might."

፻፰ ፡ በእንተ ፡ እከየ ፡ ይሁዳ ፡ ዕልው ።

108. CONCERNING THE WICKEDNESS OF THE INIQUITOUS JEWS

ወበእንተ ፡ እከዮ ፡ ለይሁዳ ፡ ረሲዕ ፡ ተነበዩ ፡ ነቢያት ። ወይቤ ፡ ዳዊት ፡ በእንቲአሁ ፡

And the Prophets prophesied concerning the wickedness of the Jews. And David said

ለብእሲ ፡ ዐማፂ ፡ ይንዕዎ ፡ እኪት ፡ ለአማስኖ ፤ ወካዕበ ፡ ይቤ ፡ ወይገብእ ፡ ጻማሁ ፡ ዲበ ፡ ርእሱ ፡ ወትወርድ ፡ ዐመፃሁ ፡ ዲበ ፡ ድማሑ ።

concerning it, "The man of violence hunteth iniquity to destroy himself." [Psalm 9, 15-16] And again he saith, "His sorrow shall return upon his head, and his iniquity upon his forehead" (or, skull). [Psalm 7, 16]

ወበከመ ፡ ተነበየ ፡ ሰሎሞን ፡ ወልዱ ፡ ወይቤ ፡ ብእሲ ፡ አብድ ፡ ወዐማፂ ፡ የሐውር ፡ ፍናዋተ ፡ ዘኢኮነ ፡ ርቱዓተ ፡ ወውእቱሰ ፡ ይቀጽብ ፡ በዐይን ፡ ወይዴምር ፡ በእግር ፡ ወይሁብ ፡ ትእምርተ ፡ በቅጽበተ ፡ አጻብዕ ፡ ወበአጽንኖ ፡ ከናፍር ፡ ወዕሉት ፡ ልቡ ፡ ትጔሊ ፡ እኪተ ፡ በኵሉ ፡ ጊዜ ፤ ዘከመዝ ፡ ብእሲ ፡ ያመጽእ ፡ ሀከከ ፡ ወቀትለ ፡ ወክዒወ ፡ ደም ፡ በዐመፃ ፡ ወኢያመሥጥ ፡ እምደይን ።

Thus Solomon his son prophesied and said, "The foolish man and the man of iniquity travel by paths that are not straight. He winketh with the eye, and tappeth with the foot, and he giveth a sign by movements of the fingers and motion of the lips, and his perverted heart meditateth evil at all times; a man who is like this will make to come tumult and murder, and the shedding of blood through double-dealing, and he shall not escape the judgement." [Proverbs 6, 13]

ወበከመ ፡ ተነበየ ፡ ዳዊት ፡ አቡሁ ፡ ወይቤ ፡ ነገረ ፡ ጌጋይ ፡ አውፅኡ ፡ ላዕሌየ ፤ ዘኖመሰ ፡ ኢይነቅህኑ ፡ እንጋ ፡ ብእሴ ፡ ሰላምየ ፡ ዘኪያሁ ፡ እትአመን ፡ ዘይሴስይ ፡ እክልየ ፡ አንሥአ ፡ ሰኰናሁ ፡ ላዕሌየ ።

And David his father prophesied and said, "They brought forth against me the word of error; he who sleepeth shall he not awake? Shall then the man of my peace (*i.e.*, my friend), whom I trusted, who ate my food, lift up his foot against me?" [Psalm 41, 9]

ወበከመ ፡ ተነበየ ፡ ኢሳይያስ ፡ ነቢይ ፡ ወይቤ ፡ አሌሎቱ ፡ ለውእቱ ፡ ብእሲ ፡ ዐማፂ ፡ ዘያመጽእ ፡ ለመንሱት ፤ ወካዕበ ፡ ይቤ ፡ ያአትትዎ ፡ ለኃጥእ ፡ ከመ ፡ ኢይርአይ ፡ ስብሐተ ፡ እግዚአብሔር ።

Thus Isaiah the Prophet prophesied and said, "Woe be unto the man of iniquity who bringeth wrath." [Isaiah 10, 1-2] And again he said, "Let them remove the sinner so that he may not see the glory of God." [Psalm 104, 35]

ወበከመ ፡ ተነበየ ፡ ዳዊት ፡ ነቢይ ፡ ወይቤ ፡ ይነብብ ፡ ኃጥእ ፡ በዘ ፡ ያስሕት ፡ ርእሶ ፡ ወአልቦ ፡ ፍርሀተ ፡ እግዚአብሔር ፡ ቅድመ ፡ አዕይንቲሁ ።

Thus David the Prophet prophesied and said, "The sinner speaketh what will condemn him, and there is no fear of God before his eyes." [Psalm 36, 1]

ወበከመ ፡ ተነበየ ፡ ሰሎሞን ፡ ወልዱ ፡ ወይቤ ፡ ፀዋግ ፡ ብእሲ ፡ ሀከከ ፡ ያመጽእ ፡ ለሀገር ፡ ወያመጽእ ፡ በእንቲአሁ ፡ ተሀጕሎተ ፡ ወዝብጠተ ፡ ወቅጥቃጤ ፡ ዘኢየሐዩ ፡ እስመ ፡ ይትፌሣሕ ፡ በኵሉ ፡ ዘይጸልእ ፡ እግዚአብሔር ።

Thus Solomon his son prophesied and said, "The man of iniquity bringeth tumult to the city; and he willingly maketh to come destruction, and beating, and calamity which cannot be healed, for he rejoiceth in everything which God hateth." [Prov. 11, 11]

ወበከመ ፡ ተነበየ ፡ ሙሴ ፡ ነቢይ ፡ ወይቤ ፡ ኢይፈቅድ ፡ እግዚአብሔር ፡ ይስረይ ፡ ሎቱ ፡ ዘእንበለ ፡ ዘያፈደፍድ ፡ በቀለ ፡ ላዕሌሁ ፤ ወያነብር ፡ መቅሠፍተ ፡ ዲቤሁ ፡ ወይከውን ፡ ላዕሌሁ ፡ ዘጽሑፍ ፡ ውስተ ፡ ዝንቱ ፡

Thus prophesied Moses the Prophet and said, "God wisheth not to forgive him but rather to increase vengeance upon him; and He will make punishments to rest upon him, and the curse which is written in this book shall come upon him; and his name shall be blotted out

መጽሐፍ ፡ መርገም ፡ ወይደመሰስ ፡ ስሙ ፡ እምታሕተ ፡ ሰማይ ።

from under heaven." [Deuteronomy 29, 20]

ወበከመ ፡ ተነበየ ፡ ዳዊት ፡ ነቢይ ፡ ወይቤ ፡ ጥቡዕ ፡ ልቡ ፡ ለቀቲል ፤ አብደራ ፡ ለመርገም ፡ ወትምጽአ ፡ አበያ ፡ ለበረከት ፡ ወትርሐቅ ፡ እምኔሁ ።

Thus David the Prophet prophesied and said, "His heart is ready for slaughter; he preferreth cursing and it shall come to him; he refuseth blessing and it shall be far from him." [Psalm 109, 17]

ወበከመ ፡ ተነበየ ፡ ኤርምያስ ፡ ነቢይ ፡ በእንቲአሁ ፡ ወይቤ ፡ ብእሲ ፡ ፀዋግ ፡ ይትሀጐል ፡ በእንተ ፡ ፍቅረ ፡ ብሩር ፡ ወይሬኢ ፡ ጽልመተ ፡ በእንተ ፡ ጕሕሉቱ ።

Thus Jeremiah the Prophet prophesied concerning him and said, "The man of iniquity shall be destroyed because of the love of money, and he looketh upon darkness because of his fraud." [Ezekiel 18, 12, 31]

ወበከመ ፡ ተነበየ ፡ ኢዮብ ፡ ወይቤ ፡ በእንቲአሁ ፡ ይዘርዎ ፡ መሠንዮ ፡ ፈጣሪሁ ፡ ወይየብስ ፡ ሥረዊሁ ፡ በታሕቴሁ ፡ ወይትነገፍ ፡ ጽጌ ፡ በመልዕልቴሁ ፡ ወይጠፍእ ፡ እምድር ፡ ዝክሩ ፡ ወይርሐቅ ፡ ስሙ ፡ ነዋኀ ፤ ወያፈልስዎ ፡ ውስተ ፡ ጽልመት ፡ ከመ ፡ ኢይርአይ ፡ ብርሃነ ፡ ለብእሲ ፡ ዐማፂ ፡ ይጠፍእ ፡ ቤቱ ።

Thus Job prophesied and said concerning him, "His Creator will destroy his fair work, and his root shall dry up under him, and his flower shall be beaten down upon him, and his memorial shall be blotted out from the earth, and his name shall be cast far away, and men shall remove him into the darkness so that he may not see the light, and the house of the man of iniquity shall be blotted out." [Job 18, 16]

ወበከመ ፡ ተነበየ ፡ ሆሴዕ ፡ ወይቤ ፡ በእንቲአሁ ፡ ስምዑኒ ፡ ደቂቀ ፡ እስራኤል ፡ እስመ ፡ አልቦ ፡ ጽድቀ ፡ ወአልቦ ፡ ምሕረተ ፡ ወአልቦ ፡ ፍርሀተ ፡ እግዚአብሔር ፡ ውስተ ፡ ልቡ ፡ ዘእንበለ ፡ ሐሰት ፡ ወስርቅ ፡ ወቀትል ፡ ወዝሙት ።

Thus Hosea prophesied and said concerning him, "Hearken unto me, O children of Israel, for there is no righteousness, and no mercy, and no fear of God in his heart, but falsehood, and theft, and murder, and fornication."

ወበከመ ፡ ተነበየ ፡ ዳዊት ፡ ነቢይ ፡ ወይቤ ፡ ሰይጣን ፡ ይቁም ፡ በየማኑ ፤ ወካዕበ ፡ ይቤ ፡ ወሢመቶሂ ፡ ይንሣእ ፡ ባዕድ ።

And David the Prophet prophesied and said, "Satan standeth at his right hand"; and again he said, "Let another take his office."

ወሙሴኒ ፡ ረገመ ፡ በሕግ ፡ ወይቤ ፡ ርጉም ፡ ለይኩን ፡ ኵሉ ፡ ዘይነሥእ ፡ ሕልያነ ፡ ከመ ፡ ይቅትል ፡ ደመ ፡ ንጹሐ ፤ ወይበል ፡ ኵሉ ፡ ሕዝብ ፡ አሜን ፡ ወአሜን ።

And Moses cursed in the Law and said, "Cursed be every one who taketh bribes to slay innocent blood; and all the people said, Amen. And Amen."

ወካዕበ ፡ ተነበየ ፡ እንባቆም ፡ ነቢይ ፡ እንዘ ፡ ይብል ፡ መኰንንኒ ፡ አለበወ ፡ በእንተዝ ፡ ዕልወተ ፡ ሕግ ፡ ወኢይወፅእ ፡ ፍትሐ ፡ ጽድቅ ፡ እስመ ፡ ኃጥእ ፡ ይትዔገሎ ፡ ለጻድቅ ፡ በእንተዝ ፡ ይወፅእ ፡ ፍትሕ ፡ ግፍቱእ ።

Thus Habakkuk the Prophet prophesied and said, "The governor maketh [men] wise concerning this perversion of the Law, and no right judgement cometh forth; for the sinner corrupteth the righteous man, and therefore a perverted judgement cometh forth."

ወበከመ ፡ ተነበየ ፡ ዳዊት ፡ ነቢይ ፡ ወይቤ ፡

Thus David the Prophet prophesied and said,

ይሬኢ ፡ ኃጥእ ፡ ወይትመዐዕ ፡ ወየሐቂ ፡ ስነኒሁ ፡ ወይትመሰው ።

"The sinner seeth and becometh wrathful, and he gnasheth with his teeth and is dissolved."

ወበከመ ፡ ተነበየ ፡ ሰሎሞን ፡ ወልዱ ፡ ወይቤ ፡ ጽሉእ ፡ በኀበ ፡ እግዚአብሔር ፡ መዳልወ ፡ ዐመፃ ።

Thus Solomon his son prophesied and said, "A false balance is a hateful thing to God."

ወበከመ ፡ ተነበየ ፡ ኤርምያስ ፡ ነቢይ ፡ ወይቤ ፡ በእንተ ፡ ይሁዳ ፡ ድልው ፡ ሊተ ፡ ዐስብየ ፡ ፴ብሩር ※ ※ ※

Thus Jeremiah prophesied and said concerning Judah, "My hire is ready (or, weighed) for me—thirty [pieces of] silver."

፻፱ ፡ በእንተ ፡ ስቅለቱ ።

109. CONCERNING HIS CRUCIFIXION

ወካዕበ ፡ ተነበዩ ፡ ነቢያት ፡ በእንተ ፡ ስቅለተ ፡ ለክርስቶስ ።

And the Prophets also prophesied concerning the Crucifixion of Christ.

ወበከመ ፡ ተነበየ ፡ ሙሴ ፡ ቍልዔሁ ፡ ለእግዚአብሔር ፡ ወይቤ ፡ ትሬእዩ ፡ መድኀኒትክሙ ፡ ስቁለ ፡ ዳበ ፡ ዕፅ ፡ ወኢተአምኑ ፡ ቦቱ ።

Thus Moses, the servant of God, prophesied and said, "Ye shall see your salvation crucified upon the wood, and shall not believe."

ወበከመ ፡ ተነበየ ፡ ዳዊት ፡ ወይቤ ፡ አኀዙኒ ፡ ከለባት ፡ ብዙኃን ፡ ወቀነዉኒ ፡ እደዊየ ፡ ወእገርየ ፡ ወኆለቁ ፡ ኵሎ ፡ አዕፅምትየ ፡ እሙንቱሰ ፡ ጠዩቆሙ ፡ ተዐወሩኒ ፡ ወተካፈሉ ፡ አልባስየ ፡ ለርእሶሙ ፡ ወተዓፀዉ ፡ ዲበ ፡ ዐራዝየ ።

Thus David prophesied and said, "Many dogs have seized Me; and they drove nails through My hands and My feet; and they counted all My bones; though they knew Me they despised Me; and they divided My garments among themselves; and they cast lots for My apparel."

ወበከመ ፡ ተነበየ ፡ ኢሳይያስ ፡ ነቢይ ፡ በእንተ ፡ ትስብእቱ ፡ ወስቅለቱ ፡ ለክርስቶስ ፡ ወይቤ ፡ እግዚአ ፡ መኑ ፡ የአምነነ ፡ ቃልነ ፡ ወለመኑ ፡ ተከሥተ ፡ መዝራዕተ ፡ እግዚአብሔር ፤ ወነገርነ ፡ ከመ ፡ ሕፃን ፡ በቅድሜሁ ፡ ወከመ ፡ ሥርው ፡ በውስተ ፡ ምድር ፡ ጽምእት ፡ አልቦ ፡ ላሕየ ፡ ወአልቦ ፡ ራእየ ፡ ወራእዩሂ ፡ ምኑን ፡ ወትሑት ፡ እምኵሉ ፡ ሰብእ ፤ ብእሲሁ ፡ ቅሡፍ ፡ ውእቱ ፡ ወሕሙም ፡ እስመ ፡ ሜጠ ፡ ገጾ ፡ ወአስተሐቀርዎ ፡ ወኢተሓሰብዎ ።

Thus Isaiah prophesied concerning the Incarnation and Crucifixion of Christ, and said, "Who believeth our word, and to whom is the arm of the Lord revealed? And we spake like a child before Him: and He is like a root in parched ground, He hath no beauty and no form; and His form is more rejected and abased than [that of] any man. He is a broken man and a man of suffering; for He hath turned away His face, and they treat Him with contempt and esteem Him as nothing."

ወበከመ ፡ ተነበየ ፡ ሰሎሞን ፡ ወይቤ ፡ ንቅትሎ ፡ ለጻድቅ ፡ እስመ ፡ ክቡድ ፡ ለነ ፡ ይትቃወሞን ፡ ለምግባሪነ ፡ መዝለፌ ፡ ኮነነ ፡ ለኀሊናነ ፡ ወሰቆራረ ፡ ኮነ ፡ ሎቱ ፡ በኀጣውኢነ ፤ ወካዕበ ፡

Thus Solomon prophesied and said, "Let us kill the righteous man, for he is a burden unto us; he setteth himself up against our works, he resisteth our intentions continually, and we are

ደገመ ፡ ወይቤ ፡ ወልድየ ፡ ኢያስሕቱከ ፡ ሰብእ ፡ ረሲዓን ፡ ለእመ ፡ ይቤሉከ ፡ ነዓ ፡ ምስሌነ ፡ ተሳተፍ ፡ ንድፍን ፡ ደመ ፡ ንጹሐ ፡ ወንንሣእ ፡ በርባሮ ፡ ወይኩነነ ፡ አሐደ ፡ ቍናመተ ፡ ለኵልነ ፤ አግሕሥ ፡ ርእሰከ ፡ እምአሠሮሙ ፡ እስመ ፡ አኮ ፡ በከ ፡ ዘይረብቡ ፡ ለአዕዋፍ ፡ መሥገርተ ።

an abomination unto him because of our sins." And he continued, saying, "My son, let not wicked men lead thee astray; if they say unto thee, 'Come with us, be a partner with us, let us hide innocent blood and take plunder from him; and let there be one purse common to us all': withdraw thyself from their footsteps, for let it not be through thee that the birds find the net."

ወበከመ ፡ ተነበየ ፡ ዳዊት ፡ ወይቤ ፡ ወወደዩ ፡ ሐሞተ ፡ ውስተ ፡ መብልዕየ ፡ ወአስተዩኒ ፡ ብሒአ ፡ ለጽምእየ ።

Thus David prophesied and said, "They cast gall into My meat, and they gave Me vinegar to drink to [quench] My thirst."

ወበከመ ፡ ተነበየ ፡ ኢሳይያስ ፡ ነቢይ ፡ ወይቤ ፡ ውእቱ ፡ ነሥአ ፡ ደዌነ ፡ ወጾረ ፡ ሕማመነ ፡ ወበቍስለ ፡ ዚአሁ ፡ ሐየውነ ፤ ወርኢናሁ ፡ ሕሙመ ፡ ወቍሱለ ፡ በሕማም ፡ ወውእቱሰ ፡ ኢከሠተ ፡ አፉሁ ፡ በሕማሙ ፡ ወመጽአ ፡ ይጠባሕ ፡ ከመ ፡ በግዕ ፡ በቅድመ ፡ ዘይቀርጾ ፡ ከማሁ ፡ ኢከሠተ ፡ አፉሁ ፡ በሕማሙ ፡ እስከ ፡ ይነሥእዋ ፡ ለነፍሱ ፤ ወኢየአምርዋ ፡ ለልደቱ ፤ በኀጢአተ ፡ ሕዝብየ ፡ በጻሕኩ ፡ እስከ ፡ ለሞት ።

Thus prophesied Isaiah the Prophet and said, "He hath taken our disease and carried our sickness, and by His wound we are healed; and we saw Him suffering, and wounded in his pain; and He opened not His mouth in His pain, and He came to be slaughtered; like a lamb before his shearer He opened not His mouth in His suffering until they took away His life; and they knew not His birth; through the sin of My people have I come even unto death."

ወበከመ ፡ ተነበየ ፡ ኤርምያስ ፡ ነቢይ ፡ ወይቤ ፡ ወነሥኡ ፡ ሤጠ ፡ ለክቡር ፡ ፴ብሩረ ፡ ዘአክበርዎ ፡ እምደቂቀ ፡ እስራኤል ፡ ወይቤለኒ ፡ እግዚአብሔር ፡ ደዮ ፡ ውስተ ፡ ሕንቅርት ፡ ወፍትኖ ፡ ለእመ ፡ ኮነ ፡ ንጹሐ ፡ ወወሀብዎ ፡ ለገራህተ ፡ ለብሓዊ ፤ በከመ ፡ አዘዘኒ ፡ እግዚአብሔር ፡ እንብብ ።

Thus Jeremiah the Prophet prophesied and said, "And they took the price of the honourable one thirty [pieces of] silver, whom they had honoured among the children of Israel. And God said unto me, Cast it into the melting pot, and test it [and see] if it be pure; and they gave it for the field of the potter; as God hath commanded me I will speak."

ወበከመ ፡ ተነበየ ፡ ኢሳይያስ ፡ ነቢይ ፡ ወይቤ ፡ ኆለቍዎ ፡ ምስለ ፡ ኃጥኣን ፡ ወአግብእዎ ፡ ለሞት ።

Thus Isaiah the Prophet prophesied and said, "They counted Him with the sinners, and brought Him to death."

ወበከመ ፡ ተነበየ ፡ ዳዊት ፡ ነቢይ ፡ ወይቤ ፡ በዝኁ ፡ እለ ፡ ይጸልኡኒ ፡ በዐመፃ ፡ ወፈደዩኒ ፡ እኪተ ፡ ህየንተ ፡ ሠናይት ።

Thus David the Prophet prophesied and said, "Those who hate Me wrongfully are many, and they have rewarded Me with evil for good."

ወበከመ ፡ ተነበየ ፡ ዘካርያስ ፡ ነቢይ ፡ ወይቤ ፡ ወሀለዎሙ ፡ ይርአይዎ ፡ ለዘሰቀልዎ ፡ ወወግእዎ ※

Thus Zechariah the Prophet prophesied and said, "And they shall look upon Him Whom they have crucified and pierced."

ወብዙኅ ፡ ዘእምተነግረ ፡ ወተዘመረ ፡ ትንቢተ ፡ ነቢያት ፡ በእንተ ፡ ምጽአቱ ፡ ወስቅለቱ ፡

Now there are still very many passages which have been written and many prophecies which

ወሞቱ ፡ ወትንሣኤሁ ፡ ወዕርገቱ ፡ ወዳግም ፡ ምጽአቱ ፡ በስብሐት ፤ ወባሕቱ ፡ ኅዳጠ ፡ ዘከርነ ፡ ትንቢተ ፡ ነቢያት ፡ ለእለ ፡ ትሰምዑ ፡ ወተአምኑ ፡ ወትሌብዉ ፡ ንሕነ ፡ በበ፩ዘከርነ ፡ በከመ ፡ ተብህለ ፡ በሐዋርያት ፡ በወንጌል ፡ መራሕከነ ፡ ወበነቢያት ፡ ናዘዝከነ ፤ እስመ ፡ ነገረ ፡ ነቢያት ፡ ያረትዕ ፡ ሃይማኖተ ፡ ኑፋቃን ※

might be mentioned concerning His coming, and His Crucifixion, and His death, and His Resurrection, and His second coming in glory. But we have only mentioned a few of the prophecies of the prophets—we have mentioned one of each kind—so that ye may hear, and believe, and understand, even as it is said in the Acts of the Apostles, "By the Gospel Thou hast guided us, and by the Prophets Thou hast comforted us; for the words of the Prophets make right the faith of those who doubt."

፻፲ ፡ በእንተ ፡ ትንሣኤሁ ።

110. CONCERNING HIS RESURRECTION

ወካዕበ ፡ በእንተ ፡ ትንሣኤሁ ፡ ተነበየ ፡ ዳዊት ፡ ወይቤ ፡ ይእዜ ፡ እትነሣእ ፡ ይቤ ፡ እግዚአብሔር ፡ እሬሲ ፡ መድኃኒተ ፡ ወአግህድ ፡ ቦቱ ፤ ወካዕበ ፡ ይቤ ፡ ተንሥእ ፡ እግዚኦ ፡ ወኰንና ፡ ለምድር ፡ እስመ ፡ አንተ ፡ ትወርስ ፡ በኵሉ ፡ አሕዛብ ፤ ወካዕበ ፡ ተነበየ ፡ ወይቤ ፡ ተንሥእ ፡ እግዚኦ ፡ ርድአነ ፡ ወአድኅነነ ፡ በእንተ ፡ ስምከ ፤ ወደገመ ፡ ወይቤ ፡ ይትነሣእ ፡ እግዚአብሔር ፡ ወይዘረዉ ፡ ፀሩ ፡ ወይጕየዩ ፡ ጸላእቱ ፡ እምቅድመ ፡ ገጹ ፤ ወካዕበ ፡ ተነበየ ፡ ወይቤ ፡ ወተንሥአ ፡ እግዚአብሔር ፡ ከመ ፡ ዘንቃህ ፡ እምንዋም ፡ ወከመ ፡ ኃያል ፡ ወኅዳገ ፡ ወይን ።

And the prophet David also prophesied concerning His Resurrection and said, "I will arise, saith the Lord, and I will make salvation and manifest it openly." And again he saith, "Rise up, O Lord, and judge the earth, for Thou shalt inherit among the nations." And he also prophesied and said, "Rise up, O Lord, help us, and deliver us for Thy Name's sake." And again he said, "Let God arise and let His enemies be scattered, and let His enemies flee from before His face." And he also prophesied and said, "God hath risen up like one who hath woke up from sleep, and like a mighty man who hath left [his] wine."

ወበከመ ፡ ተነበየ ፡ ኢሳይያስ ፡ ነቢይ ፡ ያእትት ፡ ሕማመ ፡ እምነፍሱ ፡ እስመ ፡ ኢገብረ ፡ ኃጢአተ ፡ ወኢተረክበ ፡ ሐሰት ፡ ውስተ ፡ አፉሁ ፤ ወያርእዮ ፡ ብርሃነ ፡ ወያጸድቆ ፡ ለዘ ፡ ይትቀነይ ፡ ለጽድቅ ፡ ወለሠናይ ፡ ወለብዙኃን ፡ ኃጢአቶሙ ፡ ውእቱ ፡ ይደመስስ ፤ እስመ ፡ ኢገብረ ፡ ኃጢአተ ፡ ወኢተረክበ ፡ ሐሰት ፡ ውስተ ፡ አፉሁ ።

Thus Isaiah the prophet prophesied and said, "He will remove sickness from his soul, for he hath not committed sin, and falsehood hath not been found in his mouth. And to him that hath served righteousness and good will he show light and he will justify him; and he shall do away the sins of many, for he hath not committed sin, and falsehood is not found in his mouth."

ወበከመ ፡ ተነበየ ፡ ዳዊት ፡ ነቢይ ፡ ወይቤ ፡ እስመኢተኀድጋ ፡ ውስተ ፡ ሲኦል ፡ ለነፍስየ ።

Thus prophesied David the Prophet and said, "For My soul shall not be left in hell."

ወበከመ ፡ ተነበየ ፡ ሰሎሞን ፡ ወልዱ ፡ ወይቤ ፡ ወይትሌዐል ፡ ፀሐየ ፡ ጽድቅ ፡ ወይምነ ፡ የዐውድ ፡ ወይገብእ ፡ ውስተ ፡ መካኑ ※※※

Thus Solomon his son prophesied and said, "The Sun of righteousness shall arise, and shall travel towards the right, and shall return into His place."

፻፲፩ ፡ በእንተ ፡ ዕርገቱ ፡ ወዳግም ፡ ምጽአቱ ።

111. CONCERNING HIS ASCENSION AND HIS SECOND COMING

ወበከመ ፡ ተነበዩ ፡ ነቢያት ፡ ኵሎሙ ፡ ወአበው ፡ ቀደምት ፡ ብዙኃን ፡ በእንተ ፡ ዕርገቱ ፡ ወዳግም ፡ ምጽአቱ ፡ ይኰንን ፡ ሕያዋነ ፡ ወሙታነ ።

Thus all the Prophets and many of the early Fathers prophesied concerning His Ascension and His Second Coming to judge the living and the dead.

ወዳዊትኒ ፡ ይቤ ፡ በእንተ ፡ ዕርገቱ ፡ ዐረገ ፡ ውስተ ፡ አርያም ፡ ፄዊወከ ፡ ፄዋ ፡ ወወሀብከ ፡ ጸጋከ ፡ ለእጓለ ፡ እመሕያው ፤ ወካዕበ ፡ ይቤ ፡ እግዚአብሔር ፡ ወፂእየ ፡ እገብእ ፡ ወእትመየጥ ፡ እንተ ፡ ቀላየ ፡ ባሕር ፤ ወካዕበ ፡ ይቤ ፡ ዘምሩ ፡ ለእግዚአብሔር ፡ ዘዐርገ ፡ ውስተ ፡ ሰማይ ፤ ሰማይ ፡ ዘመንገለ ፡ ጽባሕ ።

And David said concerning His Resurrection, "He hath gone up into the heights. Thou hast made captive captivity, and hast given grace to the children of men." And he also said, "Having gone forth, I will come back, and I will return from the abyss of the sea." And again he said, "Sing ye unto God Who hath gone up into the heavens, the heavens which are opposite the morning."

ወበከመ ፡ ተነበየ ፡ አሞጽ ፡ ነቢይ ፡ ወይቤ ፡ መሲሕ ፡ ዘይገብር ፡ ጊዜ ፡ በጽሐ ፡ ወይትሌዐል ፡ እምድር ፡ ውስተ ፡ አርያም ፤ ወእግዚአብሔር ፡ ስሙ ፡ ዘኵሎ ፡ ይመልክ ።

Thus Amos the Prophet prophesied and said, "The Messiah, Who made the time of the morning, hath come and is exalted from the earth into the heights: and His Name is God Who ruleth all things."

ወበከመ ፡ ተነበየ ፡ ዳዊት ፡ ነቢይ ፡ ወይቤ ፡ ተለዐልከ ፡ እግዚኦ ፡ በኀይልከ ፡ ንሴብሕ ፡ ወንዜምር ፡ ለጽንዕከ ።

Thus prophesied David the Prophet and said, "Thou art exalted, O Lord, by Thy might, and we will praise and hymn Thy strength."

ወበከመ ፡ ተነበየ ፡ ዘካርያስ ፡ ነቢይ ፡ ወይቤ ፡ ወይቀውማ ፡ እገሪሁ ፡ ውስተ ፡ ደብረ ፡ ዘይት ፡ ጽባሒሃ ፡ ለኢየሩሳሌም ፡ ወተጽዕነ ፡ ላዕለ ፡ ኪሩቤል ፡ ወሰረረ ፡ በክነፈ ፡ ነፋስ ።

Thus prophesied Zechariah the Prophet and said, "His foot standeth on the Mount of Olives to the east of Jerusalem. And He rideth upon the Cherubim, and He flieth upon the wing of the winds."

ወበከመ ፡ ይቤ ፡ ዳዊት ፡ አርኅዉ ፡ ኆኃተ ፡ መኳንንት ፡ ወይትረኀዋ ፡ ኆኃት ፡ እለ ፡ እምፍጥረት ፡ ወይባእ ፡ ንጉሠ ፡ ስብሐት ፤ መኑ ፡ ውእቱ ፡ ዝንቱ ፡ ንጉሠ ፡ ስብሐት ፤ እግዚአብሔር ፡ ኀያል ፡ ወጽኑዕ ፡ እግዚአብሔር ፡ ኀያል ፡ በውስተ ፡ ፀብእ ፤ ወካዕበ ፡ አጠየቀ ፡ ወይቤ ፡ አርኅዉ ፡ ኆኃተ ፡

Thus David said, "Open ye the gates of the princes, and let the doors which were from the creation be opened, and the King of glory shall come! Who is this King of glory? God, the mighty and strong One, God, the mighty One in battle." And he also made known and said, "Open ye the gates of princes, and let the doors which were from the creation be

መኳንንት ፡ ወይትረኀዋ ፡ ኆኃት ፡ እለ ፡ እምፍጥረት ፡ ወይባእ ፡ ንጉሠ ፡ ስብሐት ፧ መኑ ፡ ውእቱ ፡ ዝንቱ ፡ ንጉሠ ፡ ስብሐት ፧ እግዚአብሔር ፡ አምላከ ፡ ኀያላን ፡ ውእቱ ፡ ዝንቱ ፡ ንጉሠ ፡ ስብሐት ።

opened, and the King of glory shall come! Who is this King of glory? The Lord God of Hosts is this King."

ወበእንተ ፡ ምጽአቱ ፡ ዳግመ ፡ ይኴንን ፡ ሕያዋነ ፡ ወሙታነ ፡ ዘሎቱ ፡ ስብሐት ፡ ለዓለመ ፡ ዓለም ፡ አሜን ፧

And again concerning His coming—He shall judge the living and the dead—He to Whom belongeth glory for ever and ever. Amen.

ወበከመ ፡ ተነበየ ፡ ዘካርያስ ፡ ነቢይ ፡ ውእተ ፡ አሚረ ፡ ይመጽእ ፡ እግዚአብሔር ፡ አምላኪየ ፡ ወኵሎሙ ፡ ቅዱሳኒሁ ፡ ምስሌሁ ።

Thus Zechariah the Prophet prophesied and said, "That day the Lord my God shall come, and all His saints with Him."

ወበከመ ፡ ተነበየ ፡ ዳዊት ፡ ነቢይ ፡ ወይቤ ፡ ምዕረ ፡ ነበበ ፡ እግዚአብሔር ፡ ወዘንተ ፡ ከመ ፡ ሰማዕኩ ፧ እስመ ፡ ዘእግዚአብሔር ፡ ሣህል ፡ ወዚአከ ፡ እግዚኦ ፡ ኀይል ፡ እስመ ፡ አንተ ፡ ትፈድዮ ፡ ለኵሉ ፡ በከመ ፡ ምግባሩ ።

Thus David the Prophet prophesied and said, "God spake once, and this according [to what] I have heard: Compassion belongeth unto God. And Thine, O Lord, is the power, for Thou wilt reward every man according to his work."

ወበከመ ፡ ተነበየ ፡ ዳንኤል ፡ ነቢይ ፡ ወይቤ ፡ ርኢኩ ፡ በራእየ ፡ ሌሊት ፡ ወናሁ ፡ መጽአ ፡ ከመ ፡ ወልደ ፡ እጓለ ፡ እመሕያው ፡ ኀበ ፡ ብሉየ ፡ መዋዕል ፡ ወተውህበ ፡ ሎቱ ፡ ምኵናን ፡ ወክብር ፡ ወመንግሥት ፡ ወኵሎሙ ፡ አሕዛብ ፡ ወነገድ ፡ ወበሓውርት ፡ ተቀንዩ ፡ ሎቱ ፡ ወምኵናኑኒ ፡ ዘአልቦ ፡ ማኅለቅት ፡ እስከ ፡ ለዓለመ ፡ ዓለም ፡ አሜን ※

Thus spake Daniel the Prophet and said, "I saw in my vision by night, and behold, there came [one] like unto the Son of man to the Ancient of Days, and there were given unto him dominion, and glory, and sovereignty, and all the nations and peoples and countries shall serve Him, and His dominion shall have no end for ever and ever. Amen."

ወኵሎሙ ፡ ነቢያት ፡ ተነበዩ ፡ ወአልቦ ፡ ዘኮነ ፡ ዘእንበለ ፡ ትንቢተ ፡ ነቢያት ፡ ወኵሉ ፡ ነገሩ ፡ ዘኮነ ፡ ወዘይከውን ፡ ዘተገብረ ፡ ወዘይትገበር ፡ ዘቀዳሚ ፡ ወዘደኃሪ ፡ ወእስከ ፡ ዳግም ፡ ምጽአቱ ፧ ወአኮ ፡ በቃል ፡ ባሕቲቱ ፡ ዘተነበዩ ፡ ወዘተናገሩ ፡ አላ ፡ በሥጋሆሙኒ ፡ አርአዩ ፡ ዘምስለ ፡ ትንቢት ። ወኮነ ፡ ረኃብ ፡ ምድረ ፡ ኮናአን ፡ ወወረደ ፡ አቡነ ፡ አብር ሃም ፡ ግብጸ ፡ ወገብአ ፡ ምስለ ፡ ብዙኅ ፡ ብዕል ፡ ወክብር ፡ ዘእንበለ ፡ ጥልቀት ፧ ወከማሁ ፡ ወረደ ፡ መድኅኒነ ፡ ወአድኅነ ፡ ቤተ ፡ ክርስቲያኑ ፡ ማኅበረ ፡ አሕዛብ ፡ ወዐርገ ፡ ነሢኦ ፡ ክብረ ፡ ወስብሐት ※ ※ ※

And all the Prophets prophesied, and nothing that hath happened hath been without the prophecy of the Prophets. And they have declared everything that hath happened, and what shall happen, what hath been done and what shall be done, and that which belongeth to the times of old and that which belongeth to the latter days up to His Second Coming. And this they have done not only by what they have prophesied and declared, but together with their prophecies they have given manifestations of Him in their bodies. And there was a famine in the land of Canaan, and our father Abraham went down to Egypt, and came back with much riches and honour without blemish. And in like manner our Redeemer went down and delivered the

Church, the Assembly of the Nations, and He went up [again], having gotten honour and praise.

፻፲፪ ፡ በእንተ ፡ ዘአርአዩ ፡ ነቢያት ፡ በሥጋሆሙ ።

112. HOW THE PROPHETS FORESHADOWED HIM IN THEIR PERSONS

ተአዘዘ ፡ ይስሐቅ ፡ ለአቡሁ ፡ ወይቤ ፡ ዕቅደኒ ፡ ወተሦዐ ፡ እንዘ ፡ ኢይመውት ፡ ተቤዘዎ ፡ በበግዕ ፡ ዘወረደ ፡ እምሰማያት ፤ ወከማሁ ፡ ወልደ ፡ እግዚአብሔር ፡ ተአዛዜ ፡ ለአቡሁ ፡ ኮነ ፡ እስከ ፡ ለሞት ፡ ወተአስረ ፡ በፍቅረ ፡ ሰብእ ፡ ወተቀነወ ፡ ወተረግዘ ፡ ወኮነ ፡ ቤዛነ ፡ ወልደ ፡ እግዚአብሔር ፡ ወመለኮቱ ፡ ኢሐመ ።

Isaac commanded his father, saying, "Bind me"; and he was offered up as a sacrifice, though he did not die, being redeemed by the ram which came down from heaven. And in like manner the Son of God was obedient to His Father even unto death. And He was bound with the love of men, and He was nailed [to the Cross] and was pierced, and the Son of God became our ransom, and His Godhead suffered not.

ወበከመ ፡ ያዕቆብ ፡ ወልዱ ፡ ፈለሰ ፡ ምድረ ፡ ላባ ፡ ሀገረ ፡ እኁወ ፡ እሙ ፡ ምስለ ፡ በትሩ ፡ ባሕቲታ ፡ ወበህየ ፡ ገብረ ፡ ብዙኀ ፡ እንስሳ ፡ ወአጥረየ ፡ ንጹሐ ፡ ወርኩሰ ፡ ወወለደ ፡ ፲ወ፪ደቂቀ ፡ ወከሠተ ፡ ጥምቀተ ፡ ወገብአ ፡ ውስተ ፡ ብሔሩ ፡ ኀበ ፡ ነሥአ ፡ በረከተ ፡ እምኀበ ፡ ይስሐቅ ፡ አቡሁ ፡ ወከማሁ ፡ እግዚእነ ፡ ክርስቶስ ፡ ወረደ ፡ እምሰማያት ፡ ባሕቲታ ፡ ቃለ ፡ መለኮት ፤ ወበትረ ፡ ያዕቆብሰ ፡ በዘ ፡ ይሬዒ ፡ አባግዒሁ ፡ ይእቲ ፡ እግዝእትነ ፡ ማርያም ፡ መድኀኒትነ ፤ ወካዕበ ፡ ትትረጐም ፡ ዕፀ ፡ መስቀል ፡ እንተ ፡ ባቲ ፡ ተሰቂሎ ፡ አድኀነ ፡ መርዔቶ ፡ ወአጥረየነ ፡ እለ ፡ እምአይሁድ ፡ ወአረሚ ፡ ወአሕዛብ ፤ ወኀረየ ፡ ሎቱ ፡ ፲ወ፪ሐዋርያተ ፡ ወአእመኑ ፡ በኵሉ ፡ ምድር ፡ ወበሓውርት ፡ ወዐርገ ፡ ሰማያተ ፡ ኀበ ፡ አቡሁ ።

Thus Jacob his son departed to the land of Lâbâ (Laban), the country of his mother's brother, with his staff only, and there he made many cattle, and acquired beasts both clean and unclean, and he begot twelve sons, and he revealed baptism, and returned to his own country where he received a blessing from Isaac his father. And in like manner our Lard Christ came down from heaven, the Word of Godhead by Itself; and the staff of Jacob wherewith he pastured his sheep is our Lady Mary our salvation. And moreover, the staff signifieth the wood of the Cross whereby, being crucified upon it, He redeemed His flock and took possession of us from among the Jews, and the heathen, and the Gentiles. And He chose for Himself Twelve Apostles, and they made the people believe in all the earth and in every country, and He went up to heaven to His Father.

ወበከመ ፡ ፈለሰ ፡ ሙሴ ፡ ብሔረ ፡ ምድያም ፡ ወበህየ ፡ ተናገሮ ፡ ምስለ ፡ እግዚአብሔር ፡ ወአእሚሮ ፡ ተምሂሮ ፡ አሚነ ፡ ዘበትንሣኤ ፡ ምዉታን ፡ ዘበአበዊሁ ፡ አብርሃም ፡ ይስሐቅ ፡

Thus Moses departed to the country of Midian, and there he held converse with God, Who made him to learn and to know the belief in the resurrection from the dead of his fathers Abraham, Isaac, and Jacob. And by means of

ወያዕቆብ ፡ ወበይእቲ ፡ በትሩ ፡ ተበዊሖ ፡ ከመ ፡ ይግበር ፡ ተአምረ ፡ ወወለደ ፡ ፪ ፡ ደቂቀ ፡ ወዝኒ ፡ ያርኢ ፡ ገሃደ ፡ ከመ ፡ በሥላሴ ፡ ንድኅን ። በከመ ፡ ነበበ ፡ አፉሁ ፡ ለእግዚአብሔር ፡ አነ ፡ አምላከ ፡ አብርሃም ፤ ዘንተ ፡ ዘአብ ፤ ወአምላከ ፡ ይስሐቅ ፤ ዘንተ ፡ ዘወልድ ፤ ወአምላከ ፡ ያዕቆብ ፤ ሶበ ፡ ይብል ፡ ዘንተ ፡ ዘመንፈስ ፡ ቅዱስ ፤ ያርኢ ፡ ገሃደ ፡ ሥላሴ ፡ ጥዩቀ ፤ ኢኮንኩ ፡ አምላከ ፡ ምዉታን ፡ አላ ፡ አምላከ ፡ ሕያዋን ፡ እስመ ፡ ኵሎሙ ፡ ሕያዋን ፡ በኀቤሁ ፡ ለእግዚአብሔር ፡ ወበዝንቱኬ ፡ ተዐውቀ ፡ ትንሣኤ ፡ ምዉታን ።

his staff (or, rod) He endowed him with the power to perform miracles; and he begot two sons. And this showeth clearly that we shall be saved by the Trinity. As the mouth of God proclaimed, "I am the God of Abraham"—this of the Father—"and the God of Isaac"—this of the Son—"and the God of Jacob"—when He saith this it is of the Holy Ghost—indicating the Trinity clearly and plainly. "I am not the God of the dead, but the God of the living," [Matthew 22, 32] for they all are alive with God; and by this the Resurrection of the dead is to be understood.

ዮናስ ፡ ተገንዘ ፡ ወተወድየ ፡ ውስተ ፡ ከርሠ ፡ ዐንበሪ ፤ ወወረደ ፡ መድኅኒነ ፡ ውስተ ፡ ልበ ፡ ምድር ፡ ወተንሥአ ፡ በሣልስት ፡ ዕለት ። ወዳንኤልኒ ፡ ተወድየ ፡ ውስተ ፡ ግበ ፡ አናብስት ፡ ወኀተምዋ ፡ በማኅትሞሙ ፡ ወተንሥአ ፡ ዘእንበለ ፡ ይብልዕዎ ፤ ወከማሁ ፡ እግዚእነሂ ፡ ተወድየ ፡ ውስተ ፡ መቃብር ፡ ወኀተምዎ ፡ አይሁድ ፡ በማኅተሞሙ ፡ እንዘ ፡ ይመስሎሙ ፡ ዘየኀትሙ ፡ ምሥራቀ ፡ ፀሐይ ፡ ከመ ፡ ኢይብራህ ፤ አአብዳን ፡ ሕቡላን ፡ ፅሩፋን ፡ ዕውራን ፡ ዕንቡዛን ፡ ትብሉኑ ፡ ከመ ፡ ኢይምጻእ ፡ ወኢይጻእ ፡ መንፈሰ ፡ ሕይወት ፤ ወኀፍሩ ፡ አይሁድ ፡ ወወፅአ ፡ ከመ ፡ ያብርህ ፡ ለነ ፡ ለእለ ፡ አመነ ፡ ቦቱ ።

Jonah was swallowed up and cast into the belly of the great fish; and our Redeemer went down into the heart of the earth, and rose again the third day. And Daniel was cast into the pit of the lions, and [the king and the lords] scaled it with their seals; and he rose up therefrom without the lions devouring him. And similarly our Lord was cast into the grave, and the Jews sealed it with their seals, imagining that they were sealing up the rising of the sun so that it should not shine. O ye foolish, wicked, blasphemous, blind, and weak-minded men, would ye assert that the Spirit of Life should not appear and come forth? And the Jews were put to shame, and He went forth to illumine us who have believed upon Him.

ዮሴፍ ፡ ተሠይጠ ፡ በእደ ፡ አኀዊሁ ፡ ወእግዚእነ ፡ ተሠይጠ ፡ በእደ ፡ ይሁዳ ፤ ወበኀበ ፡ ተሠይጠ ፡ አድኀኖሙ ፡ ለአኀዊሁ ፡ እምረኃብ ፡ ወክርስቶስኒ ፡ አድኀነነ ፡ ለእለ ፡ አመነ ፡ ቦቱ ፡ ወረሰየነ ፡ መዋርስቲሁ ፡ ወአኀዊሁ ፤ ወበከመ ፡ ዮሴፍ ፡ ወሀበሙ ፡ ርስተ ፡ ለአዝማዲሁ ፡ በምድረ ፡ ጌሠም ፡ ከመሁ ፡ ይሁቦሙ ፡ ማኅደረ ፡ ለጻድቃኒሁ ፡ ምድረ ፡ ርስት ፡ ዘለዓለም ።

Joseph was sold by the hand of his brethren, and our Lord was sold by the hand of Judah. And Joseph where he was sold delivered his brethren from the famine, and Christ hath delivered us who believed upon Him and hath made us His heirs and His brethren. And as Joseph gave an inheritance unto his kinsfolk in the land of Gêsham (Goshen), so shall [Christ] give unto His righteous ones a habitation, an everlasting inheritance.

ወካዕበ ፡ በእንተ ፡ ትንሣኤ ፡ ሙታን ፡ አነ ፡ እሁበከ ፡ ትእምርተ ፡ ከመ ፡ ታእምር ፡ ወትለቡ ፡ ወትጠይቅ ፡ በአምርሕተ ፡ ነገሩ ፡ ትሌቡ ፡ አብርሃም ፡ ሶበ ፡ ቦአ ፡ በምድረ ፡

And moreover, in order that ye may know, and understand, and be certain about the resurrection of the dead, I will give you a sign, which ye shall understand by the guidance of

ርስት ፡ አቅደመ ፡ ተሣይጦ ፡ መቃብር ፡ ኀበ ፡ ያስተጋብእ ፡ አብድንተ ፡ አዝማዲሁ ፡ ወውሉዱ ፡ ወብእሲቱ ፡ ከመ ፡ ይኅበር ፡ ተንሥአ ፡ ምስሌሆሙ ፤ ወቀበርዋ ፡ ህየ ፡ ለሳራ ፡ ብእሲቱ ፡ ወካዕበ ፡ ለሊሁ ፡ ተቀብረ ፡ በህየ ፤ እስመ ፡ ነቢይ ፡ ውእቱ ፡ አእሚሮ ፡ ከመ ፡ ይትነሣእ ፡ ምስለ ፡ ዘመዱ ፤ ወካዕበ ፡ ተቀብሩ ፡ ይስሐቅ ፡ ምስለ ፡ ርብቃ ፡ ብእሲቱ ። ወእምዝ ፡ ወረደ ፡ ያዕቆብ ፡ ምድረ ፡ ግብጽ ፡ ምስለ ፡ ፸ ፡ ወ፯ ፡ ነፍስ ፡ በእንተ ፡ ረኃብ ፡ ወበእንተ ፡ ዮሴፍ ፡ ወልዱ ፡ እስከ ፡ በዝኀ ፡ ወኮነ ፡ ኆልቆሙ ፡ ፷፼ ፡ አጋር ፡ እለ ፡ ድልዋን ፡ ለፀብእ ፡ ዘእንበለ ፡ አንስት ፡ ወደቅ ፤ ወሞተ ፡ ያዕቆብ ፡ በህየ ፡ በሠናይ ፡ ርሥእ ፡ ወይቤሎ ፡ ለዮሴፍ ፡ ወልዱ ፡ አምሕሎ ፡ ኣምሕለከ ፡ በሕይወተ ፡ አበውየ ፡ ወአምላኪየ ፡ ሐዳሲሃ ፡ ለሕይወትየ ፡ ከመ ፡ ኢትቅብረኒ ፡ ውስተ ፡ ዛሀገር ፡ ዘእንበለ ፡ ውስተ ፡ መቃብረ ፡ አበዊየ ፡ ከመ ፡ ይኩን ፡ ሞትየ ፡ ምስሌሆሙ ፡ ወሕይወትየ ፡ ዓዲ ፡ ምስሌሆሙ ፤ ዑቅኬ ፡ በዝ ፡ አያተ ፡ ነገር ። ወጾሮ ፡ ወልዱ ፡ ዮሴፍ ፡ ለእስራኤል ፡ ወቀበሮ ፡ ኀበ ፡ መቃብረ ፡ አበዊሁ ፡ እስመ ፡ ፈርሀ ፡ መሐላሁ ፡ ዘአምሐሎ ።

ወካዕበ ፡ ሶበ ፡ ሐመ ፡ ዮሴፍ ፡ በግብጽ ፡ ጸውዖሙ ፡ ለአኀዊሁ ፡ ወለደቂቁ ፡ ወአምሐሎሙ ፡ ከመ ፡ ኢይኅድጉ ፡ አዕፅምቲሁ ፡ ውስተ ፡ ምድረ ፡ ግብጽ ፤ አላ ፡ ከመ ፡ ሶበ ፡ ሐወጸክሙ ፡ እግዚአብሔር ፡ ንሥኡ ፡ ምስሌክሙ ፡ ወደምሩ ፡ አዕፅምትየ ፡ ውስተ ፡ መቃብረ ፡ አበዊየ ※ ※ ※

His word. When Abraham had come unto the land of [his] inheritance he bought first of all a tomb wherein to gather together the dead bodies of his kinsfolk, and his children, and his wife, so that he might join them in the resurrection; and there he buried his wife Sarah and he himself was buried. For he was a prophet, and he knew that he would be raised up with his kin. And Isaac and Rebekah his wife were also buried there. And it remained their possession from the time when Jacob went down to the land of Egypt with seventy-seven souls, because of the famine and because Joseph his son [was there], until their number became six hundred thousand marching men who were equipped for war, without [reckoning] women and children. And Jacob died in Egypt at a good old age, and he said unto Joseph his son, "I adjure thee by the life of my father and by my God, Who is the renewer of my life, that thou bury me not in this country, but in the tomb of my fathers, so that my death may be with them and my life subsequently with them." [Genesis 47, 29] Know then by this similitude of the word. And Joseph his son carried Israel and buried him by the grave of his fathers, for he reverenced the oath which Jacob had made him to swear.

And again, when Jacob fell sick in Egypt he called his brethren and his children, and made them to swear that they would not leave his bones in the land of Egypt, and said, "When God maketh you to return take ye my bones with you and mingle them in the grave of my fathers." [Genesis 50, 25]

፻፲፫ ፡ በእንተ ፡ ሰረገላ ፡ ወመግረሬ ፡ ፀር ።

113. CONCERNING THE CHARIOT AND THE VANQUISHER OF THE ENEMY

አውሥኡ ፡ ወይቤልዎ ፡ ሊቃነ ፡ ጳጳሳት ፡ ለጎርጎርዮስ ፡ ገባሬ ፡ መንክር ፡ ናሁኬ ፡ ጠየቅነ ፡ ወአለበውከነ ፡ ከመ ፡ ከብሩ ፡ ወዐብዩ ፡ ነገሥተ ፡ ኢትዮጵያ ፡ በእንተ ፡ ጽዮን ፤ ወካዕበ ፡ ዐብዩ ፡ ነገሥተ ፡ ሮም ፡ በእንተ ፡ ቅንዋት ፡ ዘገብረት ፡ ልጓመ ፡ እሌኒ ፡ ወኮና ፡ መግረሬ ፡ ፀር ፡ ለንጉሠ ፡ ሮም ፡ ወለንጉሠ ፡ ኢትዮጵያ ፡ ኮና ፡ ሰረገላ ፡ ወውእቱኒ ፡ ሞእ ፡ ፀሮ ፤ ወካዕበ ፡ ንግረነ ፡ እስከ ፡ ማእዜኑ ፡ ይነብር ፡ መግረሬ ፡ ፀር ፡ ኀበ ፡ ንጉሠ ፡ ሮም ፡ ወሰረገላ ፡ ምስለ ፡ ጽዮን ፡ ኀበ ፡ ንጉሠ ፡ ኢትዮጵያ ፤ ንግረነ ፡ እስመ ፡ ከሠተ ፡ ለከ ፡ እግዚአብሔር ፡ ዘኮነ ፡ ወዘይከውን ፡ ራእየ ፡ ወትንቢተ ፡ ከመ ፡ ሙሴ ፡ ወኤልያስ ።

And the Archbishops (or, Patriarchs) answered and said unto Gregory, the Worker of Wonders, "Behold now, we know well, and thou hast made us to understand that the Kings of Ethiopia have become glorious and great through Zion. And the Kings of Rômê also have become great because of the nails [of the Cross] that Helena made into a bridle, which hath become the vanquisher of the enemy for the King of Rômê. And the chariot belongeth to the King of Ethiopia, and it hath vanquished his enemy. And tell us also how long the vanquisher of the enemy shall remain with the King of Rômê, and the chariot containing Zion with the King of Ethiopia. Tell us, for God hath revealed unto thee what hath been, and what shall be, vision and prophecy, like Moses and Elijah."

አውሥአ ፡ ወይቤሎሙ ፡ አነ ፡ እከሥት ፡ ለክሙ ፡ ለንጉሠ ፡ ሮም ፡ ሶበ ፡ ተዐደወ ፡ ወአምዐዖ ፡ ለእግዚአብሔር ፡ በውስተ ፡ ሃይማኖት ፡ ዛቲ ፡ እንተ ፡ ሠራዕነ ፡ ሃይማኖተ ፡ ሀሎ ፡ ይትዐደዋ ፡ ዘይመጽእ ፡ ንጉሥ ፡ በሮሜ ፡ ወየኀብር ፡ ምስሌሁ ፡ ፩ ፡ ሊቀ ፡ ጳጳሳት ፡ ወይዌልጥዋ ፡ ወይገፈትእዋ ፡ ለነገረ ፡ ፲ወ፪ ፡ ሐዋርያት ፡ ወያፈልስዎ ፡ ውስተ ፡ ፍትወተ ፡ ልቦሙ ፡ ወይሜህሩ ፡ በፈቃዶሙ ፡ ወይመይጥዎ ፡ ለመጽሐፍ ፡ ውስተ ፡ ግዕዞሙ ፤ በከመ ፡ ይቤ ፡ ሐዋርያ ፡ በዘ ፡ ለሊሆሙ ፡ አትከሉ ፡ ርእሶሙ ፡ ከመ ፡ ሰዶም ፡ ወገሞራ ፤ ወእግዚእነሂ ፡ ይቤሎሙ ፡ በወንጌል ፡ ለአርዳኢሁ ፡ ተዐቀቡ ፡ እምእለ ፡ ይመጽኡ ፡ ኀቤክሙ ፡ በአልባሰ ፡ አባግዕ ፡ ወእንተ ፡ ውስጦሙሰ ፡ ተኵላት ፡ ወመሠጥ ። ሶበ ፡ አዕለውዋ ፡ ለሃይማኖት ፡ ትትሀየድ ፡ እምኔሆሙ ፡ መግረሬ ፡ ፀር ፡ ወመንበረ ፡

And Gregory answered and said unto them, "I will reveal unto you concerning the King of Rômê when he shall transgress and shall provoke God to wrath in the faith. This faith which we have ordered and laid down shall a king transgress who shall come in Rômê, and there shall be associated with him a certain archbishop, and they shall change and pervert the word of the Twelve Apostles, and they shall cast it aside in the desire of their heart[s], and they shall teach what they wish, and they shall turn the Scriptures to suit their own nature, even as the Apostle saith, 'They have behaved themselves like [the people of] Sodom and Gomorrah.' [Matthew 10, 15] And our Lord said unto His disciples in the Gospel, 'Guard ye yourselves against those who shall come unto you in the apparel of sheep, and who are inwardly wolves that tear.' [Matthew 7, 15] And when they have destroyed the faith the vanquisher of the enemy shall be taken

ጴጥሮስኒ ፡ አልቦ ፡ ዘይነብር ፡ ዲቤሃ ፡ እለ ፡ ወለጡ ፡ ሃይማኖትነ ፤ እስመ ፡ ይትዐረቅ ፡ አማዑቲሆሙ ፡ ለሊቃነ ፡ ጳጳሳቲሆሙ ፡ ለእመ ፡ ነበሩ ፡ በሕሡም ፡ ሃይማኖት ፡ ዲቤሃ ፤ እስመ ፡ ይትኤዘዝ ፡ መልአከ ፡ እግዚአብሔር ፡ ዘየዐቅባ ፡ ለመንበረ ፡ ጴጥሮስ ፡ በሮሜ ። ወመግረሬ ፡ ፀርኒ ፡ የሀይዳ ፡ እግዚአብሔር ፡ እምኔሁ ፡ ለንጉሥ ፡ ዘኢየዐቅብ ፡ ሃይማኖተ ፡ ይፀብእዎ ፡ ፋርስ ፡ ወስሙ ፡ ይመስለኒ ፡ መርቅያኖስ ፡ ዕልወ ፡ ሃይማኖት ፤ ወይከብቶ ፡ ንጉሠ ፡ ፋርስ ፡ ዘስሙ ፡ ሃሬኔዎስ ፡ ወይነሥአ ፡ ምስለ ፡ ፈረሱ ፡ ንጉሥ ፤ ወበፈቃደ ፡ እግዚአብሔር ፡ ይትሀወክ ፡ ፈረስ ፡ ዘቦቱ ፡ መግረሬ ፡ ፀር ፡ ወይበውእ ፡ ውስተ ፡ ባሕር ፡ ወየኀልቅ ፡ በህየ ፤ ወቅንዋትሰ ፡ ታበርህ ፡ ህየ ፡ በውስተ ፡ ባሕር ፡ እስከ ፡ ይመጽእ ፡ ክርስቶስ ፡ ዳግመ ፡ በዐቢይ ፡ ስብሐት ፡ በደመና ፡ ሰማይ ፡ ምስለ ፡ ኀይል ።

ዘንተኬ ፡ አርአየኒ ፡ እግዚአብሔር ፡ በውስተ ፡ ግብ ፤ ወበእንተ ፡ ንጉሠ ፡ ኢትዮጵያ ፡ ወጽዮን ፡ መርዓተ ፡ ሰማይ ፡ ወሰረገላ ፡ በዘ ፡ ይረውጹ ፡ አነ ፡ እነግረክሙ ፡ ዘከሠተ ፡ ሊተ ፡ አምላኪየ ፡ ወአለበወኒ ፤ ትነብር ፡ በርትዕት ፡ ሃይማኖት ፡ እስከ ፡ ምጽአተ ፡ እግዚእነ ፡ ወአልቦ ፡ ዘትጸንን ፡ እምቃለ ፡ ሐዋርያት ፡ ወንሕነ ፡ በከመ ፡ ሠራዕነ ፡ ትሄሉ ፡ እስከ ፡ ኀልቀተ ፡ ዓለም ※

ወአውሥእዎ ፡ ለገባሬ ፡ መንክር ፡ ወይቤልዎ ፡ አመኬ ፡ ይመጽእ ፡ ሰማልያል ፡ ይትኀበልኑ ፡ ውሕኮ ፡ ሃይማኖቶሙ ፡ ለኢትዮጵያ ፡ ዘውእቱ ፡ ሐሳዌ ፡ መሲሕ ። አውሥአ ፡ ወይቤ ፡ አልቦ ፡ አኮኑ ፡ ተነበየ ፡ ዳዊት ፡ ወይቤ ፡ ኢትዮጵያ ፡ ታበጽሕ ፡ እደዊሃ ፡ ኀበ ፡ እግዚአብሔር ፤ ወዘንተ ፡ ዘይቤ ፡ ኢየዐልዉ ፡ ወኢይዌልጡ ፡ ዘንተ ፡ ሃይማኖትነ ፡ ወሥርዐትነ ፡ ወዘእለ ፡ እምቅድሜነ ፡ መምህራነ ፡ ሕግ ፡ ሐዋርያት ※..

away from them, and there shall be none of those who have changed our faith who shall sit upon the throne of Peter, and the bowels of their Archbishops shall be emptied out if they have taken their seat upon it in perverted faith. For the Angel of God hath been commanded to protect the throne of Peter in Rômê. And God shall take away the vanquisher of the enemy from the king who shall not guard the faith, and the Persians shall make war upon him and defeat him, and it seemeth to me that his name is Marcion the Apostate. And the King of Persia, whose name is Harênêwôs (Irenaeus) shall conquer (?) him, and the king shall carry him away, together with his horse, and by the Will of God the horse on which is the vanquisher of the enemy shall be stirred up, and shall go into the sea and perish therein. But the nails shall shine there in the sea until Christ shall come again in great glory upon a cloud of heaven, together with power.

"Now this hath God showed me in the pit. And as concerning the King of Ethiopia, and Zion, the Bride of heaven, and her chariot whereby they move, I will declare unto you that which my God hath revealed unto me and hath made me to understand. [Ethiopia] shall continue in the orthodox faith until the coming of our Lord, and she shall in no way turn aside from the word of the Apostles, and it shall be so even as we have ordered until the end of the world.

And one answered and said unto the Worker of Wonders (*i.e.* Gregory), "Now when Samâlyâl cometh, who is the False Christ (Antichrist), will the faith of the people of Ethiopia be destroyed by his attack?" And Gregory answered and said, "Assuredly not. Hath not David prophesied saying, 'Ethiopia shall make her hands come to God?' [Psalm 68, 31] And this that he saith meaneth that the Ethiopians will neither pervert nor change this our faith and what we have ordered, and the faith of those who were before us, the teachers of the Law of the Apostles."

፻፲፬ ፡ በእንተ ፡ ግብአታ ፡ ለጽዮን ።

114. CONCERNING THE RETURN OF ZION

ወታቦተ ፡ ሕጉኒ ፡ ለእግዚአብሔር ፡ ጽዮን ፡ ቅድስት ፡ ትነብር ፡ ህየ ፡ እስከ ፡ ውእተ ፡ አሚረ ፡ አመ ፡ ይነብር ፡ እግዚእነ ፡ ውስተ ፡ ደብረ ፡ ጽዮን ፤ ወትመጽእ ፡ ጽዮን ፡ ወታስተርኢ ፡ ለኵሉ ፡ ድሉተ ፡ ወሕንጽታ ፡ በከመ ፡ ቀፈላ ፡ ሙሴ ፡ በ፫ ፡ ማኅተም ፤ በከመ ፡ ይቤ ፡ በሕግ ፡ ዘብሉይ ፡ ወዘሐዲስ ፡ በስምዐ ፡ ፪ ፡ ወ፫ ፡ ይቁም ፡ ኵሉ ፡ ነገር ። ወአሜሃ ፡ ይቤ ፡ ኢሳይያስ ፡ ነቢይ ፡ ምዉታን ፡ ይትነሥኡ ፡ ወየሐይዉ ፡ እለ ፡ ውስተ ፡ መቃብር ፡ እስመ ፡ ጠል ፡ ዘእምኀቤከ ፡ ሕይወቶሙ ፡ ውእቱ ፤ ወሶበ ፡ ተንሥኡ ፡ ምዉታን ፡ በጠለ ፡ ምሕረቱ ፡ ዘይሰቅያ ፡ ለምድር ፡ ይቀውሙ ፡ ቅድሜሁ ፡ ምስለ ፡ ምግባራቲሆሙ ፡ ዘገብሩ ፤ ወይመጽኡ ፡ ሄኖክ ፡ ወኤልያስ ፡ እንዘ ፡ ሕያዋን ፡ ከመ ፡ ይኩኑ ፡ ለስምዕ ፡ ወሙሴ ፡ ወአሮን ፡ እምነ ፡ ምዉታን ፡ ሐይዉ ፡ ምስለ ፡ ኵሉ ፡ ወይፈትሑ ፡ መዛግሒሃ ፡ ወያርእይዎሙ ፡ ለአይሁድ ፡ ሰቃልያን ፡ ወይወቅሥዎሙ ፡ ወይዛለፍዎሙ ፡ በእንተ ፡ ኵሉ ፡ ዘዐለዉ ፡ ቃለ ፡ እግዚአብሔር ፤ ወይሬእዩ ፡ ዘጸሐፈ ፡ ሎሙ ፡ በእዴሁ ፡ ቃላተ ፡ ለትእዛዙ ፡ ወመና ፡ ዘከመ ፡ ሴሰዮሙ ፡ ዘእንበለ ፡ ጻማ ፡ ምስለ ፡ መስፈሩ ፡ ጎሞር ፡ ወመንፈሳዊት ፡ ጽዮን ፡ ለመድኀኒቶሙ ፡ ዘወረደት ፡ ወበትረ ፡ አሮንመ ፡ እንተ ፡ ሠረጸት ፡ በአምሳለ ፡ ማርያም ※ ※ ※

And the Tabernacle of the Law of God, the Holy Zion, shall remain here until that day when our Lord shall dwell on Mount Zion; and Zion shall come and shall appear unto all prepared, with three seals—even as Moses gave her—as it saith in the Old Law and in the New, "At the testimony of two or three [witnesses] everything shall stand." [Deuteronomy 19, 15; Matthew 18, 16; John 8, 2; 2 Corinthians 13, 1] And then, saith Isaiah the Prophet, "The dead shall be raised up, and those who are in the graves shall live, for the dew which [cometh] from Thee is their life." [Isaiah 26, 29] And when the dead are raised up, His mercy whereby He watereth the earth shall cease; they shall stand up before Him with the works which they have done. And Enoch and Elias shall come, being alive, so that they may testify, and Moses and Aaron from the dead shall live with everyone. And they shall open the things that fetter her (*i.e.* Zion), and they shall make to be seen the Jews, the crucifiers, and they shall punish them and chide them because of all that they have done in perverting the Word of God. And the Jews shall see what He wrote for them with His hand—the Words of His Commandment, and the manna wherewith He fed them without toil [on their part], and the measure thereof, the Gômôr, and the spiritual Zion, which came down for their salvation, and the rod of Aaron, which blossomed after the manner of Mary.

፻፲፭ ፡ በእንተ ፡ ቅስተ ፡ እስራኤል ።

115. CONCERNING THE JUDGEMENT OF ISRAEL

ወያወሥአሙ ፡ ወይብሎሙ ፡ ለምንት ፡

And He shall answer and say unto them, "Why did [ye deny Me, and entreat Me evilly and

ክሕድክሙኒ ፡ ወዐለውክሙኒ ፡ ወሰቀልክሙኒ ፡ ዘንተ ፡ ኵሎ ፡ ዘገበርኩ ፡ ለክሙ ፡ ወአድኀንኩክሙ ፡ ወሪድየ ፡ እምሰይጣን ፡ ወእምግብርናተ ፡ ፈርያን ፡ ወበእንቲአክሙኒ ፡ መጻእኩ ፡ ወአንትሙሰ ፡ ርእዩ ፡ ዘከመ ፡ ቀነውክሙኒ ፡ ወረገዝክሙኒ ። ወይትነሥኡ ፡ ወይኴንንዎሙ ፡ ፲ወ፪ ፡ ሐዋርያት ፡ እንዘ ፡ ይብልዎሙ ፡ አስማዕናክሙ ፡ ወኢሰማዕክሙ ፡ ትንቢተ ፡ ነቢያት ፡ ወስብከተነ ፡ ለነ ፡ ለሐዋርያት ። ወይበክዩ ፡ ወይኔስሑ ፡ በኀበ ፡ ኢይበቍዕ ፡ ወየሐውሩ ፡ ውስተ ፡ ኵነኔ ፡ ዘለዓለም ፤ ምስለ ፡ ዲያብሎስ ፡ አቡሆሙ ፡ ዘአመከሮሙ ፡ ወአጋንንቲሁ ፡ መስሕታን ፡ ይትኀተሙ ፡ ረሲዓን ።

crucify Me, seeing that] I did all this for you, and that by My coming down [from heaven] I delivered you from Satan and from the slavery of Satan, and that I came for your sakes? Look ye and see how ye pierced Me with nails I and thrust the spear through Me." And the Twelve Apostles shall be raised up, and they shall pass judgement upon them, and shall say unto them, "We would have made you hear, but ye would not hear the prophecy of the Prophets and the preaching of us the Apostles." And the Jews shall weep and repent when it shall be useless to do so, and they shall pass into everlasting punishment; and with the Devil, their father who had directed them, and his demons who had led them astray, and with the wicked they shall be shut in.

ወእለሰ ፡ አምኑ ፡ ወተጠምቁ ፡ ቦቱ ፡ በቅድስት ፡ ሥላሴ ፡ ወተመጠዉ ፡ ሥጋሁ ፡ ወደሞ ፡ ይከውኑ ፡ ሎቱ ፡ አግብርተ ፡ በኵሉ ፡ ልቦሙ ፡ እስመ ፡ አልቦ ፡ ዘይክል ፡ ጸሊአ ፡ ሥጋሁ ፡ ግሙራ ፡ ይጸርኅ ፡ ሥጋ ፡ ክርስቶስ ፡ በውስተ ፡ ሥጋነ ፡ ወይምሕር ፡ በእንተ ፡ ሥጋሁ ፡ ወደሙ ፡ እስመ ፡ ኮንዎ ፡ ውሉዱ ፡ ወአኀዊሁ ፤ ወእኒቦ ፡ ዘአበሱ ፡ ይትኴነኑ ፡ መጠነ ፡ አበሳሆሙ ፡ በእሳት ፡ ለዘ ፡ ቀሊል ፡ ጾሩ ፡ ቀሊል ፡ ኵነኔሁ ፡ ወለዘ ፡ ክቡድ ፡ ጾሩ ፡ ፈድፈደ ፡ ኵነኔሁ ፤ አሐቲ ፡ ዕለት ፡ በኀበ ፡ እግዚአብሔር ፡ መጠነ ፡ ፼ ፡ ዓመት ፡ ቦዘ ፡ ይትኴነን ፡ መጠነ ፡ ዕለት ፡ ወቦመንፈቀ ፡ ዕለት ፡ ወቦ፫ ፡ ሰዐት ፡ ዘዕለት ፡ ወቦ ፡ ፩ሰዓት ፡ ዘዕለት ፡ ወቦዘያሜክርዎ ፡ ወያስተናጽሕዎ ፡ እምነ ፡ አበሳሁ ※ ※ ※

And those who have believed and who have been baptized in the Holy Trinity, and have received His Body and His Blood, shall become His servants with their whole heart, for "there is no one who can hate His Body altogether." The Body of Christ crieth out in our Body, and He hath compassion because of His Body and Blood, for they have become His sons and His brethren. And if there be some who have sinned they shall be judged in the fire according to the quantity of their sins; he whose burden of sin is light his punishment shall be light, and he whose burden of sin is heavy, exceedingly great shall his punishment be. One day with God is as a period of ten thousand years; some there shall be who shall be punished for a day; and some for half a day, and some for three hours of a day, and some for one hour of a day; and some there shall be who shall be tested and who shall be absolved from their transgressions.

<u>፻፲፮</u> ፡ በእንተ ፡ ሰረገላ ፡ ኢትዮጵያ ።

116. CONCERNING THE CHARIOT OF ETHIOPIA

ወአውሥእዎ ፡ ወይቤልዎ ፡ ሊቃነ ፡ ጳጳሳት ፡

And the Archbishops answered and said unto

ናሁኬ ፡ ነገርከነ ፡ በእንተ ፡ መግረሬ ፡ ፀር ፡ ዘሮሜ ፤ ወይእዜኒ ፡ በእንተ ፡ ሰረገላ ፡ ዘኢትዮጵያ ፡ ወእመሂ ፡ ይነብር ፡ ደኃሪ ፡ እስከ ፡ ምጽአተ ፡ ክርስቶስ ፡ ከመ ፡ ነገርከነ ፡ በእንተ ፡ ጽዮን ፡ ወበእንተ ፡ ሃይማኖቶሙ ፡ ወከማሁ ፡ እመ ፡ ይነብር ፡ ሰረገላሆሙ ። ወይቤሎሙ ፡ አልቦ ፡ ሀለዎ ፡ ይሰወር ፤ ወካዕበ ፡ ዘንተ ፡ ስምዑኒ ፡ እንግርክሙ ፡ ሀለዎሙ ፡ ንስቲተ ፡ ያንሥኡ ፡ ርእሶሙ ፡ አይሁድ ፡ ላዕለ ፡ መሀይምናን ፡ በናግራን ፡ ወበአርማንያ ፡ እምድኅረዝ ፡ መዋዕል ፡ ወዘንተ ፡ ይገብር ፡ በፈቃዱ ፡ እግዚአብሔር ፡ ከመ ፡ ያኅልቆሙ ፤ እስመ ፡ አርማንያ ፡ ደወለ ፡ ሮም ፡ ወናግራን ፡ ደወለ ፡ ኢትዮጵያ ※※※

Gregory, the Worker of Wonders, "Behold now, thou hast told us concerning the vanquisher of the enemy of Rômê, and now [tell us] of the chariot of Ethiopia and whether it shall remain henceforward, to the Coming of Christ, as thou hast told us concerning Zion, and concerning the faith of the people of Ethiopia, and likewise if their chariot shall remain." And Gregory said unto them, "It shall assuredly not disappear. And again, hearken ye unto me and I will declare this unto you: A few Jews shall lift up their heads against our faith in Nâgrân and in Armenia in the days after this, and this God will do by His Will so that He may destroy them, for Armenia is a territory of Rômê and Nâgrân is a territory of Ethiopia."

፻፲፯ ፡ በእንተ ፡ ንጉሠ ፡ ሮምያ ፡ ወንጉሠ ፡ ኢትዮጵያ ።

117. CONCERNING THE KING OF RÔMÊ AND THE KING OF ETHIOPIA

ወይትለአኩ ፡ ንጉሠ ፡ ሮምያ ፡ ወንጉሠ ፡ ኢትዮጵያ ፡ ወሊቀ ፡ ጳጳሳት ፡ ዘእስክንድርያ ፡ ከመ ፡ ያኅልቅዎሙ ፡ እንዘ ፡ ርቱዕ ፡ ሃይማኖቶሙ ፡ ለሰብአ ፡ ሮም ፤ ወይትነሥኡ ፡ ፀብአ ፡ ከመ ፡ ይጽብእዎሙ ፡ ለፀረ ፡ እግዚአብሔር ፡ አይሁድ ፡ ወያኅልቅዎሙ ፡ ንጉሠ ፡ ሮሜ ፡ ለኤንያ ፡ ወንጉሠ ፡ ኢትዮጵያ ፡ ለፊንሐስ ፡ ወያመዘብሩ ፡ ብሔሮሙ ፡ ወየሐንጹ ፡ አብያተ ፡ ክርስቲያናት ፡ በህየ ፡ ወየሐርድዎሙ ፡ ለነገሥተ ፡ አይሁድ ፡ በተፍጻሜተ ፡ ዛቲ ፡ ቀመር ፡ ፲ወ፪ ፡ አቅማር ። አሜሃ ፡ ትትፌጸም ፡ መንግሥቶሙ ፡ ለአይሁድ ፡ ወትረትዕ ፡ መንግሥተ ፡ ክርስቶስ ፡ እስከ ፡ ምጽአተ ፡ ሐሳዌ ፡ መሲሕ ። ወእሙንቱሰ ፡ ነገሥት ፡ ዮስጢኖስ ፡ ንጉሠ ፡ ሮሜ ፡ ወካሌብ ፡ ንጉሠ ፡ ኢትዮጵያ ፡ ይትራከቡ ፡ ክልኤሆሙ ፡ በኢየሩሳሌም ፡ ወይሠርዑ ፡ ቍርባነ ፡ ሊቀ ፡ ጳጳሳቲሆሙ ፡ ወይቁርቡ ፡ ወያነብሩ ፡ ሃይማኖተ ፡ በፍቅር ፡

And the King of Rômê, and the King of Ethiopia, and the Archbishop of Alexandria—now the men of Rômê were orthodox—were informed that they were to destroy them. And they were to rise up to fight, to make war upon the enemies of God, the Jews, and to destroy them, the King of Rômê 'Enyâ, and the King of Ethiopia Pinḥas (Phinehas); and they were to lay waste their lands, and to build churches there, and they were to cut to pieces Jews at the end of this Cycle in twelve cycles of the moon. Then the kingdom of the Jews shall be made an end of and the Kingdom of Christ shall be constituted until the advent of the False Messiah. And those two kings, Justinus the King of Rômê and Kâlêb the King of Ethiopia, met together in Jerusalem. And their Archbishop was to make ready offerings and they were to make offerings, and they were to establish the Faith in love, and they were to give each other gifts and the salutation of peace, and they were to divide between them

ወይትወሀቡ ፡ አምኃ ፡ ወሰላመ ፡ ወይትካፈሉ ፡ ምድረ ፡ እመንፈቃ ፡ ለኢየሩሳሌም ፡ በከመ ፡ ነገርነ ፡ ውስተ ፡ ርእሰ ፡ ዝንቱ ፡ መጽሐፍ ፡ ቀዳሚ ። ወካዕበ ፡ በእንተ ፡ ፍቅር ፡ ይዴመሩ ፡ ስመ ፡ መንግሥት ፡ ይዴመሩ ፡ ፩ ፡ ዘኀረዩ ፡ በሃይማኖት ፡ እምነገሥተ ፡ ሮም ፡ በውስተ ፡ ዕፃ ፡ ዘይሰመይ ፡ ምስለ ፡ ዳዊት ፡ ወሰሎሞን ፡ አበዊሆሙ ፡ ከመ ፡ ይሰመይ ፡ ንጉሠ ፡ ኢትዮጵያ ፡ ወንጉሠ ፡ ሮሜሂ ፡ ከማሁ ፡ ይነሥእ ፡ ስመ ፡ ንጉሠ ፡ ኢትዮጵያ ፡ ወይዴምር ፡ ውስተ ፡ ዕፃ ፡ ዘይሰመይ ፡ ምስለ ፡ ዳዊት ፡ ወሰሎሞን ፡ አበዊሆሙ ፡ በአምሳለ ፡ ፬ ፡ ወንጌላዊያን ፡ ወራብዕሰ ፡ ዘኀረዩ ፡ በበሀገሮሙ ። ወከመዝ ፡ እምድኅረ ፡ ኅብሩ ፡ ወአርትዑ ፡ ሃይማኖተ ፡ ይትማከሩ ፡ ከመ ፡ ኢያሕይዉ ፡ አይሁድ ፡ ወየኀድጉ ፡ ህየ ፡ በበውሉዶሙ ፤ ወንጉሠ ፡ ኢትዮጵያሰ ፡ የኀድግ ፡ ህየ ፡ ወልደ ፡ ዘበኵሩ ፡ ዘስሙ ፡ እስራኤል ፡ ወይገብእ ፡ ብሔሮ ፡ በፍሥሓ ፤ ወሶበ ፡ በጽሐ ፡ ቤተ ፡ መንግሥቱ ፡ ያአኵቶ ፡ ለእግዚአብሔር ፡ ፈድፋደ ፡ ወይበጽዕ ፡ ሥጋሁ ፡ ለመሥዋዕተ ፡ ስብሐት ፡ ለአምላኩ ፤ ወጥቀ ፡ ይትወከፎ ፡ እግዚአብሔር ፡ እስመ ፡ ኢያረኵስ ፡ ሥጋሁ ፡ እምድኅረ ፡ ገብአ ፡ አላ ፡ የሐውር ፡ ውስተ ፡ ደብር ፡ በንጹሕ ፡ ልብ ፤ ወያነግሥ ፡ ወልዶ ፡ ዘይንእስ ፡ ዘስሙ ፡ ገብረ ፡ መስቀል ፡ ወውእቱሰ ፡ የዐጹ ፡ ርእሶ ። ወሶበ ፡ ነገርዎ ፡ ለንጉሠ ፡ ናግራን ፡ ወልደ ፡ ካሌብ ፡ ይመጽእ ፡ ከመ ፡ ይንግሥ ፡ ኀበ ፡ ጽዮን ፡ ወገብረ ፡ መስቀልኒ ፡ ያነሥእ ፡ ሰራዊተ ፡ ወየሐውር ፡ በሰረገላ ፡ ወይትራከቡ ፡ በኀበ ፡ መጽብበ ፡ ባሕረ ፡ ሊበ ፡ ወይትቃተሉ ፡ ወበአሐቲ ፡ ሌሊት ፡ ይጼልዩ ፡ ክልኤሆሙ ፡ እምሰርክ ፡ እስከ ፡ ነግህ ፡ ሶበ ፡ ጸንዖሙ ፡ ቀትል ፤ ወሶበ ፡ በከዩ ፡ ኀቤሁ ፡ በአንብዕ ፡ ይኔጽር ፡ እግዚአብሔር ፡ ኀበ ፡ ጸሎተ ፡ ክልኤሆሙ ፡ ወጸሎተ ፡ አቡሆሙ ፡ ንሱሕ ፡ እንዘ ፡ ይብል ፡ ውእቱኒ ፡ መልህቅ ፡ ወቆመ ፡ ከመ ፡ ይግበር ፡ ፈቃደ ፡ አቡሁ ፡ ወለውእቱኒ ፡ መንእስ ፡

the earth from the half of Jerusalem, even as we have already said at the beginning of this book. And for love's sake they were to have jointly the royal title [of King of Ethiopia]. They were to be mingled with David and Solomon their fathers. The one whom in faith they chose by lot to be named from the Kings of Rômê was to be called "King of Ethiopia," and the King of Rômê likewise was to bear the name of "King of Ethiopia," and he was to have part in the lot whereby he should be named with David and Solomon their fathers, after the manner of the Four Evangelists. And the fourth the one whom they were to choose each in his own country . . .

And thus after they had become united in a common bond, and had established the right faith they were to determine that the Jews were no longer to live, and each of them was to leave his son there; and the King of Ethiopia was to leave there his firstborn son whose name was Israel, and was to return to his own country in joy. And when he came to his royal house, he was to give abundant thanks unto God, and to offer up his body as an offering of praise to his God. And God shall accept him gladly, for he shall not defile his body after he hath returned, but he shall go into a monastery in purity of heart. And he shall make king his youngest son, whose name is Gabra Masḳal, and he himself shall shut himself up [in a monastery]. And when one hath told this to the King of Nâgrân, the son of Kâlêb, he shall come in order to reign over Zion, and Gabra Masḳal shall make his armies to rise up, and he shall journey in a chariot, and they shall meet together at the narrow end of the Sea of Lîbâ, and shall fight together. And on the same night the two of them shall pray from sunset until the dawn, when the fight waxeth strong upon them. And when they have cried out to Him with tears God will look upon the prayer of both of them, and the penitent prayer of their father, and, will say, "This one is the elder and he hath stood up to

አፍቀሮ ፡ አቡሁ ፡ ወጸለየ ፡ ኀበ ፡ እግዚአብሔር ፤ ወይቤሎ ፡ ለገብረ ፡ መስቀል ፡ ኅረይ ፡ ለከ ፡ እምሰረገላ ፡ ወእምጽዮን ፡ ወአፍተዎ ፡ ከመ ፡ ይንሣእ ፡ ጽዮንሃ ፡ ወይንግሥ ፡ ገሃደ ፡ ዲበ ፡ መንበረ ፡ አቡሁ ፤ ወለእስራኤልኒ ፡ አፍተዎ ፡ ከመ ፡ ይኅረይ ፡ ሰረገላ ፡ ወይንግሥ ፡ በኅቡእ ፡ ወኢይትረአይ ፡ ወይፌንዎ ፡ ኀበ ፡ ኵሎሙ ፡ እለ ፡ ተዐደዉ ፡ ትእዛዘ ፡ እግዚአብሔር ፤ ወአልቦ ፡ ዘየሐንጽ ፡ አብያተ ፡ ወይነብር ፡ በደብተራት ፡ ወአልቦሙ ፡ ጻማ ፡ ዘስራሕ ፡ ወኢጻማ ፡ በፍኖት ፤ ወመዋዕሊሆሙኒ ፡ ካዕበተ ፡ ሰብእ ፡ ወከመዝኬ ፡ የሀይጹ ፡ ወይዌስቁ ፡ ወይወግኡ ፡ ኀበ ፡ ዘጸልአ ፡ እግዚአብሔር ።

perform the will of his father, and that one, the younger, hath loved his father, and hath prayed to God [for him]." And God will say to Gabra Masḳal, "Choose thou between the chariot and Zion," and He will cause him to take Zion, and he shall reign openly upon the throne of his father. And God will make Israel to choose the chariot, and he shall reign secretly and he shall not be visible, and He will send him to all those who have transgressed the commandment of God. And no one shall build houses, and they shall live in tents, and none shall suffer fatigue in labouring, and none shall suffer thirst on the journey. And their days shall be double of those of [ordinary] men, and they shall use bows and arrows, and shall shoot at and pierce him that God hateth.

ከመዝ ፡ ገብረ ፡ እግዚአብሔር ፡ ለንጉሠ ፡ ኢትዮጵያ ፡ ክብረ ፡ ወሞገሰ ፡ ወዕበየ ፡ እምኵሎሙ ፡ ነገሥተ ፡ ምድር ፡ በእንተ ፡ ዕበያ ፡ ለጽዮን ፡ ታቦተ ፡ ሕጉ ፡ ለእግዚአብሔር ፡ ጽዮን ፡ ሰማያዊት ፤ ወይረስየነ ፡ እግዚአብሔር ፡ ከመ ፡ ንግበር ፡ ሥምረቶ ፡ መንፈሳዊተ ፡ ወያድኅነነ ፡ እመዐቱ ፡ ወይከፍለነ ፡ መንግሥቶ ፡ አሜን ※

Thus hath God made for the King of Ethiopia more glory, and grace, and majesty than for all the other kings of the earth because of the greatness of Zion, the Tabernacle of the Law of God, the heavenly Zion. And may God make us to perform His spiritual good pleasure, and deliver us from His wrath, and make us to share His kingdom. Amen.

ወአውሥኡ ፡ ወይቤልዎ ፡ በአማን ፡ ሠናየ ፡ ነበብከ ፡ እስመ ፡ ከማሁ ፡ ተከሥተ ፡ ለከ ፡ በረድኤተ ፡ መንፈስ ፡ ቅዱስ ፤ ነገርከነ ፡ ኵሎ ፡ ዘኮነ ፡ ወአኅበርከ ፡ ምስለ ፡ መጽሐፈ ፡ ደማቲዮስ ፡ ዘሮሜ ፡ ወተነበይከ ፡ ለነ ፡ ዘይከውንኒ ፡ ለክልኤ ፡ አህጉር ፡ መራዕወ ፡ ክርስቶስ ፡ አብያተ ፡ ክርስቲያናት ፡ ንስታስያ ፡ ወአርቃድያ ፡ ወማሬና ፡ ወኢትዮጵያ ፡ አህጉር ፡ ዐበይት ፡ ዘእግዚአብሔር ፡ ዘበውስቴቶን ፡ መሥዋዕተ ፡ ወቍርባነ ፡ ንጹሕ ፡ ይትገበር ፡ በኵሉ ፡ ጊዜ ።

And they answered and said unto him, "Verily, thou hast spoken well, for thus was it revealed unto thee by the help of the Holy Spirit. Thou hast told us everything which hath taken place, and thou art in agreement with the book of Damôtîyôs (Domitius) of Rômê. And thou hast prophesied also what shall happen to the two cities, the brides of Christ, the Churches Nestâsyâ and 'Arḳâdyâ, and Mârênâ, and Ethiopia, the great cities of God, wherein pure sacrifices and offerings shall be offered up at all times.

እግዚአብሔር ፡ ይጸግወነ ፤ በረከቶሙ ፡ ለኵሎሙ ፡ ቅዱሳን ፡ ወሰማዕት ፡ ለዓለመ ፡ ዓለም ፡ አሜን ። ክርስቶስ ፡ ንጉሥነ ፡ ወበክርስቶስ ፡ ሕይወትነ ፡ ለዓለመ ፡ ዓለም ፡

May God show us His grace! The blessing of all the saints and martyrs [be with us] for ever and ever! Amen. Christ is our King, and in Christ is our life for ever and ever. Amen. And Amen."

አሜን ፡ ወአሜን ※※※※※

COLOPHON

ወተብህለ ፡ በክታበ ፡ ዐረቢ ፡ አውፃእናሃ ፡ እመጽሐፈ ፡ ቅብጥ ፡ ለዐረቢ ፡ እመንበረ ፡ ማርቆስ ፡ ወንጌላዊ ፡ መምህር ፡ አበ ፡ ኵልነ ፧ ወአውፃእናሃ ፡ በ፬፻ ፡ ወ፱ ፡ ዓመተ ፡ ምሕረት ፡ ውስተ ፡ ሀገረ ፡ ኢትዮጵያ ፡ በመዋዕለ ፡ ገብረ ፡ መስቀል ፡ ንጉሥ ፡ ወሰኳሁ ፡ ላሊበላ ፡ በመዋዕለ ፡ አባ ፡ ጊዮርጊስ ፡ ጳጳስ ፡ ኄር ። ወአስተተ ፡ እግዚአብሔር ፡ አውፅኦታ ፡ ወተርጕሞታ ፡ ኀበ ፡ ነገረ ፡ ሐባሲ ። ወሶበ ፡ ኀለይኩ ፡ ዘንተ ፡ ለምንት ፡ ኢተርጐምዋ ፡ አበልዕዝ ፡ ወአበልፈረግ ፡ እለ ፡ አውፅእዋ ፡ እቤ ፡ ዘንተ ፡ እስመ ፡ ወፅአት ፡ በመዋዕለ ፡ ዛጓ ፡ ወኢተርጐምዋ ፡ እስመ ፡ ትብል ፡ ዛቲ ፡ መጽሐፍ ፡ እለሰ ፡ ይነግሡ ፡ እለ ፡ ኢኮኑ ፡ እስራኤል ፡ ተዐድዎ ፡ ሕግ ፡ ውእቱ ፧ ወሶበ ፡ ይከውን ፡ በመንግሥተ ፡ እስራኤል ፡ እምአውፅእዋ ፧ ወተረክበት ፡ በናዝሬት ※

ወጸልዩ ፡ ላዕሌየ ፡ ለገብርክሙ ፡ ይስሐቅ ፡ ነዳይ ፡ ወኢትሒሱኒ ፡ በእንተ ፡ ኢያርትዖ ፡ ነገረ ፡ ልሳን ፧ እስመ ፡ ብዙኀ ፡ ጻመውኩ ፡ በእንተ ፡ ክብራ ፡ ለሀገረ ፡ ኢትዮጵያ ፡ በእንተ ፡ ጸአታ ፡ ለጽዮን ፡ ሰማያዊት ፡ ወበእንተ ፡ ክብረ ፡ ንጉሠ ፡ ኢትዮጵያ ። እስመ ፡ አነሂ ፡ ተስእልክዎ ፡ ለመኰንን ፡ ርቱዕ ፡ ፍቁረ ፡ እግዚአብሔር ፡ ያዕቢከ ፡ እግዚእ ፡ ወአፍቀረ ፡ ወይቤለኒ ፡ ግበር ፧ ወገበርኩ ፡ እንዘ ፡ እግዚአብሔር ፡ ይረድአኒ ፡ ወኢፈደየኒ ፡ በከመ ፡ አበሳየ ። ለገብርክሙ ፡ ይስሐቅ ፡ ጸልዩ ፡ ወለእለ ፡ ፃመዉ ፡ ምስሌየ ፡ በፀአተ ፡ ዛቲ ፡ መጽሐፍ ፡ እስመ ፡ ተመንደብነ ፡ ፈድፋደ ፡ አነ ፡ ወይምሀረነ ፡ አብ ፡ ወሕዝበ ፡ ክርስቶስ ፡ ወእንድርያስ ፡ ወፊልጶስ ፡ ወመሓሪ ፡

In the Arabic text it is said: "We have turned [this book] into Arabic from a Coptic manuscript [belonging to] the throne of Mark the Evangelist, the teacher, the Father of us all. We have translated it in the four hundred and ninth year of mercy in the country of Ethiopia, in the days of Gabra Masḳal the king, who is called Lâlîbalâ, in the days of Abbâ George, the good bishop. And God neglected to have it translated and interpreted into the speech of Abyssinia. And when I had pondered this—Why did not ’Abal‘ez and Abalfarog who edited (*or*, copied) the book translate it? I said this: It went out in the days of Zâguâ, and they did not translate it because this book says: Those who reign not being Israelites are transgressors of the Law. Had they been of the kingdom of Israel they would have edited (*or*, translated) it. And it was found in Nâzrêt."

"And pray ye for me, your servant Isaac the poor man. And chide ye me not because of the incorrectness of the speech of the tongue. For I have toiled much for the glory of the country of Ethiopia, and for the going forth of the heavenly Zion, and for the glory of the King of Ethiopia. And I consulted the upright and God-loving governor Yâ‘ebîka ’Egzî’ĕ, and he approved and said unto me, 'Work.' And I worked, God helping me, and He did not requite me according to my sins. And pray ye for your servant Isaac, and for those who toiled with me in the going out (*i.e.* production) of this book, for we were in sore tribulation, I, and Yamharana-’Ab, and Ḥezba-Krestôs, and Andrew, and Philip, and

አብ ፨ ይምሐሮሙ ፡ እግዚአብሔር ፡ በመንግሥተ ፡ ሰማያት ፡ ምስለ ፡ ኵሎሙ ፡ ቅዱሳን ፡ ወሰማዕት ፡ ይጽሐፍ ፡ ስሞሙ ፡ ውስተ ፡ መጽሐፈ ፡ ሕይወት ፡ ለዓለመ ፡ ዓለም ፡ አሜን ፡
ወአሜን ፠፠፠፠፠፠፠፠፠፠፠፠፠፠

Maḥârî-'ab. May God have mercy upon them, and may He write their names in the Book of Life in the kingdom of heaven, with those of all the saints and martyrs for ever and ever! Amen."

Printed in Great Britain
by Amazon

32554876R00149